പോരാളി

സഖാവ് കുഞ്ഞാലിയുടെ ജീവിതകഥ

porali
sakhavu kunjaliyude jeevithakadha
biography
•
basheer chunkathara
•
first edition
january 2020
•
typesetting & published
chintha publishers, thiruvananthapuram
•

•
cover
vinod mangoes
•

Distribution
DESHABHIMANI BOOK HOUSE
H O Thiruvananthapuram 695035
phone: 0471-2303026, 6063026
Email: chinthapublishers@gmail.com
Website: www.chinthapublishers.com

Branch
Head Office Kunnukuzhi • Statue Thiruvananthapuram • KSRTC Bus Station Alappuzha • KSRTC Bus Station Ernakulam • Machingal Lane Thrissur • IG Road Kozhikode • Mavoor Road Kozhikode • NGO Union Building Kannur • Central Bus Terminal Complex Thavakkara Kannur

CO - 2902 / 5195
ISBN - 978-93-89410-60-0

പോരാളി

സഖാവ് കുഞ്ഞാലിയുടെ ജീവിതകഥ

ബഷീർ ചുങ്കത്തറ

ചിന്ത പബ്ലിഷേഴ്സ്
തിരുവനന്തപുരം-695 035

ബഷീർ ചുങ്കത്തറ

ജനനം: 1959 ഏപ്രിൽ 10. പിതാവ് മുത്തിരി മുഹമ്മദുണ്ണി (1938–2006), മാതാവ് ചേലാക്കോടൻ നഫീസ. വണ്ടൂർ പൂക്കുളം ജി എം എൽ പി സ്കൂൾ, വണ്ടൂർ ഗവ: വി എം സി ഹൈസ്കൂൾ എന്നിവിടങ്ങളിൽ സ്കൂൾ പഠനം. പെരിന്തൽമണ്ണ ഗവ: പോളി ടെക്നിക്കിൽനിന്നും ഇലക്ട്രിക്കൽ എഞ്ചിനീയറിങ്ങിൽ ഡിപ്ലോമ നേടി. കേന്ദ്രസർക്കാരിന്റെ ടെലികോം വകുപ്പിൽ 10 വർഷവും, കേരള സംസ്ഥാന വൈദ്യുതി ബോർഡിൽ 26 വർഷവും സേവനം പൂർത്തിയാക്കി 2015 ൽ അസി: എക്സിക്യൂട്ടീവ് എഞ്ചിനീയർ ആയി വിരമിച്ചു. മലപ്പുറം ജില്ലയിലെ കൊണ്ടോട്ടിയിൽ പ്രവർത്തി ക്കുന്ന സർക്കാർ സ്ഥാപനമായ മഹാകവി മോയിൻകുട്ടി വൈദ്യർ മാപ്പിള കലാഅക്കാദമിയുടെ നിർവ്വാഹകസമിതി അംഗമാണ്. പുരോഗമന കലാസാഹിത്യസംഘത്തിന്റെ മലപ്പുറം ജില്ലാ പ്രസി ഡന്റും സംസ്ഥാന നിർവ്വാഹകസമിതി അംഗവുമാണ്.

ഉണ്ണിക്കൗസു (നോവൽ), *മായ്ക്കാൻ കഴിയാത്ത മണൽചിത്രങ്ങൾ* (കഥകൾ), *പ്രതിബദ്ധ കവിതകൾ* (കവിതാസമാഹാരം), *ഇശൽ ചക്രവർത്തി മോയിൻകുട്ടി വൈദ്യർ* (പഠനം), *മലബാർ കലാപം ഇ എം എസിന്റെ ആഹ്വാനവും താക്കീതും* (ലേഖനങ്ങൾ), *കനൽ വഴികളിൽ കാലിടറാതെ* (ജീവചരിത്രം), *ഹുസ്നുൽ ജമാലും ബദ്റുൽ മുനീറും, മോയിൻകുട്ടി വൈദ്യരുടെ ബാലകഥകളും മല പ്പുറം ഖിസ്സയും, അലാവുദ്ദീനും അത്ഭുത വിളക്കും* (ബാലസാ ഹിത്യം) എന്നീ കൃതികൾ പ്രസിദ്ധീകരിച്ചിട്ടുണ്ട്.

ഇശൽ ചക്രവർത്തി മോയിൻകുട്ടി വൈദ്യർ എന്ന കൃതിക്ക് 2011 ലെ അബുദാബി ശക്തി അവാർഡും, 'ധീരപാദുകം' എന്ന കവിതയ്ക്ക് 2010 ൽ കേരള പുരോഗമന വേദി (പയ്യന്നൂർ)യുടെ പി കുഞ്ഞിരാ മൻനായർ അവാർഡും ലഭിച്ചു.

കുടുംബം : ഭാര്യ പി കെ സൈനബ (ജനാധിപത്യ മഹിളാ അസോസിയേഷൻ ദേശീയ ഉപാദ്ധ്യക്ഷയും സി പി ഐ (എം) സംസ്ഥാന സമിതി അംഗവുമാണ്). അസിം ഹാഷ്മി, പാഷിയ (മക്കൾ) നിഖിൽ, റോഫിനാ ബബിൻ (മരുമക്കൾ), ഹെഗൽ റോഹസ് (പൗത്രൻ)

വിലാസം	:	ഗ്രാൻമ, തച്ചങ്കോട്,
		ചുങ്കത്തറ, മലപ്പുറം - 679 334
ഫോൺ	:	04931 - 231 566
മൊബൈൽ	:	9447171566
Email	:	basheerchungathara@gmail.com

ഉള്ളടക്കം

പ്രസാധകക്കുറിപ്പ്

സഖാവ് എന്ന സംബോധന പേരിന്റെ തന്നെ ഭാഗമായി മാറിയ കാന്തിക ബലമുള്ള നേതാവായിരുന്നു കുഞ്ഞാലി. അദ്ദേഹത്തിന്റെ പ്രവർത്തനങ്ങളെയും ജീവിതത്തെയും അടയാളപ്പെടുത്തുന്ന മഹത് ഗ്രന്ഥമാണ് *പോരാളി: സഖാവ് കുഞ്ഞാലിയുടെ ജീവിതകഥ* എന്ന ഈ ഗ്രന്ഥം ജീവിതകഥയോടൊപ്പം തന്നെ അദ്ദേഹം പ്രവർത്തിച്ച നാടിന്റെ അവസ്ഥകളുടെ സൂക്ഷ്മമായ വിവരണവും വിശകലനവും കൂടിയാണ് ഇതിന്റെ ഉള്ളടക്കം.

നാടിന്റെ സ്പന്ദനത്തോടൊപ്പം അതു സ്വന്തം ഹൃദയസ്പന്ദനമാക്കിയ ഒരു നേതാവിന്റെ കഥ വളരെ വായിക്കപ്പെടുകയും പരാമർശിക്കപ്പെടുകയും ചെയ്യും എന്ന ഉറപ്പോടെ.

ചിന്ത പബ്ലിഷേഴ്സ്

പറഞ്ഞിട്ടും, എഴുതിയിട്ടും തീരാത്തൊരു ജീവിതം

സഖാവ് കുഞ്ഞാലിയെന്ന അസാധാരണനായ രാഷ്ട്രീയ നേതാവിന്റെ ജീവിതത്തെക്കുറിച്ച് വിശദമായി മനസ്സിലാക്കാൻ എനിക്ക് അവസരമുണ്ടായത് 1994 ലാണ്. അതുല്യനായ ആ കമ്യൂണിസ്റ്റ് പോരാളിയുടെ ഇരുപത്തഞ്ചാം രക്തസാക്ഷിത്വ വാർഷികാചാരണത്തോടനുബന്ധിച്ച് ഒരു സ്മരണിക പ്രസിദ്ധീകരിക്കാൻ വേണ്ടി തീരുമാനിക്കപ്പെടുകയും അതിന് വേണ്ടി രൂപീകരിച്ച കമ്മിറ്റിയിൽ എന്നെക്കൂടി ഉൾപ്പെടുത്തുകയും ചെയ്തപ്പോഴായിരുന്നു അത്. ചോക്കാട് കല്ലാമൂലയിലെ പാർട്ടി പ്രവർത്തകരായിരുന്ന കുറെ യുവാക്കളായിരുന്നു അതിന് മുൻകൈ എടുത്തത്. പുരോഗമന കലാസാഹിത്യ സംഘത്തിന്റെ അന്നത്തെ നിലമ്പൂർ മേഖലാ സെക്രട്ടറി എന്ന നിലയിലായിരുന്നു എന്നെ ആ കമ്മിറ്റിയിൽ ഉൾപ്പെടുത്തിയിരുന്നത്.

ഞങ്ങൾക്കെല്ലാവർക്കും ഗുരുതുല്യനും കമ്പിത്തപാൽ ട്രേഡ് യൂണിയൻ പ്രസ്ഥാനത്തിന്റെ സംസ്ഥാന നേതാക്കളിൽ ഒരാളുമായിരുന്ന വി കെ ദിവാകരൻ എന്ന ദിവാകരേട്ടനായിരുന്നു സ്മരണികാ പ്രസാധകസമിതിയുടെ ചെയർമാൻ. ഇ പത്മാക്ഷൻ, കെ മുഹമ്മദലി, വി പി സജീവൻ, എ പി രാജൻ, ശ്രീധരൻ മാസ്റ്റർ എന്നിവരായിരുന്നു എന്നെ കൂടാതെയുള്ള മറ്റു അംഗങ്ങൾ. അവരിൽ ദിവാകരേട്ടൻ ഇന്നില്ല. ഇ പത്മാക്ഷൻ ഇപ്പോൾ സി പി ഐ (എം) നിലമ്പൂർ ഏരിയാ സെക്രട്ടറിയാണ്.

നല്ല തയ്യാറെടുപ്പോടുകൂടിയായിരുന്നു ഞങ്ങൾ പ്രവർത്തനം തുടങ്ങിയത്. അന്നത്തെ സി പി ഐ (എം) ജില്ലാ സെക്രട്ടറിയായിരുന്ന കെ സെയ്താലിക്കുട്ടിയെ ആദ്യം സമീപിച്ച സമിതി അംഗങ്ങൾ സഖാവ് കുഞ്ഞാലിയുമായി ബന്ധപ്പെട്ട വിവരങ്ങൾ നല്കാൻ കഴിവുള്ളവരായ പാർട്ടി പ്രവർത്തകരും അല്ലാത്തവരുമായ ആളുകളുടെ ഒരു വലിയ ലിസ്റ്റ് തയ്യാറാക്കി. കുഞ്ഞാലിയുടെ ആജീവനാന്ത സഹപ്രവർത്തകൻ കൂടി

യായ കെ സെയ്താലിക്കുട്ടി നിർദ്ദേശിച്ച പേരുകൾക്ക് പുറമെ ഞങ്ങളുടെ നേരിട്ടുള്ള അന്വേഷണത്തിൽ കിട്ടിയ പേരുകളും ലിസ്റ്റിൽ കൂട്ടിച്ചേർത്തു. മലപ്പുറം ജില്ലയുടെ പല ഭാഗങ്ങളിലായി താമസിച്ചിരുന്ന അവരുടെയെല്ലാം വീടുകൾ അന്വേഷിച്ച് കണ്ടുപിടിച്ച് അവരെ എല്ലാവരെയും നേരിട്ട് കണ്ട് നടത്തിയ വിവരശേഖരണം ഒരു മറക്കാനാവാത്ത അനുഭവമായിരുന്നു.

സഖാവ് കുഞ്ഞാലിയെക്കുറിച്ച് വളരെയേറെ കേട്ടിരുന്നുവെങ്കിലും ഞങ്ങളുടെ കേട്ടറിവുകൾ അദ്ദേഹത്തെക്കുറിച്ച് അറിയേണ്ടതിന്റെ ഒരു ശതമാനംപോലും ഇല്ലായിരുന്നുവെന്ന് ഞങ്ങൾക്ക് മനസ്സിലായി. ഞങ്ങൾ തയ്യാറാക്കിയ ലിസ്റ്റിൽ പിന്നെയും പുതിയ പേരുകൾ കൂട്ടിച്ചേർക്കപ്പെട്ടുകൊണ്ടിരുന്നു. വിവരശേഖരണത്തിനായി സമീപിക്കുന്നവർ കൂടുതൽ വിവരങ്ങൾ നല്കാൻ കഴിയുന്ന പുതിയ പേരുകൾ നിർദ്ദേശിച്ചപ്പോഴായിരുന്നു അത്. അങ്ങനെ നൂറുകണക്കിന് ആദ്യകാല പ്രവർത്തകരെ ബന്ധപ്പെടാൻ കഴിഞ്ഞതും അവരിൽനിന്നും ശേഖരിക്കാൻ കഴിഞ്ഞ വിവരങ്ങളും ഞങ്ങളെ ആവേശഭരിതരാക്കി.

വിവരശേഖരണത്തിന്റെ കാര്യത്തിൽ എല്ലാ സമിതി അംഗങ്ങളും കഠിനമായി ജോലി ചെയ്തിരുന്നു. കിട്ടിയ വിവരങ്ങൾ ചേർത്ത് കുറിപ്പുകളും ലേഖനങ്ങളും തയ്യാറാക്കുന്ന ജോലി കൂടുതൽ ചെയ്തിരുന്നത് ഞാനായിരുന്നു. കോഴിക്കോട് *ദേശാഭിമാനി* പ്രസ്സിൽനിന്നും അന്ന് ആ സ്മരണികയുടെ പതിനായിരം കോപ്പികളാണ് അച്ചടിച്ചത്. "ദേശീയ തലത്തിലേക്ക് വരെ ഉയർന്ന മുതിർന്ന നേതാക്കളുടെ സ്മരണികകൾ പോലും 3000 മുതൽ 4000 വരെ കോപ്പികളേ അടിക്കാറുള്ളൂ. പതിനായിരം കോപ്പികൾ അടിച്ചാൽ നിങ്ങൾക്കു വിറ്റഴിക്കാൻ കഴിയാതെ കടത്തിൽ കുടുങ്ങും" എന്ന് *ദേശാഭിമാനി*യിലെ ചില പരിചയസമ്പത്തുള്ള സഖാക്കൾ ഞങ്ങളെ ഉപദേശിച്ചിരുന്നു. എങ്കിലും ഞങ്ങൾ തീരുമാനം മാറ്റിയില്ല. പതിനായിരം കോപ്പികൾ തന്നെ സ്മരണിക പ്രസിദ്ധീകരിച്ചു. രണ്ട് മൂന്ന് വർഷം കൊണ്ട് ആ പതിനായിരം കോപ്പികളും വിറ്റുതീർന്നു. അതിൽനിന്നും കിട്ടിയ മിച്ചം കല്ലാമൂലയിൽ സി പി ഐ (എം) ബ്രാഞ്ച് കമ്മിറ്റി ഓഫീസിന് സ്ഥലം വാങ്ങിക്കാൻ പ്രയോജനപ്പെടുത്തുകയും ചെയ്തു.

1994 ൽ ആ സ്മരണികയുടെ പ്രസിദ്ധീകരണം സഖാവ് കുഞ്ഞാലിയെക്കുറിച്ചുള്ള സ്മരണകൾക്ക് തിളക്കംകൂട്ടി. കുഞ്ഞാലിയെക്കുറിച്ചുള്ള ലേഖനങ്ങൾ ആനുകാലികങ്ങളിൽ കൂടുതൽ വരാൻ തുടങ്ങുന്നതിനും അത് കാരണമായി. അതിനുശേഷം ആ പോരാളിയുടെ ജീവിതത്തെക്കുറിച്ച് പുസ്തക രൂപത്തിലുള്ളതും അല്ലാതെയുമായ ഒട്ടേറെ രചനകൾ പുറത്തിറങ്ങി. അവയ്ക്കെല്ലാം ആ സ്മരണിക വലിയ പ്രചോദനമായിരുന്നു.

പുരോഗമന കലാസാഹിത്യസംഘം മലപ്പുറം ജില്ലാ കമ്മിറ്റി അംഗവും എഴുത്തുകാരനും പത്രപ്രവർത്തകനുമായ ഹംസ ആലുങ്ങൽ

മൂന്ന് പുസ്തകങ്ങൾ കുഞ്ഞാലിയെക്കുറിച്ച് പുറത്തിറക്കിയിട്ടുണ്ട്. അരീക്കോട്ടെ ഒരു സാംസ്കാരിക പ്രവർത്തകനായ സി പി എം റഫീഖ് *ഏറനാടിൻ പോരാളി*യെന്ന പേരിൽ ഒരു സിനിമ നിർമ്മിച്ചിരുന്നു. നാടകകൃത്തുക്കളായ ടി ജെ നിലമ്പൂർ, ടി എം സിദ്ധീഖ്, നിസരി ദിനേശ്കുമാർ ഇ സി എന്നിവർ കുഞ്ഞാലിയെ കുറിച്ച് ഒരു നാടകം തയ്യാറാക്കുന്ന കാര്യം ഈ ലേഖകനോട് പറഞ്ഞിരുന്നു.

നോവലിസ്റ്റ് പി സുരേന്ദ്രൻ ഒരു മാസികയിൽ എഴുതിയ ഒരു ലേഖനത്തിൽ കുഞ്ഞാലി സ്മരണികയെക്കുറിച്ച് പരാമർശിച്ചിരുന്നു. അദ്ദേഹം കാളികാവ്, കരുവാരക്കുണ്ട് പരിസരത്തെവിടെയോ ഉള്ള ഒരു കുഗ്രാമത്തിൽ നടത്തിയ സന്ദർശനത്തെ കുറിച്ചായിരുന്നു ലേഖനം. ഒരു തൊഴിലാളി സുഹൃത്തിന്റെ വീട്ടിൽ ഒരുദിവസം തങ്ങി തിരിച്ചുപോരാൻ നേരം ആ സുഹൃത്ത് സമ്മാനിച്ചതായിരുന്നു അദ്ദേഹത്തിന് ആ സ്മരണികയുടെ കോപ്പി. സ്മരണിക വായിച്ചു കഴിഞ്ഞപ്പോഴുണ്ടായ ചിന്തകൾ പി സുരേന്ദ്രൻ ലേഖനത്തിൽ വിവരിച്ചിരുന്നു. സഖാവ് കുഞ്ഞാലിയെ കുറിച്ചുള്ള ഒരു നോവൽ എന്ന ചിന്ത മനസ്സിലേക്ക് വന്നുവെന്നും അതോടൊപ്പംതന്നെ അത്രയ്ക്കും ഗംഭീരമായ ഒരു ജീവിതം നയിച്ച കുഞ്ഞാലിയെക്കുറിച്ച് ഒരു നോവലെഴുതാൻ തന്നെക്കൊണ്ട് കഴിയുമോ എന്ന ഒരു ആശങ്ക തന്നിൽ ഉയർന്നുവെന്നുമായിരുന്നു ലേഖനത്തിലെ സൂചന.

മാസങ്ങൾക്ക് ശേഷം കാളികാവിൽ ഒരു സാംസ്കാരിക പരിപാടിയിൽ പങ്കെടുക്കാൻ പി സുരേന്ദ്രൻ വന്നിരുന്നു. ആ ചടങ്ങിൽ ഞാനും പങ്കെടുത്തിരുന്നു. മടക്കയാത്രയിൽ അദ്ദേഹത്തിന്റെ വാഹനത്തിൽ കാളികാവിൽനിന്നും വണ്ടൂർ വരെ കൂടെ യാത്ര ചെയ്തു. യാത്രയ്ക്കിടയിൽ മാസികയിലെ ലേഖനം വായിച്ച കാര്യം ഞാൻ പറഞ്ഞു. തുടർന്നു ചോദിച്ചു

“താങ്കളുടെ നോവൽ എവിടം വരെയായി..?”

അദ്ദേഹം എന്നോട് മറുപടി പറയുന്നതിന് പകരം ഒരു മറുചോദ്യം ചോദിക്കുകയാണ് ചെയ്തത്.

“കുഞ്ഞാലിയെക്കുറിച്ച് ഞാനൊരു നോവൽ എഴുതിയാൽ ഇപ്പോൾ നിങ്ങൾക്കൊക്കെ ഇഷ്ടമാവുമോ..?”

ഇടതുപക്ഷ പ്രസ്ഥാനങ്ങളുമായി തനിക്കുള്ള വിയോജിപ്പുകൾ പല വേദികളിലും പരസ്യമായിതന്നെ പ്രകടിപ്പിച്ചതിന്റെ പേരിൽ അദ്ദേഹത്തിന്റെ എഴുത്ത് എന്നെപ്പോലുള്ള ഇടതുപക്ഷ സാംസ്കാരിക പ്രവർത്തകർക്ക് സ്വീകാര്യമാവില്ല എന്നത് ഉദ്ദേശിച്ചുകൊണ്ടാണ് അദ്ദേഹം അങ്ങനെ പറഞ്ഞത്. ഞാൻ പറഞ്ഞു

“സഖാവ് കുഞ്ഞാലിയുടെ ജീവിതം എന്നത് ഒരു ഹിമാലയപർവ്വതം പോലെയാണ്. അതിന് ചൈനയിൽ നിന്നുള്ള കാഴ്ചയാവില്ല ഇന്ത്യയിൽ നിന്നും കാണുമ്പോൾ. നേപ്പാളിൽ നിന്നാവുമ്പോൾ അത് വേറൊരു കാഴ്ചയായിരിക്കും. എന്നാലും എല്ലാ കാഴ്ചകൾക്കും പ്രസക്തിയുണ്ട്. അതുകൊണ്ട് തീർച്ചയായും താങ്കൾ ആ നോവൽ എഴുതണം.”

അദ്ദേഹം ചിരിക്കുക മാത്രമേ ചെയ്തുള്ളൂ.

എന്റെ സുഹൃത്ത് ഹംസ ആലുങ്ങൽ ഈയിടെ പുറത്തിറക്കിയ *ഇൻകിലാബ്* എന്ന നോവൽ സഖാവ് കുഞ്ഞാലിയുടെ ജീവിതത്തെ ആസ്പദമാക്കിയുള്ളതാണ്. ഒരു വർഷം മുമ്പ് വിടവാങ്ങിയ മലപ്പുറം ജില്ലക്കാരനായ പ്രശസ്ത തിരക്കഥാകൃത്ത് ടി എ റസാഖിനെക്കുറിച്ച് ഒരു സ്മരണിക പുരോഗമന കലാസാഹിത്യസംഘം 2017 ൽ പുറത്തിറക്കിയിരുന്നു. അതിൽ ചലച്ചിത്ര പ്രവർത്തകനായ വിജു ഇബ്രാഹിം എഴുതിയ ഒരു ഓർമ്മക്കുറിപ്പ് ഉണ്ട്. അതിൽ ടി എ റസാഖ് പറഞ്ഞിരുന്ന ഒരു കാര്യം അദ്ദേഹം രേഖപ്പെടുത്തിയിട്ടുണ്ട്. “സഖാവ് കുഞ്ഞാലിയെക്കുറിച്ച് പരമാവധി വിവരങ്ങൾ ശേഖരിച്ചുവെക്കണം. മമ്മുക്ക ചെയ്യാമെന്ന് ഏറ്റിട്ടുണ്ട്” എന്നതായിരുന്നു ആ പരാമർശം. ടി എ റസാഖിന്റെ മരണശേഷം ആ ആലോചന എന്തായി എന്ന് അറിയില്ല.

യുവ സാംസ്കാരികപ്രവർത്തകനും വിദ്യാർത്ഥിയുമായ ഷഹദ്, സഖാവ് കുഞ്ഞാലിയെക്കുറിച്ച് ഒരു ഡോക്യുമെന്ററി തയ്യാറാക്കുന്നതിന് വേണ്ട സഹായങ്ങൾ ചെയ്തു തരണമെന്ന് ആവശ്യപ്പെട്ടുകൊണ്ട് പുരോഗമന കലാസാഹിത്യ സംഘത്തിന്റെ നിലമ്പൂരിലെ പ്രവർത്തകരെ സമീപിച്ചിരുന്നു. ഷഹദ് അതിന്റെ പ്രവർത്തനങ്ങൾ മുന്നോട്ട് നീക്കിയിട്ടുണ്ട്. ഒരു യുവ കഥാപ്രസംഗ കലാകാരൻ സഖാവ് കുഞ്ഞാലിയെക്കുറിച്ചുള്ള ഒരു കഥാപ്രസംഗം അവതരിപ്പിച്ചത് വർഷങ്ങൾക്ക് മുമ്പ് നേരിട്ട് കേട്ടിരുന്നു. കാഥികന്റെ പേര് ഓർക്കുന്നില്ല.

സഖാവ് കുഞ്ഞാലിയെക്കുറിച്ച് ഇനിയും പുസ്തകങ്ങളും സിനിമകളും നാടകങ്ങളും എല്ലാം വന്നുകൊണ്ടിരിക്കും. അതിനെല്ലാം പ്രസക്തിയുമുണ്ട്. അത്രമാത്രം മഹത്തരവും വൈവിധ്യമാർന്നതുമായിരുന്നു ആ ഐതിഹാസിക ജീവിതം. അവയിലൊന്നായി ഈ ജീവചരിത്ര കൃതിയും ഉൾപ്പെടട്ടെ. മുകളിൽ സൂചിപ്പിച്ച എല്ലാ കൃതികളും വായിക്കുകയും സിനിമ കാണുകയും എല്ലാം ചെയ്തിട്ടുണ്ടെങ്കിലും ഇനിയും എന്തൊക്കെയോ പറയാനുണ്ടല്ലോ എന്ന ഒരു തോന്നൽ ബാക്കിയാവുന്നു. ആ തോന്നലിൽ നിന്നാണ് ഈ കൃതിയുടെ ഉത്ഭവം.

വിവരശേഖരണത്തിനായി ഒട്ടേറെ ആദ്യകാല പ്രവർത്തകരെ കണ്ടെത്തി അഭിമുഖം നടത്തുന്നതിന് സഹായിച്ച വി എ കരീം പുളിയക്കല്ല് തന്ന സഹായം വളരെ വിലപ്പെട്ടതായിരുന്നു. അച്ചടിക്കുന്നതിന് മുമ്പ് കൃതി മുഴുവൻ ശ്രദ്ധാപൂർവം വായിച്ചുനോക്കി പിശകുകൾ കണ്ടെത്തി തിരുത്താൻ സഹായിച്ച പുരോഗമന കലാസാഹിത്യസംഘത്തിലെ സഹപ്രവർത്തകരായ കെ പി ജയേന്ദ്രൻ, ഇ എ മാർക്കോസ്, ടി എ ഉഷാകുമാരി എന്നിവർക്കും പ്രസാദനം ഏറ്റെടുത്ത ചിന്ത പബ്ലിഷേഴ്സിനും നന്ദി രേഖപ്പെടുത്തുന്നു.

തിരക്കുകൾക്കിടയിലും ഒരു അവതാരിക എഴുതിത്തന്ന ഇ പി രാജഗോപാലനോടുള്ള നന്ദി വാക്കുകൾക്കപ്പുറമാണ്.

-ബഷീർ ചുങ്കത്തറ

അവതാരിക

ജീവചരിത്രമെന്നത് ആധുനികമായ ഒരു സങ്കല്പനമാണ്. വ്യക്തി (Individual) ആധുനികതയുടെ ഭാഗമാണ്. വ്യക്തിയെ സമൂഹം മനസ്സിലാക്കുന്നതിന്റെ രേഖയാണ് ജീവചരിത്രം. വാസ്തവത്തിൽ 'Biography' എന്ന ഇംഗ്ലീഷ് വാക്കിനേക്കാൾ വലുതാണ് 'ജീവചരിത്രം' 'Biography' യുടെ കൃത്യമായ മലയാളം 'ജീവിതരേഖ' എന്നോ 'ജീവിതമെഴുത്ത്' എന്നോ ആണ്. മലയാളത്തിൽ 'Biography' ജീവചരിത്രമായി തുടരുന്നത് നമ്മൾ വ്യക്തിയുടെ ജീവിതത്തിൽ ചരിത്രം പ്രവർത്തിക്കുന്നതെങ്ങനെയെന്ന് കൂടുതൽ ശ്രദ്ധിക്കുന്നതുകൊണ്ടാവാം. ചരിത്രത്തിൽ പ്രവർത്തിക്കുന്ന വ്യക്തിയെയും വ്യക്തിയിൽ പ്രവർത്തിക്കുന്ന ചരിത്രത്തെയും ഒന്നിച്ചെടുക്കുന്ന സാഹിത്യയത്നമാണ് ജീവചരിത്ര രചന.

കമ്യൂണിസ്റ്റുകാർ ആത്മകഥയെഴുതിയത് തങ്ങളുടെ ജീവിതം എങ്ങനെ വ്യത്യസ്തമാണ് എന്ന് സ്വയം ബോദ്ധ്യപ്പെടാനും ബോദ്ധ്യപ്പെടുത്താനുമാണ്. വലതുപക്ഷം കമ്യൂണിസ്റ്റുകാരെ നിരന്തരം വിമർശിക്കുന്നതിനോടുള്ള സക്രിയമായ പ്രതികരണമാണ് എ കെ ജി യുടെയും ഇ എം എസ് ന്റെയുമൊക്കെ ആത്മകഥകൾ; സ്വന്തം വലിപ്പം രേഖപ്പെടുത്താനല്ല അവർ ആ രചനകളിൽ ഏർപ്പെട്ടത്. കമ്യൂണിസ്റ്റ് പാർട്ടിക്കാരുടെ ജീവിതം എങ്ങനെ ബദൽ സ്വഭാവത്തിലുള്ളതായിരിക്കുന്നു എന്ന് കാട്ടിക്കൊടുക്കുക ആ എഴുത്തുകളുടെ ലക്ഷ്യമായിരുന്നു.

സമീപകാലത്ത് കേരളത്തിൽ കമ്യൂണിസ്റ്റ് ജീവചരിത്രങ്ങളുടെ ഒരു പരമ്പര തന്നെ ഉണ്ടായത് ശ്രദ്ധേയമാണ്. ഇ എം എസിനെക്കുറിച്ച് മൂന്ന് ശ്രദ്ധേയമായ ജീവചരിത്രങ്ങൾ ഉണ്ടായി. എ വി അനിൽകുമാറാണ് രാഷ്ട്രീയമായിത്തന്നെ രാഷ്ട്രീയനേതാവിനെ വിലയിരുത്തുന്ന ഈ പ്രവർത്തനത്തിന് തുടക്കമിട്ടത്. അപ്പുക്കുട്ടൻ വള്ളിക്കുന്ന് വ്യക്തിഗതമായ

വിശദാംശങ്ങളാണ് കൂടുതൽ തേടുന്നതെങ്കിലും അതും രാഷ്ട്രീയവ്യക്തിത്വത്തെ ബലപ്പെടുത്തുന്നവയാണ് എന്ന് കാണാനാവും. പി ഗോവിന്ദപ്പിള്ളയുടെ ഇ എം എസ്. ജീവചരിത്രത്തിൽ ധൈഷണിക സ്വഭാവം നന്നായി വികസിച്ചുവന്നിട്ടുണ്ട്. ചന്തവിള മുരളി എഴുതിയ പി കൃഷ്ണപിള്ളയുടെയും എ കെ ജി യുടെയും ജീവചരിത്രങ്ങൾ ചരിത്രരേഖകൾ വിപുലമായി പ്രയോജനപ്പെടുത്തിക്കൊണ്ട് 'വ്യക്തി' എന്ന ചെറിയ വൃത്തത്തെ വൈരുധ്യാത്മകമായി മറികടക്കുന്നു. പി ഗോവിന്ദപിള്ള എഴുതിയ കെ. ദാമോദരന്റെ ജീവചരിത്രവും വേറൊരു നിലയിൽ ഇതേ ധർമ്മം അനുഷ്ഠിക്കുകയാണ്.

ബഷീർ ചുങ്കത്തറ സഖാവ് കുഞ്ഞാലിയെക്കുറിച്ച് എഴുതുമ്പോൾ കമ്യൂണിസ്റ്റ് ജീവിതത്തെപ്പറ്റിയുള്ള മൗലികപ്രാധാന്യമുള്ള ചിത്രമാണ് താനേ തെളിയുന്നത്. നിലമ്പൂരിലും ചുറ്റുപാടുമാണ് കുഞ്ഞാലി പ്രധാനമായും പ്രവർത്തിച്ചത്. ആ ഗ്രാമപ്രദേശങ്ങളുടെ മനുഷ്യസ്ഥിതികളും അധികാരമട്ടങ്ങളും ധനാവസ്ഥയും കെട്ടിടരീതികളും സഞ്ചാരമാർഗ്ഗങ്ങളും ഭൂനിലകളും അസാധാരണമായ വ്യക്തതയോടെയും ശാസ്ത്രീയതയോടെയും ഈ ജീവചരിത്രത്തിൽ വരുന്നു. കുഞ്ഞാലിയുടെ സമരരാഷ്ട്രീയം സമഗ്രമായി പ്രതികരിച്ചത് ഈ ദേശ നിലകളോടെല്ലാമാണ്. ജനകീയാധുനികതയിലേക്ക് കടക്കാൻ ഫ്യൂഡൽ അധികാരബന്ധങ്ങളെന്നപോലെ മുതലാളിത്ത ആധുനികതയും എങ്ങനെ തുടരെ തടസ്സം സൃഷ്ടിച്ചുകൊണ്ടിരുന്നു എന്ന് ബഷീർ ചുങ്കത്തറ അന്വേഷിക്കുന്നുണ്ട്. അതിന് വഴങ്ങിക്കൊടുക്കരുത് എന്ന കീഴാള ജീവിതത്വരയുടെ ആൾരൂപങ്ങളിലൊന്നാണ് കുഞ്ഞാലി എന്ന സമര വ്യക്തിത്വം. നിലമ്പൂരിന്റെ ചരിത്രമാണ് കുഞ്ഞാലിയുടെ മാതാപിതാക്കൾ.

ഈ കൃതിയിലെ ആകർഷകവും വിശദവുമായ ഇനം ആ നാടിന്റെ അവസ്ഥകളുടെ സൂക്ഷ്മമായ വിവരണവും വിശകലനവുമാണ്. സഖാവ് കുഞ്ഞാലിയും സ്വന്തം നിലയിൽ ഈ ദേശപഠനം തീർച്ചയായും അനൗപചാരികമായി നടത്തിയിട്ടുണ്ട്. അതിനാൽ ഈ ലേഖനസമ്പ്രദായം ഒരു വലിയ സ്മരണയും വലിയ ശരിയുമാണ്. പ്രാദേശിക ചരിത്രം പ്രതിരോധാത്മകമായ മൂല്യമുള്ളതാണ് എന്ന് തീർച്ചയായ ഒരു കാലത്തിന്റെ നല്ല സ്വാധീനം ഈ ജീവചരിത്രത്തിലുണ്ട്. പ്രാദേശികമായ ജൈവസ്വഭാവം ഈ കൃതിയിൽ നിറഞ്ഞുനിൽക്കുന്നു. കുഞ്ഞാലി ഇങ്ങനെയൊരു അനുരൂപമായിരുന്നു, അധികാരവ്യക്ത്വം ('Authoritarian Personality') എന്നത് ജനകീയ രാഷ്ട്രീയ പ്രവർത്തനത്തിന്റെ ഭാഗമല്ല എന്ന് സ്വജീവിതത്തിലൂടെ ആവിഷ്കരിച്ചയാൾ, തൊഴിലാളികളുടെ സമരങ്ങളിൽ അവരുടെ ഭാഷയും ശൈലിയും അറിഞ്ഞ് ശാസകനായിട്ടല്ലാതെ പ്രവർത്തിക്കുന്നയാൾ. കമ്മ്യൂണിസ്റ്റ് നേതൃവ്യക്തിത്വം ഇങ്ങനെയാണ് വേണ്ടത് എന്ന് തെളിയിച്ചയാളാണ് കുഞ്ഞാലി. ഇതാണ് ഈ ജീവചരിത്രം മൗലികമായി ഊന്നിയുറപ്പിക്കുന്ന ജീവിതമാതൃക എന്ന് തോന്നുന്നു.

ബൂർഷ്വാനേതൃരൂപങ്ങളിൽ നിന്ന് ഇടതുപക്ഷ നേതൃത്വം എങ്ങനെ വ്യത്യസ്തമാകുന്നു എന്ന അന്വേഷണത്തിന്റെ ഭാഗമാണ് ഈ ഗ്രന്ഥര ചന എന്ന് തന്നെയും പറയാവുന്നതാണ്.

മുൻകൂട്ടി തീരുമാനിച്ച ഒരു രചനാരീതിയാണ് ഇത് എന്നല്ല പറയു ന്നത്. നിലമ്പൂർ പ്രദേശത്തിന്റെ ചരിത്രം നന്നായി അറിഞ്ഞതിൽ നിന്ന് ഉണ്ടായ ജീവചരിത്രമാണിത്. അതിൽ വിപ്ലവകരമായ ഒരു വ്യതിയാന മുണ്ടാക്കാൻ സഖാവ് കുഞ്ഞാലി പ്രവർത്തിച്ചതെങ്ങനെ എന്ന് തുടരെ കണ്ടെത്തുകയാണ് ഈ കൃതി. അതിന്റെ സ്വാഭാവികതയാണ് ഈ പുസ്തകത്തിന്റെ രചനാഗുണത്തിന്റെയും പാരായണക്ഷമതയുടെയും കാരണം.

ബഷീർ ചുങ്കത്തറ ഒരു അക്കാദമിക് പണ്ഡിതനല്ല. അദ്ദേഹം നോവ ലിസ്റ്റും കവിയും കഥാകാരനുമാണ്. സർക്കാർ ഉദ്യോഗസ്ഥനായി പണി യെടുക്കവെ തന്നെ സാംസ്കാരിക പ്രവർത്തകനായിരിക്കുകയും ചെയ്തു. ഈ ചേരുവ ജീവചരിത്ര രചനയെ നന്നായി സ്വാധീനിച്ചിട്ടുണ്ട്. നിലമ്പൂരുകാരൻ എന്ന നിലയിൽ രാഷ്ട്രീയ ബോധത്തോടെ, ഉത്തര വാദിത്വത്തോടെ ആ നാടിനെ തിരിച്ചറിഞ്ഞ ഒരാളിനെ അതേ ഭാവത്തിൽ തിരിച്ചറിയുകയാണ് ബഷീർ ചെയ്തിരിക്കുന്നത്. ഒരുപക്ഷേ, സർവക ലാശാലാ പണ്ഡിതൻ മാത്രമായ ഒരാൾക്ക് കണ്ടെടുക്കാനാവാത്ത ജീവിത സന്ദർഭങ്ങളും ഇടപെടലോർമ്മകളും ഈ *പോരാളി*ക്കഥയിൽ കാണാം. പ്രസന്നവും കാര്യവാഹക ശേഷിയുള്ളതുമാണ് ഈ ജീവചരിത്രത്തിലെ ഭാഷ. ലളിതമാണത്, ഒട്ട് നിർമ്മമവും. മഹത്വവൽക്കരണത്തിന്റെ ശൈലി ഇല്ല. ബിംബ നിർമ്മാണത്വരയും ഇല്ല. ഒരു കമ്യൂണിസ്റ്റുകാരന്റെ ജീവ ചരിത്രം സമരങ്ങളുടെ ചരിത്രമല്ലാതെ മറ്റൊന്നുമാകരുത് എന്ന അറി വിന്റെ വെളിച്ചം ഈ കൃതിയിൽ എവിടെയുമുണ്ട്.

ഇ പി രാജഗോപാലൻ

കൊണ്ടോട്ടിയിൽനിന്നും ഒരു കുട്ടി നേതാവ്

സഖാവ് കുഞ്ഞാലി

വേറിട്ട ജീവിതം നയിച്ചവരും, തങ്ങളുടേതായ അടയാളങ്ങൾ പതിപ്പിച്ചുകൊണ്ട് വ്യത്യസ്ത മേഖലകളെ സമ്പന്നമാക്കി കടന്നുപോയവരുമായ ഒട്ടേറെ പേർക്ക് ജന്മം നൽകിയ മണ്ണാണ് മലപ്പുറം ജില്ലയിലെ കൊണ്ടോട്ടിയും പരിസര പ്രദേശങ്ങളും.

സഹസ്രാബ്ദങ്ങളുടെ പഴക്കമുള്ളതാണ് നമുക്ക് അറബികളുമായുള്ള ബന്ധം. പാശ്ചാത്യ അധിനിവേശത്തിന്റെ കപ്പലുകൾ വരാൻ തുടങ്ങുന്നതിനും എത്രയോ നൂറ്റാണ്ടുകൾക്ക് മുമ്പ് തന്നെ അറബികളുടെ പത്തേമാരികൾ കേരള തീരത്തണഞ്ഞിരുന്നു. അവരിലൂടെ പകർന്ന് കിട്ടിയതാണ് ഈ നാടിന് ഇസ്ലാമും അതിന്റെ അനുബന്ധമായ മാപ്പിളകലകളും പാട്ടുകളുമെല്ലാം. ചരിത്രപരമായ കാരണങ്ങളാലും ചില വികലമായ മതവ്യാഖ്യാനങ്ങളാലും മാതൃഭാഷയായ മലയാളം പഠിക്കുന്നതിന് വിമുഖത കാണിച്ചുകൊണ്ട് നൂറ്റാണ്ടുകൾ കഴിച്ചുകൂട്ടിയവരായിരുന്നു കേരളത്തിലെ മുസ്ലിംകൾ.

ഈ അവസ്ഥയ്ക്ക് പിൽക്കാലത്ത് അവർ കണ്ട പ്രതിവിധിയായിരുന്നു അറബിമലയാളം എന്ന എഴുത്തുഭാഷ. കാലക്രമത്തിൽ അവർ സ്വന്തമായ കലകളും സംസ്കാരവും വികസിപ്പിച്ചെടുത്തു. അങ്ങനെ അറബിമലയാളം ലിപിയിൽ എഴുതിയ ആയിരക്കണക്കിന് കൃതികൾ

കാവ്യങ്ങളായും പഠനഗ്രന്ഥങ്ങളായും മലയാള സാഹിത്യത്തിന് കിട്ടി. കണ്ടുകിട്ടിയിടത്തോളം കൃതികൾ വെച്ച് നോക്കുമ്പോൾ അറബിമലയാള സാഹിത്യത്തിലെ ചക്രവർത്തിയായിരുന്നു മഹാകവി മോയിൻകുട്ടി വൈദ്യർ. മോയിൻകുട്ടി വൈദ്യരുടെ ജന്മംകൊണ്ട് അനുഗ്രഹിക്കപ്പെട്ട ദേശമാണ് കൊണ്ടോട്ടി.

ഓടക്കൽ മുഹമ്മദ്

ഇരുനൂറ് കൊല്ലത്തോളം നീണ്ടുനിന്ന ബ്രിട്ടീഷ് ഭരണം നേരിട്ട ഏറ്റവും വലിയ ജനകീയ സായുധ ചെറുത്തുനിൽപ്പായിരുന്നു മലബാർ കലാപം. പതിനായിരത്തിൽപ്പരം പേർ രക്തസാക്ഷികളായ ആ ഐതിഹാസിക സമരത്തിൽ കൊണ്ടോട്ടിയിലെയും പരിസര പ്രദേശങ്ങളിലെയും ആയിരക്കണക്കിന് സാധാരണ മനുഷ്യർ വെള്ളപ്പട്ടാളത്തോട് ആയുധമെടുത്ത് പൊരുതി.

ഇബ്നുബത്തൂത്ത, ഹുയാൻസാങ്ങ്, ഫാഹിയാൻ, മാർക്കോപോളോ തുടങ്ങിയ ചരിത്രത്തിലെ സാഹസികരായ സഞ്ചാരികളെപോലെ ആധുനിക കാലത്തിന്റെ ഏറ്റവും വലിയ സാഹസിക സഞ്ചാരികളിൽ ഒരാളായി വിശേഷിപ്പിക്കേണ്ടയാളാണ് മൊയ്തു കിഴിശ്ശേരി. കൊണ്ടോട്ടിയിൽനിന്നും ഏതാനും കിലോമീറ്ററുകൾ മാത്രം അകലെയുള്ള കിഴിശ്ശേരിയിൽ അദ്ദേഹം ഇപ്പോഴും ജീവിച്ചിരിപ്പുണ്ട്. ഒരു പാസ്പോർട്ട് പോലും ഇല്ലാതെ അതിർത്തി കാക്കുന്ന സൈനികരെയും ചെക്ക് പോസ്റ്റുകളെയും കബളിപ്പിച്ചും വശീകരിച്ചും കീഴടങ്ങി ജയിലിൽ കിടന്നുമൊക്കെയായി അദ്ദേഹം സന്ദർശനം നടത്തിയത് നാൽപ്പത്തിമൂന്ന് രാജ്യങ്ങളിലാണ്. ഈ സഞ്ചാരം അദ്ദേഹം നടത്തിയത് എല്ലാ രാജ്യങ്ങളുടെയും സൈന്യങ്ങൾ അത്യന്താധുനികങ്ങളായ നിരീക്ഷണ ഉപകരണങ്ങളുമായി കാവലിരിക്കുന്ന ഇരുപതാം നൂറ്റാണ്ടിലാണ്.

1942 ൽ നടന്ന ക്വിറ്റിന്ത്യാ സമരം, 1946 ൽ നടന്ന നാവിക കലാപം, അതിന് തൊട്ടുമുമ്പ് നടന്ന വ്യോമസേനയിലെ പ്രതിഷേധം തുടങ്ങിയവ സ്വാതന്ത്ര്യസമരത്തിലെ ഉജ്ജ്വല അദ്ധ്യായങ്ങളാണ്. ഇവയിൽ മൂന്നിലും പങ്കെടുക്കാൻ അവസരം കിട്ടിയ സ്വാതന്ത്ര്യസമര

സേനാനികൾ ഉണ്ടാവാൻ ഇടയില്ല. എന്നാൽ ഇവയിൽ മൂന്നിലും പങ്കെടുക്കുകയും ശിക്ഷകൾ ഏറ്റുവാങ്ങുകയും സ്വാതന്ത്ര്യ ലബ്ധിക്ക് ശേഷം നടന്ന ഗോവൻ വിമോചന സമരത്തിലും കൂടി പങ്കെടുക്കുകയും ചെയ്ത ഒരു സ്വാതന്ത്ര്യസമര സേനാനി ഉണ്ട്. അത് കൊണ്ടോട്ടിക്കാരനായ ഓടക്കൽ മുഹമ്മദാണ്. പ്രശസ്തിക്ക് നേരെ എന്നും മുഖം തിരിഞ്ഞുനിന്നവനായിരുന്നതിനാൽ അധികം പേരാൽ അറിയപ്പെടാത്തവനായി ആ പോരാളി വിടവാങ്ങി. ഗാന്ധിജി, സുഭാഷ് ചന്ദ്രബോസ്, നെഹ്രു എന്നിവരടക്കമുള്ള ലക്ഷക്കണക്കിന് സ്വാതന്ത്ര്യസമര സേനാനികൾക്കൊന്നും അവകാശപ്പെടാൻ കഴിയാത്ത സമരാനുഭവങ്ങൾ നേടിയ ഒരു വിസ്മയ ജീവിതമായിരുന്നു അത്.

മാപ്പിളപ്പാട്ടിനെ ജനകീയ വല്ക്കരിക്കുന്നതിൽ ഏറ്റവും വലിയ പങ്ക് വഹിച്ച ഗായകൻ വി.എം.കുട്ടി കൊണ്ടോട്ടി പുളിക്കലിൽ ഇപ്പോഴും ജീവിച്ചിരിപ്പുണ്ട്. സാമൂഹ്യ പ്രതിബദ്ധതയും കലാ മൂല്യവും ഉൾക്കൊള്ളുന്ന സിനിമകൾ സാമ്പത്തിക വിജയം നേടുക അപൂർവ്വമാണ്. ഈ മൂന്ന് ഗുണങ്ങളും ചേർന്ന ഒട്ടേറെ സിനിമകൾ മലയാളത്തിന് സമർപ്പിച്ച് വിടവാങ്ങിയ തിരക്കഥാകൃത്ത് ടി എ റസാഖും കൊണ്ടോട്ടിയുടെ പുത്രനാണ്. മലപ്പുറം ജില്ലയിലെ ഇടതുപക്ഷ പുരോഗമന പ്രസ്ഥാനത്തിന്റെ വളർച്ചയിൽ വലിയ പങ്ക് വഹിച്ച കെ.സെയ്താലിക്കുട്ടിയുടെയും എടക്കോട് മുഹമ്മദിന്റെയും നാടും കൊണ്ടോട്ടിയാണ്.

കേരളത്തിലെ ഒരു രാഷ്ട്രീയ പാർട്ടിക്കും മറ്റൊരു ഉദാഹരണം കാണിച്ചുതരാൻ കഴിയാത്തവിധം വ്യത്യസ്തമായ പ്രവർത്തനങ്ങൾകൊണ്ട് ജനമനസ്സുകൾ കീഴടക്കുകയും വിശ്വവിപ്ലവകാരി ചെഗുവേരയെപ്പോലെ സാഹസിക ജീവിതം നയിച്ചു രക്തസാക്ഷിത്വം വരിക്കുകയും ചെയ്ത സഖാവ് കുഞ്ഞാലിയുടെ ജനനവും കൊണ്ടോട്ടിയിലായിരുന്നു. കൊണ്ടോട്ടിയിലെ കരിക്കാടൻ കുഞ്ഞിക്കമ്മദിന്റെയും അമ്പലവൻ ആയിഷയുടെയും മകനായി 1924 ലായിരുന്നു കുഞ്ഞാലിയുടെ ജനനം. പിതാവ് നേരത്തെ മരണപ്പെട്ടിരുന്നതിനാൽ ഉമ്മ ആയിഷയാണ് കുഞ്ഞാലിയെ വളർത്തിയത്. കൊണ്ടോട്ടി അങ്ങാടിയിലെ പപ്പടത്തെരുവിൽ വീടിന്റെ കോലായയിൽ ഇത്തിൾ, വാളൻപുളി, നെല്ലിക്ക, വിറക് തുടങ്ങിയ സാധനങ്ങൾ കൊണ്ടുവന്ന് വെച്ച് വിൽപ്പന നടത്തിയായിരുന്നു ആ ഉമ്മയും മകനും ഉപജീവനം കഴിച്ചിരുന്നത്. ആ ചെറിയ കച്ചവടത്തിൽ നിന്നുള്ള ചെറിയ വരുമാനം മാത്രമാണ് അവർക്കുണ്ടായിരുന്നത്.

സ്കൂളിൽ ചേർക്കുന്നതിനും മുമ്പ് കൂട്ടുകാരോടൊപ്പം കളിച്ച് നടന്നിരുന്ന പ്രായത്തിൽ തന്നെ കുഞ്ഞാലി ഒരു തന്റേടിയും ആരോടും മുഖത്തുനോക്കി കാര്യം പറയാൻ മടിയില്ലാത്തവനുമായിരുന്നു. ആ സ്വഭാവം അവന് അവന്റെ ഉമ്മയിൽനിന്നും പകർന്ന് കിട്ടിയതായിരുന്നു. കൊണ്ടോട്ടിയിലെ പപ്പടത്തെരുവിലെ ചെറിയൊരു കച്ചവടക്കാരി മാത്രമായിരുന്നുവെങ്കിലും ആയിഷ. ന്യായക്കേട് കണ്ടാൽ പ്രതികരിക്കുന്നവളും തന്റെ കാര്യം ആരോടും വെട്ടിത്തുറന്ന് പറയുന്ന പ്രകൃതക്കാരി

യുമായിരുന്നു. കുട്ടിയായ കുഞ്ഞാലിക്ക് അതുകൊണ്ടുതന്നെ കൂട്ടുകാർക്കിടയിൽ ഒരു നേതാവിന്റെ അംഗീകാരം ഉണ്ടായിരുന്നു.

മൊയ്തു കിഴിശ്ശേരി

കൊണ്ടോട്ടിയിലെ സർക്കാർ യു പി സ്കൂളിലായിരുന്നു കുഞ്ഞാലിയുടെ പ്രാഥമിക വിദ്യാഭ്യാസം. സ്കൂളിൽ ചേർത്തപ്പോഴും അവൻ പഠനത്തോടൊപ്പം മറ്റു വിഷയങ്ങളിലും താല്പര്യം കാണിച്ചു. അന്ന് സ്കൂളിൽ ബാലസമാജം എന്ന ഒരു സംവിധാനം പ്രവർത്തിച്ചിരുന്നു. കുട്ടികളുടെ കലാപരമായ കഴിവുകളും നേതൃത്വപരമായ ശേഷിയും വികസിപ്പിക്കുക എന്നതായിരുന്നു ബാലസമാജത്തിന്റെ ലക്ഷ്യം. പ്രൈമറി സ്കൂളിൽ പഠിക്കുമ്പോൾ കുഞ്ഞാലിയുടെ രണ്ട് ക്ലാസ് താഴെയായി ഒരു വിദ്യാർത്ഥിയുണ്ടായിരുന്നു. അന്ന് തന്നെ അവർ സുഹൃത്തുക്കളായിരുന്നു. ആ സൗഹൃദം മരണം വരെ അവർ കാത്തുസൂക്ഷിച്ചു. രണ്ടുപേരും ഒരേ പ്രസ്ഥാനത്തിന്റെ മുതിർന്ന നേതാക്കളായി പിൽക്കാലത്ത് വളർന്നു. സി പി ഐ (എം) സംസ്ഥാന കമ്മിറ്റി അംഗവും ജില്ലാ സെക്രട്ടറിയുമായി പതിറ്റാണ്ടുകൾ പ്രവർത്തിച്ച കെ സെയ്താലിക്കുട്ടിയായിരുന്നു ആ ബാല്യകാല സുഹൃത്ത്. സ്കൂളിൽ ബാലസമാജത്തിന്റെ പ്രവർത്തനങ്ങളിൽ ഇരുവരും സജീവമായി പങ്കെടുത്തു.

ബാലസമാജത്തിന്റെ നേതൃസ്ഥാനത്തേക്ക് നന്നായി പഠിക്കുന്ന ഒരു വിദ്യാർത്ഥിയുടെ പേര് അദ്ധ്യാപകർ ചേർന്ന് നിർദ്ദേശിക്കുകയായിരുന്നു ആദ്യകാല രീതി. പിന്നീട് അത് വിദ്യാർത്ഥികൾക്കിടയിൽ വോട്ടെടുപ്പ് നടത്തി തിരഞ്ഞെടുപ്പ് നടത്തുന്ന ഒരു സമ്പ്രദായമായി മാറി. കുഞ്ഞാലിക്കും സെയ്താലിക്കുട്ടിക്കും പുറമെ ചേക്കുട്ടി, കുഞ്ഞിമുഹമ്മദ് തുടങ്ങിയ ചില വിദ്യാർത്ഥികളും ബാലസമാജത്തിന്റെ പ്രവർത്തനങ്ങളിൽ മുന്നിട്ട് നിന്ന് പ്രവർത്തിച്ചിരുന്നു.

ബാലസമാജത്തിന്റെ സെക്രട്ടറി സ്ഥാനത്തേക്ക് തിരഞ്ഞെടുപ്പ് വന്നു. കുഞ്ഞാലി മത്സരിക്കാൻ പേര് കൊടുത്തു. കുഞ്ഞിമുഹമ്മദ് എന്ന കൂട്ടുകാരനായിരുന്നു എതിർ സ്ഥാനാർത്ഥി. തിരഞ്ഞെടുപ്പ് കഴിഞ്ഞ് വോട്ടെണ്ണിനോക്കിയപ്പോൾ കുഞ്ഞാലി തോറ്റിരുന്നു. അവൻ ജയിക്കും എന്ന് പ്രതീക്ഷിച്ചിരുന്നു. തോറ്റുവെന്നറിഞ്ഞപ്പോൾ അവന് സങ്കടം വന്നു. അവൻ കരഞ്ഞുപോയി. അദ്ധ്യാപകർ വന്ന് അവനെ സമാധാനിപ്പിച്ചു. ഇനിയും തിരഞ്ഞെടുപ്പുകൾ വരും. അപ്പോൾ കൂടുതൽ നന്നായി പ്രവർത്തിച്ചാൽ വിജയിക്കാൻ കഴിയും എന്നൊക്കെ പറഞ്ഞു അവർ ആ കുട്ടിയെ ആശ്വസിപ്പിച്ചു. ആ അദ്ധ്യാപകരുടെ വാക്കുകൾ പ്രവചനം

പോലെ ഫലിച്ചു. പിൽക്കാലത്ത് ജയിലിൽ കിടന്നുകൊണ്ടുപോലും തിരഞ്ഞെടുപ്പ് ജയിക്കാൻ കഴിഞ്ഞ ജനനേതാവായി ആ കുട്ടി ഉയർന്നു. ബാലസമാജത്തിന് പ്രത്യേക രാഷ്ട്രീയമൊന്നും ഉണ്ടായിരുന്നില്ല.

അയൽവാസിയായിരുന്ന മുഹമ്മദ് എന്ന ബീഡിത്തൊഴിലാളിക്ക് കുഞ്ഞാലിയെ വലിയ ഇഷ്ടമായിരുന്നു. സ്കൂൾ വിട്ട് വന്ന ശേഷം കുറച്ച് നേരം അയാളുടെ സഹായിയായി ചെല്ലാൻ മുഹമ്മദ് ബാലനായ കുഞ്ഞാലിയെ ക്ഷണിച്ചു. അവൻ സന്തോഷപൂർവ്വം ആ ക്ഷണം സ്വീകരിച്ചു. കുഞ്ഞാലി അയാളെ മുഹമ്മദ്കാക്ക എന്നാണ് വിളിച്ചിരുന്നത്. മുഹമ്മദ്കാക്കയ്ക്ക് ബീഡി തെറുക്കാനുള്ള ഇല കഴുകിക്കൊടുക്കുക, ബീഡി കെട്ടാനുള്ള നൂല് ഒരു കോലിൽ ചുറ്റിക്കൊടുക്കുക തുടങ്ങിയ കുറെ ചെറിയ ജോലികൾ ആയിരുന്നു ആ കുട്ടിക്ക് ചെയ്യാനുണ്ടായിരുന്നത്. അതിന് അവന് ചെറിയൊരു തുക പ്രതിഫലമായി മുഹമ്മദ് കൊടുക്കുകയും ചെയ്തിരുന്നു. ഉമ്മയെ അത്രയെങ്കിലും സഹായിക്കാമല്ലോ എന്നാണവൻ ചിന്തിച്ചത്. എന്നാൽ ആ ജോലിക്ക് കിട്ടിയിരുന്ന ചെറിയ വരുമാനത്തിന് പുറമെ പല അറിവുകളും അതുവഴി അവന് കിട്ടിക്കൊണ്ടിരുന്നു.

ആ കാലത്ത് കേരളത്തിൽ വളരെയേറെ ആളുകൾ ജോലി ചെയ്തിരുന്ന ഒരു മേഖലയായിരുന്നു ബീഡി വ്യവസായം. കൊണ്ടോട്ടിയിൽ തന്നെ അനേകം ബീഡിക്കമ്പനികൾ പ്രവർത്തിച്ചിരുന്നു. ഓരോ കമ്പനിയിലും അമ്പതിലേറെ തൊഴിലാളികൾ ബീഡി തെറുപ്പുകാരായി ജോലി ചെയ്തിരുന്നു. വലിയ ഹാൾ പോലുള്ള മുറികളിൽ ഒരുമിച്ചിരുന്നാണ് ജോലി ചെയ്തിരുന്നത്. അവരിൽ നല്ലൊരു പങ്കും കമ്യൂണിസ്റ്റ് പാർട്ടിയോട് ആഭിമുഖ്യമുള്ളവരായിരുന്നു. ജോലി ചെയ്തുകൊണ്ടിരിക്കുന്നതിനിടയിൽ അവർ നടത്തിക്കൊണ്ടിരുന്ന രാഷ്ട്രീയചർച്ചകൾക്ക് ബാലനായ കുഞ്ഞാലി എന്നും ശ്രദ്ധാലുവായ കേൾവിക്കാരനായിരുന്നു. മുടങ്ങാതെ പത്രം വായിക്കുന്നവരായിരുന്നു ആ തൊഴിലാളികൾ.

എടക്കോട് മുഹമ്മദ്

ജോലി ചെയ്യാനുള്ള സമയം പത്രവായനയ്ക്ക് വേണ്ടി നീക്കിവെക്കേണ്ടി വരുന്നത് ഒഴിവാക്കാനായി അവർ ഒരു വഴി കണ്ടെത്തിയിരുന്നു. പത്തിരുപത് പേർക്ക് കേൾക്കത്തക്ക വിധത്തിൽ ഒരാൾ ഉറക്കെ പത്രം വായിക്കും. ബാക്കിയുള്ളവർ കേൾവിക്കാരായി അയാൾക്ക് ചുറ്റും ഇരുന്ന് ജോലി തുടരും. ഇതിൽ പത്രം വായിക്കുന്ന ആൾക്ക് നഷ്ടം

വരാതിരിക്കാനായി ഓരോ കേൾവിക്കാരനും ഒരു നിശ്ചിത എണ്ണം ബീഡി തെറുത്തു കഴിഞ്ഞാൽ ഒരു ബീഡി പത്രം വായനക്കാരന്റെ മുറത്തി ലേക്ക് ഇട്ടുകൊടുക്കും. വായന കഴിയുമ്പോൾ ആ സമയംകൊണ്ട് പത്ര വായനക്കാരൻ തെറുക്കുമായിരുന്ന അത്രയും എണ്ണം ബീഡികൾ അയാ ളുടെ മുറത്തിൽ എത്തിയിരിക്കും.

ഈ പത്രവായനയും അതിന് ശേഷം നടന്നിരുന്ന ചർച്ചകളും മുഹ മ്മദ്കാക്കയുടെ സഹായിയായി ജോലി ചെയ്യുന്നതിനിടയിൽ കുഞ്ഞാ ലിയെന്ന ബാലൻ താല്പര്യപൂർവ്വം ശ്രദ്ധിച്ചിരുന്നു. ഇതിലൂടെയാണ് കമ്യൂണിസ്റ്റ് ആശയങ്ങളെകുറിച്ചും കമ്യൂണിസ്റ്റ് പാർട്ടിയെക്കുറിച്ചും കുഞ്ഞാലിക്ക് ആദ്യത്തെ അറിവുകൾ കിട്ടുന്നത്. ജോലിക്കിടയിലും രാഷ്ട്രീയചർച്ചകൾക്ക് നേരം കണ്ടെത്തിയിരുന്ന ഈ ബീഡിത്തൊഴി ലാളികളായിരുന്നു സഖാവ് കുഞ്ഞാലിയുടെ രാഷ്ട്രീയ ഗുരുനാഥന്മാർ. അങ്ങനെ സ്കൂൾ പ്രായത്തിൽ തന്നെ തികഞ്ഞ രാഷ്ട്രീയ ധാരണ കൾ ഉള്ള ഒരാളായി ആ ബാലൻ വളർന്നു.

കൊണ്ടോട്ടിയിലെ യു.പി.സ്കൂളിലെ പഠനം കഴിഞ്ഞപ്പോൾ കുഞ്ഞാലിയുടെ വിദ്യാഭ്യാസം പ്രതിസന്ധിയിലായി. കൊണ്ടോട്ടിയിൽ അന്ന് ഹൈസ്കൂൾ ഉണ്ടായിരുന്നില്ല. അടുത്ത ഹൈസ്കൂൾ ഇരുപത് കിലോമീറ്ററിലധികം ദൂരെ മലപ്പുറത്താണ്. മകനെ അവിടെ ചേർത്ത് പഠിപ്പിക്കാൻ ആയിഷ ആഗ്രഹിച്ചു. അതിനുള്ള ചെലവ് എങ്ങനെ കണ്ടെത്തും എന്നറിയാതെ ആ ഉമ്മ വിഷമിച്ചു.

ആയിഷയുടെ പരിചയക്കാരനും സാമ്പത്തികമായി നല്ല നിലയിൽ കഴിഞ്ഞിരുന്നയാളുമായിരുന്ന പാണാളി സെയ്താലിക്കുട്ടി സഹായിക്കാ മെന്ന് ഏറ്റപ്പോൾ അവർ മകനെ മലപ്പുറം ഹൈസ്കൂളിൽ ചേർത്തു. അന്നത്തെ മറ്റെല്ലാ കുട്ടികളെയുംപോലെ ബാലനായ കുഞ്ഞാലിയും കൊണ്ടോട്ടി മുതൽ മലപ്പുറം വരെയുള്ള ഇരുപത്തൊന്ന് കിലോമീറ്റർ ദൂരം എന്നും അങ്ങോട്ടും ഇങ്ങോട്ടും നടന്നുപോയാണ് ഹൈസ്കൂൾ പഠനം നടത്തിയത്.

സൈനിക ജീവിതവും തിരിച്ചുവരവും

കുഞ്ഞാലിക്ക് പതിനഞ്ച് വയസ്സുള്ളപ്പോഴാണ് 1939 ൽ രണ്ടാം ലോകയുദ്ധം പൊട്ടിപ്പുറപ്പെടുന്നത്. അതിനും അഞ്ച് വർഷം മുമ്പുതന്നെ ഇന്ത്യയിലെ കമ്യൂണിസ്റ്റ് പാർട്ടിയെ ബ്രിട്ടീഷുകാർ നിരോധിച്ചിരുന്നു. കമ്യൂണിസ്റ്റുകാർ നേതൃത്വം കൊടുത്തിരുന്ന തൊഴിലാളിസംഘടനകളും കൃഷിക്കാരുടെ സംഘടനകളും പ്രവർത്തിച്ചിരുന്നുവെങ്കിലും പാർട്ടിക്ക് പരസ്യമായി പ്രവർത്തിക്കാൻ സ്വാതന്ത്ര്യം ഉണ്ടായിരുന്നില്ല. മിക്ക നേതാക്കൾക്കെതിരെയും അറസ്റ്റ് വാറണ്ടുകൾ ഉണ്ടായിരുന്നതിനാൽ അവർ ഒളിവിലായിരുന്നു. പിടികൂടപ്പെട്ടവർ ജയിലിലും.

രണ്ടാം ലോകയുദ്ധത്തിന്റെ തുടക്കത്തിൽ ജർമ്മനി, ഇറ്റലി, ജപ്പാൻ എന്നിവയുടെ നേതൃത്വത്തിലുള്ള അച്ചുതണ്ട് ശക്തികൾക്കായിരുന്നു മുന്നേറ്റം. അമേരിക്കയും ബ്രിട്ടനും യൂറോപ്പിലെ മറ്റു രാജ്യങ്ങളും ഉൾപ്പെട്ട സഖ്യശക്തികളുടെ അധീനതയിലുണ്ടായിരുന്ന പല രാജ്യങ്ങളും അച്ചുതണ്ട് സേനകൾ ആക്രമിച്ചു കീഴ്പ്പെടുത്തി. അന്നത്തെ ഒരു പ്രബല സൈനിക ശക്തിയായിരുന്നിട്ടും സോവിയറ്റ് യൂണിയനെ ഒരു കമ്യൂണിസ്റ്റ് രാജ്യം എന്ന നിലയിൽ അകറ്റി നിർത്തുന്ന ഒരു സമീപനമായിരുന്നു അമേരിക്കയും ബ്രിട്ടനും ഉൾപ്പെട്ട സഖ്യശക്തികൾ എടുത്തിരുന്നത്. എന്നാൽ നാസി ജർമ്മനിയുടെ മുന്നേറ്റത്തിന് തടയിടാൻ സോവിയറ്റ് യൂണിയനെക്കൂടി കിട്ടുന്നത് നന്നായിരിക്കും എന്ന ഒരു ചിന്ത ഉയർന്നപ്പോൾ അവർ ആ രാജ്യവുമായി സഹകരിക്കാൻ തയ്യാറായി.

ലോകയുദ്ധം തുടങ്ങി രണ്ട് വർഷമായപ്പോഴേക്കും യൂറോപ്പിലെ പല വൻകിട രാജ്യങ്ങളെയും ആക്രമിച്ചു കീഴടക്കി ജർമ്മൻ സൈന്യം മുന്നോട്ട് കുതിച്ചു. 1941 ജൂലൈ 22 ന് അവർ സോവിയറ്റ് യൂണിയനെയും ആക്രമിച്ചു. അത് അവരുടെ നാശത്തിന്റെ തുടക്കമായി. യുദ്ധത്തിന്റെ

ആദ്യഘട്ടത്തിൽ അതിനെ രണ്ട് സാമ്രാജ്യത്വചേരികൾ തമ്മിലുള്ള യുദ്ധം എന്ന നിലയിൽ മാത്രം കണ്ടിരുന്നതിനാൽ യുദ്ധം അവസാനിപ്പിക്കണമെന്നാവശ്യപ്പെട്ടുകൊണ്ടുള്ള സമാധാനപ്രസ്ഥാനങ്ങൾ സംഘടിപ്പിക്കുകയായിരുന്നു കമ്യൂണിസ്റ്റുകാർ ചെയ്തുകൊണ്ടിരുന്നത്. ഇന്ത്യയിലെ കമ്യൂണിസ്റ്റ് പാർട്ടി നിരോധിക്കപ്പെട്ട അവസ്ഥയിൽ ആയിരുന്നതിനാൽ തൊഴിലാളി സംഘടനകളുടെ നേതൃത്വത്തിലുള്ള യുദ്ധവിരുദ്ധ പ്രവർത്തനങ്ങളാണ് ഇവിടെ നടത്തിക്കൊണ്ടിരുന്നത്.

ബ്രിട്ടീഷ് ഭരണത്തിൽ 1934 മുതൽ 1942 വരെ നീണ്ടുനിന്ന് നിരോധന കാലത്ത് കമ്യൂണിസ്റ്റ് പാർട്ടിക്ക് സ്വന്തം പേരിൽ ഒരു ഓഫീസ് പ്രവർത്തിക്കാൻ അനുവാദം ഉണ്ടായിരുന്നില്ല. രണ്ടാം ലോകയുദ്ധം തുടങ്ങിയപ്പോൾ ജപ്പാൻ അധിനിവേശത്തെ എതിർക്കുന്ന 'ജാപ്പ്‌വിരുദ്ധ സമിതി' എന്ന ഒരു സംഘടനയുണ്ടാക്കി അതിന്റെ പേരിലാണ് കൊണ്ടോട്ടിയിലെ പാർട്ടി ഓഫീസ് പ്രവർത്തിച്ചിരുന്നത്. നിരോധനം പിൻവലിക്കപ്പെട്ടതിന് ശേഷമാണ് അത് യഥാർത്ഥ പേരിൽ പ്രവർത്തിച്ചു തുടങ്ങിയത്. ഇന്ത്യയെ നേരിട്ട് ആക്രമിക്കാൻ സാധ്യതയുള്ള രാജ്യം ജപ്പാൻ ആയതിനാൽ ജാപ്പ് ആക്രമണത്തിനെതിരെ ജനങ്ങളെ അണിനിരത്തുക എന്ന പ്രവർത്തനമാണ് അന്ന് നടത്തിയിരുന്നത്. അത് രണ്ട് ഉദ്ദേശ്യങ്ങളോടെയായിരുന്നു. പാർട്ടിനിലപാടിനനുസരിച്ചുള്ള യുദ്ധവിരുദ്ധ പ്രവർത്തനങ്ങൾ സംഘടിപ്പിക്കാൻ കഴിയുന്നതിനൊപ്പം ജാപ്പനീസ് ആക്രമണത്തിനെതിരെയുള്ളതായതിനാൽ ബ്രിട്ടീഷ് അധികാരികളുടെ എതിർപ്പുകൾ ഒഴിവാക്കുകയും ചെയ്യാം. പാർട്ടി ഒളിവിൽ സംഘടിപ്പിച്ചിരുന്ന തനത് പ്രവർത്തനങ്ങൾക്ക് സൗകര്യം കിട്ടാനും ഈ തന്ത്രം പ്രയോ

സഖാവ് കുഞ്ഞാലി പഠിച്ച കൊണ്ടോട്ടിയിലെ സർക്കാർ സ്കൂൾ

ജനപ്പെട്ടിരുന്നു. രാജ്യത്തിന്റെ പല ഭാഗത്തും കമ്യൂണിസ്റ്റ് പാർട്ടി പ്രവർത്തകർ ഇങ്ങനെ പല പേരുകളിലും സംഘങ്ങളുണ്ടാക്കി പ്രവർത്തിച്ചിരുന്നു.

ആദ്യത്തെ സോഷ്യലിസ്റ്റ് രാജ്യമായ സോവിയറ്റ് യൂണിയൻകൂടി കക്ഷിയായതോടെ രണ്ടാം ലോകയുദ്ധത്തോടുള്ള കമ്യൂണിസ്റ്റ് പ്രസ്ഥാനങ്ങളുടെ നിലപാട് മാറി. "സാമ്രാജ്യത്വ ചേരികൾ തമ്മിലുള്ള ഒരു യുദ്ധം" എന്ന നിലയിൽനിന്നും മാറി ഒരു "ജനകീയ യുദ്ധം" ആയി കാണേണ്ടതുണ്ട് എന്ന് ലോകകമ്യൂണിസ്റ്റ് പ്രസ്ഥാനം വിലയിരുത്തി. അതിനാൽ സഖ്യശക്തികളുടെ വിജയത്തിന് വേണ്ടി രംഗത്തിറങ്ങാൻ എല്ലാ കമ്യൂണിസ്റ്റ് പാർട്ടികളും ജനങ്ങളോട് അഭ്യർത്ഥിച്ചു. ഈ സാഹചര്യം ലോക രാഷ്ട്രീയരംഗത്ത് വരുത്തിയ മാറ്റം കാരണമാണ് 1934 മുതൽ ബ്രിട്ടീഷ് ഭരണം ഇന്ത്യയിലെ കമ്യൂണിസ്റ്റ് പാർട്ടിയുടെ മേൽ ഏർപ്പെടുത്തിയിരുന്ന നിരോധനം 1942 ൽ നീക്കാൻ തയ്യാറായത്. അതോടെ കമ്യൂണിസ്റ്റ് പാർട്ടി വീണ്ടും പരസ്യമായി പ്രവർത്തിക്കാൻ തുടങ്ങി. സഖ്യശക്തികളുടെ വിജയത്തിന് വേണ്ടി രംഗത്തിറങ്ങാൻ പാർട്ടി ഇന്ത്യയിലെ ജനങ്ങളോട് ആഹ്വാനം ചെയ്തു. പട്ടാളത്തിൽ ചേർന്നും യുദ്ധത്തിൽ സഖ്യശക്തികളെ സഹായിക്കാൻ പാർട്ടി നേതൃത്വം യുവാക്കളോട് അഭ്യർത്ഥിച്ചു.

ഈ സമയത്ത് കുഞ്ഞാലി മലപ്പുറം ഹൈസ്കൂളിൽ പഠിക്കുകയായിരുന്നു. എത്രയും വേഗം എന്തെങ്കിലും ജോലിയിൽ കയറി വരുമാനം ഉണ്ടാക്കി ഉമ്മയെ സഹായിക്കണം എന്നതായിരുന്നു ആ യുവാവിന്റെ ചിന്ത. ലോകയുദ്ധം നടന്നുകൊണ്ടിരിക്കുന്ന സമയമായിരുന്നതിനാൽ പട്ടാളത്തിലേക്ക് ധാരാളം പേരെ ജോലിക്കെടുത്തുകൊണ്ടിരുന്നു. നാടിന്റെ പലഭാഗത്തും റിക്രൂട്ടിംഗ് കേന്ദ്രങ്ങൾ പ്രവർത്തിച്ചിരുന്നു. സ്കൂൾ ജീവിതകാലത്തുതന്നെ രാഷ്ട്രീയത്തോടും കമ്യൂണിസ്റ്റ് പാർട്ടിയോടും അനുഭാവം പുലർത്തിയിരുന്ന കുഞ്ഞാലിയും കമ്യൂണിസ്റ്റ് പാർട്ടിയുടെ ആഹ്വാനം ശ്രദ്ധിച്ചിരുന്നു. അതോടെ സ്കൂൾ പഠനം അവസാനിപ്പിച്ച് പട്ടാളത്തിൽ ചേർന്ന് തൊഴിൽ നേടാൻ തീരുമാനിച്ചു. കൊണ്ടോട്ടിയിലെ പഠനം കഴിഞ്ഞ് മലപ്പുറത്തെ ഹൈസ്കൂളിൽ ചേരുന്നതിൽ വന്ന താമസത്താലോ മറ്റുകാരണങ്ങളാലോ കുഞ്ഞാലിയുടെ സ്കൂൾ പഠനത്തിന് കാലതാമസം വന്നിട്ടുണ്ട്. 1942 ൽ രണ്ടാം ലോക യുദ്ധത്തിൽ സഖ്യ കക്ഷികളുടെ വിജയത്തിന് വേണ്ടി പ്രവർത്തിക്കാൻ കമ്യൂണിസ്റ്റ് പാർട്ടിയുടെ ആഹ്വാനം വരുമ്പോൾ കുഞ്ഞാലി മലപ്പുറം ഹൈസ്കൂളിൽ പഠിക്കുകയായിരുന്നു എന്നാണ് സഹപ്രവർത്തകനായിരുന്ന കെ. സൈതാലിക്കുട്ടി അനുസ്മരിച്ചിട്ടുള്ളത്.

വ്യോമസേനയിലാണ് കുഞ്ഞാലിക്ക് നിയമനം കിട്ടിയത്. സൈന്യത്തിൽ നിന്നും കിട്ടിയ പരിശീലനങ്ങൾ ആ യുവാവിനെ നല്ല ഒരു അഭ്യാസിയാക്കി. 1943 ലായിരുന്നു കുഞ്ഞാലി പട്ടാളത്തിൽ ചേർന്നത്. 1945 ൽ രണ്ടാം ലോകയുദ്ധം അവസാനിച്ചു. അച്ചുതണ്ട് ശക്തി

കളെ സമ്പൂർണ്ണമായി പരാജയപ്പെടുത്തി സഖ്യശക്തികൾ വിജയിച്ചു. "പാലം കടക്കുവോളം നാരായണാ, പാലം കടന്നപ്പോൾ കൂരായണാ" എന്ന ചൊല്ലിലെ സമീപനമാണ് ബ്രിട്ടനും അമേരിക്കയും കമ്യൂണിസ്റ്റുകാരോട് കൈക്കൊണ്ടത്. നാസി ഭീഷണി നേരിടാൻ സോവിയറ്റ് യൂണിയനുമായി കൂട്ടുചേർന്ന അവർ യുദ്ധം കഴിഞ്ഞപ്പോൾ സോവിയറ്റ് യൂണിയനെയും ഇതര കമ്യൂണിസ്റ്റ് രാജ്യങ്ങളെയും ശത്രുതയോടെ കാണാൻ തുടങ്ങി. ഇന്ത്യയിലെ സ്ഥിതിയും ഇതുതന്നെയായിരുന്നു. യുദ്ധം നടന്നുകൊണ്ടിരിക്കുമ്പോൾ കമ്യൂണിസ്റ്റുകാരാണ് എന്ന് അറിഞ്ഞുകൊണ്ടുതന്നെ പട്ടാളത്തിൽ എടുത്തിരുന്ന ബ്രിട്ടീഷ് അധികാരികൾ പിന്നീട് അവരെ സംശയത്തോടെ കാണാൻ തുടങ്ങി.

നാട്ടിൽ കമ്യൂണിസ്റ്റ് പാർട്ടിയുമായി ബന്ധപ്പെട്ട് പ്രവർത്തിക്കുന്നയാളാണ് കുഞ്ഞാലി എന്ന് സൂചിപ്പിച്ചുകൊണ്ടുള്ള പരാതികൾ കൊണ്ടോട്ടിയിൽ നിന്നുള്ള ചില ആളുകൾ ചേർന്ന് തയ്യാറാക്കി പട്ടാള മേലാധികാരികൾക്ക് അയച്ചുകൊടുത്തു. കമ്യൂണിസ്റ്റ് പാർട്ടിയോട് എതിർപ്പുള്ളവരായിരുന്നു അവർ. അങ്ങനെ കുഞ്ഞാലി പട്ടാളത്തിൽനിന്നും പിരിച്ചുവിടപ്പെട്ടു. വികലമായ മനസ്സുള്ളവർ ദുരുദ്ദേശ്യത്തോടെ ചെയ്യുന്ന ചില കാര്യങ്ങൾ പലപ്പോഴും വിപരീത ഫലമാണ് ഉണ്ടാക്കുക. കുഞ്ഞാലിയുടെ കാര്യത്തിലും അതാണ് സംഭവിച്ചത്. കമ്യൂണിസ്റ്റുകാരനായ കുഞ്ഞാലിയുടെ ജോലി കളയുക എന്ന ഉദ്ദേശ്യത്തോടെ അവർ ചെയ്ത പണി കുഞ്ഞാലിക്കും കമ്യൂണിസ്റ്റ് പാർട്ടിക്കും നാടിനും ഉപകാരപ്രദമായി. ഒരു സൈനികനായി ഒതുങ്ങിപ്പോകുമായിരുന്ന കുഞ്ഞാലിയെന്ന യുവാവ് കമ്യൂണിസ്റ്റ് പാർട്ടിയുടെ കരുത്തുറ്റ നേതാക്കളിൽ ഒരാളായി മാറാനുള്ള സാഹചര്യം ഒരുങ്ങിയത് സൈന്യത്തിൽനിന്നുള്ള ഈ തിരിച്ചുവരവായിരുന്നു. കുഞ്ഞാലിയെപ്പോലുള്ള ഒരാൾക്ക് സൈന്യത്തിന്റെ യാന്ത്രിക അച്ചടക്കത്തിനുകീഴിൽ എത്രകാലം കഴിയാൻ പറ്റും എന്നത് മറ്റൊരു വിഷയമാണ്.

മൂന്നു വർഷത്തോളം മാത്രം നീണ്ടുനിന്ന സൈനികജീവിതം അവസാനിപ്പിച്ച് കുഞ്ഞാലി നാട്ടിൽ തിരിച്ചെത്തി. താമസിയാതെതന്നെ ആ യുവാവ് നാട്ടിലെ പൊതുപ്രവർത്തനങ്ങളിലും രാഷ്ട്രീയപരിപാടികളിലും സജീവമായി. സംഘടനാരംഗത്ത് കുഞ്ഞാലി മുൻകൈ എടുത്തുകൊണ്ട് നടത്തിയ ഒരു പ്രവർത്തനമായിരുന്നു വിമുക്ത ഭടന്മാരെ സംഘടിപ്പിക്കൽ. ഒരു വിമുക്തഭട സംഘടന രൂപീകരിക്കുക എന്ന ലക്ഷ്യത്തോടെ മഞ്ചേരിയിൽ അവരുടെ ഒരു സമ്മേളനം നടത്താൻ കുഞ്ഞാലിയും മഞ്ചേരിയിലെ ഡോക്ടർ സുന്ദരവും മുന്നിട്ടിറങ്ങി. സമ്മേളനത്തിന്റെ പ്രചരണാർത്ഥം ഒരു കാൽനട ജാഥ ഏറനാടിന്റെ വിവിധ ഭാഗങ്ങളിൽ പര്യടനം നടത്തി. കുഞ്ഞാലിയും ഡോക്ടർ സുന്ദരവും നേതൃത്വം കൊടുത്തിരുന്ന ആ ജാഥയ്ക്ക് ഒരു പ്രത്യേകതയുണ്ടായിരുന്നു. എല്ലാവരും പട്ടാളവേഷത്തോട് സാദൃശ്യമുള്ള യൂണിഫോം അണിഞ്ഞ് പട്ടാളച്ചിട്ടയിൽ മാർച്ച് നടത്തിക്കൊണ്ടായിരുന്നു ആ ജാഥ സഞ്ചരിച്ചിരുന്നത്. സ്വീക

കൊണ്ടോട്ടി സി.പി.ഐ.(എം) ഏരിയ കമ്മിറ്റി ഓഫീസ് പ്രവർത്തിക്കുന്ന കുഞ്ഞാലി സ്മാരക മന്ദിരം

രണ കേന്ദ്രങ്ങളിൽ ഡോക്ടർ സുന്ദരവും കുഞ്ഞാലിയും പ്രസംഗിച്ചു. വിമുക്തഭടന്മാരുടെ പ്രശ്നങ്ങൾ പ്രതിപാദിക്കുന്ന ഒരു ലഘുലേഖയും ചില പുസ്തകങ്ങളും ജാഥയിൽ വിൽപ്പന നടത്തി. ഈ പുസ്തക വിൽപ്പനയുടെ ചുമതലയുണ്ടായിരുന്ന യുവാവായിരുന്നു പിൽക്കാലത്ത് അധ്യാപക നേതാവായി ഉയർന്ന അറ്റാശ്ശേരി മുഹമ്മദ്. വിമുക്തഭടന്മാരുടെ ഒട്ടേറെ പ്രശ്നങ്ങൾ അധികാരികളുടെ ശ്രദ്ധയിൽ കൊണ്ടുവന്ന് പരിഹാരം കാണാൻ കുഞ്ഞാലി മുൻകൈ എടുത്ത് നടത്തിയ ഈ പ്രവർത്തനം സഹായിച്ചു.

നാട്ടിൽ കമ്യൂണിസ്റ്റ് പാർട്ടിയുടെ പ്രവർത്തനങ്ങളിൽ വളരെ സജീവമായി തന്നെ ആ യുവാവ് പങ്കെടുത്തു. എടക്കോട് മുഹമ്മദ് സെക്രട്ടറിയായിരുന്ന പാർട്ടിയുടെ കൊണ്ടോട്ടി വില്ലേജ് കമ്മിറ്റിയിൽ അംഗമായി ചേർന്ന കുഞ്ഞാലി വളരെ വേഗത്തിൽ തന്നെ ശ്രദ്ധിക്കപ്പെടുന്ന പ്രവർത്തകനായി. ഏറനാട് അടക്കമുള്ള മലബാർ പ്രദേശം അന്ന് ബ്രിട്ടീഷുകാരുടെ നേരിട്ടുള്ള ഭരണത്തിൻ കീഴിലായിരുന്നു. മദ്ധ്യകേരളത്തിലും തെക്കൻ കേരളത്തിലും ബ്രിട്ടീഷ് ആധിപത്യത്തിന് കീഴിലുള്ള രാജഭരണങ്ങളാണ് നിലവിലുണ്ടായിരുന്നത്. മലബാർ അന്ന് മദ്രാസ് സംസ്ഥാനത്തിന്റെ ഭാഗമായിരുന്നു.

സ്വാതന്ത്ര്യസമരം അതിന്റെ അവസാന ഘട്ടത്തിൽ എത്തിത്തുടങ്ങിയിരുന്നു. മദ്രാസ് സംസ്ഥാനത്തിന്റെ ഭരണത്തലവനായ ഗവർണർ 1946 ൽ കൊണ്ടോട്ടിയിൽ ഒരു സന്ദർശനം നടത്തുന്നതായി അറിയിപ്പ് വന്നു. ജന്മിമാരും പണക്കാരായ കച്ചവടക്കാരും പ്രമാണിമാരുമെല്ലാം പൊതുവിൽ ബ്രിട്ടീഷ് ഭരണത്തിന് അനുകൂലമായിരുന്നു. സ്വാതന്ത്ര്യസമരത്തിൽ പങ്കെടുക്കുന്ന കോൺഗ്രസ്സ് പ്രവർത്തകരോട് പോലും അന്നവർക്ക് വെറുപ്പായിരുന്നു. സ്വാതന്ത്ര്യസമരത്തോടൊപ്പം ജന്മിത്വവിരുദ്ധസമരവും, കരിഞ്ചന്തയ്ക്കും പൂഴ്ത്തിവെപ്പിനും എതിരായ സമരവും ഒരുമിച്ച് നടത്തിയ കമ്യൂണിസ്റ്റുകാരെ അവർ ശത്രുക്കളായാണ് കണ്ടിരുന്നത്. കൊണ്ടോട്ടി സന്ദർശനത്തിനെത്തുന്ന മദ്രാസ് ഗവർണർക്ക് ഒരു ഗംഭീര സ്വീകരണം ഒരുക്കാൻ കൊണ്ടോട്ടിയിലെ കുറെ ജന്മിമാരും മറ്റു പ്രമാണിമാരും ചേർന്ന് ഒരു പരിപാടി തയ്യാറാക്കി. ബ്രിട്ടീഷ് ഭരണത്തോട് തങ്ങൾക്കുള്ള കൂറ് ഭരണത്തലവന്മാരെ ബോധ്യപ്പെടുത്താൻ കിട്ടുന്ന അവസരങ്ങളൊന്നും അവർ പാഴാക്കാറുണ്ടായിരുന്നില്ല.

ഗവർണർ കൊണ്ടോട്ടിയിൽ എത്തുമ്പോൾ ബ്രിട്ടീഷ് ഭരണത്തിനെതിരെ ഒരു പ്രതിഷേധ പ്രകടനം സംഘടിപ്പിക്കാൻ കമ്യൂണിസ്റ്റ് പാർട്ടി തീരുമാനിച്ചു. കമനീയമായി അലങ്കരിച്ചിരുന്ന വേദിയിലേക്ക് പരിവാരസമേതനായി ഗവർണർ എഴുന്നള്ളുകയായിരുന്നു. പെട്ടെന്ന് ജനക്കൂട്ടത്തിനിടയിൽ നിന്നും "ഗോ ബേക്ക്" വിളികൾ ഉയർന്നു. "ബ്രിട്ടീഷുകാർ ഇന്ത്യ വിടുക", "സാമ്രാജ്യത്വം തുലയട്ടെ" തുടങ്ങിയ മുദ്രാവാക്യങ്ങളും ആ യുവാക്കൾ ഉയർത്തി. അവരുടെ മുദ്രാവാക്യങ്ങൾ പിന്നിൽ കൂടി നിന്നിരുന്ന പാർട്ടി പ്രവർത്തകർ ഏറ്റു വിളിച്ചു. പോലീസ് ഉടൻ തന്നെ ചാടിവീണ് മുദ്രാവാക്യം മുഴക്കിക്കൊണ്ടിരുന്ന യുവാക്കളെ പിടികൂടി മർദ്ദിക്കുകയും നീക്കം ചെയ്യുകയും ചെയ്തു. നീക്കം ചെയ്ത സ്ഥലത്ത് പ്രകടനം നടത്തിക്കൊണ്ട് പാർട്ടി പ്രവർത്തകർ പ്രതിഷേധം തുടർന്നു.

ഈ പ്രതിഷേധ പരിപാടിക്ക് നേതൃത്വം കൊടുത്തതിന് കൊണ്ടോട്ടിയിലെ കമ്യൂണിസ്റ്റ് പാർട്ടിയുടെ മുതിർന്ന നേതാക്കൾക്കൊപ്പം യുവപ്രവർത്തകരായിരുന്ന കുഞ്ഞാലിയെയും സെയ്താലിക്കുട്ടിയെയും പോലീസ് പിടികൂടി. അറസ്റ്റ് ചെയ്ത അവരെ ഒരു പകൽ മുഴുവൻ പോലീസ് ലോക്കപ്പിലിട്ടു. എല്ലാവർക്കെതിരെയും കേസ്സുകൾ ചുമത്തുകയും ചെയ്തു. കുഞ്ഞാലിക്ക് ഇരുപത്തിരണ്ടും സെയ്താലിക്കുട്ടിക്ക് ഇരുപതും വയസ്സായിരുന്നു അപ്പോൾ പ്രായം. ഒരു പകൽ മാത്രം നീണ്ടതായിരുന്നുവെങ്കിലും ബ്രിട്ടീഷ് പോലീസിന്റെ ലോക്കപ്പിലെ ആ തടവ് അവർ ഇരുവരുടെയും തടവ് ജീവിതത്തിന്റെ തുടക്കമായി.

അറസ്റ്റിലായതും കേസ്സിൽപ്പെട്ടതുമൊന്നും കാര്യമാക്കാതെ ആ യുവാവ് കമ്യൂണിസ്റ്റ് പാർട്ടിയുടെ എല്ലാ പരിപാടികളിലും സമരങ്ങളിലും മുൻനിരക്കാരായി സജീവമായി പങ്കെടുത്തു. വളരെ വേഗത്തിൽ തന്നെ പാർട്ടിയുടെ കൊണ്ടോട്ടി ഭാഗത്തെ ഏറ്റവും ശ്രദ്ധേയനായ യുവ നേതാവായി കുഞ്ഞാലി ഉയർന്നു.

മൈസൂരിലെ തൊഴിലാളി നേതാവ്

ഒരുകാലത്ത് കേരളത്തിൽ ഏറ്റവും കൂടുതൽ തൊഴിലാളികൾ സംഘടിതമായി ജോലി ചെയ്തിരുന്ന മേഖലകളിൽ ഒന്നായിരുന്നു ബീഡി വ്യവസായം. നാല്പതും അമ്പതും പേർ ഒന്നിച്ചിരുന്നു ബീഡി തെറുക്കുന്ന ബീഡിക്കമ്പനികൾ ഗ്രാമങ്ങൾ തോറും ഉണ്ടായിരുന്നു. പ്രാദേശികമായി മാത്രം പ്രചാരത്തിലുള്ള കമ്പനികളും സംസ്ഥാനത്താകെ അറിയപ്പെടുന്ന കമ്പനികളും ബീഡി രംഗത്തുണ്ടായിരുന്നു.

ബീഡിത്തൊഴിലാളികൾ

പിൽക്കാലത്ത് ജനങ്ങളുടെ അഭിരുചികളിൽവന്ന മാറ്റം ബീഡി വ്യവസായത്തെ പിറകോട്ടടുപ്പിച്ചു. കണ്ണൂരിലെ ദിനേശ് ബീഡി കമ്പനിയും മംഗളൂരിലെ ഗണേശ് ബീഡി കമ്പനിയും ആയിരക്കണക്കിന് തൊഴിലാളികൾക്ക് തൊഴിൽ നൽകിയിരുന്ന സ്ഥാപനങ്ങളായിരുന്നു. തൊഴിലാളി സംഘടനാരംഗത്തും ബീഡിത്തൊഴിലാളികൾ സജീവമായിരുന്നു. മറ്റു ചെറുകിട തൊഴിലുകളിൽ ഏർപ്പെട്ടിരുന്നവരിൽ നിന്നും വ്യത്യസ്തമായി താരതമ്യേന രാഷ്ട്രീയ പ്രബുദ്ധതയുള്ളവരായിരുന്നു ബീഡി തൊഴിലാളികൾ. അതുകൊണ്ടുതന്നെ ബീഡി തൊഴിലാളികൾക്കിടയിൽ കമ്യൂണിസ്റ്റ് പാർട്ടിയോട് ആഭിമുഖ്യമുള്ളവർക്ക് മേൽക്കൈ ഉണ്ടായിരുന്നു.

കമ്യൂണിസ്റ്റ് പാർട്ടി നേതൃത്വം കൊടുത്തിരുന്ന ബീഡി തൊഴിലാളി സംഘടനകൾ വളരെ ശക്തമായിരുന്നു. കേരളത്തിലേതിന് സമാനമായ ഒരു സാഹചര്യം തൊട്ടടുത്ത കർണ്ണാടകയിലും നിലനിന്നിരുന്നു. അവിടെയും ധാരാളം ബീഡിക്കമ്പനികൾ പ്രവർത്തിച്ചിരുന്നു. മലയാളികൾ വളരെയധികം പേർ അവിടെയുള്ള കമ്പനികളിലും ജോലി ചെയ്തിരുന്നു. മൈസൂർ പോലെ കേരളത്തോട് അടുത്തുകിടക്കുന്ന പട്ടണങ്ങളിൽ പല കമ്പനികളിലും കന്നടക്കാരേക്കാൾ മലയാളികൾ ജോലി ചെയ്യുന്ന സാഹചര്യം ഉണ്ടായിരുന്നു. മൈസൂരിലെ ബീഡിത്തൊഴിലാളികളുടെ സംഘടനയ്ക്ക് നേതൃത്വം കൊടുത്തിരുന്നത് കേരളത്തിൽ നിന്നുള്ളവരായിരുന്നു. മലയാളികൾ ഉണ്ടായിരുന്നതുകൊണ്ടുമാത്രമല്ല കന്നടക്കാരായ തൊഴിലാളികൾ മിക്കവരും നിരക്ഷരരായിരുന്നു എന്നതും ഇതിനൊരു കാരണമായിരുന്നു. 62 ബീഡിക്കമ്പനികൾ പ്രവർത്തിച്ചിരുന്ന മൈസൂരിൽ ആയിരത്തിൽപ്പരം അംഗത്വമുള്ള ഒരു ബീഡിത്തൊഴിലാളി സംഘടന കമ്യൂണിസ്റ്റ് പാർട്ടി നേതൃത്വം കൊടുത്തിരുന്ന കേന്ദ്ര ട്രേഡ് യൂണിയനായ എ.ഐ.റ്റി.യു.സിക്ക് കീഴിൽ പ്രവർത്തിച്ചിരുന്നു. കൊണ്ടോട്ടി സ്വദേശിയായ കൊളക്കാടൻ ഹുസ്സൻ എന്നയാളായിരുന്നു യൂണിയന്റെ പ്രസിഡണ്ട്. ബീഡിത്തൊഴിലാളികൾക്കിടയിൽ ക്ഷയരോഗ സാധ്യത വളരെ കൂടുതലാണ്. ആ ജോലിയുടെ പ്രത്യേകത തന്നെയാണതിന് കാരണം. യൂണിയൻ പ്രസിഡണ്ടായിരുന്ന ഹുസ്സനും രോഗ ബാധിതനായിരുന്നു.

1946 ൽ മൈസൂരിലെ ബീഡിത്തൊഴിലാളി യൂണിയൻ കൂലി വർദ്ധനവിന് വേണ്ടി സമരം പ്രഖ്യാപിച്ചു. സമരപ്രചരണം സജീവമായി നടന്നു. എല്ലാ കമ്പനി ഉടമകൾക്കും സമര നോട്ടീസ് നൽകി. സമരപ്രചരണാർത്ഥം ഓടി നടന്ന് പ്രവർത്തിച്ചിരുന്ന യൂണിയൻ പ്രസിഡണ്ട് ഹുസ്സന്റെ രോഗം മൂർച്ഛിച്ചു. അദ്ദേഹം ആകെ അവശനായി, അടിയന്തര ചികിത്സ കിട്ടിയില്ലെങ്കിൽ അപകടമാണെന്ന് ഡോക്ടർമാർ നിർദ്ദേശിച്ചു. സമരം തുടങ്ങാനിരിക്കുന്ന ഘട്ടത്തിൽ യൂണിയന്റെ പ്രസിഡന്റ് സ്ഥലത്തില്ലാതാവുന്നത് ബുദ്ധിമുട്ടാകും എന്ന് യൂണിയൻ പാർട്ടി നേതൃത്വത്തെ അറിയിച്ചു.

കൊണ്ടോട്ടിയിലെ പ്രാദേശിക പാർട്ടി പ്രവർത്തനങ്ങളിൽ വളരെ

ബീഡിത്തൊഴിലാളികൾ

സജീവമായി പ്രവർത്തിച്ചുകൊണ്ടിരുന്ന കുഞ്ഞാലി എന്ന യുവ പ്രവർത്തകനിൽ തന്റേടിയായ ഒരു നേതാവിനെ പാർട്ടിയുടെ മുതിർന്ന നേതാക്കൾക്ക് മുൻകൂട്ടി കാണാൻ കഴിഞ്ഞിരുന്നു. ഇരുപത്തിരണ്ട് വയസ്സ് മാത്രമുള്ള ഒരു യുവാവായിരുന്നുവെങ്കിലും കുഞ്ഞാലിയുടെ സംഘടനാപാടവവും സമരസന്നദ്ധതയും പ്രവർത്തനമികവും പാർട്ടി നേതൃത്വത്തിന് ബോധ്യപ്പെട്ടിരുന്നു. വ്യോമസേനാ സർവ്വീസ് വഴി കിട്ടിയ ലോകപരിചയവും ഭാഷാപ്രാവീണ്യവും പ്രയോജനപ്പെടും എന്ന കണക്കുകൂട്ടലും പരിഗണിച്ച് ആ യുവ നേതാവിനെ ഹുസ്സന് പകരക്കാരനായി മൈസൂരിലേക്ക് അയക്കാൻ പാർട്ടി തീരുമാനിച്ചു.

കുഞ്ഞാലിക്ക് ആവശ്യമായ മാർഗ്ഗനിർദ്ദേശങ്ങൾ കൊടുത്ത് ഹുസ്സൻ മദ്രാസിലേക്ക് ചികിത്സയ്ക്ക് പോയി. കുഞ്ഞാലി തന്റെ സംഘടനാപാടവം തെളിയിക്കുക തന്നെ ചെയ്തു. അക്ഷരാഭ്യാസം പോലുമില്ലാത്ത കന്നടത്തൊഴിലാളികളെയും മലയാളികളെയും കൂട്ടിയോജിപ്പിച്ചുകൊണ്ട് വളരെ പക്വതയോടെയും സൂക്ഷ്മതയോടെയും വേണമായിരുന്നു പ്രവർത്തനങ്ങൾ. വളരെ കുറഞ്ഞ സമയംകൊണ്ട് തന്നെ എല്ലാവരുടെയും സ്വീകാര്യനായ നേതാവായി ആ യുവാവ് മാറി. ഇടയ്ക്ക് വെച്ച് നേതൃത്വം ഏറ്റെടുക്കേണ്ടിവന്ന ആളായിട്ടും തൊഴിലാളി സമരത്തെ നയിച്ചു വിജയത്തിലെത്തിക്കാൻ കുഞ്ഞാലിക്ക് കഴിഞ്ഞു.

തൊഴിലാളികൾക്കിടയിൽ കുഞ്ഞാലിയുടെ സ്വാധീനം വർദ്ധിക്കുന്നതും എ ഐ ടി യു സി അംഗത്വം കൂടി വരുന്നതും ബീഡിക്കമ്പനി മുതലാളിമാരെയും കോൺഗ്രസ്സിന്റെ തൊഴിലാളി സംഘടനാ നേതാക്കളെയും അസ്വസ്ഥരാക്കി. അവർ കുഞ്ഞാലിക്കെതിരെ അപവാദക്കഥകൾ പ്രചരിപ്പിക്കാൻ ശ്രമിച്ചു. കുഞ്ഞാലി മലയാളികളോട് മമതയും കന്നടത്തൊഴിലാളികളോട് വിവേചനവും കാണിക്കുന്നു എന്നായിരുന്നു ഒരു പ്രചരണം. മറ്റൊരു കള്ളപ്രചരണം സംഘടനയുടെ ഫണ്ട് കൊണ്ട് ആഡംബരജീവിതം നയിക്കുന്നു എന്നതായിരുന്നു.

അന്ന് മൈസൂരിലെ ഭേദപ്പെട്ട ഒരു ഹോട്ടലായിരുന്നു ബോംബെ ആനന്ദഭവൻ. കുഞ്ഞാലി ചില മലയാളി സുഹൃത്തുക്കൾക്കൊപ്പം അവിടെ ഇടയ്ക്ക് ഭക്ഷണം കഴിക്കാൻ കയറുന്നതിനെയാണ് ആഡംബരമായി പ്രചരിപ്പിച്ചിരുന്നത്. ഭേദപ്പെട്ട ജോലികളുള്ള ഒട്ടേറെ മലയാളികൾ കുഞ്ഞാലിക്ക് സുഹൃത്തുക്കളായി ഉണ്ടായിരുന്നു. അവരുടെ കൂടെയാണ് അദ്ദേഹം ഭക്ഷണം കഴിക്കാൻ കയറിയിരുന്നത്. അതിന്റെ പണം ആ സുഹൃത്തുക്കൾ തന്നെയാണ് കൊടുത്തിരുന്നതും. അത്തരം ആരോപണങ്ങളൊന്നും വിലപ്പോയില്ല. കുഞ്ഞാലിയെ അടുത്തറിയാൻ ശ്രമിച്ച ഓരോ തൊഴിലാളിയും ആ യുവനേതാവിന്റെ ആത്മാർത്ഥതയും നിസ്വാർത്ഥതയും തിരിച്ചറിഞ്ഞു.

പോരിന്റെ നാട് വളർത്തിയ പടയാളി

സഖാവ് കുഞ്ഞാലിക്ക് ജന്മം നൽകിയ ഏറനാടും മലപ്പുറം ജില്ലയും കേരളത്തിലെ പിന്നോക്ക പ്രദേശങ്ങളിൽ ഒന്നായാണ് വിശേഷിപ്പിക്കപ്പെടാറുള്ളത്. പശ്ചാത്തല വികസനത്തിന്റെ കാര്യത്തിൽ ആ പ്രയോഗം വസ്തുതയുമാണ്. ഈ പിന്നോക്കാവസ്ഥയുടെ കാരണങ്ങളിലേക്ക് അന്വേഷിച്ച് ചെല്ലുമ്പോൾ നമുക്ക് കണ്ടെത്താനാവുക സാമ്രാജ്യത്വ അധിനിവേശങ്ങൾക്കെതിരെ നടന്നിട്ടുള്ള പോരാട്ടങ്ങളിൽ ഈ നാട് വഹിച്ചിട്ടുള്ള അഭിമാനകരമായ പങ്കാണ്. എണ്ണമറ്റ അധിനിവേശ വിരുദ്ധ യുദ്ധങ്ങൾ ഈ പ്രദേശങ്ങൾക്ക് സമ്മാനിച്ചത് അടിച്ചമർത്തലുകളുടെയും അവഗണനകളുടെയും നൂറ്റാണ്ടുകളാണ്.

ഇന്ത്യയിലെ പാശ്ചാത്യ അധിനിവേശത്തിന്റെ തുടക്കമായിരുന്ന വാസ്കോഡഗാമയുടെ വരവിനെതിരെ ഉയർന്ന ആദ്യത്തെ എതിർശബ്ദമായിരുന്ന സൈനുദ്ദീൻ മസ്ദൂം ഒന്നാമൻ (1467-1521), കേരളത്തിന്റെ ആദ്യത്തെ ചരിത്രഗ്രന്ഥമായ *തുഹ്ഫത്തുൽ മുജാഹിദീൻ*ന്റെ കർത്താവായ സൈനുദ്ദീൻ മഖ്ദൂം രണ്ടാമൻ (1524-1583), 1857 ലെ ഒന്നാം സ്വാതന്ത്ര്യ സമരം നടക്കുന്നതിനും പതിറ്റാണ്ടുകൾക്ക് മുമ്പ് ബ്രിട്ടീഷുകാർക്കെതിരെ നികുതി നിഷേധ സമരത്തിന് ആഹ്വാനം നൽകിയ വെളിയംകോട് ഉമർഖാസി (1757-1852) തുടങ്ങിയ ആദ്യകാല മുസ്ലീം പണ്ഡിതന്മാർ അധിനിവേശ വിരുദ്ധ പോരാളികളും കൂടിയായിരുന്നു. അവരുടെ പാത പിന്തുടർന്നുകൊണ്ട് പിൽക്കാലത്ത് ജീവിച്ച മമ്പുറം സെയ്ത് അലവി തങ്ങൾ, ഫസൽ പൂക്കോയ തങ്ങൾ തുടങ്ങിയവരും അവരുടെ മതവിശ്വാസപരമായ ആശയങ്ങളെ അധിനിവേശ വിരുദ്ധ സമരവുമായി കണ്ണിചേർത്തവരായിരുന്നു.

കാർഷിക സമ്പദ്‌വ്യവസ്ഥയിൽ കടുത്ത ചൂഷണം നിലനിന്നിരുന്ന

കുഞ്ഞാലിയുടെ 25-ാംരക്തസാക്ഷിത്വ വാർഷികത്തോടനുബന്ധിച്ച് പ്രസിദ്ധീകരിച്ച സ്മരണികയുടെ മുഖചിത്രം

ജന്മിത്വ സമ്പ്രദായം മലബാറിലും അന്ന് ശക്തമായിരുന്നു. 1766 മുതൽ 1792 വരെയുള്ള കാലത്ത് മൈസൂർ രാജാക്കന്മാരായിരുന്ന ഹൈദറലി യുടെയും മകൻ ടിപ്പുവിന്റെയും അധീനതയിലായിരുന്നു ഈ പ്രദേശ ങ്ങൾ. ജന്മിത്വ വ്യവസ്ഥയ്ക്കുള്ളിൽ കുടിയാന്മാർക്ക് അനുകൂലമായ

കുറെ മാറ്റങ്ങൾക്ക് ടിപ്പുവിന്റെ കാലത്ത് തുടക്കംകുറിച്ചു. കുടിയാന്മാർ കൂടുതലും മുസ്ലീങ്ങളായിരുന്നു എന്നതും ഇതിന് ഒരു കാരണമായിരിക്കും. സ്വാഭാവികമായും ടിപ്പുവിന്റെ കാലം ജന്മിമാരിൽ അതൃപ്തിയുണ്ടാക്കി.

1792 ൽ ടിപ്പുവിനെ തോൽപ്പിച്ച് ബ്രിട്ടീഷുകാർ മലബാർ കീഴ്പ്പെടുത്തി, ജന്മിമാരുടെയും നാടുവാഴികളുടെയും പിന്തുണ തങ്ങളുടെ ഭരണത്തിന് ഉറപ്പ് വരുത്താനായി ജന്മിമാർക്ക് അനുകൂലമായ കുറെ മാറ്റങ്ങൾ അവർ നടപ്പിലാക്കി. നാടുവിട്ടുപോയിരുന്ന പല ജന്മിമാരും ഇതോടെ തിരിച്ചെത്തി. ടിപ്പുവിന്റെ കാലത്ത് കുടിയാന്മാർക്ക് കിട്ടിയിരുന്ന സൗകര്യങ്ങൾ ഇല്ലാതായെന്ന് മാത്രമല്ല അതിന് മുമ്പൊന്നും ഇല്ലാതിരുന്ന കുടിയിറക്കാനുള്ള അവകാശവും ബ്രിട്ടീഷ് ഭരണം ജന്മിമാർക്ക് നൽകി. 1792 ന് മുമ്പ് ഇവിടെ കുടിയിറക്കൽ ഉണ്ടായിരുന്നില്ല. അമിതമായ പാട്ടം, മർദ്ദനങ്ങൾ തുടങ്ങിയവയൊക്കെയുണ്ടായിരുന്നുവെങ്കിലും കുടിയാനെ കൃഷിഭൂമിയിൽനിന്നും ഇറക്കി വിടാൻ പാടില്ലായിരുന്നു. ഈ സാഹചര്യം പാട്ടകൃഷിക്കാരായ കുടിയാന്മാരുടെ ജീവിതം കൂടുതൽ ദുരിതത്തിലാഴ്ത്തി. ജന്മി-കുടിയാൻ സംഘട്ടനങ്ങൾ മലബാറിൽ പതിവായി. ജന്മിമാരെയും അവരെ പിന്തുണയ്ക്കുന്ന ബ്രിട്ടീഷ് ഭരണത്തെയും അവർ ശത്രുതയോടെ കണ്ടു.

1792 നും 1921 നും ഇടയ്ക്ക് അത്തരം നൂറ് കണക്കിന് സംഘട്ടനങ്ങൾ നടന്നു. ജന്മിത്വ വിരുദ്ധവും ബ്രിട്ടീഷ് വിരുദ്ധവുമായിരുന്ന ആ കലാപങ്ങളിലൂടെ ഉയർന്നുവന്ന പ്രതിഷേധങ്ങളുടെ ഒരു പൊട്ടിത്തെറിയായിരുന്നു 1921 ലെ മലബാർ കലാപം. ഇരുന്നൂറ് കൊല്ലത്തോളം നീണ്ടുനിന്ന ബ്രിട്ടീഷ് അധിനിവേശ ഭരണം അതിന്റെ ചരിത്രത്തിൽ നേരിട്ട ഏറ്റവും വലിയ ജനകീയ സായുധ ചെറുത്തുനിൽപ്പായിരുന്നു മലബാർ കലാപം. സ്വാഭാവികമായും അവർ എല്ലാ ശക്തിയും ഉപയോഗിച്ച് അതിനെ അടിച്ചമർത്തി. ഖിലാഫത്ത് പ്രക്ഷോഭത്തിന് തുടക്കത്തിൽ കോൺഗ്രസ് പൂർണ്ണ പിന്തുണ നൽകുകയും അഖിലേന്ത്യാഖിലാഫത്ത് കമ്മിറ്റിയുടെ അദ്ധ്യക്ഷസ്ഥാനം ഗാന്ധിജി തന്നെ ഏറ്റെടുക്കുകയും ചെയ്തിരുന്നു. മലബാറിൽ പ്രക്ഷോഭം സായുധ കലാപമായി വികസിക്കാൻ തുടങ്ങിയപ്പോൾ കോൺഗ്രസ് പിന്തുണ പിൻവലിക്കുകയും ഗാന്ധിജി രാജിവെക്കുകയും ചെയ്തു. ഇത് സമരത്തെ ചോരയിൽ മുക്കിക്കൊല്ലാൻ ബ്രിട്ടീഷുകാർക്ക് സഹായകരമാവുകയും ചെയ്തു.

മലബാർ കലാപം നടന്ന് മൂന്ന് വർഷം കഴിഞ്ഞായിരുന്നു കുഞ്ഞാലിയുടെ ജനനം. കലാപത്തിന്റെ ഭാഗമായുള്ള സായുധപ്പോരാട്ടങ്ങളും രക്തസാക്ഷിത്വങ്ങളും വളരെയേറെ നടന്നിട്ടുള്ള സ്ഥലമാണ് കൊണ്ടോട്ടിയും പരിസരപ്രദേശങ്ങളും. സ്വാഭാവികമായും അന്നത്തെ ഏറനാട്ടിലെ ഓരോ കൊച്ചുകുട്ടിയും ആ പോരാളികളുടെ വീരഗാഥകൾ കേട്ടുകൊ

മലബാർ കലാപത്തിലെ പോരാളികൾ

ണ്ടാണ് വളർന്നിരുന്നത്. അന്നത്തെ ലോകത്തെ ഏറ്റവും വലിയ സൈനിക ശക്തിയും സാമ്പത്തിക ശക്തിയുമായിരുന്ന ബ്രിട്ടീഷ് സാമ്രാജ്യത്വത്തെ പണിയായുധങ്ങളും നാടൻ തോക്കുകളുംകൊണ്ട് നേരിടാൻ മാപ്പിളപ്പോരാളികൾ കാണിച്ച ധീരതയുടെ കഥകൾ കുട്ടിക്കാലത്ത് കുഞ്ഞാലിയിലും ആവേശം പടർത്തിയിരിക്കണം. ആ പോർവീര്യങ്ങളിൽനിന്നും സ്വാംശീകരിച്ച ഊർജ്ജമായിരിക്കണം സഖാവ് കുഞ്ഞാലിയെ ഒരു ചാവേർ പടയാളിയെപ്പോലെ വലിയ ശത്രു നിരകളെപ്പോലും ഒറ്റയ്ക്ക് നേരിടാൻ ചങ്കൂറ്റം കാണിക്കുന്ന പോരാളിയാക്കി മാറ്റിയത്.

ലോക മുസ്ലീങ്ങൾ തങ്ങളുടെ നേതാവ് (ഖലീഫ) ആയി അന്ന് അംഗീകരിച്ചിരുന്നത് തുർക്കിയിലെ സുൽത്താനെയായിരുന്നു. നബിയുടെ കാലത്തിന് ശേഷം ഇസ്ലാമിക സാമ്രാജ്യത്വത്തിന് ഭരണ നേതൃത്വം കൊടുത്തിരുന്ന ഖലീഫമാരുടേത് പോലുള്ള അധികാരങ്ങളൊന്നും ഉണ്ടായിരുന്നില്ലെങ്കിലും മുസ്ലീം ഐക്യത്തിന്റെ ഒരു പ്രതീകമായിരുന്നു ആ ഖലീഫാ സ്ഥാനം. ഒന്നാം ലോകയുദ്ധത്തിൽ തുർക്കി ജർമ്മൻ പക്ഷത്തായിരുന്നു നിലയുറപ്പിച്ചത്. അത് വഴി ലോകമുസ്ലീങ്ങൾ പൊതുവിൽ യുദ്ധത്തിൽ തങ്ങൾക്കെതിരാവുമോ എന്ന് ബ്രിട്ടൻ ആശങ്കപ്പെട്ടു. ഇതിന് പ്രതിവിധിയായി അവർ ഒരു പരസ്യ പ്രഖ്യാപനം നടത്തി. മുസ്ലീങ്ങളുടെ ഖലീഫയായ തുർക്കി സുൽത്താന്റെ ഭരണപ്രദേശങ്ങൾ യുദ്ധത്തിൽ തങ്ങൾ പിടിച്ചടക്കുകയാണെങ്കിൽ അവ തിരിച്ചു കൊടുക്കും. ഖിലാഫത്തിനോ തുർക്കി ഭരണത്തിനോ ഒരു ഉപദ്രവവും തങ്ങളുടെ

ഭാഗത്ത് നിന്നും ഉണ്ടാവില്ല തുടങ്ങിയവയായിരുന്നു പ്രഖ്യാപനത്തിന്റെ ഉള്ളടക്കം. തങ്ങളുടെയും സഖ്യ രാജ്യങ്ങളുടെയും ഭരണത്തിൻ കീഴി ലുള്ള പ്രദേശങ്ങളിലെ മുസ്ലീങ്ങളെ ഒപ്പം നിർത്താൻ അത് അവർക്ക് സഹായകരമാവുകയും ചെയ്തു. ബ്രിട്ടീഷ് പക്ഷത്തിന്റെ ജയത്തോടെ യുദ്ധം അവസാനിച്ചു. എന്നാൽ തുർക്കിയുടെ കാര്യത്തിൽ നടത്തിയ പ്രഖ്യാപനത്തിലെ വാഗ്ദാനം ബ്രിട്ടൻ പാലിച്ചില്ല. ഈ നിലപാടുമാറ്റ ത്തോടുള്ള പ്രതിഷേധമായിരുന്നു ഖിലാഫത്ത് പ്രസ്ഥാനം ലക്ഷ്യമിട്ടത്. ലോകത്തെ മുസ്ലീം ഭൂരിപക്ഷ പ്രദേശങ്ങളിൽ ചില പ്രകടനങ്ങളും പ്രസ്താവനകളും ഉണ്ടായതല്ലാതെ ഒരു സായുധ സംഘട്ടനമായി അത് എവിടെയും ഉയർന്നിരുന്നില്ല. ഇന്ത്യയിലെ തന്നെ മലബാർ ഒഴികെയുള്ള മുസ്ലീം ഭൂരിപക്ഷ പ്രദേശങ്ങളിലും അത് തന്നെയായിരുന്നു സ്ഥിതി. മല ബാറിൽ വിശേഷിച്ചും ഏറനാട്ടിൽ ആ പ്രക്ഷോഭം ഒരു സായുധ കലാ പമായി വികസിച്ചതിന് കാരണം മുമ്പ് സൂചിപ്പിച്ച ചരിത്രപശ്ചാത്തലമാ യിരുന്നു. മത വിശ്വാസ ദർശനങ്ങളെ സാമ്രാജ്യത്വ വിരുദ്ധ സമരവു മായി കണ്ണി ചേർത്തിരുന്ന ആദ്യകാല മതനേതാക്കളുടെ പാരമ്പര്യം അതിന് ശക്തി പകരുകയും ചെയ്തു.

മലബാർ കലാപത്തിൽ പതിനായിരത്തിലേറെ പേരുടെ മരണവും മുപ്പതിനായിരത്തോളം പേരുടെ നാടുകടത്തലും നടന്നു എന്നാണ് കണ ക്കാക്കപ്പെടുന്നത്. അതുവഴി അനാഥരായ ജനലക്ഷങ്ങളുടെ ജീവിതം ദുരിതക്കയത്തിലായി. കലാപ ബാധിത പ്രദേശങ്ങളിൽ സാധാരണ പ്രവർത്തനങ്ങൾപോലും തല്ക്കാലം വേണ്ട എന്ന ഒരു നയമായിരുന്നു കോൺഗ്രസ് സ്വീകരിച്ചത്. കമ്യൂണിസ്റ്റ് പാർട്ടി അന്ന് കേരളത്തിൽ പ്രവർത്തിച്ചു തുടങ്ങിയിരുന്നില്ല. ഈ രാഷ്ട്രീയ ശൂന്യതയിലേക്കാണ് ദുരിതാശ്വാസ പ്രവർത്തനങ്ങളുമായി മുസ്ലീംലീഗ് എത്തിയത്. ദേശീയ തലത്തിൽ 1906 മുതൽ പ്രവർത്തിക്കുന്നുണ്ടായിരുന്നുവെങ്കിലും മുസ്ലീം ഭൂരിപക്ഷ പ്രദേശമായിരുന്ന മലബാറിൽ മുസ്ലീംലീഗിന് സ്വാധീനം ഉണ്ടാ യിരുന്നില്ല. ഇവിടുത്തെ ജനത ദേശീയ പ്രസ്ഥാനത്തിന്റെ കൂടെയായി രുന്നു. ഇന്ത്യയിലെ ഇതര മുസ്ലീം ഭൂരിപക്ഷ പ്രദേശങ്ങളിലൊക്കെ നല്ല സ്വാധീനമുണ്ടായിരുന്ന മുസ്ലീംലീഗ് സ്വാതന്ത്ര്യസമരത്തിൽ രാഷ്ട്രവിഭ ജനം എന്ന മുദ്രാവാക്യം മുന്നോട്ട് വെക്കുകയും ബ്രിട്ടീഷ് പിന്തുണ യോടെ അത് വിജയത്തിലേക്ക് നീങ്ങുകയും ചെയ്തുകൊണ്ടിരിക്കയാ യിരുന്നു. അപ്പോഴെല്ലാം ദേശീയ പ്രസ്ഥാനത്തോടൊപ്പം ഉറച്ച് നിന്ന ഏറ നാട്ടിലെയും പരിസരപ്രദേശങ്ങളിലെയും മുസ്ലീങ്ങളിൽ ഒരു വലിയ വിഭാ ഗത്തെ സാമുദായിക രാഷ്ട്രീയത്തിനൊപ്പം ചേർത്തു എന്നതാണ് മല ബാർ കലാപത്തിന്റെ പ്രധാനപ്പെട്ട പ്രതിലോമകരമായ അനന്തരഫല ങ്ങളിലൊന്ന്.

ജന്മിത്വവിരുദ്ധവും സാമ്രാജ്യത്വ വിരുദ്ധവുമായിരുന്ന ആ ജനകീയ

മലബാർ കലാപത്തിലെ പോരാളികൾ

സമരത്തെ വെറുമൊരു ഹിന്ദുമുസ്ലീം ലഹളയായി ചിത്രീകരിക്കാൻ ബ്രിട്ടീഷ് ഭരണാധികാരികൾ ശ്രമിച്ചു. കോൺഗ്രസും ലീഗും അക്കാര്യത്തിൽ മൗനം പാലിച്ചു. രണ്ട് പതിറ്റാണ്ട് കാലം ആ സമരം മാപ്പിള ലഹളയായി മാത്രം മുദ്രയടിക്കപ്പെട്ടു. കലാപത്തിന്റെ ഇരുപത്തഞ്ചാം വാർഷികത്തിൽ കമ്യൂണിസ്റ്റ് പാർട്ടിക്ക് വേണ്ടി ഇ.എം.എസ്. തയ്യാറാക്കിയ "മലബാർ കലാപം ആഹ്വാനവും താക്കീതും" എന്ന രേഖ പുറത്ത് വരുന്നത് വരെ മലബാർ കലാപത്തെ സ്വാതന്ത്ര്യസമരമായി കാണാനുള്ള ശ്രമങ്ങളൊന്നും കാര്യമായി ഉണ്ടായില്ല. ഒറ്റപ്പെട്ട ചില ശ്രമങ്ങൾ നടന്നിരുന്നുവെങ്കിലും അതിന് കാര്യമായ ശ്രദ്ധ കിട്ടിയതുമില്ല. ഒരു രാഷ്ട്രീയ പ്രസ്ഥാനം എന്ന നിലയിൽ മലബാർ കലാപത്തെ സ്വാതന്ത്ര്യസമരമായി കാണുന്ന ഒരു നിലപാട് പരസ്യമായി എടുത്തത് ആദ്യമായി കമ്യൂണിസ്റ്റ് പാർട്ടിയായിരുന്നു. "ആഹ്വാനവും താക്കീതും" രേഖയുടെ പേരിൽ അത് പ്രസിദ്ധീകരിച്ച *ദേശാഭിമാനി* പത്രം കണ്ടുകെട്ടപ്പെടുകയും ഇ എം എസ് അറസ്റ്റ് ചെയ്യപ്പെടുകയും ചെയ്തു. അന്ന് ബ്രിട്ടീഷ് ഭരണത്തിന് കീഴിൽ പരിമിതമായ അധികാരങ്ങളോടെ ഭരിച്ചിരുന്ന മദ്രാസ് സംസ്ഥാനത്തിലെ കോൺഗ്രസ് സർക്കാരിന്റെ പോലീസാണ് അത് ചെയ്തത് എന്നതിൽ നിന്ന് തന്നെ മലബാർ കലാപത്തോടുള്ള അവരുടെ അന്നത്തെ സമീപനം വ്യക്തമാവും.

കോൺഗ്രസ് നേതാക്കളായിരുന്ന എം.പി. നാരായണമേനോൻ, മോഴിക്കുന്നത്ത് ബ്രഹ്മദത്തൻ നമ്പൂതിരിപ്പാട്, കെ.മാധവൻ നായർ, കട്ടിലശ്ശേരി മുഹമ്മദ് മുസ്ലിയാർ തുടങ്ങിയവർ മലബാർ കലാപത്തെ പിന്തുണച്ചവരും ഭാഗഭാക്കായവരുമായിരുന്നു. അവരിൽ പലരും അതിന്റെ പേരിൽ കടുത്ത പീഡനങ്ങൾ ഏറ്റുവാങ്ങുകയും ചെയ്തു. എന്നാൽ കോൺഗ്രസ് പാർട്ടിക്ക് മൊത്തത്തിൽ അത്തരം ഒരു നിലപാട് ഉണ്ടായിരുന്നില്ല. മാപ്പിളമാരെ അക്രമ സമരത്തിൽനിന്നും പിന്തിരിപ്പിക്കാൻ ശ്രമിച്ചിരുന്നുവെങ്കിലും കോൺഗ്രസ് ദേശീയ നേതൃത്വം ചെയ്തത് പോലെ കലാപകാരികളെ കൈയൊഴിയുന്ന ഒരു സമീപനം അബ്ദുറഹിമാൻ സാഹിബിനും ഉണ്ടായിരുന്നില്ല.

മലബാർ കലാപം അടിച്ചമർത്തപ്പെട്ടതിന് ശേഷം ഉണ്ടായ രാഷ്ട്രീയ മരവിപ്പ് ഏതാനും വർഷങ്ങൾ തുടർന്നു. മുസ്ലീംലീഗ് മാത്രം അവരുടെ സ്വാധീനം വർദ്ധിപ്പിക്കുന്നതിന് ഉതകുന്ന തരത്തിൽ ദുരിതാശ്വാസ പ്രവർത്തനങ്ങളുമായി മുന്നോട്ട് പോയി. വളരെ സാവകാശത്തിലാണെങ്കിലും സ്ഥിതിഗതികളിൽ മാറ്റം വന്നു. കലാപത്തിന്റെ പേരിൽ ജയിലിലടയ്ക്കപ്പെട്ടിരുന്ന കോൺഗ്രസ് നേതാക്കൾ പുറത്ത് വരികയും പൊതുരംഗത്ത് നിന്ന് പിൻവാങ്ങിയിരുന്ന പലരും തിരിച്ചു വരികയും ചെയ്തതോടെ കോൺഗ്രസ് രാഷ്ട്രീയത്തിന് ഈ പ്രദേശങ്ങളിൽ വീണ്ടും ജീവൻ വെച്ചു. സാമൂഹ്യ പരിഷ്കരണ പ്രസ്ഥാനമായ യോഗക്ഷേമസഭയുടെ പ്രവർത്തകരായി പൊതുരംഗത്തേക്ക് വന്ന ഇ എം എസ്, എം ആർ ബി, ഐ സി പി നമ്പൂതിരി തുടങ്ങിയവരും പിന്നീട് കോൺഗ്രസിലെത്തി. അവരിൽ മിക്കവരും തന്നെ പിൽക്കാലത്ത് കോൺഗ്രസ് സോഷ്യലിസ്റ്റ് പാർട്ടിയുടെയും കമ്യൂണിസ്റ്റ് പാർട്ടിയുടെയും നേതാക്കളായി മാറി. 1937 മുതൽ കമ്യൂണിസ്റ്റ് പാർട്ടി കേരളത്തിൽ പ്രവർത്തനം തുടങ്ങിയിരുന്നുവെങ്കിലും ദേശീയതലത്തിൽ ബ്രിട്ടീഷ് ഭരണം ഏർപ്പെടുത്തിയ നിരോധനം നിലനിന്നിരുന്നതിന്റെ പരിമിതികൾ ഉണ്ടായിരുന്നു.

ഇങ്ങനെ കമ്യൂണിസ്റ്റ് പാർട്ടിയുടെ ആദ്യകാല നേതാക്കളായി വന്ന ഇ എം എസ്, ഇ പി ഗോപാലൻ, ഐ സി പി നമ്പൂതിരി തുടങ്ങിയ മുൻനിരക്കാരുടെ തൊട്ടുപിറകിലായി വി പി കുഞ്ഞിക്കണ്ണൻ നായർ, മുഹമ്മദ് ഇസ്ഹാഖ്, കൊങ്ങശ്ശേരി കൃഷ്ണൻ, ഗോവിന്ദൻ നമ്പ്യാർ, എം പി കുഞ്ചു, കെ. എൻ, മേനോൻ തുടങ്ങിയ ശക്തമായ ഒരു രണ്ടാം നിരയും കൂടി ചേർന്നപ്പോൾ ഏറനാട്, വള്ളുവനാട് പ്രദേശങ്ങളിൽ കമ്യൂണിസ്റ്റ് പാർട്ടിയുടെ സ്വാധീനം വർദ്ധിച്ചു. ഇതേ കാലത്ത് തന്നെയായിരുന്നു പൊന്നാനി, തിരൂർ ഭാഗങ്ങളിൽ ഇ കെ ഇമ്പിച്ചിബാവ, ഇ കെ മൊയ്തു മൗലവി, കൃഷ്ണപ്പണിക്കർ, എം പി ഭട്ടതിരിപ്പാട്, കെ ദാമോദരൻ, കൊടമന ദാമോദരൻ നമ്പൂതിരി, യജ്ഞമൂർത്തി, കോയക്കുഞ്ഞി നഹ തുടങ്ങിയവരുടെ നേതൃത്വത്തിൽ കമ്യൂണിസ്റ്റ് പാർട്ടിയുടെ പ്രവർത്തനങ്ങൾ സജീവമായത്. മുകളിൽ സൂചിപ്പിച്ച തലമുറയിൽപ്പെട്ട നേതാ

ക്കളുടെ പിൻതലമുറക്കാരായി വന്നവരിൽ പ്രമുഖരായിരുന്നു കുഞ്ഞാലി, സെയ്താലിക്കുട്ടി, പാലോളി മുഹമ്മദ് കുട്ടി തുടങ്ങിയവർ.

മലബാർ കലാപം അടിച്ചമർത്തപ്പെട്ടതിന് ശേഷമുണ്ടായ ശൂന്യതയിൽ സമുദായിക രാഷ്ട്രീയത്തിന്റെ പിടിയിൽ അമർന്നുപോയ ഏറനാട്, വള്ളുവനാട്, തിരൂർ, പൊന്നാനി പ്രദേശങ്ങളിൽ മതേതര ജനാധിപത്യ ആശയങ്ങളുടെ തിരിച്ചുവരവിന് പോലും പ്രയാസങ്ങളുണ്ടായിരുന്നു. അങ്ങനെയുള്ള ഒരു പ്രദേശത്ത് ഇടതുപക്ഷ പുരോഗമന ആശയങ്ങൾ പ്രചരിപ്പിക്കുക എന്നത് അതിലേറെ പ്രയാസകരമായിരുന്നു. ത്യാഗങ്ങളുടെയും സഹനങ്ങളുടെയും കനൽപാതകൾ താണ്ടിക്കൊണ്ടായിരുന്നു ഓരോ പാർട്ടി പ്രവർത്തകനും മുന്നോട്ട് നീങ്ങിയിരുന്നത്. അത്തരമൊരു കാലഘട്ടത്തിന്റെയും തലമുറയുടെയും ഉൽപ്പന്നമായിരുന്നു സഖാവ് കുഞ്ഞാലി എന്ന അസാധാരണ വ്യക്തിത്വമുള്ള നേതാവ്.

സ്വാതന്ത്ര്യത്തിന് മുമ്പും ശേഷവും നിരോധനം നേരിട്ട കമ്യൂണിസ്റ്റ് പാർട്ടി

ബ്രിട്ടീഷ് ഭരണകാലത്ത് 1934-42 കാലത്തും സ്വാതന്ത്ര്യത്തിന് ശേഷം നെഹ്രുസർക്കാരിന്റെ കീഴിൽ 1948-51 കാലത്തും ഇന്ത്യയിലെ കമ്യൂണിസ്റ്റ് പാർട്ടി നിരോധിക്കപ്പെട്ടിരുന്നു. 1920 ഒക്ടോബർ 17ന് അന്നത്തെ സോവിയറ്റ് യൂണിയനിലെ താഷ്കന്റിൽ വെച്ച് പ്രാഥമിക രൂപീകരണം നടന്ന ഇന്ത്യയിലെ കമ്യൂണിസ്റ്റ് പാർട്ടി ചില പോക്കറ്റുക ളിൽ ഗ്രൂപ്പ് കമ്മിറ്റികൾ രൂപീകരിച്ച് പ്രവർത്തനം തുടങ്ങിയതേ ഉണ്ടാ യിരുന്നുള്ളൂ. ആ ചെറു ചലനങ്ങളെ പോലും മുളയിൽത്തന്നെ നുള്ളി ക്കളയാൻ ബ്രിട്ടീഷ് ഭരണം ആഗ്രഹിച്ചു. പാർട്ടിയോട് അനുഭാവം പുലർത്തിയ കുറെ യുവ വിദ്യാർത്ഥികളെ അവർ വിദേശത്തെ പഠനം കഴിഞ്ഞ് നാട്ടിൽ തിരിച്ചെത്തിയപ്പോൾ കേസ്സിൽ പെടുത്തി ജയിലിൽ അടച്ച 1922 ലെ "പെഷവാർ ഗൂഢാലോചനക്കേസ്" അടിച്ചമർത്തൽ നട പടികളുടെ തുടക്കമായിരുന്നു. രണ്ട് വർഷത്തിനുള്ളിൽ 1924 ൽ കാൺപൂർ ഗൂഢാലോചനക്കേസിൽ കുടുക്കി കുറെ നേതാക്കൾ വേറെയും ജയിലിൽ അടയ്ക്കപ്പെട്ടു.

നേതാക്കൾ ജയിലിലടയ്ക്കപ്പെടുന്നത് തുടർന്നുവെങ്കിലും 1925 ൽ ഡിസംബർ 28 മുതൽ 30 വരെ കാൺപൂരിൽ ഒരു ദേശീയ സമ്മേളനം വിളിച്ചു ചേർത്ത് പ്രവർത്തനങ്ങൾ ശക്തമായി തുടരാൻ കമ്യൂണിസ്റ്റ് പാർട്ടി തയ്യാറായി. കോൺഗ്രസിന്റെ നേതൃത്വത്തിൽ രൂപീകരിക്കപ്പെട്ടി രുന്ന എ ഐ ടി യു സി (ആൾ ഇന്ത്യാ ട്രേഡ് യൂണിയൻ കോൺഗ്രസ്) യിൽ ചേർന്ന് പ്രവർത്തിച്ചുകൊണ്ട് അതിശക്തമായ തൊഴിലാളി സമര ങ്ങൾക്ക് കമ്യൂണിസ്റ്റുകാർ നേതൃത്വം നൽകി. കൂടുതൽ വലിയ അടിച്ച മർത്തലുകൾ നടപടികളുമായാണ് ബ്രിട്ടീഷ് ഭരണം അതിനെ നേരി ട്ടത്. പാർട്ടി നേതാക്കളെ മാത്രമല്ല പാർട്ടിയോട് അടുപ്പം കാണിച്ച

കോൺഗ്രസ് നേതാക്കൾ, ഇന്ത്യയിൽ വന്നിരുന്ന ബ്രിട്ടീഷ് കമ്യൂണിസ്റ്റ് പാർട്ടിയുടെ നേതാക്കൾ എന്നിവരെയെല്ലാം പ്രതിചേർത്ത് ചുമത്തിയ മീററ്റ് ഗൂഢാലോചനാക്കേസ് ഇതിന്റെ ഭാഗമായിരുന്നു. 1924 ൽ ചുമത്തപ്പെട്ട ആ കേസ് വിധി പറഞ്ഞത് 1933 ലായിരുന്നു. 22 മുതിർന്ന നേതാക്കൾ അതുവഴി ജയിലിൽ അടയ്ക്കപ്പെട്ടു. നേതാക്കളെ ജയിലിൽ അടച്ചത് കൊണ്ടൊന്നും കമ്യൂണിസ്റ്റ് പാർട്ടിയുടെ വളർച്ചയെ തടയാനാവില്ല എന്ന് ബോധ്യപ്പെട്ട ബ്രിട്ടീഷുകാർ അവരുടെ അവസാനത്തെ ആയുധം തന്നെ പ്രയോഗിച്ചു 1934 ജൂലൈ മാസത്തിൽ അവർ ഇന്ത്യയിലെ കമ്യൂണിസ്റ്റ് പാർട്ടിയെ നിരോധിച്ചു. പരസ്യമായുള്ള പ്രവർത്തനങ്ങൾ തടയപ്പെട്ടപ്പോൾ പാർട്ടി നേതൃത്വം പുതിയ അടവുകളും തന്ത്രങ്ങളും ആവിഷ്കരിച്ചു.

ബ്രിട്ടീഷ് ഭരണകാലത്ത് പാർട്ടി നിരോധിക്കപ്പെടുമ്പോൾ കുഞ്ഞാലി ഒരു പത്ത് വയസ്സുകാരനായ സ്കൂൾ വിദ്യാർത്ഥി മാത്രമായിരുന്നു. എങ്കിലും കൊണ്ടോട്ടിയിലെ രാഷ്ട്രീയ പ്രബുദ്ധരായ ബീഡി തൊഴിലാളികളുമായുള്ള സമ്പർക്കത്തിലൂടെ നാട്ടിൽ നടക്കുന്ന രാഷ്ട്രീയ ചലനങ്ങളുടെ ഒരു ചിത്രം ആ കുട്ടിക്ക് കിട്ടുന്നുണ്ടായിരുന്നു.

കേൺഗ്രസിനകത്ത് രൂപംകൊണ്ടിരുന്ന പുരോഗമന ചേരിയായ കോൺഗ്രസ് സോഷ്യലിസ്റ്റ് പാർട്ടിയുമായി സഹകരിച്ചു പ്രവർത്തിക്കുക, കമ്യൂണിസ്റ്റ് പാർട്ടി എന്ന പേരിലല്ലാതെ പ്രവർത്തിച്ചുകൊണ്ടിരുന്ന വിവിധ സംസ്ഥാനങ്ങളിലെ പാർട്ടികൾ പ്രവർത്തനം തുടരുക, അതിന് സാധ്യമല്ലാത്ത ഇടങ്ങളിൽ പ്രത്യേക സമിതികളോ സംഘങ്ങളോ ഉണ്ടാക്കി പ്രവർത്തിക്കുക തുടങ്ങിയ വ്യത്യസ്തമായ തന്ത്രങ്ങൾ സാഹചര്യങ്ങൾക്കനുസരിച്ച് നടപ്പിലാക്കാനായിരുന്നു കമ്യൂണിസ്റ്റ് പാർട്ടി നേതൃത്വം തീരുമാനിച്ചത്. ഇതിന് പുറമെ പുതിയ വർഗ്ഗ ബഹുജന സംഘടനകൾ രൂപികരിച്ച് പ്രവർത്തിക്കാനും തീരുമാനിച്ചു. അത് പ്രകാരമാണ് 1936 ൽ അഖിലേന്ത്യാ കിസാൻ സഭ, അഖിലേന്ത്യാ വിദ്യാർത്ഥി ഫെഡറേഷൻ, ആൾ ഇന്ത്യാ പ്രോഗ്രസ്സീവ് റൈറ്റേഴ്സ് അസോസിയേഷൻ തുടങ്ങിയ സംഘടനകൾ രൂപീകൃതമായത്. പല സ്ഥലങ്ങളിലും ഈ സംഘടനകളുടെ യൂണിറ്റുകൾ തന്നെയായിരുന്നു പാർട്ടിയായി പ്രവർത്തിച്ചത്.

1942 ജൂലൈയിൽ പാർട്ടിയുടെ മേലുണ്ടായിരുന്ന നിരോധനം ബ്രിട്ടീഷുകാർ പിൻവലിക്കുന്നതിനും മുമ്പ് തന്നെ ''ജാപ്പ് വിരുദ്ധ സമിതി"യെന്ന പേരിൽ ഒരു ഓഫീസ് തുറക്കുവാൻ കൊണ്ടോട്ടിയിലെ പാർട്ടി പ്രവർത്തകർ തയ്യാറായത് മുമ്പ് സൂചിപ്പിച്ചിട്ടുണ്ട്. ഈ ഓഫീസുമായി അന്ന് വിദ്യാർത്ഥിയായിരുന്ന കുഞ്ഞാലി ബന്ധപ്പെട്ടിരുന്നു. പി കൃഷ്ണപിള്ളയടക്കമുള്ള പാർട്ടി നേതാക്കൾ അവിടെ യോഗങ്ങൾക്കെത്തിയിരുന്നു. തൊഴിലാളികളുടെയും കൃഷിക്കാരുടെയും ആവശ്യങ്ങൾ ഉയർത്തിക്കൊണ്ട് പണിമുടക്കുകളും പ്രക്ഷോഭങ്ങളും സംഘടിപ്പിക്കുക, ആ സമരങ്ങളെ സ്വാതന്ത്ര്യസമരവുമായി കണ്ണിചേർത്തുകൊണ്ട് ശക്തി

പ്പെടുത്തുക എന്ന ഒരു സമീപനമാണ് പരസ്യപ്രവർത്തന സ്വാതന്ത്ര്യം തിരിച്ചു കിട്ടിയപ്പോൾ കമ്യൂണിസ്റ്റ് പാർട്ടി സ്വീകരിച്ചത്. വലിയ സ്വീകാര്യത ഈ നയത്തിന് കിട്ടി. രണ്ടാംലോകയുദ്ധം അവസാനിച്ചത് മുതൽ സ്വാതന്ത്ര്യ ലബ്ധി വരെയുള്ള കാലയളവിൽ പാർട്ടി പിന്തുണയോടെ നടന്ന പണിമുടക്കുകളിൽ ലക്ഷക്കണക്കിന് തൊഴിലാളികൾ പങ്കെടുത്തു. 1945 ൽ ഏഴര ലക്ഷം പേരും 46 ൽ 19 ലക്ഷം പേരും, 47 ആഗസ്ത് മാസം വരെ 13 ലക്ഷം പേരും ഈ പണിമുടക്ക് സമരങ്ങളിൽ ഭാഗഭാക്കായി.

ഇന്ത്യ സ്വാതന്ത്ര്യത്തിലേക്ക് നീങ്ങുന്നതിന്റെ സൂചനകൾ കണ്ടുതുടങ്ങിയിരുന്നു. ഭാവിയിൽ സ്വതന്ത്ര ഇന്ത്യയുടെ ഭാഗമാകാതെ സ്വതന്ത്ര രാജ്യങ്ങളായി നിലനിൽക്കാനും രാജഭരണം നിലനിർത്താനുമുള്ള നീക്കങ്ങൾ ഹൈദ്രബാദ്, തിരുവിതാംകൂർ എന്നീ നാട്ടുരാജ്യങ്ങളിലെ രാജഭരണങ്ങൾ നടത്തി. ഇതിനെതിരെ ശക്തമായി രംഗത്ത് വന്നത് കമ്യൂണിസ്റ്റ് പാർട്ടിയായിരുന്നു. തിരുവിതാംകൂറിൽ കർഷകത്തൊഴിലാളികളുടെയും കയർ തൊഴിലാളികളുടേയും നേതൃത്വത്തിൽ നടന്ന സമരത്തെ പട്ടാളത്തെ ഉപയോഗിച്ച് അടിച്ചമർത്താൻ തുനിഞ്ഞ രാജഭരണത്തിനെതിരായ ചെറുത്തുനിൽപ്പാണ് പുന്നപ്ര വയലാർ സായുധ സമരമായി കലാശിച്ചത്. 1946 ഒക്ടോബർ 23 ന് പുന്നപ്രയിലും ഒക്ടോബർ 27 ന് വയലാറിലും തൊഴിലാളികൾ പണിയായുധങ്ങളും വാരിക്കുന്തങ്ങളുമായി പട്ടാളത്തെ നേരിട്ടു. രണ്ടിടത്തുമായി അഞ്ഞൂറിലേറെ പേരാണ് രക്തസാക്ഷികളായത്.

ഹൈദ്രബാദ് നൈസാമിന്റെ പട്ടാളത്തോട് ഏറ്റുമുട്ടി 3000 ൽപ്പരം ഗ്രാമങ്ങൾ മോചിപ്പിക്കാനും 30 ലക്ഷം ജനങ്ങൾ അധിവസിച്ചിരുന്ന ഭൂപ്രദേശങ്ങൾ ഒന്നരക്കൊല്ലത്തോളം നിയന്ത്രണത്തിലാക്കാനും കമ്യൂണിസ്റ്റ് പ്രക്ഷോഭകാരികൾക്ക് കഴിഞ്ഞു. ഇതായിരുന്നു തെലുങ്കാന പ്രക്ഷോഭം. സ്വാതന്ത്ര്യത്തിന് ശേഷം മാത്രമാണ് ഹൈദ്രബാദ് ഇന്ത്യയുടെ ഭാഗമായത്.

തെലുങ്കാന സമരം മുന്നേറുമ്പോൾ കുഞ്ഞാലി കൊണ്ടോട്ടിയിലെ യുവകമ്യൂണിസ്റ്റ് നേതാവെന്ന നിലയിൽ ഒട്ടേറെ സമരങ്ങളിൽ ഭാഗഭാക്കായി നിൽക്കുന്ന സമയമായിരുന്നു. തെലുങ്കാന പ്രക്ഷോഭകാരികൾ അവർ മോചിപ്പിച്ചിരുന്ന ഗ്രാമങ്ങളിൽ പരസ്പര സഹകരണത്തോടെ ഗ്രാമീണരുടെ കൂട്ടായ്മകൾ രൂപീകരിച്ചിരുന്നതിന്റെ വിശദാംശങ്ങൾ എല്ലാ പാർട്ടി പ്രവർത്തകരെയും പോലെ കുഞ്ഞാലിക്കും മനസ്സിലാക്കാൻ കഴിഞ്ഞിരുന്നു. പിൽക്കാലത്ത് കിഴക്കനേറനാട്ടിലെ ഭൂസമരങ്ങൾക്ക് നേതൃത്വം കൊടുക്കുമ്പോൾ വിജനമായ കാടുകളിലും മലകളിലും വൻകിടക്കാരുടെ ഭൂമികൾ കൈയേറി കുടിൽ കെട്ടിത്താമസിക്കുന്ന സമരഭടന്മാരായ ഭൂരഹിത കർഷകർക്ക് പ്രതികൂല സാഹചര്യങ്ങളെ നേരിടാൻ കൂട്ടായ്മകൾ രൂപീകരിക്കുന്നതടക്കമുള്ള തന്ത്രങ്ങൾക്ക് കുഞ്ഞാലിക്ക് പ്രചോദനം കിട്ടിയത് തെലുങ്കാനാപ്രക്ഷോഭകാരികളിൽ നിന്നായി

കൽക്കത്തയിൽ 1948ൽ നടന്ന കമ്യൂണിസ്റ്റ് പാർട്ടിയുടെ രണ്ടാം കോൺഗ്രസ്സിന്റെ പ്രവേശന കവാടം

രിക്കണം.

മുകളിൽ സൂചിപ്പിച്ച സമര വേലിയേറ്റത്തിന്റെ നാളുകളിൽ ബ്രിട്ടീഷ് ഭരണത്തെ പിടിച്ചു കുലുക്കിയ സമരമായിരുന്നു നാവിക കലാപം. നാവിക കലാപത്തിലെ പോരാളികളായ സൈനികർക്ക് പരസ്യമായി പിന്തുണ പ്രഖ്യാപിച്ചത് കമ്യൂണിസ്റ്റ് പാർട്ടിയായിരുന്നു. വ്യോമസേന യിലും ചില പ്രതിഷേധ സമരങ്ങൾ ഉയർന്നുവന്നിരുന്നു. സ്വാതന്ത്ര്യല ബ്ധിയുടെ തൊട്ട് മുമ്പുള്ള നാളുകളിലെ ഈ സമരപ്രളയകാലത്ത് തന്നെയായിരുന്നു കുഞ്ഞാലി മൈസൂരിൽ ബീഡിത്തൊഴിലാളി സമര ങ്ങൾക്ക് നേതൃത്വം കൊടുത്തത്. കോൺഗ്രസ്സിന്റെ നേതൃത്വത്തിൽ നടന്ന ജനകീയ സമരങ്ങൾ, കമ്യൂണിസ്റ്റ് പാർട്ടി നേതൃത്വം കൊടുത്ത തൊഴി ലാളി കർഷക പ്രക്ഷോഭങ്ങൾ, ഭഗത്സിംഗിനെപ്പോലുള്ള വിപ്ലവകാരി കളുടെ നേതൃത്വത്തിൽ രാജ്യത്തിനകത്ത് നടന്നിരുന്ന സായുധ സമര ങ്ങൾ, ഐ.എൻ.എ.യുടെയും സുഭാഷ് ചന്ദ്രബോസിന്റെയും നേതൃത്വ

ത്തിൽ രാജ്യത്തിന് പുറത്ത് നിന്നും നേരിടേണ്ടിവന്ന സൈനിക പോരാട്ടങ്ങൾ ഇവയെല്ലാം ഒത്തു ചേർന്നപ്പോൾ ഇന്ത്യൻ ഭരണസംവിധാനത്തിന് മേലുള്ള തങ്ങളുടെ പിടി വിട്ടു കഴിഞ്ഞുവെന്ന് വെള്ളക്കാർക്ക് ബോധ്യമായി. അങ്ങനെ രാജ്യത്തിന്റെ സ്വാതന്ത്ര്യം യാഥാർത്ഥ്യമായി.

1947 ആഗസ്റ്റ് 15 ന് കിട്ടിയ സ്വാതന്ത്ര്യത്തെ വിലയിരുത്തുന്നതിൽ കമ്യൂണിസ്റ്റ് പാർട്ടിക്കുള്ളിൽ അഭിപ്രായ വ്യത്യാസങ്ങൾ ഉയർന്നുവന്നു. ദേശീയ സ്വാതന്ത്ര്യമെന്നത് യാഥാർത്ഥ്യമായിരിക്കുന്നു. ഈ സാഹചര്യം പ്രയോജനപ്പെടുത്തി ജനങ്ങളുടെ ആവശ്യങ്ങൾ നേടിയെടുക്കാൻ ശ്രമിക്കണം എന്നതായിരുന്നു ഒരഭിപ്രായം. കിട്ടിയ സ്വാതന്ത്ര്യം യഥാർത്ഥമല്ല. ഫ്യൂഡൽ പ്രഭുക്കളുടെയും മുതലാളിമാരുടെയും സഹകരണത്തോടെ സാമ്രാജ്യത്വം പരോക്ഷമായി ഭരണത്തിൽ തുടരുകയാണ്. ശക്തമായ സമരങ്ങൾ തുടരണം. ഇതായിരുന്നു രണ്ടാമത്തെ പക്ഷം. 1948 ഫെബ്രുവരി 28 മുതൽ മാർച്ച് ആറ് വരെ കൽക്കത്തയിൽ ചേർന്ന രണ്ടാം പാർട്ടി കോൺഗ്രസിൽ ഈ ആശയങ്ങൾ തമ്മിൽ ഏറ്റുമുട്ടി. രണ്ടാമത്തെ പക്ഷത്തിനായിരുന്നു ജയം. കോൺഗ്രസിനെ അധികാരത്തിൽ നിന്ന് മാറ്റാനായി സായുധസമരമടക്കം സംഘടിപ്പിക്കാൻ ആഹ്വാനം ചെയ്യുന്ന പ്രമേയം അംഗീകരിച്ചു. ഇതായിരുന്നു കൽക്കത്താ തിസീസ് എന്നറിയപ്പെട്ടത്. പാർട്ടി കോൺഗ്രസ് തീരുമാനങ്ങൾ പുറത്ത് വന്നതോടെ നെഹ്രുസർക്കാർ കമ്യൂണിസ്റ്റ് പാർട്ടിയെ നിരോധിച്ചു. ശക്തമായ അടിച്ചമർത്തൽ നടപടികൾ തുടങ്ങുകയും ചെയ്തു. കൽക്കത്താ തിസീസ് എന്നറിയപ്പെട്ട തീവ്ര നിലപാടിന് പാർട്ടി കോൺഗ്രസിൽ മേൽക്കൈ കിട്ടിയെങ്കിലും പാർട്ടിക്കുള്ളിൽ ആശയ സമരം തുടരുന്നുണ്ടായിരുന്നു. മുതിർന്ന നേതാക്കൾക്കിടയിലുള്ള അഭിപ്രായ വ്യത്യാസങ്ങൾ പരിഹരിക്കാൻ സോവിയറ്റ് കമ്യൂണിസ്റ്റ് പാർട്ടി മുൻകൈ എടുത്തു. നേതാക്കളെ മോസ്കോയിലേക്ക് ക്ഷണിച്ചുവരുത്തി ചർച്ച ചെയ്തു. ഇരുപക്ഷവും നിലപാടുകളിൽ മാറ്റം വരുത്താൻ തയ്യാറായി. അതിന്റെ അടിസ്ഥാനത്തിൽ 1951 ഒക്ടോബറിൽ കൽക്കത്തയിലെ ടോളിഗഞ്ചിൽ ഒരു വിശേഷാൽ സമ്മേളനം ചേർന്നു. സ്വാതന്ത്ര്യം അംഗീകരിച്ചുകൊണ്ടും ഒരു സമരമാർഗ്ഗമായി പാർലമെന്ററി പ്രവർത്തനത്തിൽ ഭാഗഭാക്കാവാനും തീരുമാനിച്ചുകൊണ്ടുള്ള സമ്മേളനം കഴിഞ്ഞ ഉടനെ കോൺഗ്രസ് സർക്കാർ പാർട്ടി നിരോധനം പിൻവലിച്ചു.

1948 ഫെബ്രുവരി മുതൽ 1951 ഒക്ടോബർ വരെ നീണ്ടുനിന്ന ആ നിരോധന കാലത്ത് പാർട്ടി നേരിട്ട അടിച്ചമർത്തൽ നടപടികളുടെ വ്യാപ്തി സംബന്ധിച്ച് സി. ഭാസ്കരന്റെ വാക്കുകൾ താഴെ കൊടുക്കുന്നു.

"1948 നും 1951 നും ഇടയിൽ ഇന്ത്യയിൽ 1982 വെടിവെപ്പുകൾ നടന്നു. അവയിൽ 3784 പേർ കൊല്ലപ്പെട്ടു. പതിനായിരത്തിലേറെ പേർക്ക് മുറിവേറ്റു. അമ്പതിനായിരത്തോളം പേർ കാരാഗൃഹത്തിലായി. 82 പേർ ജയിലിൽ നടന്ന മർദ്ദനങ്ങളിലും വെടിവെപ്പിലും മാത്രമായി കൊല്ലപ്പെട്ടു." (*കമ്യൂണിസ്റ്റ് പ്രസ്ഥാനം ഇന്ത്യയിൽ* - സി ഭാസ്കരൻ, പേജ് 71)

മുൻ നിര നേതാക്കൾ തൊട്ട് പ്രാദേശിക നേതാക്കൾ വരെ ഒളിവിലോ ജയിലിലോ ആയിരുന്നുവെങ്കിലും സമരങ്ങൾ സംഘടിപ്പിക്കുന്ന കാര്യത്തിൽ കുറവുണ്ടായില്ല. ഈ സമരങ്ങളെ പല സ്ഥലത്തും കോൺഗ്രസ് സർക്കാർ തോക്ക് കൊണ്ടാണ് നേരിട്ടത്. നാലായിരത്തോളം പേർ രാജ്യമാകെ രക്തസാക്ഷിത്വം വരിക്കേണ്ടിവന്ന ആ നിരോധന കാലത്ത് കേരളത്തിലും അനേകം സമര ഭടന്മാർ മരണം വരിച്ചു. കേരളത്തിലെ കമ്യൂണിസ്റ്റ് പാർട്ടിയുടെ ചരിത്രത്തിലെ രക്തത്തിൽ കുതിർന്ന ഒട്ടേറെ അദ്ധ്യായങ്ങൾ നടന്നത് ഇക്കാലത്താണ്. വളരെ ചുരുങ്ങിയ ഒരു കാലയളവിനുള്ളിൽ കേരളത്തിൽ മാത്രം നടന്ന പോലീസ് കൊലപാതകങ്ങളുടെ കണക്ക് തന്നെ ഭീകരമാണ്. കോറോം വെടിവെപ്പ് (1948 ഏപ്രിൽ 12- ഒരു മരണം), തില്ലങ്കേരി വെടിവെപ്പ് (1948 ഏപ്രിൽ 15- ഏഴ് മരണം), ഒഞ്ചിയം പോലീസതിക്രമം (1948 ഏപ്രിൽ 30-പത്ത് മരണം), മുനയംകുന്ന് വെടിവെപ്പ് (1948 മെയ് 1 -ആറ് മരണം), മൊയാരത്ത് ശങ്കരന്റെ ജയിലിൽ വച്ചുള്ള വധം (1948 മെയ് 13), പഴശ്ശി വെടിവെപ്പ് (1948 മെയ് 18-രണ്ട് മരണം), ശൂരനാട് വെടിവെപ്പ് (1949 ഡിസംബർ 31 പത്ത് മരണം), സർദാർ ഗോപാലകൃഷ്ണനെ ലോക്കപ്പിലിട്ട് കൊന്നു (1950 ജനുവരി 26), സേലം ജയിൽ വെടിവെപ്പ് (1950 ഫെബ്രുവരി 11 -ഇരുപത്തിരണ്ട് മരണം), പാടിക്കുന്ന് പോലീസ് അതിക്രമം (1950 മെയ് 4- മൂന്ന് മരണം) എന്നീ സംഭവങ്ങളെല്ലാം നടന്നത് സ്വാതന്ത്ര്യാനന്തര ഇന്ത്യയിലെ പാർട്ടി നിരോധന കാലത്താണ്. മുകളിൽ സൂചിപ്പിച്ച തരത്തിൽപ്പെട്ട കൂട്ടക്കൊലകൾ രാജ്യത്താകെയും കമ്യൂണിസ്റ്റ് പാർട്ടിക്ക് നേരെ നടന്നു. ഇത്തരം ഒരു സമീപനം ബ്രിട്ടീഷ് ഭരണം പോലും അവരുടെ നിരോധന കാലത്ത് എടുത്തിരുന്നില്ല.

പാർട്ടി നിരോധനം നിലവിൽ വന്നപ്പോൾ തുടക്കത്തിൽ ദേശീയ നേതാക്കൾക്കും സംസ്ഥാന നേതാക്കൾക്കുമെതിരെയായിരുന്നു അറസ്റ്റ് വാറന്റുകൾ വന്നുകൊണ്ടിരുന്നത്. താമസിയാതെ അത് പ്രാദേശിക നേതാക്കൾക്ക് നേരെയും വരാൻ തുടങ്ങി. മൈസൂരിലെ ബീഡിത്തൊഴിലാളി സമരത്തെ വിജയകരമായി നയിച്ച് നാട്ടിൽ തിരിച്ചെത്തിയ യുവ നേതാവായിരുന്ന കുഞ്ഞാലിക്ക് അറസ്റ്റ് വാറന്റ് വന്നു. വാറന്റുള്ളവർ പിടി കൊടുക്കാതെ ഒളിവിൽ പോകാനായിരുന്നു നിർദ്ദേശം. കുഞ്ഞാലിയും ഒളിവിൽ പോയി. പക്ഷേ, അധികം താമസിയാതെ പിടികൂടപ്പെട്ടു ജയിലിലായി.

ഒളിവ് കാലവും ഡയറി കേസും

ഒളിവ് ജീവിതകാലത്ത് എവിടെയും ഒരു പ്രവർത്തനത്തിനും ഇറങ്ങാതെ അടങ്ങിക്കഴിയുന്ന പ്രകൃതമായിരുന്നില്ല കുഞ്ഞാലിയുടേത്. ഇടയ്ക്ക് പോലീസിന്റെ കണ്ണ് വെട്ടിച്ച് ഒരു മുന്നറിയിപ്പുമില്ലാതെ ജനക്കൂട്ടത്തിനിടയിൽ പ്രത്യക്ഷപ്പെടാനുള്ള ധൈര്യം ആ യുവനേതാവ് പ്രകടിപ്പിച്ചിരുന്നു. പെട്ടെന്ന് ഏതാനും പേരോടൊപ്പം വന്ന് ചെറിയൊരു പ്രകടനം നടത്തി അപ്രത്യക്ഷനാവുക, അങ്ങാടിയിൽ അപ്രതീക്ഷിതമായി പ്രത്യക്ഷപ്പെട്ട് ചെറിയ ഒരു പ്രസംഗം നടത്തി മുങ്ങുക തുടങ്ങിയ സാഹസികതകൾ കുഞ്ഞാലി നടത്തിയിരുന്നു.

കുറച്ച് ദിവസങ്ങൾ മാത്രമേ ഒരു ഒളിവ് കേന്ദ്രത്തിൽ തുടർച്ചയായി തങ്ങാൻ പറ്റിയിരുന്നുള്ളൂ. ഏതെങ്കിലും തരത്തിൽ വിവരം ചോർന്ന് പോകാൻ ഇടയുള്ളതുകൊണ്ട് വളരെ വേഗം തന്നെ മറ്റൊരു കേന്ദ്രം തുടങ്ങി അങ്ങോട്ട് മാറുക എന്നതായിരുന്നു രീതി. മുതിർന്ന നേതാക്കളടക്കം അവരുടെ ഒളിവ് ജീവിതത്തിൽ അങ്ങനെയാണ് ചെയ്തിരുന്നത്. കൊണ്ടോട്ടി, പൂക്കോട്ടൂർ, പറപ്പൂർ, മണ്ണാർക്കാട്, വിളയിൽ, വണ്ടൂർ, നിലമ്പൂർ, തിരുവാലി, ചോക്കാട്, കാളികാവ്, കരുവാരക്കുണ്ട്, പുല്ലങ്കോട് തുടങ്ങിയ ഒട്ടേറെ സ്ഥലങ്ങളിലെ ഉൾപ്രദേശങ്ങളിലുള്ള വിശ്വസ്തരായ പാർട്ടി അനുഭാവികളുടെ വീടുകളിൽ കുഞ്ഞാലി ഒളിവിൽ കഴിഞ്ഞിരുന്നു.

ഒരു കേന്ദ്രത്തിൽനിന്നും അടുത്ത കേന്ദ്രത്തിലേക്കുള്ള യാത്ര അത്ര എളുപ്പമുള്ള ഒരു കാര്യമായിരുന്നില്ല. പൊതു വാഹനങ്ങളിൽ കയറി പകൽ സമയത്ത് യാത്ര ചെയ്യൽ ഒഴിവാക്കുകയാണ് പതിവ്. പിടിക്കപ്പെടാൻ കൂടുതൽ സാധ്യതയുള്ളതിനാലാണത്. രാത്രിയിലാണെങ്കിൽ കിട്ടുന്ന വാഹനം സൈക്കിൾ മാത്രമായിരിക്കും. ചെറിയ ദൂരത്തേക്കാ

ണെങ്കിൽ കുറുക്കുവഴികളിലൂടെ നടന്നും അല്ലാത്തപ്പോൾ സൈക്കിളിലുമായിരിക്കും യാത്ര.

കൊണ്ടോട്ടിയുടെ പരിസരപ്രദേശങ്ങളിൽ തന്നെ കൂടുതൽ നാളുകൾ തങ്ങുന്നത് ഒഴിവാക്കി കുറച്ച് അകലെയുള്ള കരുവാരക്കുണ്ടിലെ ഒരു കേന്ദ്രത്തിലേക്ക് കുഞ്ഞാലിയെ മാറ്റാൻ നിർദ്ദേശം വന്നു. കൊടമ്പാടൻ ഇമ്പിച്ചിക്കോയ, കൊട്ടേലസ്സ് മമ്മത് എന്നീ രണ്ട് സഖാക്കൾക്കായിരുന്നു ചുമതല. രണ്ട് സൈക്കിളുകളിൽ അവർ പുറപ്പെട്ടു. ആദ്യം ഒരാളുടെ പിറകിൽ കുഞ്ഞാലിയെ ഇരുത്തി കുറെ ദൂരം പോകും. അത് കഴിഞ്ഞാൽ കുഞ്ഞാലി അടുത്ത ആളുടെ സൈക്കിളിന്റെ പിറകിലേക്ക് മാറിയിരിക്കും. അങ്ങനെയാണ് അമ്പതോളം കിലോമീറ്റർ ദൂരം യാത്ര ചെയ്ത് അവർ കരുവാരക്കുണ്ടിൽ എത്തിയത്.

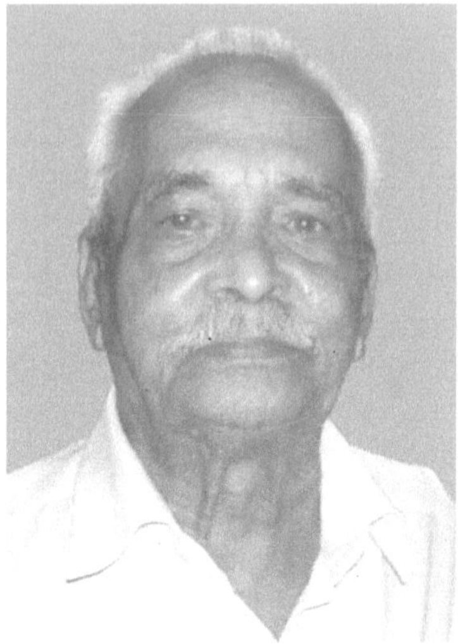

അറ്റാശ്ശേരി മുഹമ്മദ്

പോലീസും സംവിധാനങ്ങളും തിരഞ്ഞു നടന്നിരുന്നുവെങ്കിലും അവർക്കൊന്നും പിടി കൊടുക്കാതെ ഒളിവിൽ കഴിയാനും, ഒരു കേന്ദ്രം സുരക്ഷിതമല്ലെന്ന് തോന്നിയാൽ മറ്റൊരു കേന്ദ്രം കണ്ടെത്താനും, ആ കേന്ദ്രത്തിലേക്ക് തങ്ങളുടെ നേതാക്കളെ സുരക്ഷിതമായി എത്തിക്കാനും, അവിടെ ഭക്ഷണവും മറ്റു സൗകര്യങ്ങളും ഒരുക്കാനും എല്ലാം വളരെ ത്യാഗപൂർണ്ണമായ പ്രവർത്തനങ്ങളാണ് പാർട്ടി അനുഭാവികളായ സാധാരണ മനുഷ്യർ നടത്തിക്കൊണ്ടിരുന്നത്. സ്വന്തം വീടുകളിൽ തന്നെ ആവശ്യത്തിന് ഭക്ഷണം ഇല്ലാത്ത ദരിദ്രരായ ആളുകളായിരുന്നിട്ടും അവർ ഒളിവിൽ കഴിയുന്ന തങ്ങളുടെ സഖാക്കളെ പട്ടിണിക്കിടാതെ കാത്തു. അമ്മമാരും കുഞ്ഞുങ്ങളുമെല്ലാം ഉയർന്ന ഉത്തരവാദിത്വത്തോടെ രഹസ്യം സൂക്ഷിക്കാൻ ശ്രദ്ധിച്ചു. അതുകൊണ്ടെല്ലാമാണ് പാർട്ടിക്ക് അതിന്റെ നൂറ് കണക്കിന് നേതാക്കളെ പോലീസിന് പിടി കൊടുക്കാതെ വർഷങ്ങളോളം ഒളിച്ചു പാർപ്പിക്കാൻ കഴിഞ്ഞിരുന്നത്. ഒരു വർഷത്തോളം ഒളിവിൽ കഴിയാൻ കുഞ്ഞാലിക്ക് കഴിഞ്ഞതും ജനങ്ങൾ അവരുടെ മനസ്സിൽ അവരുടെ പാർട്ടിക്കും അതിന്റെ നേതാക്കൾക്കും കൊടുത്തിരുന്ന സ്ഥാനം കൊണ്ട് മാത്രമാണ്.

രാത്രി ചില വിശ്വസ്തരായ വ്യക്തികളുടെ വീടുകൾക്കുള്ളിൽ വിളിച്ചുചേർത്തിരുന്ന രഹസ്യ സ്വഭാവമുള്ള യോഗങ്ങളിൽ ഒളിവ് കാലത്തും കുഞ്ഞാലി പങ്കെടുത്തിരുന്നു. അത്തരം യോഗങ്ങളിൽ അത്രയും വിശ്വസ്തരായ പ്രവർത്തകരെ മാത്രമാണ് പങ്കെടുപ്പിച്ചിരുന്നത്. പിൽക്കാലത്ത്

അദ്ധ്യാപക സംഘടനാ നേതാവായി ഉയർന്ന കൊണ്ടോട്ടിയിലെ അറ്റാശ്ശേരി മുഹമ്മദ് ജോലിയിൽ കയറുന്നതിന് മുമ്പ് സജീവ പാർട്ടിപ്രവർത്തകനായിരുന്നു. പൂക്കോട്ടൂരിൽ ഒരു വീട്ടിൽ ഒളിവിൽ കഴിയുകയായിരുന്ന കുഞ്ഞാലിയെ വിളയിൽ പറപ്പൂർ എന്ന സ്ഥലത്ത് നടക്കുന്ന ഒരു രഹസ്യയോഗത്തിൽ പങ്കെടുപ്പിക്കാൻ ചുമതലപ്പെടുത്തിയിരുന്നത് അദ്ദേഹത്തെയായിരുന്നു.

രാത്രി നല്ല ഇരുട്ടായിക്കഴിഞ്ഞതിന് ശേഷം കുഞ്ഞാലി ആ സഖാവിനൊപ്പം പൂക്കോട്ടൂരിൽനിന്നും പറപ്പൂരിലേക്ക് നടന്നു. കടുങ്ങല്ലൂരിനടുത്തുള്ള പച്ചമരം എന്ന സ്ഥലത്ത് ഒരു പാടം കടന്നു വേണമായിരുന്നു അവർക്ക് പോകേണ്ടത്. വലിയ വെളിച്ചമൊന്നും ഉപയോഗിച്ചായിരുന്നില്ല നടത്തം. നിലാവും ഉണ്ടായിരുന്നില്ല. വരമ്പത്തേക്കു കയറിയ കുഞ്ഞാലി കാൽ വഴുതി പാടത്തേക്ക് വീണു. നല്ല ആഴത്തിൽ ചെളിയുള്ള പാടമായിരുന്നു. സാധാരണയിൽ കവിഞ്ഞ ഉയരമുള്ള വരമ്പായിരുന്നതിനാൽ ചെളിയിൽ നിന്നും വരമ്പത്തേക്ക് തിരിച്ചു കയറാൻ കുഞ്ഞാലി പ്രയാസപ്പെട്ടു. സഹായിയായ അറ്റാശ്ശേരി മുഹമ്മദ് തന്റെ കൈയിലുണ്ടായിരുന്ന തോർത്ത് നീട്ടിക്കൊടുത്ത് അദ്ദേഹത്തെ അതിൽ പിടിപ്പിച്ച് വലിച്ചു കയറ്റുകയായിരുന്നു ചെയ്തത്.

കുഞ്ഞാലിയുടെ ശരീരവും വസ്ത്രങ്ങളും ചെളിയിൽ പൂണ്ടുപോയിരുന്നു. പാടത്തിന് സമീപത്ത് കൂടെ ഒഴുകുന്ന ഒരു തോട്ടിൽ ഇറങ്ങി മേൽ കഴുകിയിട്ടേ അവർക്കു യാത്ര തുടരാൻ കഴിഞ്ഞുള്ളൂ. ശരീരത്തിലെ ചെളിയും മണ്ണും ഒരുവിധം കഴുകിയെങ്കിലും വസ്ത്രത്തിലെ അഴുക്ക് കാര്യമായി പോയിട്ടുണ്ടായിരുന്നില്ല. നിർദ്ദേശിക്കപ്പെട്ടിരുന്ന കേന്ദ്രത്തിൽ അവർ എത്തിച്ചേർന്നപ്പോഴേക്കും യോഗം തുടങ്ങിയിരുന്നു. പിൽക്കാലത്ത് എൻ ജി ഒ യൂണിയൻ നേതാവും പാർട്ടി നേതാവും ആയി ഉയർന്ന കൃഷ്ണൻനായർ എന്ന സഖാവിന്റെ അമ്മയാണ് അന്ന് രാത്രി തന്നെ അഴുക്കായ വസ്ത്രങ്ങൾ കുഞ്ഞാലിക്ക് കഴുകിക്കൊടുത്തത്. കഴുകിത്തീരുന്നത് വരെ അവർ പകരം കൊടുത്ത തോർത്ത് മാത്രമായിരുന്നു സഖാവിന് വസ്ത്രം. അതീവ രഹസ്യ സ്വഭാവമുണ്ടായിരുന്ന ആ യോഗം നടന്നുകൊണ്ടിരുന്ന വീടിനുചുറ്റും സായുധരായ പാർട്ടി സഖാക്കളെ കാവൽ നിർത്തിയിരുന്നു. വളരെ അകലെയല്ലാതെ ഒരു സ്ഥലത്ത് ഒരു പോലീസ് ക്യാമ്പ് സ്ഥിതി ചെയ്തിരുന്നു. എന്നിട്ടും ഇത്തരം യോഗങ്ങൾ വിജയകരമായി സംഘടിപ്പിക്കാൻ കഴിഞ്ഞിരുന്നത് പാർട്ടി സഖാക്കൾ തമ്മിലുള്ള വിശ്വസ്തതയും അവർക്ക് പാർട്ടിയോടുള്ള കൂറും കൊണ്ടായിരുന്നു. ഇ.എം.എസ്., എ.കെ.ജി, കൃഷ്ണപിള്ള തുടങ്ങിയ നേതാക്കളെല്ലാവരും തന്നെ ഇങ്ങനെയുള്ള പ്രയാസപ്പെട്ട അനുഭവങ്ങൾ നേരിട്ടുകൊണ്ട് തന്നെയാണ് ഒളിവ് കാലത്ത് പ്രവർത്തിച്ചിരുന്നത്.

വണ്ടൂരിൽ വളരെയേറെ കാലം ഒരു ഹോട്ടൽ നടത്തുന്നയാളും ആദ്യകാല പാർട്ടി പ്രവർത്തകനുമായ പുതിയത്ത് മുഹമ്മദുണ്ണി തന്റെ

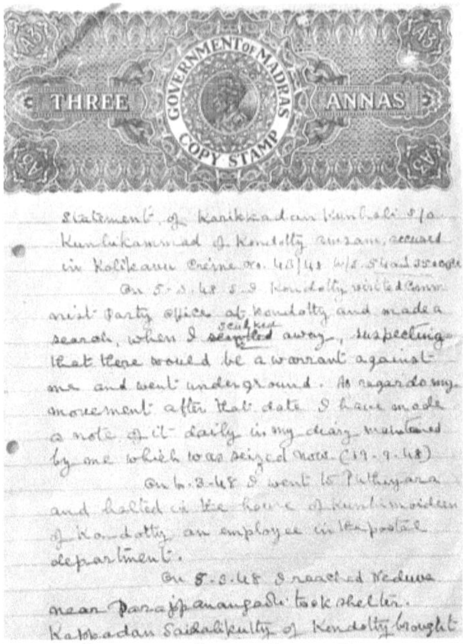
THREE GOVERNMENT OF MADRAS ANNAS
COPY STAMP

Statement of Karikkadan Kunhali s/o Kunhikammad of Kondotty amsam, accused in Kalikavu Crime No. 43/48 u/s [illegible]

On 5-3-48 S.I Kondotty visited Communist Party office at Kondotty and made a search, when I sculked away, suspecting that there would be a warrant against me and went underground. As regards my movement after that date I have made a note of it daily in my diary maintained by me which was seized now (17-9-48)

On 6-3-48 I went to Puthiyara and halted in the house of Kunhimoideen of Kondotty an employee in the postal department.

On 8-3-48 I reached Neduva near Parappanangadi took shelter. Kattadan Saidalikutty of Kondotty brought

സഖാവ് കുഞ്ഞാലി ഡയറി കേസ്സിനോടനുബന്ധിച്ച് പോലീസ് തയ്യാറാക്കിയ സ്റ്റേറ്റ്മെന്റ്

കുട്ടിക്കാലത്തെ ഒരോർമ്മ പങ്ക് വെക്കാറുണ്ട്. പതിനാറുകാരൻ ബാലനായിരിക്കുമ്പോൾ മുഹമ്മദുണ്ണി ഒരു ദിവസം രാത്രി ഭക്ഷണവും കഴിച്ച് ഒന്ന് മൂത്രമൊഴിക്കാനായി പുറത്തേക്ക് ഇറങ്ങിയതായിരുന്നു. ഇരുട്ടിൽ വീട്ടുവളപ്പിലെ വാഴകൾക്കിടയിൽ ഒരു അനക്കം ആ ബാലന്റെ ശ്രദ്ധയിൽപ്പെട്ടു. വളരെ സൂക്ഷിച്ചു നോക്കിയപ്പോൾ വാഴകൾക്കിടയിൽ ഒരു മനുഷ്യനുണ്ടെന്ന് അവന് മനസ്സിലായി. അവൻ വേഗം അകത്തേക്ക് കയറി ഉമ്മയോട് ചെന്ന് പറഞ്ഞു.

അവനെ ശാസിച്ച് നിശ്ശബ്ദനാക്കുകയായിരുന്നു ഉമ്മ ചെയ്തത്. പിന്നെ സ്വകാര്യമായി അവന് പറഞ്ഞുകൊടുത്തു. അത് ഒളിവിൽ കഴിയുന്ന ഒരു പാർട്ടി പ്രവർത്തകനാണെന്നും അയാൾ ഭക്ഷണം കഴിച്ചുകൊണ്ടിരിക്കുകയാണ് എന്നും ഉമ്മ പറഞ്ഞെങ്കിലും ആരാണെന്ന് പറഞ്ഞിരുന്നില്ല. മുഹമ്മദുണ്ണിയുടെ ഉമ്മ പാത്തുമ്മക്കുട്ടി കൊണ്ട് പോയി വെച്ചുകൊടുത്തിരുന്ന മൺകലത്തിലെ കഞ്ഞിയും ഒരു കൈയിൽ പിടിച്ചിരുന്ന ഉണക്ക അയില ചുട്ടതുമായ രാത്രി ഭക്ഷണം വാഴകൾക്കിടയിൽ മറഞ്ഞ് നിലത്ത് കുത്തിയിരുന്ന് കഴിച്ചിരുന്നത് സഖാവ് കുഞ്ഞാലിയായിരുന്നു എന്ന കാര്യം മുഹമ്മദുണ്ണിക്ക് മനസ്സിലായത് സംഭവം കഴിഞ്ഞ് മാസങ്ങൾക്ക് ശേഷമാണ്. ഇങ്ങനെയുള്ള നൂറ് കണക്കിന് ഉമ്മമാരും സഹോദരിമാരും കൊടുത്തിരുന്ന ആഹാരവും അഭയവും കൊണ്ടാണ് ആ പ്രതിസന്ധികാലത്തെ കമ്യൂണിസ്റ്റ് പ്രസ്ഥാനവും പ്രവർത്തകരും അതിജീവിച്ചത്.

കരുവാരക്കുണ്ടിലെ ഒരു വീട്ടിൽ കുഞ്ഞാലിക്ക് താവളം ഒരുക്കിയിരുന്നത് സദാസമയവും അടച്ചിടുന്ന ഒരു ഔട്ട് ഹൗസിലായിരുന്നു. പാർട്ടി അനുഭാവിയായ വീട്ടുടമസ്ഥൻ എല്ലാ ദിവസവും രാത്രി സ്വന്തം വീട്ടുകാർ പോലും അറിയാതെ ഔട്ട് ഹൗസിന്റെ വാതിൽ തുറന്നിടും. ആരും അറിയാതെ ആ സമയം കുഞ്ഞാലി പുറത്തേക്കിറങ്ങും. പുലർച്ചയോടടുപ്പിച്ചാണ് തിരിച്ചു വരിക. വരുമ്പോൾ വായിക്കാനുള്ള പത്രവും മറ്റും

കൈയിൽ ഉണ്ടാകും. പകൽ മുഴുവൻ പൂട്ടിക്കിടക്കുന്ന ഒരു വീട്ടിനുള്ളിൽ കഴിയുന്നതിനാൽ വളരെ പരിമിതമായ ഭക്ഷണം മാത്രമേ ആ കാലത്ത് സഖാവ് കഴിച്ചിരുന്നുള്ളൂ. മൂത്രമൊഴിക്കുന്നത് പോലും വളരെ നേരം ഒഴിവാക്കി നിർത്താൻ പ്രത്യേക കഴിവുണ്ടായിരുന്നതുകൊണ്ടാണ് ഇങ്ങനെ പുറത്തേക്ക് പൂട്ടിയിട്ടിരിക്കുന്ന വീട്ടിൽ പകൽ മുഴുവൻ കഴിച്ചുകൂട്ടാൻ അദ്ദേഹത്തിന് കഴിഞ്ഞിരുന്നത്.

ഒരിക്കൽ കുഞ്ഞാലി ഒളിവിൽ കഴിയുന്ന സ്ഥലം സംബന്ധിച്ച വിവരം പോലീസിനു കിട്ടി. അവർ ഉടൻ തന്നെ ഒരു പ്രൈവറ്റ് ബസ്സിൽ സ്പെഷൽ ട്രിപ്പ് എടുത്ത് പുറപ്പെട്ടു. ഒളിവ് കേന്ദ്രം പോലീസിനു മനസ്സിലായിക്കഴിഞ്ഞു എന്ന വിവരം പാർട്ടി പ്രവർത്തകരും അറിഞ്ഞു. അവർ ഉടൻ തന്നെ മണ്ണൂർക്കര ഹസ്സൻ എന്ന സഖാവിനെ കുഞ്ഞാലിയുടെ അടുത്തേക്ക് ഒരു സൈക്കിളിൽ പറഞ്ഞയച്ചു. ബസ്സിന് പോകാൻ കഴിയാത്ത കുറുക്കുവഴികളിലൂടെയായിരുന്നു ഹസ്സന്റെ സൈക്കിൾ സഞ്ചരിച്ചിരുന്നത്. ഹസ്സന്റെ സൈക്കിൾ എത്തുന്നതിന് മുമ്പ് പോലീസിന്റെ ബസ്സ് സ്ഥലത്തെത്താതിരിക്കാനുള്ള ചില തന്ത്രങ്ങൾ പാർട്ടി അനുഭാവികൂടിയായ ബസ് ഡ്രൈവർ എടുക്കുകയും ചെയ്തു. ബസ്സിന് മുമ്പ് കുഞ്ഞാലിയുടെ അടുത്തെത്തിയ ഹസ്സനിൽനിന്നും വിവരം കിട്ടിയതിനാൽ കുഞ്ഞാലി പെട്ടെന്ന് താവളം മാറി രക്ഷപ്പെട്ടു. പോലീസ് ആളെ കിട്ടാതെ മടങ്ങി. ഇങ്ങനെ ഒളിവിൽ കഴിയുന്ന പാർട്ടിനേതാക്കളെ രക്ഷിക്കാനായി സാഹസികമായി ഇടപെട്ടിരുന്ന പാർട്ടി അനുഭാവികൾക്ക് പലപ്പോഴും പോലീസിന്റെ ഉപദ്രവം ഏൽക്കേണ്ടി വന്നിരുന്നു.

കമ്യൂണിസ്റ്റ് പാർട്ടി നിരോധിക്കപ്പെടുകയും പ്രമുഖ നേതാക്കളെല്ലാം ജയിലിലോ ഒളിവിലോ ആകുകയും ചെയ്തപ്പോൾ ജന്മിമാർ അതൊരവസരമായി കണ്ടു. ജനകീയ ചെറുത്തുനിൽപ്പുകൾ നടത്തി തടഞ്ഞുവെച്ചിരുന്ന പല കുടിയൊഴിപ്പിക്കലുകളും അവർ സുഖമായി നടത്തി. കർഷക സംഘം നേതാവായിരുന്ന നല്ലേങ്കര കറുപ്പൻ ഒരു പാട്ടകൃഷിക്കാരനായിരുന്നു. അറസ്റ്റ്വാറന്റ് വന്നു ഒളിവിൽ പോകേണ്ടിവന്നപ്പോൾ അദ്ദേഹത്തിന്റെ ഭൂമി ജന്മി കുടിയൊഴിപ്പിച്ചു.

ഒളിവിൽ പോയ പാർട്ടി നേതാക്കളെ തിരഞ്ഞ് പോലീസ് പകലും രാത്രിയും ചുറ്റി നടന്നു നോക്കാറുണ്ടായിരുന്നു. അതിന് ചുമതലപ്പെടുത്തിയിരുന്ന പോലീസുകാർ അവരുടെ ജോലി കൃത്യമായി ചെയ്യുന്നുണ്ട് എന്ന് ഉറപ്പുവരുത്താനായി ബീറ്റുബുക്കുകളിൽ ഒപ്പിടുക എന്നൊരു ഏർപ്പാടും ഉണ്ടാക്കിയിരുന്നു. നാട്ടിലെ കുറെ പ്രമാണിമാരുടെ വീടുകളിൽ വെച്ചിട്ടുള്ള ബീറ്റുബുക്കുകളിൽ എല്ലാ ദിവസവും ഈ റോന്ത് ചുറ്റുന്ന പോലീസുകാർ ചെന്ന് ഒപ്പിടണമായിരുന്നു. അത്തരം ബീറ്റു പോലീസിന്റെ സഞ്ചാരവും കൂടി നോക്കിയിട്ടായിരുന്നു രഹസ്യയോഗങ്ങളിൽ പങ്കെടുക്കാനുള്ള യാത്രയ്ക്കും കേന്ദ്രം മാറുന്നതിനുള്ള യാത്രയ്ക്കും ഉള്ള സമയവും റൂട്ടും നിശ്ചയിച്ചിരുന്നത്.

സാധാരണക്കാർ മാത്രമല്ല സാമ്പത്തികമായി ശേഷിയുള്ളവരിൽ

ചിലരും നിരോധന കാലത്ത് പാർട്ടിയെ സഹായിച്ചിരുന്നു. അവരിൽ ഒരാളായിരുന്നു പാറമ്മൽ മുഹമ്മദ് ഹാജി. കുഞ്ഞാലിക്കും കൂടെയുണ്ടായിരുന്ന ചെറുണ്ണി എന്ന സഖാവിനും ഭക്ഷണവും സാമ്പത്തിക സഹായവും കൊടുത്ത ശേഷം അവരെ സുരക്ഷിതമായ അടുത്ത ഒളിത്താവളമായിരുന്ന കളരിക്കൽ നാരായണൻ എന്നയാളിന്റെ വീട്ടിൽ എത്തിച്ചുകൊടുത്തതും ഹാജി തന്നെയായിരുന്നു. വളരെ ആത്മാർത്ഥതയോടെ കാര്യങ്ങൾ ചെയ്ത ഹാജിക്ക് ഒരബദ്ധം പറ്റി. ഹോട്ടൽ നടത്തിയിരുന്ന ഒരു സുഹൃത്തിനോട് സംഭാഷണ മദ്ധ്യേ താൻ കുഞ്ഞാലിയുമായി ബന്ധപ്പെട്ട കാര്യം അറിയാതെ പറഞ്ഞുപോയി. കമ്യൂണിസ്റ്റ് പാർട്ടിയോട് കടുത്ത വിരോധമുണ്ടായിരുന്ന അയാൾ ഹാജിയാർ പോയ ഉടനെ വിവരം പോലീസിന് കൈമാറി. പോലീസ് വളരെ പെട്ടെന്ന് നടത്തിയ നീക്കത്തിലൂടെ കുഞ്ഞാലിയുടെ ഒളിത്താവളം കണ്ടെത്തുകയും രണ്ട് പേരെയും പിടികൂടുകയും ചെയ്തു.

പാർട്ടി പ്രവർത്തനരംഗത്തേക്ക് ഇറങ്ങിയതിന് ശേഷം വളരെ വേഗത്തിൽതന്നെ നേതൃസ്ഥാനത്തേക്ക് ഉയർന്നയാളായിരുന്നു കുഞ്ഞാലി. അധികം താമസിയാതെ തന്നെ അദ്ദേഹത്തിന് ഒളിവിൽ പോകേണ്ടിവരികയും ചെയ്തു. അത്തരം സാഹചര്യങ്ങളിൽ പ്രവർത്തിച്ചുള്ള പരിചയവും സഖാവിന് ഉണ്ടായിരുന്നില്ല. കൃത്യമായി ഡയറി എഴുതുന്ന സ്വഭാവം അന്ന് കുഞ്ഞാലിക്ക് ഉണ്ടായിരുന്നു. ഒളിവ് ജീവിതകാലത്ത് അത് തുടരുന്നതിന്റെ അപകടം സഖാവിന്റെ ശ്രദ്ധയിലേക്ക് വന്നില്ല. തനിക്കു അഭയം തന്ന വീട്ടുകാരുടെ പേരും മേൽവിലാസവും ഡയറിയിൽ കുഞ്ഞാലി കുറിച്ചിരുന്നു. പരസ്യമായി പ്രവർത്തിക്കാൻ അവസരം വരുമ്പോൾ ആ വീടുകളുമായുള്ള സൗഹൃദം തുടരുന്നതിനുള്ള ഒരു കരുതൽ മാത്രമായിരുന്നു ഉദ്ദേശ്യം. എന്നാൽ അത് വലിയൊരു കുഴപ്പത്തിന് കാരണമായി. കുഞ്ഞാലിക്കൊപ്പം ഡയറിയും പോലീസിന്റെ കസ്റ്റഡിയിലായി. ഡയറിയിൽനിന്നും, ഒളിവിൽ കഴിയുന്ന സമയത്ത് അഭയം നൽകിയവരുടെ പേരുകൾ പോലീസ് കണ്ടുപിടിച്ചു. കുഞ്ഞാലിയുടെ ഉമ്മ അടക്കം 83 പേർക്കെതിരെ പോലീസ് കേസ്സെടുത്തു. ഇതായിരുന്നു ഏറനാട്ടിലെ കമ്യൂണിസ്റ്റ് പാർട്ടിയുടെ ചരിത്രത്തിലെ ശ്രദ്ധേയമായ ഒരു ഏടായി മാറിയ കുഞ്ഞാലി ഡയറി കേസ്സ്.

വളരെ പ്രായം ചെന്ന ഗൃഹനാഥന്മാരെ വരെ പ്രതിയാക്കിക്കൊണ്ടായിരുന്നു കേസ്. എഴുപത്തി അഞ്ച് വയസ്സുണ്ടായിരുന്ന കുഞ്ഞൻ, തിരുവാലിക്കടുത്ത് പുന്നപ്പാലയിലെ കുണ്ടുണ്ണി നായർ, സി. ടി. മാധവൻ നമ്പൂതിരി, കെ.ടി. നാരായണൻ നമ്പൂതിരി, കെ.പി.കെ. നമ്പൂതിരി, വണ്ടൂരിലെ തളാപ്പിൽ മുഹമ്മദ്, പുല്ലങ്കോട്ടെ പെരുമ്പാറലിൽ ശിവരാമൻ നായർ, കൊണ്ടോട്ടിയിലും പരിസര പ്രദേശങ്ങളിലുമുള്ള ഒട്ടേറെ സുഹൃത്തുക്കളും ബന്ധുക്കളും എല്ലാം അവരിൽ ഉൾപ്പെട്ടിരുന്നു.

അഡ്വ. രാമസ്വാമി അയ്യർ എന്ന പ്രഗത്ഭനായ അഭിഭാഷകനെയാണ് പാർട്ടി ഈ കേസ് വാദിക്കുന്നതിന് ചുമതലപ്പെടുത്തിയിരുന്നത്. അദ്ദേ

ഹത്തിന്റെ തന്ത്രങ്ങളും കുഞ്ഞാലിയുടെ ബുദ്ധിപൂർവ്വമായ മൊഴികളും കാരണം പ്രതികളെ എല്ലാവരെയും വെറുതെ വിട്ടു. കുഞ്ഞാലിയുടെ ഉമ്മ ആയിഷുമ്മയ്ക്ക് മാത്രം ചെറിയ ശിക്ഷ കിട്ടി, കുറച്ച് കാലത്തേക്ക് നല്ല നടപ്പ്. കേസിന്റെ വിചാരണവേളയിൽ തന്റെ നിലപാടുകൾ തുറന്നു പറയാൻ ആയിഷുമ്മ ധൈര്യം കാണിച്ചതാണ് അവർക്ക് മാത്രം ചെറിയ ശിക്ഷ കിട്ടാൻ ഇടയാക്കിയത്.

1951 ൽ നിരോധനം പിൻവലിക്കപ്പെട്ടതിന് ശേഷമാണ് കുഞ്ഞാലി ജയിൽ മോചിതനായത്. ജയിലിൽനിന്നും പുറത്ത് വന്ന സഖാക്കൾക്ക് പല സ്ഥലത്തും സ്വീകരണങ്ങൾ കൊടുത്തിരുന്നു. കുഞ്ഞാലിയെ ഒളിവിലിരിക്കുമ്പോൾ പോലീസ് പിടികൂടിയ സ്ഥലത്തിനടുത്തും സ്വീകരണമുണ്ടായിരുന്നു. ഒളിവ് കാലത്ത് അവസാനം അഭയം കൊടുത്തവരിൽ ഒരാളായ പാറമ്മൽ മുഹമ്മദ് ഹാജിയായിരുന്നു സ്വീകരണ സമ്മേളനത്തിന്റെ അദ്ധ്യക്ഷൻ. ഒളിവ് കേന്ദ്രം പോലീസുകാർക്ക് ഒറ്റുകൊടുത്ത ഹോട്ടലുടമയെ കുഞ്ഞാലിക്കും പാർട്ടിക്കാർക്കും അറിയാമായിരുന്നു. തന്നോട് കുഞ്ഞാലി പ്രതികാരത്തോടെ പെരുമാറുമെന്ന് അയാൾ ഭയപ്പെട്ടു. അയാൾ അയാളുടെ രാഷ്ട്രീയ നിലപാടിന് അനുസരിച്ച് പ്രവർത്തിച്ചു എന്ന് കണക്കാക്കിയതല്ലാതെ ഒരു വിധത്തിലുള്ള പ്രതികാര മനോഭാവവും അയാളോട് കുഞ്ഞാലി പുലർത്തിയിരുന്നില്ല.

ഉറിക്കള്ളന്മാരും ജിന്നുകളും

ആയിരത്തിത്തൊള്ളായിരത്തി നാല്പത്തിയെട്ടിലെ പാർട്ടി നിരോധനം നിലവിൽ വന്ന ഉടനെ പ്രാദേശിക നേതാക്കൾക്കെതിരെയുള്ള അറസ്റ്റ്‌വാറന്റുകൾ വന്നിരുന്നില്ല. എങ്കിലും അങ്ങനെ പ്രതീക്ഷിച്ചിരുന്നത് കൊണ്ട് പല പ്രാദേശിക നേതാക്കളും സ്വന്തം തട്ടകങ്ങളിൽനിന്നും മാറി നിന്നു. എടക്കോട് മുഹമ്മദ്, മുഹമ്മദ് ഇസ്ഹാഖ് എന്നിവർക്കൊപ്പം കുഞ്ഞാലിയും നിലമ്പൂരിന്റെ ഉൾപ്രദേശമായിരുന്ന ചോക്കാട് എത്തിയത് അങ്ങനെയൊരു ഉദ്ദേശ്യത്തോടെയായിരുന്നു. വണ്ടൂരിൽ നിന്നുള്ള രായിൻ, തലാപ്പിൽ മുഹമ്മദ് എന്നിവരും അവരോടൊപ്പം എത്തിയിരുന്നു. അവർക്കുവേണ്ട സഹായങ്ങൾ ചെയ്തുകൊടുക്കാനും വേണ്ടി വന്നാൽ ഒളിവിൽ പോകാനും ലക്ഷ്യമിട്ടുകൊണ്ട് നിലമ്പൂരിൽ നിന്നുള്ള കുഞ്ഞുണ്ണി, മാധവൻ, കുഞ്ഞുക്കുട്ടൻ തമ്പാൻ എന്നിവർ അവർക്കൊപ്പം ചേർന്നിരുന്നു. പാർട്ടിയെ നിരോധിച്ച നടപടിയിൽ പ്രതിഷേധിച്ച് പല സ്ഥലത്തും പ്രവർത്തകർ പ്രതിഷേധ പ്രകടനങ്ങൾ നടത്തിയിരുന്നു. പോലീസ് പിടികൂടാൻ സാധ്യതയുള്ളതിനാൽ പോലീസുകാരൊക്കെ എത്തുമ്പോഴേക്കും സ്വയം പിരിയുകയും എല്ലാവരും ഉടൻതന്നെ സ്ഥലം വിടുകയും ചെയ്യുകയാണ് ചെയ്തിരുന്നത്.

ചോക്കാട് എത്തിയവർക്കൊപ്പം അവിടുത്തെ ഏതാനും പ്രവർത്തകരും കൂടി ചേർന്നപ്പോൾ പന്ത്രണ്ടുപേരുള്ള ഒരു സംഘമായി. അവർ പെട്ടെന്ന് അവിടെ ഒരു പ്രകടനം നടത്തി. പ്രകടനം കുറച്ച് ദൂരം നടന്ന് ഒരിടത്ത് ചെന്നുനിന്നു. അപ്പോൾ കുറച്ച് ആളുകൾ ചുറ്റും കൂടി. ഉടനെ റോഡരികിൽ നിർത്തിയിട്ടിരിക്കയായിരുന്ന ഒരു പോത്തുവണ്ടിയിലേക്ക് സംഘത്തിലൊരാൾ കയറി. വണ്ടിയിൽ കയറി നിന്നുകൊണ്ട് താഴെ നിൽക്കുന്നവരെ അഭിസംബോധന ചെയ്ത് ആ സഖാവ് ഏതാനും മിനു

ട്ടുകൾ മാത്രം നീണ്ട ഒരു ചെറിയ പ്രസംഗം നടത്തി. സംഘാംഗങ്ങളിൽ ഒരാൾ ഒരു തൊപ്പി മലർത്തിപ്പിടിച്ച് കാണിച്ച് ആളുകളോട് സംഭാവന ചോദിച്ചു. ചില ആളുകൾ സംഭാവന നൽകി. വണ്ടൂരിലെ രായിൻ ചില ലഘുലേഖകൾ വിൽപ്പന നടത്താൻ കൊണ്ടുവന്നിരുന്നു. വളരെ വേഗം തന്നെ പരിപാടി നിർത്തി സംഘം പൂക്കോട്ടുംപാടത്തേക്കു നീങ്ങി. അവിടെയും ചോക്കാട്ടിലേത് പോലെ ഒരു പരിപാടി നടത്താൻ ഒരുങ്ങുകയായിരുന്നു. പോലീസിന് വിവരം കിട്ടിയിട്ടുണ്ടെന്നും അവർ പൂക്കോട്ടുംപാടത്തേക്ക് തിരിച്ചിട്ടുണ്ടെന്നുമുള്ള വിവരം ഏതോ പാർട്ടി പ്രവർത്തകൻ ചെന്ന് സംഘത്തെ അറിയിച്ചു. സംഘം പെട്ടെന്ന് പല വഴിക്കായി അപ്രത്യക്ഷരായി. പോലീസ് എത്തിയെങ്കിലും ആരെയും കാണാതെ മടങ്ങിപ്പോയി.

നേതാക്കൾക്കോരോരുത്തർക്കും എതിരായ അറസ്റ്റ് ഉത്തരവുകൾ പോലീസ് സ്റ്റേഷനുകളിൽ എത്തിത്തുടങ്ങിയിരുന്നു. അതോടെ എല്ലാവരും പല സ്ഥലത്തായി ഒളിവിൽ പോയി. കുഞ്ഞാലിയടക്കമുള്ള ഒരു ചെറിയ സംഘം ഒളിവിൽ കഴിയാൻ തെരഞ്ഞെടുത്തത് കാളികാവിനടുത്ത കടിഞ്ചേരി മലയിലെ വിജനമായ കാട്ടിലെ കല്ലളകളായിരുന്നു. വിശ്വസ്തരായ പാർട്ടി പ്രവർത്തകർ വളരെ രഹസ്യമായി അവർക്ക് ഭക്ഷണം എത്തിച്ചുകൊടുത്തു. പകൽ സമയത്ത് പരസ്യമായി അത് ചെയ്യാൻ കഴിയുമായിരുന്നില്ല. അതിനാൽ പല ദിവസങ്ങളിലും എല്ലാ നേരത്തും ആവശ്യത്തിന് ഭക്ഷണം അവർക്ക് കിട്ടിയിരുന്നില്ല. ഏതാനും ദിവസങ്ങൾ കഴിഞ്ഞപ്പോൾ കടിഞ്ചേരി മലയുടെ താഴ്വാരങ്ങളിലുള്ള ചില വീടുകളിൽ ഒരു വിചിത്രമായ പ്രതിഭാസം അനുഭവപ്പെട്ടു തുടങ്ങി.

അക്കാലത്തെ വീടുകളിൽ ഭക്ഷണം ബാക്കി വരുന്നത് അടുത്ത നേരത്തേക്കായി സൂക്ഷിച്ചുവെക്കുന്നതിനുള്ള ഒരു സംവിധാനമായിരുന്നു ഉറികൾ. വീടുകളുടെ മേൽക്കൂരയിൽനിന്നും കഴുക്കോലിലോ, പട്ടികയിലോ കെട്ടിത്തൂക്കിയിട്ടിരുന്നതും കാട്ടുവള്ളികൾ പടച്ചുണ്ടാക്കിയിരുന്നതുമായിരുന്നു അവ. ഭക്ഷണസാധനങ്ങൾ പാത്രത്തിലാക്കി ഉറിയിൽ ഇട്ട് തൂക്കിയിട്ടാൽ അത് പൂച്ചയ്ക്കും എലിക്കുമൊന്നും വന്നു തിന്നാൻ കഴിയുകയില്ല. മിക്ക വീടുകളിലും രാത്രിയിലെ ആഹാരം കഴിച്ച് ബാക്കി വരുന്ന ഭക്ഷണസാധനങ്ങൾ ഇങ്ങനെ ഉറികളിൽ സൂക്ഷിച്ചുവച്ചിരുന്നു. പല ദിവസങ്ങളിലും കടിഞ്ചേരി മലയുടെ പരിസരത്തെ വീടുകളിൽ ഉറികളിൽ സൂക്ഷിച്ചുവെച്ചിരുന്ന ഭക്ഷണം കാണാതാവുക എന്ന വിചിത്രമായ അനുഭവം വീട്ടുകാർക്കുണ്ടായി. പാത്രങ്ങൾക്കൊന്നും ഒരു കേടും വരുത്താതെ ഭക്ഷണം മാത്രമെടുത്ത് തിരികെ ഉറിയിൽ വെക്കാൻ ജീവികൾക്കൊന്നും സാധ്യമല്ല എന്നത് ഉറപ്പായിരുന്നു. കള്ളന്മാർ കയറിയതാണെങ്കിൽ വീട്ടിൽ മറ്റു സാധനങ്ങൾ എന്തെങ്കിലും നഷ്ടപ്പെട്ടിരിക്കുമല്ലോ. അതൊന്നും അവർ കണ്ടതുമില്ല.

ഒരു ദിവസം ഒരു വീട്ടിൽ ഇങ്ങനെ അനുഭവപ്പെട്ടാൽ അടുത്ത

സ്വാതന്ത്ര്യസമര കാലത്ത് എ.കെ.ജി.ക്ക് ഒളിവിൽ കഴിയാൻ അഭയം കൊടുത്ത കൊണ്ടോട്ടിയിലെ മുസ്ലിംപള്ളി

ദിവസം മറ്റേതെങ്കിലും വീട്ടിലായിരുന്നു ഈ അനുഭവം ഉണ്ടായിരുന്നത്. കുറെ ദിവസങ്ങൾ കഴിഞ്ഞ് അത് അവസാനിക്കുകയും ചെയ്തു. ഈ ഭക്ഷണം മോഷ്ടിക്കാൻ വന്നിരുന്ന കള്ളന്മാർ ആരായിരുന്നു എന്ന കാര്യം വീട്ടുകാർക്ക് അന്നൊന്നും മനസ്സിലായില്ല. കുഞ്ഞാലിയും കൂട്ടുകാരും കടിഞ്ചേരി മലയിലെ ഒളിത്താവളം മാറ്റി സ്ഥലംവിട്ടുകഴിഞ്ഞ് എത്രയോ മാസങ്ങൾ കഴിഞ്ഞാണ് ആ ഉറിക്കള്ളന്മാർ അവരായിരുന്നു എന്ന കാര്യം അവർ അറിഞ്ഞത്.

പാർട്ടിയുടെ പരസ്യമായ പ്രവർത്തനങ്ങൾ നിന്നിരുന്നുവെങ്കിലും കൃഷിക്കാരുടെയും തൊഴിലാളികളുടെയും സംഘടനകളുടെ നേതൃത്വത്തിൽ വളരെയേറെ സമരങ്ങൾ അക്കാലത്ത് ഏറനാട്ടിലും നടന്നിരുന്നു. അവർക്ക് പിൻബലമായി ഒളിവിൽ പ്രവർത്തിച്ചിരുന്ന നേതാക്കളും രംഗത്തുണ്ടായിരുന്നു. സംഘടനാനേതാക്കളുടെ രഹസ്യയോഗങ്ങൾ വിളിച്ച് ചേർത്ത് അതിൽ പങ്കെടുത്തുകൊണ്ട് കാര്യങ്ങൾ വിലയിരുത്തുകയും ആവശ്യമായ നിർദ്ദേശങ്ങൾ സമയാസമയങ്ങളിൽ കൊടുത്ത് അവർ സമരത്തെ പിന്നിൽനിന്ന് നയിക്കുകയും ചെയ്തു.

സമരങ്ങളുടെ ഭാഗമായല്ലാതെ സംഘടനാകാര്യങ്ങൾ ചർച്ച ചെയ്യുന്നതിനും ഇത്തരം രഹസ്യ യോഗങ്ങൾ പല സ്ഥലത്തും ചേർന്നിരുന്നു. കൊണ്ടോട്ടിയിൽ അത്തരം യോഗങ്ങൾ ചേർന്നിരുന്ന ഒരു സ്ഥലം പഴയ ജുമാമസ്ജിദിന്റെ പരിസരത്തെ കാട് പിടിച്ചുകിടക്കുന്ന പള്ളിപ്പറമ്പ് ആയിരുന്നു. ഖബറുകൾക്കു മേൽ ഉയരത്തിൽ വളർന്ന കുറ്റിക്കാടുകൾ നിറഞ്ഞ ആ സ്ഥലത്തേക്ക് പകൽ പോലും അധികമാരും ചെല്ലാറുണ്ടാ

യിരുന്നില്ല. രാത്രി പത്ത് മണി കഴിഞ്ഞാൽ പള്ളിയിലും ആരും ഉണ്ടാ കാറില്ല.

കമ്മ്യൂണിസ്റ്റ് പാർട്ടിക്ക് ചെറിയ സ്വാധീനമൊക്കെ ഉണ്ടായിത്തുടങ്ങി യിരുന്നുവെങ്കിലും പൊതുവിൽ ആളുകളിൽ അന്ധവിശ്വാസങ്ങളും അതി നോടനുബന്ധിച്ച ഭീതികളും വ്യാപകമായിരുന്നു. അർദ്ധരാത്രി കഴിഞ്ഞ നേരത്ത് പള്ളിക്കാട്ടിൽ ചേരുന്ന യോഗത്തിന്റെ ഭാഗമായി കണ്ടിരുന്ന മങ്ങിയ വെളിച്ചവും ആളനക്കങ്ങളും ജിന്നുകളുടെ കളിയായിട്ടാണ് ആളുകൾ കണക്കാക്കിയത്. അതുകൊണ്ട് തന്നെ ആരുടെയെങ്കിലും ശ്രദ്ധയിൽപ്പെട്ടാൽ തന്നെ ആ സമയത്ത് അവിടെ കയറി നോക്കാൻ ആരും ധൈര്യപ്പെട്ടിരുന്നില്ല. അതിനാൽ അന്യരാരും അറിയാതെ പാർട്ടി യുടെ രഹസ്യ യോഗങ്ങൾ ചേരാൻ പറ്റിയ ഇടമായിരുന്നു ആ പള്ളി ക്കാട്.

ആദ്യകാല കമ്മ്യൂണിസ്റ്റ് നേതാക്കൾക്കെല്ലാം ജയിൽ ജീവിതവും ഒളിവ് ജീവിതവും അവരുടെ പ്രവർത്തനങ്ങളിൽ ഒഴിച്ചുകൂടാനാവാത്ത കാര്യങ്ങളായിരുന്നു. പ്രശസ്ത നാടകകൃത്തും ആദ്യകാല കമ്മ്യൂണിസ്റ്റ് നേതാവുമായിരുന്ന തോപ്പിൽ ഭാസിയുടെ അനുഭവക്കുറിപ്പുകളടങ്ങിയ കൃതിയുടെ പേര് തന്നെ *ഒളിവിലെ ഓർമ്മകൾ* എന്നാണ്. മലയാളത്തിന്റെ കമ്മ്യൂണിസ്റ്റ് കവികൾ എന്നു വിശേഷിപ്പിക്കപ്പെട്ടിരുന്ന പി ഭാസ്കരനും ഒ.എൻ.വി ക്കും എല്ലാം ഒളിവ് ജീവിതാനുഭവങ്ങളുണ്ട്.

പി. ഭാസ്കരൻ യുവാവായിരിക്കുമ്പോൾ പാർട്ടിക്കുവേണ്ടി പ്രവർത്തി ച്ചതിന്റെ പേരിൽ പോലീസ് പിടിയിൽ പെടാതിരിക്കാനായി മലബാറി ലേക്ക് ഒളിവിൽ പോന്നിരുന്നു. അക്കാലത്തെ മാപ്പിള വീടുകളുമായി ഉണ്ടായ സമ്പർക്കത്തിലൂടെയാണ് മാപ്പിളപ്പാട്ടുകളുടെ മനോഹര ഈണ ങ്ങളുമായി അദ്ദേഹത്തിന് അടുപ്പമുണ്ടായത്. മാപ്പിളപ്പാട്ടിന്റെ ജനകീയ വൽക്കരണത്തിൽ വലിയ പങ്ക് വഹിച്ച കവിയാകാൻ അദ്ദേഹത്തിന് അതുവഴി കഴിഞ്ഞു. “കായലരികത്ത് വലയെറിഞ്ഞപ്പോൾ..” എന്ന ഗാനം പി. ഭാസ്കരന്റെ തൂലികയിലൂടെ പുറത്ത് വന്നത് മാപ്പിളപ്പാട്ടിനെ എല്ലാവരുടേതുമാക്കിയതിൽ വലിയ പങ്കാണ് വഹിച്ചത്.

ഒ എൻ വി എഴുതിയ ആയിരക്കണക്കിന് ഗാനങ്ങളിൽ അരനൂറ്റാ ണ്ടിന് ശേഷം ഇപ്പോഴും ഹിറ്റായി തുടരുന്ന “പൊന്നരിവാളമ്പിളിയിൽ..” എന്ന് തുടങ്ങുന്ന ഗാനത്തിന്റെ പിറവിക്ക് പിന്നിലും ഇത്തരം ഒരു സംഭവം സൂചിപ്പിക്കാനുണ്ട്. വിദ്യാർത്ഥി ജീവിതകാലത്ത് തന്നെ ഒ.എൻ.വി. കമ്മ്യൂ ണിസ്റ്റ് അനുഭാവിയും സംഘടനാ പ്രവർത്തകനുമായിരുന്നു. കമ്മ്യൂണിസ്റ്റ് പാർട്ടി നേതാവായിരുന്ന എം.എൻ. ഗോവിന്ദൻ നായർ ഒളിവിൽ കഴിയു മ്പോൾ അദ്ദേഹത്തെ ഒരു രഹസ്യയോഗത്തിൽ പങ്കെടുപ്പിക്കാനായി സ്ഥലത്തെത്തിക്കാൻ ചുമതലപ്പെടുത്തിയിരുന്നത് ഒ.എൻ.വി. അടക്ക മുള്ള വിദ്യാർത്ഥി സംഘടനാ പ്രവർത്തകരെയായിരുന്നു. യോഗ സ്ഥല ത്തേക്ക് കായലിലൂടെ വള്ളം തുഴഞ്ഞ് വേണമായിരുന്നു പോകേണ്ടിയി രുന്നത്. യോഗം നടത്താൻ നിശ്ചയിച്ചിരുന്ന സ്ഥലത്തിനടുത്തു വെളി

ച്ചവും ആൾക്കൂട്ടവും ദൂരെ നിന്ന് കണ്ടപ്പോൾ അവർ തോണി കരയ്ക്കടുപ്പിച്ചില്ല. ആളും വെളിച്ചവും പോകുന്നത് വരെ അവരുടെ തോണി പുറം കായലിൽ അങ്ങോട്ടും ഇങ്ങോട്ടും തുഴഞ്ഞു നീങ്ങിക്കൊണ്ടിരുന്നു. ഒ. എൻ.വി. കവിതയും പാട്ടുമൊക്കെ എഴുതുന്ന ആളാണെന്ന കാര്യം എം. എൻ. ഗോവിന്ദൻനായർക്ക് അറിയാമായിരുന്നു. അദ്ദേഹം ആരെങ്കിലും പാട്ടുപാടാനോ കവിത ചൊല്ലാനോ നിർദ്ദേശിച്ചു. ആ വള്ളത്തിലെ വിദ്യാർത്ഥികളായ സഖാക്കൾ പലരും പാട്ടും കവിതയും അവതരിപ്പിച്ചു. നല്ല നിലാവുണ്ടായിരുന്ന ആ രാത്രിയിൽ കായലിൽ തോണിയിലിരുന്ന് അമ്പിളിയെ നോക്കിയിരുന്ന സമയത്ത് ഒ.എൻ.വി യുടെ മനസ്സിലേക്ക് വന്ന വരികളാണ് പിൽക്കാലത്ത് പ്രശസ്തിയിലേക്ക് കുതിച്ച "പൊന്നരിവാളമ്പിളിയിൽ" എന്ന ഗാനമായി പരിണമിച്ചത്.

എ കെ ജി, ഇ എം എസ്, പി കൃഷ്ണപിള്ള എന്നിവരെപ്പോലെ എല്ലാവരും പെട്ടെന്ന് തിരിച്ചറിയുന്ന നേതാക്കളെ ഒളിവിൽ താമസിപ്പിക്കുക കൂടുതൽ പ്രയാസകരമായിരുന്നു. ബ്രിട്ടീഷ് ഭരണകാലത്തുണ്ടായ പാർട്ടി നിരോധന കാലത്തും അന്നത്തെ നേതാക്കൾ പലരും ഒളിവിൽ നിന്ന് പ്രവർത്തിച്ചിരുന്നു. അന്ന് എ കെ ജി കുറേനാൾ ഒളിവിൽ കഴിഞ്ഞത് കൊണ്ടോട്ടി പഴയങ്ങാടിയിലെ മുസ്ലീം പള്ളിയിലായിരുന്നു എന്ന കാര്യം സ്വാതന്ത്ര്യസമര സേനാനിയായിരുന്ന ഓടക്കൽ മുഹമ്മദ് തന്റെ ഓർമ്മക്കുറിപ്പുകളിൽ രേഖപ്പെടുത്തിയിട്ടുണ്ട്.

ഇന്നത്തേത് പോലുള്ള ഇടുങ്ങിയ മതവ്യാഖ്യാനങ്ങൾ അന്നുണ്ടായിരുന്നില്ല. സ്വാതന്ത്ര്യസമരം വിജയിപ്പിക്കേണ്ടത് എല്ലാവരുടെയും കടമയാണ്. അതിന്റെ നേതാക്കളെ സംരക്ഷിക്കുന്നതിനായി പള്ളിയും വിട്ടു

സി.പി.ഐ.എം. ഏരിയാകമ്മിറ്റി ഓഫീസ് പ്രവർത്തിക്കുന്ന കൊണ്ടോട്ടിയിലെ സഖാവ് കുഞ്ഞാലി സ്മാരക മന്ദിരം

കൊടുക്കുന്നതിൽ തെറ്റില്ല എന്നാണ് അന്നത്തെ പണ്ഡിതന്മാർ ചിന്തിച്ചിരുന്നത്. ഇടുങ്ങിയ മതവ്യാഖ്യാനങ്ങൾ മനുഷ്യരെ പരസ്പരം അകറ്റുന്ന ഇന്നത്തെ കാലത്ത് ഈ ചരിത്ര പാഠങ്ങൾ ഓർമ്മിപ്പിക്കുന്നതിന് വലിയ പ്രസക്തിയുണ്ട്. 1949 ൽ മണ്ണാർക്കാട് ഒളിവിൽ കഴിയുമ്പോൾ വളരെ സാഹസികമായ ഒരു ചുമതല പാർട്ടി നിർദ്ദേശപ്രകാരം കുഞ്ഞാലി ഏറ്റെടുത്തു. പോലീസ് പിടിയിൽ അകപ്പെടാൻ സാധ്യത വളരെ കൂടുതലുള്ള ഒരു ദൗത്യമായിരുന്നു അത്. കിഴക്കൻ ഏറനാട്ടിലെ കേരള എസ്റ്റേറ്റിൽ വളരെ ശക്തമായ ഒരു തൊഴിലാളി സമരം നടന്നുകൊണ്ടിരിക്കയായിരുന്നു. ആകെയുണ്ടായിരുന്ന തൊഴിലാളികളിൽ ഒരാളൊഴികെ എല്ലാവരും പങ്കെടുത്ത ഒരു പണിമുടക്ക് സമരമായിരുന്നു അത്. പങ്കെടുക്കാതിരുന്ന ഒരേ ഒരാൾ എസ്റ്റേറ്റ് മാനേജരുടെ പാചകക്കാരൻ മാത്രമായിരുന്നു. പന്ത്രണ്ട് ആവശ്യങ്ങൾ ഉന്നയിച്ചുകൊണ്ട് നടത്തിയ ആ സമരം നേതാക്കളെ വിളിച്ച് ചർച്ച ചെയ്യാൻ മാനേജ്മെന്റ് തയ്യാറായി.

കേരള എസ്റ്റേറ്റിൽ എല്ലാ അധികാരങ്ങളും ഉണ്ടായിരുന്നത് ജനറൽ മാനേജർക്കായിരുന്നു. അയാൾക്കാണെങ്കിൽ മലയാളം അറിയില്ല. തൊഴിലാളി സംഘടനയുടെ നേതാവായിരുന്ന ഈശ്വരൻ നമ്പൂതിരിയെന്ന സഖാവിനും കൂടെയുള്ളവർക്കും ഇംഗ്ലീഷും അറിയില്ല. അതിനാൽ ജനറൽ മാനേജരുമായുള്ള ചർച്ചയിൽ എപ്പോഴും ദ്വിഭാഷിയുടെ റോൾ എടുത്തിരുന്നത് ഓഫീസിലെ റൈറ്റർ ആയിരുന്നു. ജനറൽ മാനേജർ ഇടയ്ക്ക് മാത്രം വരുന്ന ആളായിരുന്നതിനാൽ ആ റൈറ്റർ ഒരു പരമാധികാരിയെപ്പോലെയാണ് നടിച്ചിരുന്നത്. തൊഴിലാളികളുടെ പ്രശ്നങ്ങൾ ഈശ്വരൻ നമ്പൂതിരി പറഞ്ഞ് കൊടുക്കുന്നത് വളച്ചൊടിച്ചാണ് അയാൾ ജനറൽ മാനേജരെ ധരിപ്പിച്ച് കൊടുക്കുന്നത് എന്നത് തൊഴിലാളികൾക്ക് തോന്നിയിരുന്നു. പ്രശ്നങ്ങൾ സങ്കീർണ്ണമാക്കുന്നത് ഈ റൈറ്ററുടെ കുതന്ത്രങ്ങളാണ് എന്ന് മനസ്സിലായതിനാൽ സമരം അവസാനിപ്പിക്കുന്നതിന് വേണ്ടിയുള്ള ചർച്ചയിൽ മേൽ കമ്മിറ്റിയിൽനിന്നും ഇംഗ്ലീഷ് അറിയാവുന്ന ഒരാളെ പങ്കെടുപ്പിക്കണം എന്ന് ഈശ്വരൻ നമ്പൂതിരി യൂണിയൻ നേതൃത്വത്തെ അറിയിച്ചു. പറ്റിയ ഒരാളെ പങ്കെടുപ്പിക്കാമെന്ന് നേതൃത്വം ഉറപ്പ് കൊടുത്തു.

മണ്ണാർക്കാട് ഒളിവിൽ കഴിഞ്ഞിരുന്ന കുഞ്ഞാലിയോട് ചർച്ചയിൽ പങ്കെടുക്കാൻ യൂണിയൻ നിർദ്ദേശിച്ചു. ഇംഗ്ലീഷ് അറിയാവുന്ന നേതാവിനെ തേടി പോയത് പുല്ലാര മുഹമ്മദ്. ഓട്ടുപാറ മുഹമ്മദ് എന്നീ രണ്ട് സഖാക്കളായിരുന്നു. മേൽക്കമ്മിറ്റി മുഖേന ബന്ധപ്പെട്ട അവർ കുഞ്ഞാലിയെ ഒളിവ് കേന്ദ്രത്തിൽ ചെന്ന് കണ്ടു. സമരവുമായി ബന്ധപ്പെട്ട വിഷയങ്ങൾ അവർ സഖാവിനെ പറഞ്ഞു ബോധ്യപ്പെടുത്തി. ഒത്ത് തീർപ്പ് ചർച്ചയ്ക്ക് നിശ്ചയിക്കപ്പെട്ട ദിവസം നിശ്ചിത സമയത്ത് താൻ സ്ഥലത്തെത്തിക്കൊള്ളാമെന്ന് പറഞ്ഞ് അദ്ദേഹം ഇരുവരെയും യാത്രയാക്കി. ഒരു ദിവസം വൈകുന്നേരം അഞ്ച് മണി സമയത്തായിരുന്നു ചർച്ചയ്ക്ക്

സമയം നിശ്ചയിച്ചിരുന്നത്.

നിശ്ചിത ദിവസം പറഞ്ഞ സമയത്ത് തന്നെ കുഞ്ഞാലി എസ്റ്റേറ്റ് പടിക്കൽ എത്തി. മണ്ണാർക്കാട് നിന്നും എടത്തനാട്ടുകര വഴി കരുവാരക്കുണ്ടിൽ കുഞ്ഞാലി എത്തിയത് കുറെ ദൂരം വനത്തിലൂടെ നടന്നും മറ്റുമായിരുന്നു. സമരത്തിലുള്ള തൊഴിലാളികളടക്കം വലിയ ഒരു ജനക്കൂട്ടം അവിടെ കൂടി നിന്നിരുന്നു. അവർക്കിടയിൽ ഒരാളായി കുഞ്ഞാലിയും ചെന്നു നിന്നു. കുഞ്ഞാലി അന്ന് കഴിക്കനേറനാട്ടിലേക്ക് മാറിയിട്ടില്ല. അതിനാൽ യൂണിയൻ നേതാവായ ഈശ്വരൻ നമ്പൂതിരി, കുഞ്ഞാലിയെ തെരഞ്ഞ് പോയ രണ്ട് തൊഴിലാളികൾ തുടങ്ങി വളരെ കുറച്ചാളുകൾക്ക് മാത്രമേ അദ്ദേഹത്തെ മനസ്സിലായിട്ടുണ്ടായിരുന്നുള്ളൂ. തൊഴിലാളികൾ പ്രകടനമായി മാനേജ്മെന്റ് ഓഫീസിനടുത്തേക്ക് നീങ്ങി. അവർക്കിടയിൽ ഒരാളായി കുഞ്ഞാലിയും ചേർന്നു.

തൊഴിലാളികൾ ഓഫീസ് പരിസരത്ത് കൂടി നിന്നു. ഈശ്വരൻ നമ്പൂതിരിയും ഏതാനും യൂണിയൻ പ്രതിനിധികളും മുന്നോട്ട് ചെന്നു. തൊഴിലാളികളുടെ ആവശ്യങ്ങൾ അടങ്ങിയ ഒരു നിവേദനം എസ്റ്റേറ്റ് മാനേജർക്ക് കൊടുത്തു. അവരോടൊപ്പം കുഞ്ഞാലിയുമുണ്ടായിരുന്നു. നിവേദനത്തിലെ ആവശ്യങ്ങൾ മലയാളത്തിൽ ഉറക്കെ വായിച്ച് അത് ഇംഗ്ലീഷിലേക്ക് പരിഭാഷപ്പെടുത്തിക്കൊണ്ട് ഓഫീസ് റൈറ്റർ മാനേജർക്ക് വിശദീകരിച്ചുകൊടുത്തുകൊണ്ടിരുന്നു. പെട്ടെന്ന് ഒരു ശബ്ദം കേട്ട് എല്ലാവരും സ്തബ്ധരായി.

"ഹേ.. നിങ്ങളെന്തൊരു മനുഷ്യനാണ്....?"

കുഞ്ഞാലിയുടേതായിരുന്നു ആ ശബ്ദം. റൈറ്റർ ശരിക്കും പേടിച്ചുപോയി. എസ്റ്റേറ്റ് മാനേജർ കാര്യം അന്വേഷിച്ചു. കുഞ്ഞാലി അയാളോട് ഇംഗ്ലീഷിൽ സംസാരിച്ചു. റൈറ്റർ തെറ്റായ രീതിയിലാണ് കാര്യങ്ങൾ പറഞ്ഞുതരുന്നത് എന്ന് വ്യക്തമായപ്പോൾ മാനേജർ റൈറ്ററെ മാറ്റി നിർത്തി കുഞ്ഞാലിയുമായി നേരിട്ട് ചർച്ച നടത്തി.

നിവേദനത്തിൽ തൊഴിലാളികൾ ഉന്നയിച്ച കാര്യങ്ങൾ വളരെ ന്യായമായവയായിരുന്നതിനാൽ അവയിലെ മിക്ക കാര്യങ്ങളും മാനേജർ അംഗീകരിച്ചു. രണ്ട് അണ കൂലി വർദ്ധനവ് അടക്കം നേടിക്കൊടുത്തുകൊണ്ട് ആ സമരം വിജയകരമായി അവസാനിച്ചു. എസ്റ്റേറ്റ് പടിക്കൽ ചേർന്ന തൊഴിലാളി യോഗത്തിൽ ഏതാനും വാക്കുകൾ മാത്രം പറഞ്ഞ് പിൻവാങ്ങി കുഞ്ഞാലി മലമ്പാതകളിലൂടെ അപ്രത്യക്ഷനായി. മേൽക്കമ്മിറ്റി നിർദ്ദേശിച്ചത് പ്രകാരം ആ ചർച്ചയിൽ പങ്കെടുത്തത് സഖാവ് കുഞ്ഞാലിയായിരുന്നു എന്ന കാര്യം തൊഴിലാളികൾക്ക് മനസ്സിലായത് സംഭവം കഴിഞ്ഞ് വളരെ നാളുകൾ കഴിഞ്ഞാണ്.

ധീരയായ ഉമ്മയുടെ വീരനായ മകൻ

കൊണ്ടോട്ടിയിലെ അമ്പലവൻ ആയിഷുമ്മ യൗവനകാലത്ത് തന്നെ വിധവയാകാൻ വിധിക്കപ്പെട്ടവളായിരുന്നു. കുട്ടിയായിരിക്കുമ്പോഴേ ബാപ്പ നഷ്ടപ്പെട്ട തന്റെ ഏക മകനെ അവർ ജീവന് തുല്യം സ്നേഹിച്ചു. ഭർത്താവിന്റെ അകാലത്തിലുള്ള മരണം അവരെ ദുഃഖിപ്പിച്ചുവെങ്കിലും തളർത്തിയില്ല. സ്വന്തം അദ്ധ്വാനംകൊണ്ട് അവർ മകനെ വളർത്തി. കൊണ്ടോട്ടിയിലെ പപ്പടത്തെരുവിൽ തന്റെ വീടിന്റെ കോലായിയിൽ നടത്തിയിരുന്ന ചെറിയ കടയിൽ നിന്നുള്ള വരുമാനം മാത്രമേ അവർക്കുണ്ടായിരുന്നുള്ളൂ. യൗവനത്തിൽ തന്നെ വിധവയായി തീർന്ന ഒരു സ്ത്രീക്ക് ഒറ്റയ്ക്ക് സ്വാശ്രയത്തത്തോടെ ജീവിക്കണമെങ്കിൽ വരുമാനം മാത്രമല്ല തന്റേടവും ധൈര്യവും കൂടി വേണം. അതവർക്ക് വേണ്ടുവോളം ഉണ്ടായിരുന്നു. ധീരതയുടെ പര്യായമായി മാറിയ ജനനേതാവായി ഉയർന്ന കുഞ്ഞാലിയുടെ വ്യക്തിത്വത്തെ രൂപപ്പെടുത്തിയെടുത്തതിൽ ആയിഷുമ്മ എന്ന വീരമാതാവിന്റെ പങ്ക് വളരെ പ്രധാനപ്പെട്ടതായിരുന്നു.

കൊണ്ടോട്ടി പഴയങ്ങാടിയിൽ ഒരു വീടൊക്കെ അവർക്ക് ഉണ്ടായിരുന്നുവെങ്കിലും സാമ്പത്തിക പ്രയാസം വന്നപ്പോൾ അതവർക്ക് വിൽക്കേണ്ടിവന്നു. അതിന് ശേഷം താമസമാക്കിയ വാടക വീടിന്റെ വരാന്തയിലായിരുന്നു ആയിഷുമ്മയുടെ ഇത്തിൾ കച്ചവടം. സാധാരണ മുസ്ലീം സ്ത്രീകളെപ്പോലെ അടങ്ങിയൊതുങ്ങിക്കഴിയുന്നവളായിരുന്നില്ല ആയിഷുമ്മ. എത്ര വലിയവനോടും തന്റെ കാര്യം മുഖത്തുനോക്കിപ്പറയാൻ അവർ ചങ്കൂറ്റം കാണിച്ചിരുന്നു. മകനെ വളർത്താനും സ്വന്തം വയർ കഴിയാനുമായി അവർക്ക് കഠിനമായി ജോലി ചെയ്യേണ്ടിവന്നിരുന്നു. അവരെയും മകനെയും സംരക്ഷിക്കാൻ മാത്രം സാമ്പത്തികശേഷിയുള്ള ബന്ധുക്കളും ആയിഷുമ്മയ്ക്ക് ഉണ്ടായിരുന്നില്ല.

കുഞ്ഞാലിയുടെ ഉമ്മ ആയിഷ കച്ചവടം നടത്തിയിരുന്ന കൊണ്ടോട്ടിയിലെ പപ്പടത്തെരുവ് ഇപ്പോഴത്തെ ചിത്രം

മകനെ അളവറ്റ് സ്നേഹിച്ചിരുന്നുവെങ്കിലും വലിയ മുൻകോപക്കാരിയായിരുന്നു ആയിഷുമ്മ. ചെറിയ തെറ്റ് കണ്ടാൽ പോലും അവനെ ശകാരിക്കാൻ അവർ മടിച്ചിരുന്നില്ല. കുഞ്ഞാലിക്കും സ്നേഹിക്കാനും സ്നേഹിക്കപ്പെടാനും ശാസിക്കപ്പെടാനും ഉമ്മയല്ലാതെ ആരും ഉണ്ടായിരുന്നില്ല. പഠനം നിർത്തി കുഞ്ഞാലി പട്ടാളത്തിൽ ചേരാൻ തീരുമാനിച്ചത് ഉമ്മയിൽ സങ്കടമുണർത്തിയെങ്കിലും മകൻ ഒരു സർക്കാർ ജീവനക്കാരനാവുന്ന കാര്യമായി കണ്ട് അവർ സമാധാനിച്ചു. ഒരു ദിവസം പോലും വിട്ടുപിരിഞ്ഞു നിന്നിട്ടില്ലാത്ത മകനെ മാസങ്ങളോളമോ ചിലപ്പോൾ വർഷങ്ങളോളം തന്നെയോ കാണാൻ കഴിയില്ല എന്ന അവസ്ഥയോട് പൊരുത്തപ്പെടാൻ അവർ വല്ലാതെ വിഷമിച്ചു. യുദ്ധകാലമായതിനാൽ മകന് വല്ല ആപത്തും പിണയുമോ എന്ന ആശങ്കയും അവർക്കുണ്ടായിരുന്നു. എങ്കിലും അവർ മകന്റെ തീരുമാനത്തിന് എതിര് പറഞ്ഞില്ല.

പട്ടാള ജീവിതകാലത്ത് വളരെ മാസങ്ങൾ കഴിഞ്ഞ് ലീവിൽ വരുന്ന കാര്യം കുഞ്ഞാലി കമ്പി സന്ദേശം വഴി ഉമ്മയെ അറിയിക്കും. അതോടെ മകനെ സ്വീകരിക്കാനായി ഇഷ്ടപ്പെട്ട വിഭവങ്ങളൊക്കെ ഒരുക്കിവെക്കാൻ തുടങ്ങും. കോഴിക്കോട് തീവണ്ടിയിൽ വന്നിറങ്ങി അവിടെ നിന്നും ബസ്സിൽ കൊണ്ടോട്ടിക്ക് വരുന്ന മകനെ സ്വീകരിക്കാനായി വളരെ നേരത്തെ തന്നെ ബസ്സ്റ്റോപ്പിൽ ചെന്ന് ആ ഉമ്മ കാത്ത് നിൽക്കും. ഓരോ ബസ്സിൽനിന്നും ഇറങ്ങുന്ന യാത്രക്കാരിലേക്ക് അവർ പ്രതീക്ഷ

യോടെ നോക്കും. ഒടുവിൽ മകൻ വന്നിറങ്ങിയാൽ ഓടിച്ചെന്ന് ആലിംഗനം ചെയ്തും ഉമ്മ കൊടുത്തും സ്വീകരിക്കും. ബസ്സ്റ്റോപ്പിൽ നിന്ന് തന്നെ തുടങ്ങും വിശേഷങ്ങൾ പറയലും പരിഭവങ്ങൾ പറയലുമെല്ലാം. രണ്ട് മൂന്ന് ദിവസം മകനെ സൽക്കാരങ്ങൾകൊണ്ട് ഉമ്മ വീർപ്പ് മുട്ടിക്കും. പിന്നെ പതുക്കെ പല വീട്ടുകാര്യങ്ങളും നാട്ടുകാര്യങ്ങളും പറയുന്നതിനിടയ്ക്ക് ഉമ്മയും മകനും തമ്മിൽ പിണങ്ങും. ഉമ്മയ്ക്ക് ഇഷ്ടമില്ലാത്ത എന്തെങ്കിലും ഒരു വാക്കോ പ്രവർത്തിയോ കുഞ്ഞാലിയിൽനിന്നും ഉണ്ടായാൽ മതി പിന്നെ ശാസനയും ശകാരവുമായി ഒടുവിൽ വീട്ടിൽ നിന്നും ഇറക്കി വിടാനും മടിക്കില്ല ആയിഷുമ്മ.

കുഞ്ഞാലിയേക്കാൾ രണ്ട് വയസ്സ് ഇളയവനും സ്കൂളിലെ കൂട്ടുകാരനുമായിരുന്നു പിൽക്കാലത്ത് കമ്യൂണിസ്റ്റ് പാർട്ടി നേതാവായി മാറിയ കെ. സെയ്താലിക്കുട്ടി. അദ്ധ്യാപകൻ അടിച്ചതിന്റെ പേരിൽ ആറാം ക്ലാസ്സിൽ പഠനം നിർത്തി സ്കൂൾ വിട്ടുപോരുകയായിരുന്നു സെയ്താലിക്കുട്ടി. വീട്ടുകാരും അവനെ അടിച്ച അദ്ധ്യാപകനും അടക്കം വന്ന് നിർബന്ധിച്ച് നോക്കിയിട്ടും ആ കുട്ടി സ്കൂളിൽ പോയില്ല. നാട്ടിൽ കളിച്ചുനടന്ന അവൻ അവിടുത്തെ ബീഡിത്തൊഴിലാളികൾക്കും പാർട്ടി പ്രവർത്തകർക്കും ഒപ്പം കൂട്ടുകൂടി. അങ്ങനെ അവൻ കമ്യൂണിസ്റ്റ് പാർട്ടിയുടെ പ്രവർത്തനങ്ങളിൽ ഭാഗഭാക്കായി. വീട്ടിൽനിന്നും അതിന് വലിയ എതിർപ്പുണ്ടായി. സെയ്താലിക്കുട്ടി പിന്തിരിഞ്ഞില്ല. അങ്ങനെ പതിനാറാം വയസ്സിൽ അവൻ വീട്ടിൽനിന്നും പുറത്താക്കപ്പെട്ടു. അതോടെ ജാപ്പ്വിരുദ്ധ സമിതിയെന്ന പേരിലുള്ള പാർട്ടി ഓഫീസിലായിരുന്നു സെയ്താലിക്കുട്ടിയുടെ രാത്രിവാസം.

സെയ്താലിക്കുട്ടി വീട്ടിൽനിന്നും പുറത്താക്കപ്പെട്ട് കഴിയുന്ന കാലത്ത് പട്ടാളത്തിൽനിന്നും ലീവിൽ വരുമ്പോൾ കുഞ്ഞാലിയും സെയ്താലിക്കുട്ടിയും കണ്ടുമുട്ടിയിരുന്നു. രാഷ്ട്രീയമായി ഒരേ ആശയക്കാരായി മാറിയിരുന്ന അവരുടെ സൗഹൃദം കൂടുതൽ ദൃഢമായി. പരിമിതമായ ദിവസങ്ങൾ മാത്രമുള്ള അവധിക്ക് വരുന്ന മകനെ ഒരാഴ്ച കഴിയുമ്പോഴേക്കും എന്തെങ്കിലും വഴക്കിന്റെ പേരിൽ ഉമ്മ പുറത്താക്കുമ്പോൾ കുഞ്ഞാലിയും കിടത്തം പാർട്ടി ഓഫീസിലേക്ക് മാറ്റും. അന്ന് ആ പഴയ കൂട്ടുകാർ തുല്യദുഃഖിതരായി ഒരുമിച്ച് ഉറങ്ങും. എന്നാൽ കുഞ്ഞാലിയുടെ പാർട്ടി ഓഫീസ് വാസം സെയ്താലിക്കുട്ടിയുടേത് പോലെയല്ല. അത് ഒരു ദിവസം, കൂടിയാൽ രണ്ട് ദിവസം. അതിലേറെ നീളില്ല. അത് കുഞ്ഞാലിക്കും അറിയാം. അതിനാൽ ഉമ്മ വീട്ടിൽനിന്നും ഇറങ്ങിപ്പോകാൻ പറയുമ്പോഴും കുഞ്ഞാലി തർക്കിക്കാനൊന്നും നിൽക്കാതെ അനുസരിക്കുകയാണ് പതിവ്. കാരണം ഉമ്മയുടെ കോപത്തെപ്പോലെ തന്നെയുള്ള സ്നേഹത്തെക്കുറിച്ചും ആ മകന് അറിയാമായിരുന്നു. ഒന്നോ രണ്ടോ ദിവസത്തിനുള്ളിൽ കോപം തണുത്താൽ ആയിഷുമ്മ മകനെ തേടി ഇറങ്ങും. പാർട്ടി ഓഫീസിൽ ചെന്നോ അങ്ങാടിയിൽ വെച്ചോ മകനെ തെരഞ്ഞ് കണ്ടുപിടിച്ച് അവർ വീട്ടിലേക്ക് കൂട്ടി

ക്കൊണ്ട് പോകും. ആ ഉമ്മയും മകനും തമ്മിലുള്ള സ്നേഹവും വഴക്കും നാട്ടുകാർക്കെല്ലാം ഒരു കൗതുകമായിരുന്നു.

മനസ്സ് നിറഞ്ഞ് സ്നേഹിക്കുമ്പോഴും ഒരു ചെറിയ തെറ്റു കണ്ടാൽ അളവിൽ കവിഞ്ഞ കോപം പ്രകടിപ്പിക്കുക എന്ന ഉമ്മയുടെ സ്വഭാവം കുറെയൊക്കെ മകനും കിട്ടിയിരുന്നു എന്ന് സെയ്താലിക്കുട്ടി നിരീക്ഷിച്ചിരുന്നു. പാർട്ടി പ്രവർത്തകരോടുള്ള കുഞ്ഞാലിയുടെ ബന്ധം പലപ്പോഴും ഉമ്മ കുഞ്ഞാലിയോട് കാണിച്ചിരുന്നത് പോലെയാകുന്ന അവസ്ഥയിലാകാറുണ്ട് എന്നായിരുന്നു ആ കൂട്ടുകാരന്റെ അഭിപ്രായം. പാർട്ടി പ്രവർത്തനങ്ങൾക്ക് ഇറങ്ങുന്ന കാര്യത്തിൽ വീട്ടിൽനിന്നും സെയ്താലിക്കുട്ടിക്ക് ഉണ്ടായതുപോലുള്ള അനുഭവമൊന്നും കുഞ്ഞാലിക്ക് ഉണ്ടായിരുന്നില്ല. ആ കാര്യത്തിൽ ഉമ്മയ്ക്ക് മകനോട് അഭിപ്രായവ്യത്യാസമൊന്നും ഇല്ലായിരുന്നു. മകൻ അവന് ശരിയെന്ന് തോന്നുന്ന കാര്യം പ്രവർത്തിക്കട്ടെ എന്നായിരുന്നു ഉമ്മയുടെ നിലപാട്.

പട്ടാളത്തിൽ ജോലിക്ക് പോകുമ്പോൾ മകനെ പിരിയുന്ന കാര്യത്തിലുള്ള വിഷമം ഉണ്ടായിരുന്നുവെങ്കിലും വീട്ടിൽ ഒറ്റയ്ക്കാകുന്ന കാര്യത്തിൽ ഭയമൊന്നും ആയിഷുമ്മയ്ക്കുണ്ടായില്ല. പട്ടാള ജീവിതം അവസാനിപ്പിച്ച് നാട്ടിൽ താമസമാക്കിയ കുഞ്ഞാലി രാഷ്ട്രീയത്തിലിറങ്ങിയതിന്റെ ഫലമായി പോലീസ് കേസ്സുകളും മറ്റും വരാൻ തുടങ്ങിയപ്പോഴും ആയിഷുമ്മ കുലുങ്ങിയില്ല. അവർ മകന് ഉറച്ച പിന്തുണ നൽകി. പ്രവർത്തനമേഖല തൽക്കാലത്തേക്ക് മൈസൂരിലേക്ക് മാറ്റണം എന്ന പാർട്ടി നിർദ്ദേശം ഉണ്ടായപ്പോഴും ഒറ്റയ്ക്കാകുന്നതിനെക്കുറിച്ച് ഉമ്മ വേവ

സഖാവ് കുഞ്ഞാലിയും കുടുംബവും കാളികാവിൽ താമസിച്ചിരുന്ന വീട്

ലാതിപ്പെട്ടില്ല. മൈസൂരിൽനിന്നും തിരിച്ചുവന്ന ശേഷം പാർട്ടി നിരോധനവും അറസ്റ്റുവാറന്റും വന്ന് മകന് ഒളിവിൽ പോകേണ്ടിവന്നപ്പോഴും ഉമ്മ പതറിയില്ല. ഒളിവിൽ കഴിയുന്ന വേളയിൽ ഇടയ്ക്ക് പോലീസിന്റെ കണ്ണുവെട്ടിച്ച് ഉമ്മയെ കാണാൻ വന്നിരുന്ന മകനെ അവർ ആവുന്നവിധം സൽക്കരിക്കുകയും ചെയ്തു.

ഈ കൂസലില്ലായ്മയാണ് ആയിഷുമ്മയെ പ്രസിദ്ധമായ കുഞ്ഞാലി ഡയറിക്കേസിൽ പ്രതി ചേർക്കപ്പെടുന്നതിനും ശിക്ഷിക്കപ്പെടുന്നതിനും ഇടയാക്കിയത്. കേസ്സിന്റെ വിചാരണവേളയിൽ പ്രതിക്കൂട്ടിൽ നിന്നിരുന്ന ആയിഷുമ്മയോട് ന്യായാധിപൻ ചോദിച്ചു

“പോലീസിന് പിടി കിട്ടാപ്പുള്ളിയായ കുഞ്ഞാലിയെ നിങ്ങൾ ഒളിവിൽ താമസിപ്പിക്കുകയും അയാൾക്ക് ചോറ് കൊടുക്കുകയും ചെയ്തിട്ടുണ്ടോ..”

“ചോറ് കൊടുത്തിട്ടുണ്ട്. ന്റെ മോന് ഞാനല്ലാതെ പിന്നെ ആരാ ചോറ് കൊട്ക്കാ..? പിന്നെ ഒളിവിൽ പാർപ്പിച്ചു എന്നതാണ് കുറ്റമെങ്കിൽ ഞാനവനെ പത്ത് മാസം എന്റെ വയറ്റിൽ ഒളിവിൽ പാർപ്പിച്ചിട്ടുണ്ട്. അതിനുള്ള ശിക്ഷകൂടി ഒന്ന് അറിഞ്ഞാൽ നന്നായിരുന്നു...”

ചങ്കൂറ്റത്തോടെയുള്ള ആ മറുപടി കേട്ട് ന്യായാധിപനടക്കം കോടതിയിലെ മുഴുവൻ പേരും തരിച്ചുപോയി. ഏറക്കുറെ കുറ്റം സമ്മതിച്ചു കൊണ്ടുള്ള ഒരു മൊഴിയായിരുന്നു അത്. അത് കേട്ടിട്ട് പോലും ജഡ്ജി കുറച്ച് നാളത്തേക്ക് നല്ല നടപ്പ് മാത്രമാണ് ആ ഉമ്മയ്ക്ക് ശിക്ഷ വിധിച്ചത്. ആ മാതാവിന്റെ ധീരതയിൽ കോടതിക്ക് പോലും ആദരവ് തോന്നിയിരിക്കണം. കോടതിയിൽ ആയിഷുമ്മ കൊടുത്ത മൊഴി പാർട്ടി പ്രവർത്തകർക്കിടയിലും പൊതുസമൂഹത്തിലും അവരെ ഒരു വീരവനിതയാക്കി. മാക്സിംഗോർക്കിയുടെ വിശ്വപ്രശസ്തമായ കൃതി *അമ്മ*യിലെ വിപ്ലവകാരിയായ കഥാപാത്രം പാവ്ലോവിന്റെ അമ്മയോട് സാദൃശ്യപ്പെടുത്തിക്കൊണ്ടുള്ള റിപ്പോർട്ടുകൾ പത്രമാധ്യമങ്ങൾ അവരെക്കുറിച്ച് എഴുതി.

പ്രവർത്തന മേഖല കിഴക്കനേറനാട്ടിലേക്ക് മാറ്റിയപ്പോൾ കുഞ്ഞാലി കാളികാവിലേക്ക് താമസം മാറി. ഉമ്മയെയും കൂടെ കൂട്ടിയിരുന്നു. നിരോധന കാലത്തല്ലാതെയും വിവിധ കേസ്സുകളുടെ പേരിൽ ഇടയ്ക്ക് കുഞ്ഞാലി ഒളിവിൽ പോയിരുന്നു. അങ്ങനെയുള്ള അവസരങ്ങളിൽ ആയിഷുമ്മ വീട്ടിൽ തനിച്ചാവും. ഇടയ്ക്കിടെ കുഞ്ഞാലിയെ അന്വേഷിച്ച് പോലീസ് വീട്ടിൽ വരികയും ചെയ്തിരുന്നു.

ഒരു ദിവസം വീട്ടിലെത്തിയ പോലീസ് സംഘത്തിന്റെ തലവൻ പുറത്ത് നിൽക്കുകയായിരുന്ന ആയിഷുമ്മയോട് പറഞ്ഞു.

“കുഞ്ഞാലി ഈ വീട്ടിനകത്തുണ്ട്. ഞങ്ങൾക്ക് കയറി പരിശോധിക്കണം..”

ആയിഷുമ്മ ആ പോലീസുകാരനെ നോക്കി. മുറ്റത്ത് ഉണക്കാനായി പരത്തിയിട്ടിരുന്ന നെല്ലിൽ ഷൂസിട്ട കാലുകൊണ്ട് ചവിട്ടിയാണ് അയാൾ

നിന്നിരുന്നത്. അതവർക്ക് ഇഷ്ടപ്പെട്ടില്ല. ആ അതൃപ്തി മറച്ചുവെക്കാതെ അവർ പറഞ്ഞു.

"കുഞ്ഞാലി അകത്തുണ്ടോ എന്ന് നോക്കുന്നതിനൊന്നും കൊഴപ്പമില്ല. പക്ഷേ, കാലിലെ ആ സാധനമുണ്ടല്ലോ അതഴിച്ച് വെച്ചിട്ട് കയറിയാൽ മതി എന്റെ വീട്ടില്.." കൂസലില്ലാത്ത ആ മറുപടി കേട്ട പോലീസുകാരൻ അനുസരിച്ചു. അയാൾ ഷൂസ് അഴിച്ച് വെച്ച് അകത്ത് കയറി പരിശോധന നടത്തി തിരിച്ചുപോയി. കുഞ്ഞാലി അകത്തുണ്ടായിരുന്നില്ല.

കേരള എസ്റ്റേറ്റിനോട് ചേർന്ന ഒരു വീട്ടിലായിരുന്നു കുറച്ച് കാലം പാർട്ടി ഓഫീസ് പ്രവർത്തിച്ചിരുന്നത്. ഒരു ദിവസം ആയിഷുമ്മ അങ്ങോട്ട് കയറിച്ചെന്നു. ഒളിവിൽ കഴിയുന്ന മകനെക്കുറിച്ച് എന്തെങ്കിലും വിവരം ഉണ്ടോ എന്ന് അന്വേഷിക്കുകയായിരുന്നു അവരുടെ ഉദ്ദേശ്യം. പാർട്ടി ഓഫീസ് പോലീസ് നിരീക്ഷണത്തിലായിരുന്നു. ആയിഷുമ്മ അങ്ങോട്ട് കയറിപ്പോകുന്നതു കണ്ട പോലീസ്, കുഞ്ഞാലി അവിടെ ഉണ്ടായിരിക്കും എന്ന് സംശയിച്ചു. സർക്കിൾ ഇൻസ്പെക്ടറുടെ നേതൃത്വത്തിൽ ഒരു സംഘം പോലീസുകാർ അവരുടെ തൊട്ടു പിറകെ അങ്ങോട്ട് ചെന്നു. കുഞ്ഞാലി അവിടെ ഉണ്ടായിരുന്നില്ല.

ഉമ്മയെ ഒന്ന് ഭയപ്പെടുത്തിയാൽ എന്തെങ്കിലും വിവരം കിട്ടിയേക്കും എന്ന് തോന്നിയ സർക്കിൾ ഇൻസ്പെക്ടർ ആയിഷുമ്മയോട് ചോദിച്ചു

"നിങ്ങളാണോ കുഞ്ഞാലിയുടെ ഉമ്മ..?"

"ആണല്ലോ.."

"കുറെ നാളായി ഞങ്ങളവനെ അന്വേഷിക്കുന്നു. എവിടെയാണവനെ ഒളിപ്പിച്ചു വെച്ചിരിക്കുന്നത്..?"

"മടിയിൽ ഒളിപ്പിച്ചുവെക്കാൻ മാത്രം അണ്ടീം അടയ്ക്കേം ഒന്നുമല്ലല്ലോ.. ഓൻ ഒന്നിനാത്രം പോന്ന ഒരു മന്സനല്ലേ സാറേ.."

യാതൊരു പതർച്ചയുമില്ലാത്ത ആ മറുപടി കേട്ട് പോലീസ് കൂടുതൽ ചോദ്യങ്ങൾക്കൊന്നും മുതിരാതെ തിരിച്ചുപോയി.

മകന്റെ പാർട്ടി പ്രവർത്തനം കാരണം ഇടയ്ക്ക് പോലീസ് വീട്ടിൽ അന്വേഷിച്ച് വരുന്നതും അസുഖകരങ്ങളായ ചോദ്യങ്ങൾ കേൾക്കേണ്ടി വന്നിരുന്നതും ഒരു അലോസരവും ആ ഉമ്മയിൽ ഉണ്ടാക്കിയില്ല. തന്റെ മകൻ അവന് ശരിയെന്ന് തോന്നുന്ന കാര്യങ്ങൾ പ്രവർത്തിക്കുന്നു. അതിന് അവന് പിന്തുണ കൊടുക്കേണ്ടത് തന്റെ ഉത്തരവാദിത്വമാണ് എന്ന് ആ ധീരയായ ഉമ്മ കരുതിപ്പോന്നു.

തോട്ടമുടമകളുടെ ഹുങ്കിന് നേരെ ചങ്കുറപ്പോടെ

കിഴക്കനേറനാടിന്റെ ആസ്ഥാനമായ നിലമ്പൂരിനും പരിസരപ്രദേശങ്ങൾക്കുമുള്ള പ്രശസ്തികളിൽ പ്രധാനം അവിടുത്തെ കാടുകളാണ്. ഇന്നും മലയോര ഗ്രാമങ്ങളിൽ കാട്ടുമൃഗങ്ങൾ നാട്ടിലേക്ക് ഇറങ്ങുന്നത് ഇടയ്ക്കിടെ അവിടെ പതിവാണ്. ആറു പതിറ്റാണ്ടിനുമപ്പുറത്തെ നിലമ്പൂർ കാടുകളിൽ ഇന്നത്തേക്കാൾ എത്രയോ കൂടുതൽ കാട്ടുമൃഗങ്ങൾ സ്വൈരവിഹാരം നടത്തിയിരുന്നു. നിബിഡ വനങ്ങളോട് ചേർന്ന് ധാരാളം വലിയ തോട്ടങ്ങൾ പ്രവർത്തിച്ചിരുന്നു. അവയിൽ പലതും ഇപ്പോഴും പ്രവർത്തിക്കുന്നുമുണ്ട്. കിഴക്കനേറനാടിന്റെ സാമ്പത്തിക സ്രോതസ്സുകളിൽ പ്രധാനം ഒരു കാലത്ത് ഈ തോട്ടങ്ങൾ തന്നെയായിരുന്നു. ആയിരക്കണക്കിന് തൊഴിലാളികളാണ് ഓരോ വൻകിട തോട്ടങ്ങളിലും ജോലി ചെയ്തുകൊണ്ടിരുന്നത്.

ചോരയൂറ്റുന്ന അട്ടകൾ, ജീവനെടുക്കാൻ വരുന്ന കാട്ടുമൃഗങ്ങൾ ഇവയോടൊക്കെ മല്ലിട്ടുകൊണ്ടായിരുന്നു തൊഴിലാളികൾ ഉപജീവനത്തിനുള്ള വഴി കണ്ടെത്തിയിരുന്നത്. വിദേശികളും ഇന്ത്യക്കാരുമായ വൻകിട തോട്ടമുടമകൾക്ക് പണത്തോടുള്ള ആർത്തിയേക്കാൾ വളരെ താഴെയായിരുന്നു മനുഷ്യത്വം. വമ്പന്മാരായ ആ തോട്ടമുടമകൾ ആ കാട്ടുപ്രദേശത്ത് താമസിക്കാറുണ്ടായിരുന്നില്ല. അവർ ചുമതലയേൽപ്പിച്ചു കൊടുത്തിരുന്ന കങ്കാണിമാരായ മാനേജർമാർ മിക്കവരും ഉടമകളേക്കാൾ ക്രൂരന്മാരുമായിരുന്നു.

മനുഷ്യരെപ്പോലെ ജീവിക്കാനുള്ള സാഹചര്യം നന്നേ കുറവായിരുന്ന തോട്ടം തൊഴിലാളികൾക്കിടയിൽ അവകാശ ബോധത്തിന്റെയും ഒന്നിച്ചുനിൽക്കലിന്റെയും ബാലപാഠങ്ങൾ പഠിപ്പിച്ചുകൊണ്ട് ത്യാഗപൂർണ്ണമായ സംഘടനാ പ്രവർത്തനം നടത്തിയിരുന്നത് ഈശ്വരൻ നമ്പൂ

കേരള എസ്റ്റേറ്റ് മുതലാളിമാർ താമസിച്ചിരുന്ന ബംഗ്ലാവ്

തിരിയെന്ന ഒരു സഖാവായിരുന്നു. കണ്ണൂർ ജില്ലയിലെ പയ്യന്നൂർക്കാരനായിരുന്ന ആ കമ്യൂണിസ്റ്റ് പാർട്ടിക്കാരൻ തന്റെ ജീവിതം കിഴക്കനേറനാട്ടിലേക്ക് പറിച്ച് നട്ടത്, അവിടുത്തെ തോട്ടം തൊഴിലാളി മേഖലയിൽ ചെന്ന് പ്രവർത്തിക്കാൻ പാർട്ടി നിർദ്ദേശം കിട്ടിയപ്പോഴായിരുന്നു.

കുടുംബപരമായ ചില അത്യാവശ്യങ്ങൾ വന്നപ്പോൾ അദ്ദേഹം നാട്ടിലേക്ക് തിരിച്ചുപോകണമെന്ന് നേതൃത്വത്തോട് ആവശ്യപ്പെട്ടു. പതിനായിരക്കണക്കിന് തൊഴിലാളികൾ ജോലി ചെയ്യുന്ന ആ മേഖലയിൽ സാമാന്യം വേരോട്ടം കിട്ടിക്കഴിഞ്ഞിരുന്ന തോട്ടം തൊഴിലാളി പ്രസ്ഥാനത്തിന് നേതൃത്വം കൊടുക്കാൻ ഊർജ്ജസ്വലനായ ഒരു നേതാവിനെ തന്നെ കൊടുക്കണമെന്ന് കമ്യൂണിസ്റ്റ് പാർട്ടി ആലോചിച്ചു. അതാണ് സഖാവ് കുഞ്ഞാലിയെ കിഴക്കനേറനാട്ടുകാരനാക്കുന്നതിനുള്ള സാഹചര്യമൊരുക്കിയത്. തുടർച്ചയായ സാന്നിദ്ധ്യവും നിരന്തരമായ ഇടപെടലുകളും ആവശ്യമുള്ളതാണ് തനിക്ക് കിട്ടിയ പുതിയ തട്ടകം എന്ന് ബോദ്ധ്യപ്പെട്ട കുഞ്ഞാലി താമസം കാളികാവിലേക്ക് മാറ്റി.

മൈസൂരിലെ ബീഡിത്തൊഴിലാളികളുടെ നേതൃത്വം ഏറ്റെടുത്ത് കൊണ്ട് ഏല്പിച്ച ഉത്തരവാദിത്വങ്ങൾ വിജയകരമായി പൂർത്തിയാക്കി നാട്ടിൽ മടങ്ങിയെത്തിയതിന് ശേഷം ഉണ്ടായ പാർട്ടി നിരോധനവും ഒളിവ് ജീവിതവും, ജയിൽവാസവും എല്ലാം കഴിഞ്ഞ് നാട്ടിൽ സജീവമായി പാർട്ടി രംഗത്ത് പ്രവർത്തിച്ചുകൊണ്ടിരിക്കുമ്പോഴായിരുന്നു ഈ പുതിയ ചുമതല കുഞ്ഞാലിക്ക് കിട്ടിയത്. വളരെ ചുരുങ്ങിയ സമയം കൊണ്ട് തന്നെ ആ പാവപ്പെട്ട മനുഷ്യരുടെ പ്രിയപ്പെട്ട സഖാവായി അദ്ദേഹം മാറി. തൊഴിലാളികൾക്കിടയിൽ അവരിൽ ഒരാളെപ്പോലെ ജീവിച്ച് അവരുടെ ഓരോ ചെറിയ പ്രശ്നങ്ങൾ പോലും ശ്രദ്ധിക്കുകയും

ഇടപെടുകയും ചെയ്തുകൊണ്ട് കുഞ്ഞാലി നടത്തിയ പ്രവർത്തനങ്ങൾ അദ്ദേഹത്തെ അവരുടെ ഒരു വിശ്വസ്തനാക്കി. ദൈനംദിന പ്രവർത്തനങ്ങളുമായി ബന്ധപ്പെട്ട് തൊഴിലാളി സംഘടനാ പ്രവർത്തകരുടെ വീടുകളിൽ അദ്ദേഹം ഒരു നിത്യ സന്ദർശകനായി. ഇത് കാരണം തൊഴിലാളികൾ മാത്രമല്ല അവരുടെ കുടുംബാംഗങ്ങളും അദ്ദേഹത്തെ സ്വന്തം വീട്ടിലെ ഒരംഗത്തെപ്പോലെ സ്നേഹിച്ചു.

തോട്ടം തൊഴിലാളി മേഖലയിൽ തൊഴിലിടങ്ങളിലെ പ്രതികൂല സാഹചര്യങ്ങൾ, കൂലിയടക്കമുള്ള പ്രശ്നങ്ങൾ എന്നിവയൊക്കെ നിലനിൽക്കുമ്പോൾ തന്നെ മറ്റൊരുപ്രശ്നവും കൂടി അവർക്ക് നേരിടാനുണ്ടായിരുന്നു. സമ്പത്തും അധികാരവും ഉള്ള മാനേജർമാരും സൂപ്രണ്ടുമാരും കാണിച്ചിരുന്ന വ്യക്തിപരമായ അതിക്രമങ്ങളായിരുന്നു അത്. തൊഴിലാളികൾക്ക് മേൽ തങ്ങൾക്ക് എന്തിനും അധികാരമുണ്ട് എന്നായിരുന്നു അവരുടെ ഭാവം. തൊഴിലാളിയുടെ മേൽ കൈവെക്കാനും പലപ്പോഴും അവർ മടിച്ചിരുന്നില്ല. വലിയ ശമ്പളം പറ്റിയിരുന്ന അവരുടെ താമസ സ്ഥലത്തിന് അടുത്തുകൂടി ഒറ്റയ്ക്ക് സഞ്ചരിക്കാൻ തൊഴിലാളി സ്ത്രീകൾ മാത്രമല്ല സാധാരണ നാട്ടുകാരായ സ്ത്രീകളും ഭയപ്പെട്ടിരുന്നു.

ഇങ്ങനെയുള്ള റൗഡിത്തരങ്ങളൊക്കെ മാറ്റിയെടുക്കുന്ന കാര്യത്തിൽ കുഞ്ഞാലിയുടെ ധീരതയും കൈക്കരുത്തും വലിയ പങ്കുവഹിച്ചു. ഗുണ്ടായിസത്തിന് അതേ നാണയത്തിൽ മറുപടി കിട്ടും എന്ന ഒരവസ്ഥ വന്നപ്പോഴാണ് അവർ അടങ്ങിയത്. അതോടെ തൊഴിലാളികൾക്കിടയിൽ ഒരു വീരനായകനായി സഖാവ് ഉയർന്നു. കോൺഗ്രസ്സിന്റെ നേതൃത്വത്തിൽ പ്രവർത്തിച്ചിരുന്ന സംഘടനകളിൽ അംഗമായിരുന്ന പലരും എ.ഐ.ടി.യു.സിലേക്ക് മാറാൻ തുടങ്ങി. ഓരോ തോട്ടത്തിനുള്ളിലും നിലനിന്നിരുന്ന ചെറുതും വലുതുമായ പ്രശ്നങ്ങളെല്ലാം തൊഴിലാളി സംഘടനയുടെ നേതൃത്വത്തിൽ ഏറ്റെടുത്തു പരിഹാരം കണ്ടത് എ.ഐ.ടി.യു.സി.യുടെയും കുഞ്ഞാലിയുടെയും വളർച്ചയ്ക്ക് വേഗത കൂട്ടി.

കേരള, കുണ്ടോട, ആർത്തല, മധുമല, കാട്ടുരയ്ക്കൽ, മുണ്ടേരി, പുല്ലങ്കോട്, ഇടിവണ്ണ തുടങ്ങിയ ചെറുതും വലുതുമായ എസ്റ്റേറ്റുകളിലെല്ലാം സംഘടനാ രംഗത്ത് എ.ഐ.ടി.യു.സി.ക്ക് വലിയ വളർച്ചയുണ്ടായി. കരുവാരക്കുണ്ട്, കാളികാവ്, ചോക്കാട്, കരുളായി, നിലമ്പൂർ, വഴിക്കടവ്, ചുങ്കത്തറ, എടക്കര, മരുത, അമരമ്പലം, പോത്തുകല്ല് തുടങ്ങിയ പ്രദേശങ്ങളിലെ ജനജീവിതത്തിന്റെ പ്രധാന പങ്ക് ഈ തോട്ടം തൊഴിലാളികളും അവരുടെ കുടുംബങ്ങളും തന്നെയായിരുന്നു. ഒരറ്റത്ത് നിന്നും മറുതലയെത്താൻ, നൂറോളം കിലോമീറ്റർ സഞ്ചരിക്കേണ്ടിയിരുന്ന ഈ വിശാലമായ പ്രദേശത്ത് ഓരോ പ്രശ്നങ്ങൾ വരുമ്പോഴും അവിടെയെല്ലാം ഓടിയെത്തിക്കൊണ്ട് കുഞ്ഞാലി പ്രവർത്തിച്ചു. ഇന്നത്തേത് പോലുള്ള വാഹന സൗകര്യങ്ങളൊന്നും ഇല്ലാത്ത ഒരു കാലത്തായിരുന്നു അത്.

സാധാരണഗതിയിൽ തൊഴിലാളികൾക്ക് കൊടുത്തുകൊണ്ടിരുന്നതും മാനേജ്മെന്റിന് മുടക്കില്ലാത്തതുമായ ചില സൗകര്യങ്ങളും ആനുകൂല്യങ്ങളും എല്ലാ തോട്ടം മുതലാളിമാരും അനുവദിക്കാറുണ്ട്. അത്യാവശ്യം വരുമ്പോൾ കൂലിയിലേക്ക് ഒരു തുക അഡ്വാൻസ് കൊടുക്കൽ അതിൽപ്പെട്ട ഒന്നാണ്. എ.ഐ.ടി.യു.സി.യിൽപ്പെട്ട തൊഴിലാളികൾക്ക് മാത്രം ഇത് അനുവദിക്കാതിരിക്കുന്ന ഒരു പ്രതികാരനടപടി ചില മാനേജ്മെന്റുകൾ കാണിക്കാൻ തുടങ്ങി. ചില മേഖലകളിൽ ചില ദിവസങ്ങളിൽ എല്ലാവർക്കും കൊടുക്കാൻ ജോലിയുണ്ടാവില്ല. കുറച്ചുപേർ മാറി നിൽക്കേണ്ടിവരും. അങ്ങനെ മാറ്റി നിർത്തുന്നത് കഴിയുന്നതും എ.ഐ.ടി.യു.സി.ക്കാരെയാക്കുക എന്നതായിരുന്നു മറ്റൊരു അടവ്. ഇത്തരം വിവേചനങ്ങൾ പതിവാകാൻ തുടങ്ങിയപ്പോൾ അതിശക്തമായ പ്രതിഷേധ പരിപാടികൾ തൊഴിലാളികൾ സംഘടിപ്പിച്ചു. ഇങ്ങനെയുള്ള നെറികേടുകൾ ചെയ്തുകൊണ്ടിരുന്ന മാനേജർമാരെയും സൂപ്രണ്ടുമാരെയും കുഞ്ഞാലി നേരിട്ടുചെന്ന് താക്കീത് ചെയ്തു. പൊതുവെ ഭീരുക്കളായിരുന്ന അവർ അതോടെ അത്തരം തരംതാണ അടവുകൾ ഒഴിവാക്കി.

ദൂരദേശങ്ങളിൽനിന്നും വന്നു ജോലി ചെയ്തിരുന്ന തൊഴിലാളികൾക്ക് അവരുടെ ജീവിതവുമായി ബന്ധപ്പെട്ട പല കാര്യങ്ങൾക്കും തോട്ടം മുതലാളിമാരെ തന്നെ സമീപിക്കേണ്ട അവസ്ഥയാണുണ്ടായിരുന്നത്. ആർത്തല തേയിലത്തോട്ടത്തിലെ തൊഴിലാളികൾ നല്ലൊരു ഭാഗം തമിഴരായിരുന്നു. അവർക്കിടയിൽ ഒരു മരണം സംഭവിച്ചാൽ മൃതദേഹം നാട്ടിലേക്ക് കൊണ്ട് പോകാനൊന്നും അവർക്ക് കഴിവുണ്ടായിരുന്നില്ല. ഇങ്ങനെയുള്ള സാഹചര്യത്തിൽ വിശാലമായ എസ്റ്റേറ്റിന്റെ ഒഴിഞ്ഞ് കിടക്കുന്ന ഏതെങ്കിലും ഭാഗത്ത് അതിന് സൗകര്യം ചെയ്ത് കൊടുക്കുകയായിരുന്നു പതിവ്. അത്തരം കാര്യങ്ങളൊക്കെ ഓർത്ത്

കേരള എസ്റ്റേറ്റ് ബംഗ്ലാവ് വളപ്പിൽ ഉപയോഗിച്ചിരുന്ന നീന്തൽ കുളം

മാനേജ്മെന്റുകൾ പറയുന്ന എല്ലാ അന്യായമായ കാര്യങ്ങളും അംഗീകരിക്കുകയും അനുസരിക്കുകയുമാണ് തൊഴിലാളികൾ ചെയ്തുകൊണ്ടിരുന്നത്.

കുഞ്ഞാലിയുടെ വരവോടെ കാര്യങ്ങളിൽ മാറ്റം വന്നു. തങ്ങൾക്ക് അർഹതപ്പെട്ടതെല്ലാം ഐക്യത്തോടെ നിന്ന് സമരം ചെയ്ത് മാനേജ്മെന്റുകളിൽനിന്നും ചോദിച്ച് വാങ്ങിയെടുക്കുന്ന സ്ഥിതി വന്നു. അതിനാൽ ഇനി പഴയതുപോലെ മറ്റു സൗകര്യങ്ങളൊന്നും ആർക്കും കൊടുക്കേണ്ടതില്ല എന്ന സമീപനം മാനേജർമാരും എടുക്കാൻ തുടങ്ങി.

1952 ൽ ആർത്തല എസ്റ്റേറ്റിലെ തമിഴ് തൊഴിലാളികളിൽപ്പെട്ട ഒരു സ്ത്രീ മരണപ്പെട്ടു. മുസ്ലീങ്ങളും ക്രിസ്ത്യാനികളും ആയ തൊഴിലാളികൾക്ക് അവരവരുടെ പള്ളികളോടനുബന്ധിച്ച് ശ്മശാനങ്ങൾ ഉണ്ടായിരുന്നതിനാൽ അവർക്ക് മൃതദേഹം മറവ് ചെയ്യുന്നതുമായ ബന്ധപ്പെട്ട പ്രശ്നങ്ങൾ ഉണ്ടായിരുന്നില്ല. മറ്റുള്ളവരുടെ മൃതദേഹങ്ങൾ അടക്കം ചെയ്യാൻ ഒരു പൊതു ശ്മശാനം അടുത്തൊന്നും ഉണ്ടായിരുന്നില്ല. വേറെ നിവൃത്തിയില്ലാത്തതിനാൽ മരണപ്പെട്ട സ്ത്രീയുടെ കുടുംബം എസ്റ്റേറ്റ് മാനേജരുടെ സഹായം തേടി.

പാലക്കാട്ടുകാരൻ ഒരു സ്വാമിയായിരുന്നു മാനേജർ. മുമ്പൊക്കെ തന്റെ മുമ്പിൽ അടിമകളെപ്പോലെ ഓച്ഛാനിച്ച് നിന്നിരുന്ന തൊഴിലാളികൾ യൂണിയൻ വഴി ശക്തരായി തല ഉയർത്തി നിന്ന് കാര്യങ്ങൾ പറയുന്ന അവസ്ഥ വന്നതിൽ അമർഷമുള്ളവനായിരുന്നു സ്വാമി. അതിന്റെ പിന്നിൽ കുഞ്ഞാലിയെന്ന നേതാവാണ് എന്നതും അയാൾക്കറിയാമായിരുന്നു. അതിനാൽ ആ തമിഴ് കുടുംബത്തിന്റെ ദയനീയമായ അവസ്ഥയെ അവരെ ഒരു പാഠം പഠിപ്പിക്കാനുള്ള അവസരമായിട്ടാണ് അയാൾ കണ്ടത്. സഹായം തേടി ചെന്ന ആ കുടുംബത്തിന് നേരെ അയാൾ ആക്രോശിച്ചു.

"നിങ്ങൾക്ക് എല്ലാത്തിനും കുഞ്ഞാലിയുണ്ടല്ലോ. ഇപ്പോൾ എന്റെ സഹായം വേണമല്ലേ..? ചെന്ന് പറയ് നിങ്ങളുടെ കുഞ്ഞാലിയോട്.."

നിരാശരായി തിരിച്ചുപോന്ന ആ കുടുംബത്തിന്റെ അവസ്ഥ തൊഴിലാളികൾ ചെന്ന് കുഞ്ഞാലിയെ അറിയിച്ചു. സഖാവ് പെട്ടെന്ന് തന്നെ സ്ഥലത്തെത്തി. സംസ്കാരച്ചടങ്ങുകളുടെ ഭാഗമായി വീട്ടിൽ നിന്ന് നടത്തേണ്ട ചടങ്ങുകളൊക്കെ നടത്താൻ കുഞ്ഞാലി നിർദ്ദേശിച്ചു. അത് പൂർത്തിയായപ്പോൾ സംസ്കാരം നടത്തുന്നതിന് ശവമഞ്ചം ചുമന്ന് നടക്കാൻ പറഞ്ഞു. മൃതദേഹവും ചുമന്നുകൊണ്ട് മറ്റു തൊഴിലാളികളും മരിച്ച സ്ത്രീയുടെ ബന്ധുക്കളും പിറകെ നടന്നു. ആ വിലാപയാത്രയെ കുഞ്ഞാലി നയിച്ചത് എസ്റ്റേറ്റ് മാനേജർ സ്വാമിയുടെ ബംഗ്ലാവിലേക്കായിരുന്നു. ശവമഞ്ചം ബംഗ്ലാവിന്റെ വരാന്തയിൽ ഇറക്കിവെച്ച് കുഞ്ഞാലിയും തൊഴിലാളികളും അവിടെ കുത്തിയിരുന്ന് സത്യാഗ്രഹം തുടങ്ങി.

മാനേജർ ഒട്ടും തന്നെ പ്രതീക്ഷിച്ചിട്ടില്ലാതിരുന്ന ഈ സമരമുറ അയാളെ ആകെ പരിഭ്രാന്തനാക്കി. അയാൾ കുഞ്ഞാലിയുടെ അടു

തണുപ്പ് കാലത്ത് ബംഗ്ലാവിന്റെ അകം ചൂടാക്കാൻ ഉപയോഗിച്ചിരുന്ന സംവിധാനം

ത്തേക്ക് തൊഴുകൈയോടെ ഇറങ്ങിച്ചെന്ന്, എന്ത് വിട്ടുവീഴ്ചയ്ക്കും തയ്യാറാണ് എന്ന് അറിയിച്ചു. ആ മൃതശരീരം മറവ് ചെയ്യാൻ സ്ഥലം കൊടുക്കണമെന്നും, ആ കുടുംബത്തിന് ധനസഹായം അനുവദിക്കണമെന്നും കുഞ്ഞാലി ആവശ്യപ്പെട്ടു. അയാൾ രണ്ട് ആവശ്യങ്ങളും ഉടൻതന്നെ അംഗീകരിച്ചു.

ഈ സമരത്തിന്റെ വിജയം എല്ലാ എസ്റ്റേറ്റുകളിലെയും തോട്ടം തൊഴിലാളികൾക്കിടയിൽ ആവേശം പകർന്നു. കുഞ്ഞാലിയെന്ന നേതാവിന്റെയും അദ്ദേഹം നേതൃത്വം കൊടുക്കുന്ന സംഘടനയുടെയും സ്വീകാര്യത അത് വലിയ തോതിൽ ഉയർത്തി. തങ്ങൾക്ക് ഏത് തരത്തിലുള്ള പ്രശ്നങ്ങൾ വന്നാലും അത് പരിഹരിക്കാൻ കുഞ്ഞാലി മുന്നിലുണ്ടാകും എന്ന ഒരു വിശ്വാസം അവരിൽ വളർന്നു.

എത്ര ന്യായമായ ഒരു ആവശ്യം ഉന്നയിച്ചാലും അതെല്ലാം അവഗണിക്കുക എന്നതായിരുന്നു പൊതുവിൽ എല്ലാ തോട്ടം മാനേജ്മെന്റുകളുടെയും നയം. നിരന്തരം അത്തരം അവഗണനകൾ തുടരുമ്പോഴാണ് സംഘടനകൾ സമരത്തിലേക്ക് നീങ്ങുക. അത് പണിമുടക്ക് സമരമായി ഉയർന്നാൽ അതിനെ നേരിടാനായി അവർ നടത്തിയിരുന്ന സ്ഥിരം അടവായിരുന്നു പുറത്ത് നിന്ന് ആളെ ഇറക്കി പണി എടുപ്പിക്കൽ. അത്തരം നീക്കങ്ങളെ കായികമായി തന്നെ ചെറുത്തു നിൽക്കാനായിരുന്നു കുഞ്ഞാലി നിർദ്ദേശിച്ചത്. അത് പല സ്ഥലങ്ങളിലും സംഘർഷങ്ങളുണ്ടാക്കി. അത്തരം സന്ദർഭങ്ങളിൽ മിക്കയിടത്തും അദ്ദേഹം തന്നെ മുന്നിൽ നിന്നുകൊണ്ട് ആ ചെറുത്തുനിൽപ്പിന് നേതൃത്വം നൽകി. പല സ്ഥലത്തും തൊഴിലാളികളും കരിങ്കാലിപ്പണിക്ക് വന്നവരും തമ്മിൽ സംഘട്ടനങ്ങൾ നടന്നു. അതോടെ അത്തരം പണിക്ക് ആളെ കിട്ടുക ബുദ്ധിമുട്ടായി. എങ്കിലും ചില സ്ഥലങ്ങളിലൊക്കെ പോലീസിന്റെ സംര

ക്ഷണത്തോടെ അത് നടത്താൻ മാനേജ്മെന്റുകൾ ശ്രമിച്ചിരുന്നു. അത് അത്ര പ്രായോഗികമായിരുന്നില്ല. എസ്റ്റേറ്റിന്റെ മുൻവശത്തേക്ക് ഏതാനും പോലീസുകാരെ കൊണ്ടുവന്നു നിർത്താനല്ലാതെ ആയിരക്കണക്കിന് ഏക്കർ വിസ്താരത്തിൽ കിടക്കുന്ന എസ്റ്റേറ്റിനകത്ത് എല്ലായിടത്തേക്കും പോലീസിന് എത്താൻ കഴിയുമായിരുന്നില്ല. കരിങ്കാലിപ്പണികൾ നടക്കില്ല എന്ന അവസ്ഥ മാനേജ്മെന്റുകളെ വിട്ടുവീഴ്ചയ്ക്ക് നിർബന്ധിതരാക്കി.

1957 ൽ ഇ എം എസിന്റെ നേതൃത്വത്തിൽ ആദ്യത്തെ കേരള മന്ത്രിസഭ അധികാരത്തിൽ വന്നു. കുടിയിറക്ക് നിരോധിച്ചുകൊണ്ടും, തൊഴിലാളി സമരങ്ങളിൽ പോലീസ് ഇടപെടുന്നത് വിലക്കിക്കൊണ്ടുമുള്ള ഉത്തരവുകൾ തുടക്കത്തിൽ തന്നെ ആ സർക്കാർ ഇറക്കി. കേരളത്തിന്റെ സാമൂഹ്യസാഹചര്യങ്ങളിൽ വലിയ മാറ്റം വരുത്തിയ ഉത്തരവുകളായിരുന്നു അവ.

1958 ൽ നടന്ന ഒരു സംയുക്ത തൊഴിലാളി സമരത്തെ നേരിടാൻ മാനേജ്മെന്റുകൾ ആസൂത്രിതമായി നീക്കം നടത്തി. ദൂരദേശത്തുനിന്നും കരിങ്കാലിപ്പണിക്ക് അവർ ലോറിയിൽ ആളെ കൊണ്ടുവന്നിറക്കി. പുതിയ സാഹചര്യത്തിൽ അവരെ കായികമായി ചെറുക്കാൻ നിൽക്കേണ്ടതില്ലെന്ന് കുഞ്ഞാലി നിർദ്ദേശിച്ചു. അദ്ദേഹം പുതിയ സർക്കാർ ഉത്തരവിന്റെ ബലത്തിൽ പോലീസുമായി ബന്ധപ്പെട്ടു. കരിങ്കാലിപ്പണിക്ക് കൂട്ടമായി കൊണ്ടുവന്നിരുന്നവരെ ലോറിയടക്കം കസ്റ്റഡിയിൽ എടുത്ത് പോലീസ് കൊണ്ടുപോയി.

തൊഴിലാളികൾക്കിടയിൽ കമ്യൂണിസ്റ്റ് പാർട്ടിയോടും അതിന്റെ സർക്കാരിനോടും വലിയ മതിപ്പുണ്ടാക്കിയ ഒരു നടപടിയായി അത്. അതേവരെ മുതലാളിമാർ പറയുന്നതിനനുസരിച്ച് പ്രവർത്തിച്ചിരുന്ന പോലീസിനെ മാത്രമേ അവർക്ക് പരിചയം ഉണ്ടായിരുന്നുള്ളൂ. എ ഐ റ്റി യു സിയിലേക്ക് മറ്റു സംഘടനകളിൽനിന്നും തൊഴിലാളികൾ മാറുന്ന പ്രവണതയ്ക്ക് ശക്തിപകരാനും ഈ സംഭവം പ്രേരണയായി.

തൊഴിലാളി സംഘടനയുടെ മുഴുവൻ സമയ പ്രവർത്തകൻ എന്ന നിലയിൽ കൊടുത്തിരുന്ന ചെറിയ അലവൻസ് മാത്രമായിരുന്നു കുഞ്ഞാലിയുടെ വരുമാനം. ഒരു ആഡംബരവും ഇല്ലാതിരുന്ന അദ്ദേഹത്തിനും കുടുംബത്തിനും അത് മതിയായിരുന്നു. വാടക വീട്ടിലായിരുന്നു അവർ താമസിച്ചിരുന്നത്. കുഞ്ഞാലിക്ക് അതൊരു പ്രശ്നമായി തോന്നിയിരുന്നില്ലെങ്കിലും അദ്ദേഹത്തെ സ്നേഹിച്ചിരുന്ന തൊഴിലാളികൾക്കിടയിൽ അതൊരു മനഃപ്രയാസം ഉണ്ടാക്കിയിരുന്നു.

സ്വാതന്ത്ര്യത്തിനുമുമ്പ് വെള്ളക്കാരുടെ ഉടമസ്ഥതയിൽ ആയിരുന്ന ഒരു വലിയ എസ്റ്റേറ്റായിരുന്നു ഇടിവണ്ണ എസ്റ്റേറ്റ്. പിന്നീട് വെള്ളക്കാർ ചുമതല ഒഴിയുകയും ഇന്ത്യയിലെ മുതലാളിമാരുടെ ഉടമസ്ഥതയിലേക്ക് അത് മാറുകയും ചെയ്തു. കൂലി വർദ്ധനവിനുവേണ്ടി വളരെ ദീർഘിച്ച ഒരു സമരം അവിടെ നടന്നിരുന്നു. സ്വാതന്ത്ര്യത്തിന് ശേഷം ഉണ്ടായ

മാറിയ സാഹചര്യത്തിൽ കോടതി മുഖേനയും പ്രശ്നത്തിന് പരിഹാരം ഉണ്ടാക്കാൻ കുഞ്ഞാലി മുൻകൈ എടുത്തു. വി.ആർ. കൃഷ്ണയ്യർ അടക്കമുള്ള പ്രഗത്ഭ നിയമ വിദഗ്ധരെ വരെ ബന്ധപ്പെട്ടുകൊണ്ട് നടത്തിയ ആ ശ്രമം അവസാനം വിജയം കണ്ടു. കേസ്സിൽ തൊഴിലാളികൾക്ക് ഒരു വലിയ സമ്മാനം കിട്ടിയത് പോലെയായി. ഓരോ തൊഴിലാളിക്കും സാമാന്യം വലിയ ഒരു തുക കുടിശ്ശികയായി കൈയിൽ കിട്ടി.

കുടിശ്ശികയിനത്തിൽ കിട്ടിയ തുകയിൽ നിന്നു ഒരു ചെറിയ വിഹിതം നീക്കിവെച്ച് കുഞ്ഞാലിക്ക് ഒരു വീട് വാങ്ങിച്ചു കൊടുക്കാനുള്ള ശ്രമം തൊഴിലാളികളിൽനിന്നും ഉണ്ടായി. കുഞ്ഞാലി അതിനെ ശക്തിയായി എതിർത്തു. എന്നാൽ മറ്റു മേഖലയിലെ തൊഴിലാളികളിൽ നിന്നുമെല്ലാം ആ നീക്കത്തിന് അനുകൂലമായ പ്രതികരണം ഉണ്ടായപ്പോൾ അതിനെ പാർട്ടിയും പിന്തുണച്ചു. അതോടെ അവരുടെ മോഹം യാഥാർത്ഥ്യമായി. തങ്ങളുടെ ഏതൊരുപ്രശ്നവും സ്വന്തം പ്രശ്നം പോലെ കണക്കാക്കി പരിഹാരം കാണുന്നതിനായി ജീവിതം നീക്കിവെച്ചിരിക്കുന്ന കുഞ്ഞാലിയുടെ വ്യക്തിപരമായ പ്രശ്നങ്ങൾ തങ്ങളുടേതും കൂടിയാണ് എന്നവർക്ക് തോന്നിയത് സ്വാഭാവികമായിരുന്നു.

ജന്മിമാരുടെ പേടിസ്വപ്നം

തോട്ടം തൊഴിലാളി മേഖലയിൽ പ്രവർത്തിക്കാനാണ് കിഴക്കനേറുനാട്ടിലേക്ക് എത്തിയതെങ്കിലും കമ്യൂണിസ്റ്റ് പാർട്ടിയുടെ നേതാവ് എന്ന നിലയിൽ ഏറനാട്ടിലെ കർഷക സമരങ്ങൾക്കും കുഞ്ഞാലി നേതൃത്വപരമായ പങ്കുവഹിച്ചു. തോട്ടമുടമകളേക്കാൾ ക്രൂരതയും അധികാരധാർഷ്ട്യവും കാണിക്കുന്നവരായിരുന്നു പല ജന്മിമാരും. ജന്മിമാരിൽ നിന്നും നിലം പാട്ടത്തിനെടുത്ത് കൃഷി ചെയ്തിരുന്ന പാട്ടകുടിയാന്മാരെ പല രീതിയിലും അവർ ചൂഷണം ചെയ്തിരുന്നു. അതിര് വിട്ട് അതിക്രമം കാണിക്കുന്ന ജന്മിമാർക്കെതിരെ തക്ക സമയത്ത് രംഗത്തെത്തി എതിർപ്പിന് നേതൃത്വം കൊടുത്തുകൊണ്ട് കുഞ്ഞാലി കൃഷിക്കാരുടെയും മനസ്സിൽ ഇടംനേടി.

കമ്പിത്തപാൽ ട്രേഡ് യൂണിയൻ പ്രസ്ഥാനത്തിന്റെ സംസ്ഥാന നേതാക്കളിൽ ഒരാളായി ഉയരുകയും അകാലത്തിൽ മരണമടയുകയും ചെയ്ത വി.കെ.ദിവാകരന്റെ മാതാപിതാക്കളും സഹോദരങ്ങളും അടങ്ങിയ കുടുംബം മദ്ധ്യകേരളത്തിൽനിന്നും കിഴക്കനേറനാട്ടിലേക്ക് കുടിയേറിയവരായിരുന്നു. പുല്ലങ്കോട് എന്ന സ്ഥലത്ത് കുറെ ഭൂമി പാട്ടത്തിനെടുത്ത് കൃഷി ചെയ്താണ് ആ കുടുംബം ജീവിച്ചിരുന്നത്. വളരെ കഠിനാദ്ധ്വാനിയായ ഒരു കൃഷിക്കാരനായിരുന്നു ദിവാകരന്റെ പിതാവ് കുഞ്ഞുണ്ണിപ്പിള്ള.

1956 ൽ ഒരു ദിവസം രാവിലെ വാതിൽക്കൽ ആരോ മുട്ടുന്നത് കേട്ടാണ് കുഞ്ഞുണ്ണിപ്പിള്ള ചെന്ന് വാതിൽ തുറന്നത്. പുറത്ത് കണ്ട അപരിചിതരിൽ ഒരാൾ മുന്നോട്ട് വന്ന് ഒരു കടലാസ് നീട്ടിക്കൊണ്ട് പറഞ്ഞു.

“ഇതിലൊന്ന് ഒപ്പിട്ടുതരണം”

കുഞ്ഞാലിയുടെ കാലത്ത് ഒട്ടേറെ ചർച്ചകൾക്കും യോഗങ്ങൾക്കും വേദിയായിട്ടുള്ള കാളികാവിലെ സർക്കാർ ടൂറിസ്റ്റ് ബംഗ്ലാവ്

കോടതി ഉത്തരവ് നടപ്പാക്കാൻ വന്ന ഉദ്യോഗസ്ഥന്മാരായിരുന്നു അവർ

"എന്താണത്..? ഞാനൊന്ന് വായിച്ചുനോക്കട്ടെ എന്നിട്ട് പറ്റുമെങ്കിൽ ഒപ്പിട്ട് തരാം"

കടലാസ് വാങ്ങി വായിച്ചുനോക്കിയ കുഞ്ഞുണ്ണിപ്പിള്ള അമ്പരന്നു പോയി. നാന്നൂറ് പറ നെല്ല് പാട്ടക്കുടിശ്ശികയുള്ളത് കാലാവധി കഴിഞ്ഞിട്ടും കൊടുക്കാത്തതുകൊണ്ട് അയാളുടെ വീടും സ്വത്തുക്കളും ജപ്തി ചെയ്തുകൊണ്ട് കോടതിയിൽ നിന്നുള്ള അറിയിപ്പായിരുന്നു അത്. തന്റെ സ്വാധീനം ഉപയോഗിച്ചുകൊണ്ട് ജന്മി കൊടുത്ത കള്ളക്കേസിന് കിട്ടിയ ഏകപക്ഷീയമായ ഉത്തരവ്. യഥാർത്ഥത്തിൽ ആ കൃഷിക്കാരൻ ആകെ കുടിശ്ശികയായി കൊടുക്കാനുണ്ടായിരുന്ന പാട്ടം നാൽപ്പത് പറ നെല്ല് മാത്രമായിരുന്നു. കുഞ്ഞുണ്ണിപ്പിള്ള പറഞ്ഞു

"ഞാൻ നാൽപ്പത് പറ നെല്ല് പാട്ടം കൊടുക്കാനുണ്ട് എന്നത് ശരിയാണ്. അതെങ്ങനെ 400 പറയായി എന്നത് അറിയില്ല. അതുകൊണ്ട് ഇതിൽ ഒപ്പിട്ട് തരാൻ പറ്റില്ല."

"നിങ്ങളുടെ വിശദീകരണം കേൾക്കേണ്ട ആവശ്യം ഞങ്ങൾക്കില്ല. കോടതി ഉത്തരവ് പ്രകാരം ഞങ്ങൾ ജപ്തി നടത്താൻ പോവുകയാണ്"

ആ ഉദ്യോഗസ്ഥൻ പറഞ്ഞു.

"നിങ്ങൾക്ക് ശരിയെന്ന് തോന്നുന്നത് നിങ്ങൾക്ക് ചെയ്യാം. എനിക്ക് ശരിയെന്ന് തോന്നുന്നത് ഞാനും ചെയ്തോളാം."

ആ ഉദ്യോഗസ്ഥന്മാർ അവരുടെ ജോലി തുടങ്ങി. നെല്ല്, കന്നുകാലികൾ, പാത്രങ്ങൾ, നിലവിളക്ക്, മുണ്ടുപെട്ടി തുടങ്ങി ആ വീട്ടിൽ നീക്കാൻ പറ്റുന്ന സ്വത്ത് വകകളെല്ലാം എണ്ണിക്കണക്കാക്കി രേഖപ്പെ

ടുത്തി അവർ മാറ്റിയിട്ടു. കുഞ്ഞുണ്ണിപ്പിള്ളയുടെ ഭാര്യ സരസ്വതിയും മക്കളും നടുക്കത്തോടെ ആ കാഴ്ച കണ്ടുകൊണ്ടിരുന്നു. അൽപ്പം തന്റേടവും ധൈര്യവുമൊക്കെയുള്ള ഒരു സ്ത്രീയായിരുന്നു സരസ്വതിയമ്മ.

"ഇനിയെന്തെങ്കിലും ബാക്കിയുണ്ടോ" ഒരു ഉദ്യോഗസ്ഥൻ മറ്റേയാളോട് വിളിച്ചു ചോദിച്ചു. ദുഃഖവും രോഷവും സഹിക്കാനാവാതെ ആ കൃഷിക്കാരന്റെ ഭാര്യ പൊട്ടിത്തെറിച്ചു. മക്കളായ ദിവാകരനെയും അനിയൻ പുരുഷോത്തമനെയും മുന്നിലേക്ക് നീക്കിനിർത്തിയിട്ട് സരസ്വതിയമ്മ പറഞ്ഞു

"ഇതാ ഇനി ഈ കുട്ടികൾ ബാക്കിയുണ്ട്. ഇവരെക്കൂടി എടുത്തുകൊള്ളുക."

ജന്മിയുടെ കാര്യസ്ഥനും ആ ഉദ്യോഗസ്ഥന്മാരുടെ കൂടെ വന്നിരുന്നു. അയാൾ പറഞ്ഞു.

"കണ്ടില്ലേ ആ സ്ത്രീയുട ഒരു ധിക്കാരം. ജന്മി ജന്മിയാണെന്നും കുടിയാൻ കുടിയാനാണെന്നും എന്ന ഒരോർമ്മവേണം. അല്ലെങ്കിൽ ഇങ്ങനെയൊക്കെ ഉണ്ടാവും."

അത്യാവശ്യം രാഷ്ട്രീയ ബോധവും അറിവും ഉള്ള കൃഷിക്കാരനായിരുന്നു കുഞ്ഞുണ്ണി പിള്ള. ഭാര്യക്കും അത് പകർന്ന് കിട്ടിയിരുന്നു. അതിനാൽ ജീവിതം പെരുവഴിയിലേക്ക് വലിച്ചെറിയപ്പെടുന്ന അവസ്ഥ മുന്നിൽ വന്നു നിന്നപ്പോഴും അവർ പൊട്ടിക്കരഞ്ഞില്ല. തന്റെ രോഷവും പ്രതിഷേധവും മുഴുവൻ ഉൾക്കൊള്ളിച്ചുകൊണ്ട് സരസ്വതിയമ്മ ഉറക്കെ വിളിച്ചുപറഞ്ഞു.

"ജന്മിയുടെ മക്കൾ ഉണ്ട്, സുഖിച്ച് മെത്തയിൽ ഉറങ്ങുമ്പോൾ കുടിയാന്റെ മക്കൾ കഞ്ഞിയും കുടിച്ച് കുപ്പയിലെങ്കിലും ഉറങ്ങട്ടെ എന്നു ജന്മിയും കരുതണം"

വിവരമറിഞ്ഞ് അയൽക്കാരും നാട്ടുകാരും വന്നുകൊണ്ടിരുന്നു. അതിൽ ഒരു വലിയ വീട്ടിൽ നിന്നുള്ള ഒരു സ്ത്രീയും ഉണ്ടായിരുന്നു. അവർ സരസ്വതിയമ്മയോട് സഹതാപത്തോടെ ചോദിച്ചു

"നിങ്ങൾ ഇനി എന്താ ചെയ്യുക.. തിരിച്ച് നാട്ടിലേക്ക് പോകുമായിരിക്കും അല്ലേ.." സരസ്വതിയമ്മയ്ക്ക് ആ സഹതാപം സഹിച്ചില്ല. അവർ രോഷത്തോടെ പറഞ്ഞു

"നിങ്ങൾ *ജീവിത നൗക* സിനിമ കണ്ടിട്ടുണ്ടോ..? അതിലുള്ളത് പോലെ റോഡിലേക്കിറങ്ങി രണ്ട് കുട്ടികളുടെയും കൈയും പിടിച്ച് പാട്ടും പാടി തെണ്ടി ഞങ്ങൾ ജിവിക്കും. എന്നാലും ആ ജന്മിയുടെ മുമ്പിൽ പോയി കുമ്പിടില്ല"

സരസ്വതിയമ്മ 2019 നവംബർ 12 ന് വിടപറഞ്ഞു. പിൽക്കാലത്ത് സെയിൽടാക്സ് ഓഫീസറായി ഉയർന്ന് ഇപ്പോൾ റിട്ടയർമെന്റ് ജീവിതം നയിക്കുന്ന മകൻ വി.കെ. പുരുഷോത്തമന്റെ ഓർമ്മകളിൽ അന്നത്തെ രംഗങ്ങൾ തെളിഞ്ഞുനിൽപ്പുണ്ട്.

കർഷക മഹായോഗം.

1956 ഏപ്രിൽ 6-ാംനു- വൈകുന്നേരം 4 മണിക്ക്

മാളിയക്കൽ കുന്നിമ്മേൽവെച്ച്

പ്രിയപ്പെട്ട നാട്ടുകാരെ,

നമ്മുടെ നാട്ടിലെ കൃഷിക്കാർ നിരവധി കാലമായി അനുഭവിച്ചുവരുന്ന അന്തമററ യാതനകൾക്ക യാതൊരറുതിയും വന്നിട്ടില്ല. കുടിയായ്മ നിയമമനുസരിച്ചു നിയമിതമായ പാട്ടക്കോടതി മുഖേന കൃഷിക്കാൎക്ക ലഭിച്ചുവരുന്ന ചില്ലറ ആനുകൂല്യങ്ങൾപോലും ഇല്ലാതാക്കത്തക്കവിധം ജന്മിമാർ കൃഷിക്കാൎക്കെതിരായി പാട്ടബാക്കിയുടേയും മററും പേരിൽ കള്ളക്കേസുകൾ കൊടുത്തുവരികയാണ്. പാട്ടമളന്നതിന്നു മുറി കൊടുക്കാതെ ജന്മിമാർ ഇല്ലാത്ത പാട്ടബാക്കിയുടെ പേരിൽ കൃഷിക്കാരെ ശ്വാസംമുട്ടിക്കുകയും, ഉള്ള ഭൂമി ഒഴിപ്പിച്ചെടുക്കാൻ ശ്രമിക്കുകയും ചെയ്യുകയാണ്.

ഇങ്ങിനെ കൃഷിക്കാരെ നേരിടുന്ന കേസുകളിൽ കൃഷിക്കാരെ സഹായിക്കാനും, പാട്ടക്കോടതികളിൽ കേസുകൊടുത്തു പാട്ടം ചുരുങ്ങിക്കിട്ടാനുള്ള നടപടികൾ ത്വരിതപ്പെടുത്തുവാനും മററുമായി വിവിധഭാഗക്കാരടങ്ങിയ ഒരു ഡിഫെൻസു കമ്മററി രൂപീകരിച്ചിരിക്കുന്നു.

ഡിഫെൻസ് കമ്മററിയുടെ ആഭിമുഖ്യത്തിൽ 6-4-56നു വെള്ളിയാഴ്ച മാളിയക്കൽ ചേരുന്ന പൊതുയോഗത്തിൽ പങ്കെടുത്തും മററും സഹായിക്കാൻ എല്ലാവരോടും അഭ്യർത്ഥിക്കുന്നു.

യോഗത്തിൽ സഖാക്കൾ **സാധു പി. അഹമ്മത്തുകുട്ടി** (പ്രസിഡണ്ട്, ഏറനാട് താലൂക്ക് കിസാൻസംഘം) **സി. അച്ചുതവാരിയർ** (ഏജണ്ട്, പാട്ടക്കോടതി) **കെ. പി. ദാമോദരൻ** (സിക്രട്ടരി, ഏറനാട് കിസാൻസംഘം) **കെ. കുഞ്ഞാലി** തുടങ്ങിയവർ പ്രസംഗിക്കും. ഉച്ചഭാഷിണി ഉണ്ടായിരിക്കുന്നതാണ്.

മാളിയക്കൽ,
25-3-56

എന്ന്, കരുവാടൻ കുഞ്ഞലവി,
പ്രസിഡണ്ട്,
ഡിഫെൻസ് കമ്മററി, മാളിയക്കൽ.

കുഞ്ഞാലി അടക്കമുള്ള നേതാക്കൾ പങ്കെടുത്ത ഒരു കർഷക യോഗത്തിന്റെ നോട്ടീസ് (1956)

ആരെങ്കിലും രണ്ടാളുകൾ ജാമ്യം നിൽക്കുകയാണെങ്കിൽ ജപ്തി ചെയ്ത സാധനങ്ങൾ ഉടനെ കൊണ്ടുപോകില്ല എന്ന് ഉദ്യോഗസ്ഥർ അറിയിച്ചു. രണ്ട് അയൽക്കാർ അതിന് തയ്യാറായി. ആമീനും പോലീസും മറ്റും ഉദ്യോഗസ്ഥരും തിരിച്ചുപോയി.

ആ കാലത്ത് ജന്മിമാർ കുടിയാന്മാരോട് ചെയ്തിരുന്ന കൊടും ക്രൂരതകളുടെ ഒരു മാതൃകയായിരുന്നു ആ സംഭവം. ജന്മിക്ക് ആ കൃഷിക്കാരൻ പാട്ടം വകയിൽ 40 പറ നെല്ല് കൊടുക്കാൻ ബാക്കിയുണ്ടായിരുന്നു. തുടർച്ചയായി രണ്ട് വർഷം കാലാവസ്ഥ മോശമായതിനാൽ അയാൾക്ക് പ്രതീക്ഷിച്ച വിളവ് കിട്ടിയില്ല. അതിനാൽ വിളഞ്ഞുകിട്ടിയ മുഴുവൻ നെല്ലും പാട്ടമായി നൽകേണ്ടിവന്നു. ജീവിക്കാൻ വേണ്ടി വേറെ കൂലി വേലകൾ ചെയ്താണ് ആ കൃഷിക്കാരൻ കുടുംബത്തെ പോറ്റിയിരുന്നത്. അയാൾ പലതവണ ജന്മിയെ സമീപിച്ച് പാട്ടം കുറച്ച് തരാൻ അപേക്ഷിച്ചിരുന്നു. ജന്മി വഴങ്ങിയില്ല. പാട്ടം തരാനാവില്ലെങ്കിൽ ഭൂമി ഒഴിഞ്ഞ് തരാനായിരുന്നു ജന്മി ആവശ്യപ്പെട്ടത്.

കുറച്ച് അവകാശബോധമുള്ള കൃഷിക്കാരനായിരുന്നതിനാൽ കുഞ്ഞുണ്ണിപിള്ള പാട്ടം കുറച്ച് കിട്ടുന്നതിനുവേണ്ടി പാട്ടക്കോടതിയിൽ ജന്മിക്കെതിരെ കേസ് കൊടുത്തു. അതിന് ജന്മി കാണിച്ച പ്രതികാരമായിരുന്നു ആ കള്ളക്കേസ്. നാൽപ്പത് പറയ്ക്ക് പകരം നാന്നൂറ് പറ കുടിശ്ശികയുണ്ട് എന്ന് കള്ള രേഖയുണ്ടാക്കിയിട്ടായിരുന്നു അയാൾ കേസ് കൊടുത്തത്. കുടിയാന്റെ ഭാഗം ഒന്ന് കേൾക്കാൻപോലും നിൽക്കാതെ ഏകപക്ഷീയമായ ഒരു ഉത്തരവ് വാങ്ങിക്കാൻ അയാൾക്ക് കഴിഞ്ഞു. തന്റെ പണവും സ്വാധീനവും എല്ലാം അയാൾ വേണ്ടത്ര ഉപയോഗിച്ചിട്ടുണ്ടാവണം.

ആമീനും പോലീസും ആളുകളും എല്ലാം പിരിഞ്ഞുപോയപ്പോൾ കുഞ്ഞുണ്ണിപിള്ള ആരെയൊക്കെയോ കാണാനായി പുറത്തേക്ക് പോയി. വീട്ടിൽ ഭാര്യയും മക്കളും മാത്രമേ ഉണ്ടായിരുന്നുള്ളൂ. സമയം ഉച്ച കഴിഞ്ഞ് ഒരു മൂന്ന് മണിയായിക്കാണും. വഴിയിൽനിന്നും ആരോ വിളിക്കുന്ന ശബ്ദം കേട്ട് അവർ ശ്രദ്ധിച്ചു.

"പിള്ളയില്ലേ അവിടെ..?"

ശബ്ദം കേട്ട് അമ്മയും മക്കളും പുറത്തിറങ്ങി

"ഇല്ല.. നിങ്ങൾ ആരാണ്..? സരസ്വതിയമ്മ ചോദിച്ചു.

"പേടിക്കേണ്ട ശത്രുവല്ല മിത്രമാണ്. പിള്ള വരുമ്പോൾ കുഞ്ഞാലി വന്നിരുന്നുവെന്ന് പറയണം. വൈകുന്നേരം ഇവിടെ കുറച്ച് ആളുകൾ വരും. രണ്ട് പരമ്പും ഒരു വിളക്കും കരുതി വെച്ചേക്കണം"

വഴിയരികിലെ ഒരു കമുകു മരത്തിൽ പിടിച്ച് നിന്നുകൊണ്ട് പാറിപ്പറക്കുന്ന മുടിയുമായി നിന്നിരുന്ന നീണ്ട് മെലിഞ്ഞവനെങ്കിലും കരുത്തനായ ആ മനുഷ്യന്റെ വാക്കുകൾ ആ അമ്മയിലും മക്കളിലും ഒരു പ്രതീക്ഷയുടെ കുളിര് പകർന്നു.

അന്ന് രാത്രി തന്നെ ആ പരിസരത്തെ കൃഷിക്കാരുടെ ഒരു യോഗം

സരസ്വതി അമ്മയും മകൻ പുരുഷോത്തമനും

ആ വീട്ടിൽ ചേർന്നു. അവരോട് കുഞ്ഞാലി സംസാരിച്ചു.

"എല്ലാ ജന്മിമാരും ഇങ്ങനെയാണ്. ആരെങ്കിലും അവരെ ചോദ്യം ചെയ്താൽ കോടതിയെയും പോലീസിനെയും ഉപയോഗിച്ചുകൊണ്ട് അവരെ ശ്വാസം മുട്ടിക്കും. ഇത് നേരിടാൻ ഒരേ ഒരു മാർഗ്ഗമേ ഉള്ളൂ. കൃഷിക്കാർ ഒന്നിക്കണം. ഒരാൾക്ക് ഒരു പ്രശ്നമുണ്ടായാൽ എല്ലാവരും അയാളുടെ സഹായത്തിന് എത്തണം"

ആ വീട്ടുകാരുടെ കാര്യത്തിൽ അത്തരം ഒരു സഹായം ഉണ്ടാവാത്തതിനെ കുഞ്ഞാലി വിമർശിച്ചു. എല്ലാവരും അതംഗീകരിച്ചു. പിറ്റെ ദിവസം തന്നെ പല വീടുകളിൽനിന്നും അരിയും സാധനങ്ങളുമായി അയൽക്കാരായ വീട്ടുകാർ ആ വീട്ടിലെത്തി. ആ ദിവസം വൈകുന്നേരം തന്നെ അതിക്രമം കാണിച്ച ജന്മിയുടെ വീട്ടുപടിക്കൽ കൃഷിക്കാരുടെ വിപുലമായ ഒരു പ്രതിഷേധ യോഗം ചേരാനും രാത്രി ചേർന്ന യോഗത്തിൽ തീരുമാനിച്ചു.

വി.കെ. ദിവാകരൻ

ധാരാളം കൃഷിക്കാർ ആ യോഗത്തിന് എത്തി. അവിടെ കുഞ്ഞാലി പ്രസംഗിക്കുകയായിരുന്നില്ല, രോഷം കൊണ്ട് ഗർജ്ജിക്കുകയായിരുന്നു ചെയ്തത്. ജന്മിയുടെ വീടിന് നേരെ വിരൽ ചൂണ്ടിക്കൊണ്ട് കുഞ്ഞാലി പ്രഖ്യാപിച്ചു.

"നിങ്ങളുടെ പണവും പോലീസും കോടതിയും ഉപയോഗിച്ച് പാവപ്പെട്ട കൃഷിക്കാരനെ ദ്രോഹിച്ചുകൊണ്ട് മണിമേടയിൽ സുഖിക്കാമെന്ന് കരുതേണ്ട. വേണ്ടിവന്നാൽ തെരുവിൽ വെച്ചും നിങ്ങളെ ഞങ്ങൾ നേരിടും." അദ്ദേഹം തുടർന്നു "പ്രിയപ്പെട്ട കൃഷിക്കാരെ, നിങ്ങളുടെ രക്തം ഊറ്റിക്കുടിക്കുന്ന ഈ ജന്മിത്വം അവസാനിപ്പിച്ചേ തീരൂ. കൃഷി ഭൂമി കൃഷിക്കാരന്റേതാകണം. ഇന്നല്ലെങ്കിൽ നാളെ അത് സംഭവിക്കും. കർഷക സംഘവും കമ്യൂണിസ്റ്റ് പാർട്ടിയുമൊക്കെ നിലകൊള്ളുന്നത് അതിന് വേണ്ടിയാണ്."

ജന്മിയെ വേണ്ടി വന്നാൽ തെരുവിലും നേരിടും എന്ന് കുഞ്ഞാലി പ്രസംഗിച്ചത് വെറും വാക്കായിരുന്നില്ല. പിറ്റെ ദിവസം തന്നെ ജന്മി സഞ്ചരിച്ചിരുന്ന കാർ ചോക്കാട് അങ്ങാടിയിൽ വെച്ച് കുഞ്ഞാലി തടഞ്ഞു. ജന്മിയോട് പുറത്തിറങ്ങാൻ കുഞ്ഞാലി ആജ്ഞാപിച്ചു. ആദ്യമയാൾ മടിച്ചുനിന്നു. വീണ്ടും നിർബന്ധിച്ചപ്പോൾ അയാൾ കാറിന്റെ വാതിൽ തുറന്ന് പുറത്തിറങ്ങി. ഇറങ്ങേണ്ട താമസം കുഞ്ഞാലിയുടെ കരുത്തുള്ള കൈ അയാളുടെ മുഖത്ത് ആഞ്ഞ് പതിച്ചു.

അതിലും വലിയൊരു പ്രഹരം ഒരു കോടതിക്കും അയാൾക്ക് കൊടുക്കാൻ കഴിയുമായിരുന്നില്ല. 40 പറയ്ക്ക് പകരം 400 പറ എന്ന് കള്ളരേഖയുണ്ടാക്കി കേസ് കൊടുത്ത അയാളെ ഒരു പാഠം പഠിപ്പിക്കുമെന്ന് കുഞ്ഞാലി വെല്ലുവിളിച്ചു. നിലമ്പൂരും പരിസരത്തുമുള്ള മുഴുവൻ അക്രമികളായ ജന്മിമാർക്കും കൂടിയുള്ള ഒരു മുന്നറിയിപ്പായിരുന്നു നടുറോഡിൽ വെച്ച് കൊടുത്ത ആ പ്രഹരം. ആ സംഭവം കൃഷിക്കാരുടെ ആത്മവിശ്വാസത്തെ അനേകമിരട്ടിയാക്കി ഉയർത്തി. തങ്ങൾക്ക് വേണ്ടി ചോദിക്കാനും പറയാനും ഒരാളുണ്ട് എന്ന ഒരു തോന്നൽ അതവരിലുണ്ടാക്കി.

ആ ജപ്തി ഉത്തരവ് നടപ്പാക്കപ്പെട്ടില്ല. അത് കോടതിയിൽ ചോദ്യം ചെയ്യപ്പെട്ടു. മാസങ്ങൾക്കുള്ളിൽ കേരളത്തിലെ ആദ്യത്തെ തിരഞ്ഞെടുപ്പ് നടന്നു. ഇ.എം.എസ്. മന്ത്രിസഭ അധികാരത്തിലെത്തി. ദിവസങ്ങൾക്കുള്ളിൽ തന്നെ കുടിയിറക്കുകൾ അവസാനിപ്പിച്ചുകൊണ്ടുള്ള ഉത്തരവ് ഇറങ്ങുകയും ചെയ്തു. കുഞ്ഞുണ്ണിപിള്ളയെ കുടിയിറക്കാനുള്ള

ജന്മിയുടെ നീക്കം അതോടെ തടയപ്പെട്ടു.

കുടിയിറക്കുകൾ അവസാനിപ്പിച്ചുകൊണ്ടുള്ള സർക്കാർ ഉത്തരവ് ഇറങ്ങിയിട്ടും ചില ജന്മിമാർ ഗുണ്ടാ ആക്രമണം വഴി ഭീഷണിപ്പെടുത്തി പാട്ടകൃഷിക്കാരെ കുടിയിറക്കാൻ ശ്രമിച്ചു. അത്തരം സ്ഥലങ്ങളിൽ കൃഷിക്കാർ കമ്യൂണിസ്റ്റ് പാർട്ടിയുടെയും കർഷക സംഘത്തിന്റെയും ആഭിമുഖ്യത്തിൽ ചെറുത്തുനിന്നു. പല സ്ഥലത്തും അത് സംഘർഷാവസ്ഥയുണ്ടാക്കി.

ചാമി എന്ന കൃഷിക്കാരന്റെ ജന്മി കുറെയധികം കള്ളത്തരങ്ങൾ കാണിക്കുന്നവനും ക്രൂരനുമായിരുന്നു. ചാമി ഭൂമിയിൽനിന്നും ഒഴിഞ്ഞ് പോകുന്നതിനായി ഒരു ദിവസം രാത്രി ജന്മി കുറച്ച് ഗുണ്ടകളെ പറഞ്ഞയച്ച് ചാമി കൃഷി ചെയ്തുണ്ടാക്കിയിരുന്ന മൂപ്പെത്തിയ വിള മൊത്തമായി കൊയ്തെടുത്ത് കൊണ്ടുപോയി. തൊട്ടടുത്ത പകൽ തന്നെ സംഭവമറിഞ്ഞ് കുഞ്ഞാലി സ്ഥലത്തെത്തി. ഉടൻതന്നെ പരിസരത്തെ കൃഷിക്കാരെയെല്ലാം വിളിച്ചുചേർത്ത് ഒരു പ്രതിഷേധ യോഗം ചേർന്നു. ആ യോഗത്തിൽ ഉണ്ടാക്കിയ ധാരണ പ്രകാരം ആ കൃഷിക്കാരെല്ലാം ചേർന്ന് സംഘടിതമായി ഇറങ്ങി ജന്മി സ്വന്തമായി കൃഷി ചെയ്തിരുന്ന പാടത്തെ നെല്ല് കൊയ്തെടുത്ത് ചാമിയുടെ വീട്ടിലേക്ക് കൊണ്ടുപോയി ഇട്ടുകൊടുത്ത് പകരം വീട്ടി.

ജന്മിയുടെ ഗുണ്ടകൾ ചാമിയെ കായികമായി ആക്രമിച്ചു. തൊട്ടടുത്ത ദിവസം കൃഷിക്കാരെ വിളിച്ച് ചേർത്ത് ചാമിക്ക് ഒരു സംരക്ഷണ സമിതി ഉണ്ടാക്കി. ഇനി ചാമിയെ തൊട്ടാൽ ജന്മിയുടെ വീട്ടിൽ കയറി തിരിച്ചടിക്കുമെന്ന് മുന്നറിയിപ്പ് നൽകി. അതോടെ ആ അഹങ്കാരിയായ ജന്മി അടങ്ങി. എന്നാൽ അടുത്ത വിളയ്ക്കും ജന്മി പ്രശ്നമുണ്ടാക്കാൻ നീക്കം നടത്തി. പക്ഷേ, കുഞ്ഞാലി വളരെ മുൻകൂട്ടിത്തന്നെ ബന്ധപ്പെട്ടിരുന്നതിനാൽ ജന്മിക്കെതിരെ പോലീസ് ഇടപെട്ടു. അതോടെ ജന്മിക്ക് പിന്തിരിയേണ്ടി വന്നു. ഇങ്ങനെ ഓരോ ഇഞ്ചും പൊരുതിത്തന്നെയായിരുന്നു കൃഷിക്കാരന്റെ അവകാശങ്ങൾ സംരക്ഷിക്കാനായി കമ്യൂണിസ്റ്റ് പാർട്ടിയും കർഷക സംഘവും പ്രവർത്തിച്ചിരുന്നത്.

കുഞ്ഞുണ്ണിപിള്ള

മമ്പാട്ട്മൂലയിലെ മറ്റൊരു ജന്മി രാത്രി ഗുണ്ടകളെ വിട്ട് അയാളുടെ പാട്ടകൃഷിക്കാരന്റെ ഞാറും കൃഷിയും പെട്രോൾ ഒഴിച്ച് കത്തിച്ചുകളഞ്ഞു. ഭയന്നുപോയ കൃഷിക്കാരൻ സ്വയം കുടിയിറങ്ങാൻ തയ്യാറായി. തൊട്ടടുത്ത ദിവസം

സ്ഥലത്തെത്തിയ കുഞ്ഞാലി അവിടെയും ഒരു പ്രതിഷേധ യോഗം സംഘടിപ്പിച്ചു. മുഖ്യമന്ത്രിക്കും കൃഷിമന്ത്രിക്കും കമ്പി സന്ദേശങ്ങൾ അയച്ചു. അടുത്ത ദിവസം തന്നെ സർക്കാർ ഇടപെടൽ ഉണ്ടായി. പോലീസ് സ്ഥലത്തെത്തുകയും കൃഷിക്കാരനെ ഭൂമിയിൽ തിരികെ പ്രവേശിപ്പിച്ച് കുടിയിരുത്തുകയും ചെയ്തു.

ഒരു കമ്യൂണിസ്റ്റ് സർക്കാർ അധികാരത്തിൽ വന്നതിന്റെ മാറ്റം ആ പ്രദേശത്തുകാർ അന്ന് നേരിട്ട് അനുഭവിച്ചു. അവരുടെ ഓർമ്മയിൽ അത് വരെയും പോലീസ് വന്നിട്ടുള്ളത് എന്നും ജന്മിമാർക്ക് വേണ്ടിയും കുടിയാന്മാർക്കെതിരെയും മാത്രമായിരുന്നു. പാർട്ടിയും കർഷക സംഘവും നടത്തിക്കൊണ്ടിരുന്ന ശക്തമായ ചെറുത്തുനിൽപ്പുകൾ, അതോടൊപ്പം സർക്കാരിന്റെ ഇടപെടലും, ഈയൊരവസ്ഥ കേരളമാകെ വരാൻ തുടങ്ങിയപ്പോൾ ജന്മിത്വത്തിന് അതിന്റെ അഹങ്കാരങ്ങൾ ഉപേക്ഷിക്കേണ്ടി വന്നു. അതോടെ കൃഷിക്കാർക്കും സാധാരണക്കാർക്കും ഇടയിൽ കമ്യൂണിസ്റ്റ് പാർട്ടിയുടെ സ്വാധീനം വളരെ വേഗം വളർന്നു. കിഴക്കനേറനാട്ടിൽ ഈ ജന്മിത്വ വിരുദ്ധ സമരത്തിന് കുഞ്ഞാലിയുടെ നേതൃത്വപരമായ ഇടപെടലും ആവശ്യമെന്ന് തോന്നിയാൽ കായികമായി തന്നെ നേരിടാൻ കാണിച്ച ധീരതയും വലിയ കരുത്ത് പകർന്നു.

കിഴക്കനേറനാടിനെ മാറ്റി മറിച്ച ഭൂസമരം

കമ്യൂണിസ്റ്റ് പാർട്ടി സ്വാതന്ത്ര്യസമരത്തിൽ തങ്ങളുടെ പങ്ക് വഹിച്ചിരുന്നത് കൃഷിക്കാരെയും തൊഴിലാളികളെയും സംഘടിപ്പിച്ചുകൊണ്ട് അവരുടെ അവകാശ സമരങ്ങൾക്ക് നേതൃത്വം കൊടുക്കുകയും ആ സമരങ്ങളെ സാമ്രാജ്യത്വ വിരുദ്ധ സമരവുമായി കണ്ണി ചേർക്കുകയും ചെയ്തുകൊണ്ടായിരുന്നു. 1934 മുതൽ 1942 വരെ നീണ്ടുനിന്ന നിരോധന കാലത്തിനിടയ്ക്ക് 1936 ലാണ് അഖിലേന്ത്യാ തലത്തിൽ കാർഷിക സംഘടന രൂപീകരിക്കാൻ പാർട്ടി മുൻകൈ എടുത്തത്. അങ്ങനെ 1940 കൾ മുതൽ ഭൂമിക്ക് വേണ്ടിയുള്ള സമരങ്ങൾക്ക് പാർട്ടി പ്രവർത്തകർ മുൻകൈ എടുത്തു.

ബ്രിട്ടീഷുകാർ സ്വാതന്ത്ര്യത്തിന്റെ തൊട്ടുമുമ്പുള്ള വർഷം 1946 ൽ നിയമസഭകളിലേക്ക് ഒരു തിരഞ്ഞെടുപ്പ് നടത്തി. പരിമിതമായ അധികാരങ്ങൾ മാത്രമുണ്ടായിരുന്ന ആ നിയമസഭകളിലേക്ക് നടന്ന തിരഞ്ഞെടുപ്പിൽ കമ്യൂണിസ്റ്റ് പാർട്ടിയടക്കം എല്ലാ പ്രധാന രാഷ്ട്രീയ പാർട്ടികളും പങ്കെടുത്തു. കൃഷിക്കാർക്ക് കൃഷിഭൂമി കിട്ടുന്നതിന് വേണ്ടി പാർട്ടി നടത്തിക്കൊണ്ടിരുന്ന സമരങ്ങളിലെ ആശയങ്ങൾ തന്നെയാണ് തിരഞ്ഞെടുപ്പ് പ്രചരണത്തിനും ഉപയോഗിച്ചിരുന്നത്. കമ്യൂണിസ്റ്റ് പാർട്ടിയുടെ സ്ഥാനാർത്ഥികൾക്ക് വേണ്ടി ഇറക്കിയിരുന്ന നോട്ടീസുകളിൽ ഇങ്ങനെ രേഖപ്പെടുത്തിയിരുന്നു "വൻകിട ഭൂവുടമകളുടെ ഉടമസ്ഥതയിലുള്ള തരിശ് ഭൂമികൾ ഭൂരഹിതർക്ക് വിതരണം ചെയ്യണം എന്ന് ആവശ്യപ്പെടുന്ന ഒരു ബിൽ നിയമസഭയിൽ അവതരിപ്പിക്കാൻ ശ്രമിക്കും."

അത്തരം ഒരു ആവശ്യം മുന്നോട്ടു വെക്കാൻ കോൺഗ്രസിനും ലീഗിനും കഴിയുമായിരുന്നില്ല. കാരണം വൻകിട ഭൂവുടമകൾ മിക്കവാറും എല്ലാവരും തന്നെ അവർക്കൊപ്പമായിരുന്നു. കമ്യൂണിസ്റ്റ് പാർട്ടി മുന്നോട്ട്

വെച്ച ഈ നിർദ്ദേശത്തെ ആശയപരമായി എതിർക്കുന്നത് സാധാരണക്കാർക്കിടയിൽ അസ്വീകാര്യതയുണ്ടാക്കും എന്നറിയാവുന്നതുകൊണ്ട് അത് ഒരു നടക്കാത്ത കാര്യമാണ് എന്ന് പരിഹസിക്കുന്ന അടവായിരുന്നു അവർ എടുത്തിരുന്നത്. അവരുടെ വേദികളിലെ പ്രാസംഗികർ അതിനെ കളിയാക്കിയിരുന്നത് ഇങ്ങനെയാണ് "കമ്യൂണിസ്റ്റുകാർ എല്ലാവർക്കും മൂന്നേക്രയും പോത്തും കൊടുക്കുമത്രെ"

കേരളത്തിൽ കമ്യൂണിസ്റ്റ് പ്രസ്ഥാനത്തിന്റെ സ്വാധീനം വർദ്ധിപ്പിക്കുന്നതിൽ വലിയ പങ്കുവഹിച്ച ഒന്നായിരുന്നു ഭൂമിക്ക് വേണ്ടി നടന്ന സമരങ്ങൾ. ഭൂരഹിതർക്കും കൃഷിക്കാർക്കും വേണ്ടി നിലകൊള്ളുന്ന പ്രസ്ഥാനം എന്നൊരു മുഖമാണ് കമ്യൂണിസ്റ്റ് പാർട്ടിയെ ജനകീയ മുന്നേറ്റങ്ങളുടെ തേരാളിയാക്കിയത്. അദ്ധ്വാനിക്കുന്നവരും പാവപ്പെട്ടവരുമായ ജനങ്ങളുടെ ഭാഗത്ത് നിന്നും ഒരു ഒഴുക്ക് തന്നെ കമ്യൂണിസ്റ്റ് പ്രസ്ഥാനത്തിലേക്ക് ഉണ്ടാവാൻ ഈ നയം കാരണമായി.

കുടിയിറക്ക് ഭീഷണികൾക്കെതിരെയും പാട്ടം കുറച്ച് കിട്ടുന്നതിന് വേണ്ടിയും കൃഷിക്കാരെ പിന്തുണച്ചുകൊണ്ട് മുന്നോട്ട് നീങ്ങിയിരുന്ന ഭൂസമരങ്ങളുടെ തുടർച്ചയായിരുന്നു 1952 ലെ തരിശ് പ്രക്ഷോഭം. ആയിരക്കണക്കിന് ഏക്ര ഭൂമി കൈവശം വെച്ചിരുന്ന ജന്മിമാരും വൻകിട ഭൂവുടമകളും പലപ്പോഴും ആ ഭൂമിയുടെ പല ഭാഗങ്ങളും ആർക്കും പാട്ടത്തിന് പോലും കൊടുക്കാതെ തരിശാക്കി ഇട്ടിരുന്നു. അതേ സമയം അദ്ധ്വാനിച്ച് മണ്ണിൽ കൃഷിയിറക്കി ജീവിക്കാൻ ആഗ്രഹിച്ചിരുന്ന പല കൃഷിക്കാർക്കും ആവശ്യത്തിന് ഭൂമി കിട്ടാത്ത അവസ്ഥയും നിലനിന്നിരുന്നു. ഈ സാഹചര്യത്തിലാണ് കൃഷിക്കാരെ സംഘടിപ്പിച്ചുകൊണ്ട് തരിശായി കിടക്കുന്ന ഭൂമി കൈയേറി കൃഷിയിറക്കുന്ന ഒരു പ്രക്ഷോഭത്തിന് കർഷക സംഘത്തിന്റെ നേതൃത്വത്തിൽ കമ്യൂണിസ്റ്റ് പാർട്ടി തുടക്കമിട്ടത്.

എ.കെ.ജി.യുടെ നേതൃത്വത്തിൽ കേരളമാകെ നടന്ന ആ സമരത്തിന് പല സ്ഥലങ്ങളിലും വലിയ തോതിലുള്ള പ്രതികരണങ്ങൾ ഉണ്ടാക്കാൻ കഴിഞ്ഞു. വടക്കെ മലബാറിൽ എ.വി.കുഞ്ഞമ്പു, കെ.പി.ആർ. ഗോപാലൻ, ഇ.കെ.നായനാർ തുടങ്ങിയവരായിരുന്നു സമര നേതാക്കൾ. ഏറനാട്ടിൽ അന്നത്തെ മുതിർന്ന കമ്യൂണിസ്റ്റ് പാർട്ടി നേതാക്കൾ എടക്കോട് മുഹമ്മദ്, മുഹമ്മദ് ഇസ്ഹാഖ്, കുഞ്ഞുണ്ണി, സാധു പി. അഹമ്മദ്കുട്ടി തുടങ്ങിയവരായിരുന്നു. കിഴക്കനേറനാട്ടിൽ ആ സമരത്തിന് നേതൃത്വം കൊടുത്തവരിൽ പ്രധാനിയായിരുന്നു സഖാവ് കുഞ്ഞാലി. കുഞ്ഞുണ്ണി, കുഞ്ഞിക്കുട്ടൻ തമ്പാൻ, ബാലകൃഷ്ണൻ തമ്പാൻ, ഡോക്ടർ ഉസ്മാൻ, കുഞ്ഞികൃഷ്ണൻ ചുങ്കത്തറ തുടങ്ങിയവരായിരുന്നു കിഴക്കനേറനാട്ടിലെ അന്നത്തെ ഇതര നേതാക്കൾ.

ഒരു കൃഷിയും നടത്താതെ കുറ്റിക്കാടുകൾ നിറഞ്ഞ് ഒഴിഞ്ഞ് കിടന്നിരുന്ന മലയോര പ്രദേശങ്ങൾ ധാരാളമായി ഉണ്ടായിരുന്ന കരുവാരക്കുണ്ട്, കാളികാവ്, അമരമ്പലം, നിലമ്പൂർ, ചുങ്കത്തറ, എടക്കര, വഴി

കുഞ്ഞാലിയുടെ നേതൃത്വത്തിൽ നടന്ന തൊളപ്പംകൈ ഭൂസമരത്തിൽ സമരഭട ന്മാർ ചൂരൽവള്ളികൾ കൊണ്ട് താത്കാലിക പാലം ഉണ്ടാക്കി കടന്ന പുഴക്ക് പിറകെ പിൽക്കാലത്ത് പണിത കോൺക്രീറ്റ് നടപ്പാലം

ക്കടവ്, പോത്തുകല്ല് എന്നിവിടങ്ങളിൽ ഭൂരഹിതരായ കൃഷിക്കാർ തരിശ് ഭൂമികൾ കൈയേറി അവകാശം സ്ഥാപിച്ചു. ഭൂവുടമകളുടെ എതിർപ്പിനെ സംഘടിതമായി നേരിട്ട് തന്നെയായിരുന്നു സമരം മുന്നോട്ട് കുതിച്ചിരുന്നത്. അന്ന് കേരള സംസ്ഥാനം രൂപീകരിക്കപ്പെട്ടിരുന്നില്ല. മദ്രാസ് സംസ്ഥാനം ഭരിച്ചിരുന്ന കോൺഗ്രസ് സർക്കാരിന്റെ പോലീസ് സമരക്കാരുടെ പേരിൽ ധാരാളം കേസുകൾ ചുമത്തി. പല സ്ഥലത്തും മർദ്ദനങ്ങളും അറസ്റ്റും നടന്നു.

ആയിരക്കണക്കിന് ഏക്ര ഭൂമി കൈവശം ഉണ്ടായിരുന്ന പല വമ്പന്മാർക്കും അത്രയും ഭൂമിക്ക് കൃത്യമായ രേഖകൾ ഉണ്ടായിരുന്നില്ല. ഇത് പല സ്ഥലത്തും സമരത്തിന്റെ വിജയം എളുപ്പമാക്കി. രേഖയില്ലാത്ത ഭൂമിയിൽനിന്നും സമരക്കാരെ ഇറക്കിവിടുന്നതിന് വേണ്ടി പരാതിപ്പെടാൻ അവർക്ക് അധികാരികളെ സമീപിക്കാൻ കഴിഞ്ഞില്ല. അവിടങ്ങളിൽ കൈയേറ്റം നടത്തിയ സമരക്കാർ കുടിൽ കെട്ടി താമസിച്ച് കൃഷിയിറക്കി. അവർ ആ ഭൂമി സ്വന്തം ഭൂമിയായി ഉപയോഗിച്ചു. കാലക്രമത്തിൽ രാഷ്ട്രീയ സാഹചര്യം അനുകൂലമായപ്പോൾ ആ കൈയേറ്റ ഭൂമികളിൽ അവർക്ക് അവകാശം സ്ഥാപിച്ചുകിട്ടി.

ഏറനാടിന്റെ വിവിധ ഭാഗങ്ങളിലായി ആയിരക്കണക്കിന് ഏക്ര ഭൂമിയുടെ ഉടമസ്ഥരായിരുന്നു തൃക്കളൂർ ദേവസ്വം. രേഖപ്രകാരം ആ ഭൂമി ദേവസ്വത്തിന്റെ പേരിൽ തന്നെയായിരുന്നുവെങ്കിലും അത് പല ചെറുകിട കൃഷിക്കാരുടെയും കൈവശത്തിലായിരുന്നു. കേരളമാകെ ആഞ്ഞടിച്ച 1952 ലെ തരിശ് പ്രക്ഷോഭത്തിൽനിന്നും പ്രചോദനം ഉൾക്കൊണ്ട് തൃക്കളൂർ ദേവസ്വ ഭൂമിയിലെ കൈവശകൃഷിക്കാർ ഭൂമിയിൽ അവകാശം

ഉന്നയിച്ചുകൊണ്ട് സമരരംഗത്തേക്ക് വന്നു. കുഞ്ഞാലിയുടെ നേതൃത്വത്തിൽ കമ്യൂണിസ്റ്റ് പാർട്ടിയിൽനിന്നും ആ സമരത്തിന് പിന്തുണ കിട്ടി. അതോടെ സമരം ശക്തമായി. സമരത്തിനൊടുവിൽ തൃക്കളൂർ ദേവസ്വം ആ ഭൂമികൾ കൈവശ കൃഷിക്കാർക്ക് വിട്ടുകൊടുക്കാൻ തീരുമാനിച്ചു. ആയിരത്തോളം കുടുംബങ്ങളാണ് തൃക്കളൂർ കൈവശാവകാശ സമരത്തിന്റെ ഭാഗമായി മാത്രം മണ്ണിനുടമകളായി മാറിയത്.

സാധ്യമായ ഇടങ്ങളിലെല്ലാം ഭൂവുടമകൾ പോലീസിന്റെ സഹായത്തോടെ കൈയേറ്റ ഭൂമിയിൽനിന്നും സമരഭടന്മാരെ ഇറക്കി വിട്ടു. ഒരു വശത്ത് പോലീസും സന്നാഹങ്ങളും വന്ന് കൈയേറ്റക്കാരെ ഇറക്കിവിട്ടാൽ മറ്റേതെങ്കിലും ഭാഗത്ത് കൂടെ സമരഭടന്മാർ ഭൂമി കൈയേറി കുടിൽ കെട്ടും. അപ്പോൾ പോലീസ് അവിടെയും എത്തി കുടിലുകൾ പൊളിച്ച് നീക്കും. അപ്പോൾ തൊട്ടടുത്ത ദിവസം വേറെ സ്ഥലത്ത് കൈയേറ്റം നടത്തും. ഇതായിരുന്നു സമരത്തിന്റെ രീതി. പലരും കേസ്സുകളിൽ കുടുങ്ങി ജയിലിൽ ആയി. അതൊന്നും സമരത്തെ തളർത്തിയില്ല. കാരണം നഷ്ടപ്പെടാൻ ഒന്നുമില്ലാത്തവരുടെ സമരമായിരുന്നു അത്. കരുവാരക്കുണ്ടിൽവെച്ച് പതിനാറ് സമരഭടന്മാർക്കൊപ്പം കുഞ്ഞാലിയും അറസ്റ്റ് ചെയ്യപ്പെട്ട് ജയിലിലായി.

ചില സ്ഥലങ്ങളിൽ കമ്യൂണിസ്റ്റ് പാർട്ടിയും കർഷക സംഘവും മുൻകൈ എടുക്കാതെ തന്നെ കൃഷിക്കാർ സംഘടിതമായി തരിശ് ഭൂമി കൈയേറ്റം നടത്തി കൃഷി നടത്തി. അവരെയും സാധ്യമായ ഇടങ്ങളിൽ പ്രസ്ഥാനം പിന്തുണച്ചു. ആയിരക്കണക്കിന് പാവപ്പെട്ട മനുഷ്യരെ കേരളത്തിന്റെ പല ഭാഗങ്ങളിലുമായി മണ്ണിന്റെ ഉടമകളാക്കി മാറ്റിയ ആ സമരം കമ്യൂണിസ്റ്റ് പാർട്ടിക്ക് വലിയ വളർച്ചയുണ്ടാക്കി. തരിശ് പ്രക്ഷോഭത്തിന് ശേഷം ഭൂമിക്ക് വേണ്ടിയുള്ള ശക്തമായ സമരങ്ങൾ കേരളത്തിൽ വ്യാപകമായി നടന്നത് മിച്ചഭൂമി സമരകാലത്താണ്. 1957 ൽ ഇ എം എസിന്റെ നേതൃത്വത്തിലുള്ള ഒന്നാമത്തെ കേരള മന്ത്രിസഭയുടെ കാലത്ത് തന്നെ ഭൂപരിഷ്കരണ നിയമത്തിന് രൂപം നൽകിയിരുന്നു. എന്നാൽ അത് നടപ്പിലാക്കപ്പെടുന്നതിന് മുമ്പ് ആ മന്ത്രിസഭയെ ജനാധിപത്യ വിരുദ്ധമായി 1959 ൽ പിരിച്ചു വിടുകയായിരുന്നു. പിന്നീട് വന്ന കമ്യൂണിസ്റ്റ് ഇതര സർക്കാരുകൾ ഭൂപരിഷ്കരണ നിയമം നടപ്പാക്കുന്നതിന് താല്പര്യം കാണിച്ചില്ല.

പരിധിയിൽ കവിഞ്ഞ ഭൂമി കൈവശമുള്ളവരുടെ വിവരങ്ങൾ ഏതാണ്ട് കൃത്യമായി തന്നെ വ്യക്തമാക്കപ്പെട്ടിരുന്നു. അത് പിടിച്ചെടുത്ത് ഭൂരഹിത കൃഷിക്കാർക്ക് വിതരണം ചെയ്യുക എന്ന നടപടിയാണ് അടുത്തതായി ചെയ്യാനുണ്ടായിരുന്നത്. മിച്ച ഭൂമിയായി കണക്കാക്കിയിരുന്ന ഭൂമികൾ ഭൂരഹിത കർഷകത്തൊഴിലാളികളെക്കൊണ്ട് കൈയേറി കൃഷി നടത്തുന്ന സമരത്തിന് കമ്യൂണിസ്റ്റ് പാർട്ടി നേതൃത്വം നല്കി. ഐതിഹാസികമായിരുന്ന ഈ ഭൂസമരം കേരളത്തെ പിടിച്ചുകുലുക്കി. മിച്ചഭൂമി സമരത്തിന്റെ ഭാഗമായും ഒട്ടേറെ പാർട്ടി പ്രവർത്തകരും സമരഭട

ന്മാരും പോലീസിന്റെ അറസ്റ്റുകൾക്കും, മർദ്ദനങ്ങൾക്കും വിധേയരായി. സംസ്ഥാനവ്യാപകമായി തന്നെ ഭൂമിക്ക് വേണ്ടിയുള്ള ആ പ്രക്ഷോഭം നടന്നിരുന്നു. കിഴക്കനേറനാട്ടിൽ കുഞ്ഞാലി നേതൃത്വം കൊടുത്തു കൊണ്ട് നടത്തിയ അന്നത്തെ സമരങ്ങൾ പല കാരണങ്ങളാലും വേറിട്ടു നിൽക്കുന്നവയും പ്രതിഫലനങ്ങൾ സൃഷ്ടിച്ചവയുമായി, പൊട്ടിക്കല്ല്, പൂളപ്പാടം, തലപ്പാലിപ്പൊട്ടി എന്നിവിടങ്ങളിൽ നടന്ന ഭൂസമരം ആയിര ത്തോളം ഭൂരഹിതരെ മണ്ണിന്റെ ഉടമകളാക്കി മാറ്റി.

കിഴക്കനേറനാട്ടിലെ മൊത്തം ഭൂപ്രദേശങ്ങളുടെ മേൽ അവകാശ മുണ്ടായിരുന്നത് നിലമ്പൂർ കോവിലകത്തിനായിരുന്നു. കോവിലകത്തെ തമ്പുരാക്കന്മാരും തമ്പുരാട്ടിമാരും എഴുതിക്കൊടുക്കുന്ന തുണ്ടു കടലാസ്സുകളായിരുന്നു ആദ്യകാലത്ത് ഭൂമിയുടെ രേഖ. ഒട്ടേറെ അവ്യക്തത കൾ ഇക്കാര്യത്തിൽ ഉണ്ടായിരുന്നു. ഭൂമിയുടെ വിസ്തീർണ്ണം സംബ ന്ധിച്ച് കൊടുത്തിരുന്ന പരാമർശങ്ങൾക്ക് കൃത്യതയൊന്നും ഉണ്ടായിരു ന്നില്ല. ഇന്ന മലയുടെ പടിഞ്ഞാറെ മറിയിൽ പത്ത് ഏക്ര എന്നൊക്കെ മാത്രമേ വിശദാംശങ്ങൾ ഉണ്ടായിരുന്നുള്ളൂ. അത്തരം കടലാസ്സുകളുടെ ബലത്തിൽ പത്ത് ഏക്രയ്ക്ക് പകരം ഇരുപതും മുപ്പതും ഏക്ര കൈയൂ ക്കുള്ളവർ കൈവശം വെച്ചിരുന്നു. വേറെ ചിലർക്ക് കടലാസ്സിൽ പത്ത് ഏക്രയുണ്ടെങ്കിലും അഞ്ച് ഏക്ര പോലും കൈവശം കിട്ടാത്ത അവ സ്ഥയും ഉണ്ടായിരുന്നു. ആദ്യം എഴുതിക്കിട്ടിയവർ കൂടുതൽ എടുത്ത തിനാൽ പിന്നീട് വന്നവർക്ക് അത്രയും ഭൂമി അവിടെ ലഭ്യമല്ലാത്തതാ യിരുന്നു കാരണം. എന്നാൽ ഇക്കാര്യത്തിലുള്ള പരാതികൾ പരിഹരി ക്കാൻ ആരെങ്കിലും വന്ന് അളന്ന് തിട്ടപ്പെടുത്തിക്കൊടുക്കാനൊന്നും

തൊളപ്പംകൈ സമരഭടന്മാരെ അഭിസംബോധന ചെയ്ത് കൊണ്ട് കുഞ്ഞാലി സംസാരിച്ചത് ഈ കല്ലിന് മുകളിൽ കയറി നിന്ന് കൊണ്ടായിരുന്നു. അന്ന് പാലം ഉണ്ടായിരുന്നില്ല.

കോവിലകത്ത് നിന്നും മിനക്കെട്ടിരുന്നില്ല. ഈ അവ്യക്തതകളെ സമർത്ഥമായി പ്രയോജനപ്പെടുത്താൻ തന്ത്രശാലിയായ ഒരു സേനാനായകന്റെ നേതൃത്വപാടവം കുഞ്ഞാലി കാണിച്ചു. അതാണ് മറ്റു പലയിടത്തും കിട്ടാത്ത തരത്തിലുള്ള ഒരു വിജയം മിച്ചഭൂമി സമരത്തിന് കിഴക്കനേറനാട്ടിൽ ഉണ്ടാക്കാൻ സാധിച്ചത്.

രേഖയിൽ കാണിച്ചിട്ടുള്ള അത്രയും ഭൂമി കൈവശം കിട്ടാത്ത ആളുകളെ സമീപിച്ചുകൊണ്ട് ആ കിട്ടാത്ത ഭൂമി പാർട്ടി ചുമതലപ്പെടുത്തിയ ആളുകളുടെ പേരിലേക്ക് എഴുതി വാങ്ങിക്കുകയായിരുന്നു ആദ്യം ചെയ്തത്. അതിനുശേഷം ഭൂരഹിതരെക്കൊണ്ട് കുടിൽ കെട്ടി അവകാശം സ്ഥാപിക്കുക, ഇതായിരുന്നു സമര രീതി. കോവിലകം വക ഭൂമി, രേഖയിലുള്ളതിൽ കൂടുതൽ കൈവശപ്പെടുത്തിയവർ എതിർപ്പുമായി വന്നിരുന്നുവെങ്കിലും നിയമത്തിന് മുന്നിൽ അവർക്ക് ഒരു നിവൃത്തിയും ഇല്ലാത്ത അവസ്ഥയായിരുന്നു. നിയമാനുസൃതം കൈമാറിക്കിട്ടിയ ഭൂമിയാണ് എന്ന രേഖ കൈയേറ്റക്കാർക്ക് ഹാജരാക്കാനും കഴിഞ്ഞു. അതിസമർത്ഥമായ ഈ നീക്കത്തിലൂടെ ആയിരക്കണക്കിന് ഭൂരഹിതരെ മണ്ണിന്റെ ഉടമകളാക്കി മാറ്റാൻ കുഞ്ഞാലിക്കും പാർട്ടിക്കും കഴിഞ്ഞു.

മിച്ചഭൂമി സമരത്തിന്റെ ഭാഗമായി ആദ്യം നടന്ന വലുതും പ്രധാനപ്പെട്ടതുമായ സമരം പൊട്ടിക്കല്ല് കൈയേറ്റമായിരുന്നു. സത്യകുമാർ എസ്റ്റേറ്റുകാരുടെ ഉടമസ്ഥതയിൽപ്പെട്ട പരിധിയിൽ കവിഞ്ഞ ഭൂമിയിൽ വലിയൊരു ഭാഗം വനവും, ആ വനത്തോട് ചേർന്ന് നിൽക്കുന്ന കൃഷിഭൂമിയും ആയിരുന്നു. പൊട്ടിക്കല്ല് തൊളപ്പം കൈഭാഗത്ത് കൃഷിക്ക് അനുയോജ്യമായ ഭൂമിയുടെ മാത്രം വിസ്തൃതി തന്നെ 250 ഏക്രയിൽ കൂടുതലുണ്ടായിരുന്നു. വനദേശസാൽക്കരണത്തിനുള്ള നീക്കങ്ങൾ നടക്കുന്ന കാലമാണത്. ആ നിയമം വരുമ്പോൾ കൈവശമുള്ള വനഭൂമി വിട്ടുകൊടുക്കേണ്ടി വരും എന്നത് എസ്റ്റേറ്റുകാർക്ക് ഉറപ്പായിരുന്നു. കൃഷിക്ക് പറ്റിയ ഭൂമിയെങ്കിലും നഷ്ടപ്പെടുന്നത് ഒഴിവാക്കാനാവുമോ എന്നായിരുന്നു അവരുടെ ചിന്ത. ആ ഭൂമിയിൽ എസ്റ്റേറ്റ് വക കൃഷി നടത്തുന്നുണ്ട് എന്ന രേഖയുണ്ടാക്കാൻ അവർ ശ്രമം നടത്തി. അതിന് വേണ്ടിയുള്ള നീക്കങ്ങൾ നടക്കുന്നു എന്നറിഞ്ഞ കുഞ്ഞാലിയും സഖാക്കളും വളരെ വേഗത്തിൽ ഭൂമിയിൽ പ്രവേശിച്ച് അവകാശം സ്ഥാപിക്കാൻ തീരുമാനിച്ചു.

പൊട്ടിക്കല്ലിലെ തൊളപ്പം കൈഭാഗത്തേക്ക് അന്ന് എത്തിപ്പെടുക എന്നത് വളരെ പ്രയാസമുള്ള ഒരു കാര്യമായിരുന്നു. കോട്ടപ്പുഴയ്ക്ക് അന്ന് പാലം ഇല്ല. ചോക്കാട് നാൽപ്പത് സെന്റ് വഴി മലകയറി പുഴക്കരയിലെത്തിയ സംഘത്തിന് നിറഞ്ഞൊഴുകുന്ന പുഴ ഒരു തടസ്സമായിരുന്നു. കാട്ടിൽ നിന്നും വെട്ടിയെടുത്ത് കൊണ്ടുവന്ന ബലമുള്ള നീണ്ട ചൂരൽ വള്ളികൾ കൂട്ടിക്കെട്ടി കയറുണ്ടാക്കി അതുകൊണ്ട് പുഴയ്ക്കിരുവശവുമുള്ള രണ്ട് വലിയ മരങ്ങളെ നീന്തൽ വിദഗ്ധരായ രണ്ട് സമരഭടന്മാർ ചേർന്ന് ബന്ധിപ്പിച്ചു. തുടർന്ന് എല്ലാവരും ചേർന്ന് പുഴയ്ക്ക്

കുറുകെ ഒരു താല്ക്കാലിക തൂക്കുപാലം ചൂരൽ വള്ളികൾ ചേർത്ത് നിർമ്മിച്ചു. ആ പാലത്തിലൂടെ തൂങ്ങിപ്പിടിച്ചാണ് എല്ലാവരും അക്കരെ കടന്നത്. ഇപ്പോൾ ആ സ്ഥലത്ത് കോൺക്രീറ്റ് പാലമുണ്ട്.

ഭൂരഹിതരായ കൃഷിക്കാരെ സത്യകുമാർ എസ്റ്റേറ്റ് വക അധിക ഭൂമിയിൽ കൈയേറ്റം നടത്തി കുടിയിരുത്തുന്ന സമരത്തിൽ പങ്കെടുക്കാനായി സ്വന്തമായി ഭൂമിയില്ലാത്ത പാർട്ടി പ്രവർത്തകർക്കും അനുഭാവികൾക്കുമൊപ്പം പാർട്ടിക്കാരല്ലാത്ത ഭൂരഹിതരും വന്നിരുന്നു. അവർ തങ്ങളെക്കൂടി സമരത്തിൽ ചേർക്കുമോ എന്ന കാര്യത്തിൽ സംശയിച്ചാണ് വന്നിരുന്നത്. സമരം തുടങ്ങുന്നതിന് മുമ്പ് പങ്കെടുക്കാനെത്തിയവരെ കൂട്ടിയിരുത്തി ഒരു വിശദീകരണയോഗം ചേർന്നു. പുഴയോരത്ത് ചാഞ്ഞ് നിന്നിരുന്ന ഒരു മരത്തിന്റെ തണലിലായിരുന്നു യോഗം. കുറച്ച് ഉയരമുള്ള ഒരു കല്ലിന്റെ മുകളിൽ കയറി നിന്നുകൊണ്ട് കുഞ്ഞാലി അവരോട് സംസാരിച്ചു.

"ഈ ഭൂമിയിൽ കുടിൽ കെട്ടുന്നവർ ഏത് ജാതിയിലോ, മതത്തിലോ, പാർട്ടിയിലോ, നാട്ടിലോ ഉള്ളവരായാലും വിരോധമില്ല, സ്വന്തമായി ഭൂമിയില്ലാത്തവരായാൽ മതി. മണ്ണിൽ പണിയെടുത്ത് ജീവിക്കാൻ മടിയില്ലാത്തോരായാൽ മതി..."

അതോടെ സംശയത്തോടെ നിന്നിരുന്ന അവരുടെ ആശങ്ക തീർന്നു. അവരും ആത്മാർത്ഥമായി തന്നെ സമരത്തിൽ അണിചേർന്നു. സമരഭടന്മാർ ഭൂമി കൈയേറി കുടിൽ കെട്ടി. എസ്റ്റേറ്റുടമകൾ കുടിയിറക്കാനുള്ള ചില ശ്രമങ്ങളൊക്കെ നടത്തി നോക്കിയെങ്കിലും സമരക്കാരുടെ സംഘടിതമായ ചെറുത്തുനിൽപ്പിന് മുന്നിൽ പിടിച്ചുനിൽക്കാനാവാതെ പിൻവാങ്ങി, കാട്ടാനകളുടെ ശല്യം നല്ല തോതിൽ ഉണ്ടായിരുന്നു. പലഭാഗത്തും കെട്ടിയ കുടിലുകൾ കാട്ടാനകൾ കയറി തകർത്തു. വീണ്ടും അവിടെ തന്നെ സമരക്കാർ കുടിൽ കെട്ടും. അങ്ങനെ നേരിടേണ്ടിവന്ന എല്ലാ കടുത്ത പ്രതിസന്ധികളെയും വെല്ലുവിളികളെയും അവർ കൂട്ടായി നേരിട്ടു.

വളരെയേറെ ദീർഘ വീക്ഷണത്തോടെയായിരുന്നു കുഞ്ഞാലി എല്ലാ കാര്യങ്ങളും നീക്കിയിരുന്നത്. സമരഭടന്മാർ കൂട്ടായി കുറ്റിക്കാടുകൾ വെട്ടിതെളിയിച്ച് കൈയേറിയിരുന്ന ഭൂമിയിൽ ഓരോരുത്തർക്കും ഉള്ളത് അളന്ന് അടയാളപ്പെടുത്തിയശേഷം ഓരോ ഏക്ര സ്ഥലം വീതം പൊട്ടിക്കല്ലിലും തൊളപ്പം കൈയിലും പൊതു ആവശ്യത്തിനായി നീക്കി വെച്ചു. സമരം വിജയിച്ചാൽ അവിടെ തന്നെ കുടുംബസമേതം സ്ഥിരതാമസം ആക്കാൻ ഉദ്ദേശിച്ചവരായിരുന്നു അതിൽ പങ്കെടുത്തിരുന്നത്. അവരുടെ പൊതുവായ കാര്യങ്ങൾക്ക് വേണ്ടി വരുന്ന സ്ഥലം മുൻകൂട്ടി തന്നെ നീക്കി വെക്കേണ്ട കാര്യം അദ്ദേഹം മറന്നില്ല.

കുഞ്ഞാലിയുടെ കണക്ക് കൂട്ടൽ തെറ്റിയില്ല. വനദേശസാൽക്കരണം നടപ്പിലായി. സത്യകുമാർ എസ്റ്റേറ്റുകാരുടെ സ്വകാര്യ വനവും ദേശസാൽക്കരണത്തിൽ ഉൾപ്പെട്ടു. എന്നാൽ അതിനോട് ചേർന്ന കൃഷി ഭൂമി

ഒഴിവായിക്കിട്ടി. അവിടെ ദേശസാൽക്കരണം വരുന്നതിനും മുമ്പ് താമസമാക്കിയവർ എന്ന നിലയ്ക്ക് പിൽക്കാലത്ത് എല്ലാവർക്കും പട്ടയം കിട്ടി. പൊട്ടിക്കല്ല്, തൊളപ്പം കൈ ഭാഗത്ത് നൂറിലേറെ പേർ അങ്ങനെ അവരുടെ ജീവിതത്തിൽ ആദ്യമായി ഒരു തുണ്ട് ഭൂമിയുടെ അവകാശികളായി. വനത്തോട് ചേർന്ന കുറ്റിക്കാടുകൾ നിറഞ്ഞ് വിജനമായി കിടന്നിരുന്ന ആ പ്രദേശങ്ങൾ ജനവാസ കേന്ദ്രങ്ങളായി മാറിയത് ആ സമരത്തിന് ശേഷമായിരുന്നു. പൊട്ടിക്കല്ലിൽ പൊതു ആവശ്യത്തിന് വേണ്ടി നീക്കിവെച്ച സ്ഥലത്ത് ഇന്ന് ഒരു സർക്കാർ ആരോഗ്യകേന്ദ്രവും പഞ്ചായത്ത് സാംസ്കാരിക നിലയവും പ്രവർത്തിക്കുന്നു. ഇന്നവിടം ജനങ്ങൾ തിങ്ങിപ്പാർക്കുന്ന സ്ഥലമാണ്. ടാറിട്ട റോഡും മറ്റു വികസനങ്ങളും വന്നു. സർക്കാർ രേഖകളിൽ ആ പ്രദേശം തൊളപ്പം കൈ കോളനി എന്നാണെങ്കിലും ജനങ്ങളുടെ മനസ്സിൽ അതൊരു കുഞ്ഞാലിക്കോളനിയാണ്. തൊളപ്പം കൈ കൈയേറ്റ സമരത്തിൽ കുഞ്ഞാലിക്കൊപ്പം പ്രവർത്തിച്ചിരുന്ന പാർട്ടി പ്രവർത്തകരിൽ പ്രധാനികൾ വി ജി ബാലൻ, കോട്ടുമല കുഞ്ഞാൻ തുടങ്ങിയവരായിരുന്നു.

ഇപ്പോഴത്തെ പോത്ത്കല്ല് പഞ്ചായത്തിൽപ്പെട്ട നെട്ടിക്കുളത്ത് നിന്നും പനങ്കയം വഴി ചാലിയാർ പുഴ കടന്ന് അല്പം പോയാൽ എത്തിച്ചേരുന്ന സ്ഥലമാണ് പൂളപ്പാടം. കുഞ്ഞാലിയുടെ നേതൃത്വത്തിൽ നടന്ന ഭൂസമരങ്ങളിൽ പ്രധാനപ്പെട്ട ഒരു സമര കേന്ദ്രമായിരുന്നു പൂളപ്പാടം. അന്ന് പുഴയ്ക്ക് പാലമില്ല. പൂളപ്പാടം ഒരു സമര കേന്ദ്രമായി തെരഞ്ഞെടുക്കാൻ ഒരു കാരണമുണ്ടായിരുന്നു. നിലമ്പൂർ കോവിലകത്ത് നിന്നും ഇരുന്നൂറ്റി അമ്പത് ഏക്രയോളം സ്ഥലം കൈമാറി കിട്ടിയ രേഖയുണ്ടായിട്ടും അത് കൈവശപ്പെടുത്താനാകാതെ പ്രയാസപ്പെടുകയായിരുന്ന ചാണ്ടിക്കുഞ്ഞ് എന്ന അലക്സിനെ കുഞ്ഞാലിക്ക് പരിചയമുണ്ടായിരുന്നു. അയാളുമായി ചർച്ച ചെയ്ത് ആ രേഖയിലുള്ള ഭൂമി അയാളെക്കൊണ്ട് പാർട്ടി നിർദ്ദേശിച്ച ആളുകളുടെ പേരിൽ കൈമാറ്റം ചെയ്യാൻ ധാരണയുണ്ടാക്കി. അങ്ങനെ രേഖയുള്ള ഭൂമിയിലേക്ക് നടത്തിയ കൈയേറ്റം നിയമത്തിന്റെ പിൻബലത്തോടെയാക്കി. അതിനാൽ പോലീസിന്റെ ഇടപെടൽ സാധ്യതയ്ക്ക് തടയിടാൻ കഴിഞ്ഞു.

മുൻകൂട്ടി നിശ്ചയിച്ചത് പ്രകാരം തെരഞ്ഞെടുക്കപ്പെട്ട പാർട്ടി പ്രവർത്തകരുടെ നേതൃത്വത്തിൽ ഭൂരഹിതരായ കർഷകരുടെ സംഘം ഉപ്പടയിൽ സംഘടിച്ചു നിന്നു. കൈയേറ്റത്തിന് വരുന്നവർ ഭൂരഹിതരാണോ എന്ന് അന്വേഷിച്ച് ഉറപ്പ് വരുത്തിയതിന് ശേഷമേ അവരെ സംഘത്തിൽ ചേർത്തിരുന്നുള്ളൂ. ഇത് അന്വേഷിച്ച് ഉറപ്പുവരുത്തുന്നതിന് പ്രത്യേകം സമിതി തന്നെ പ്രവർത്തിച്ചിരുന്നു. തുടർന്നു ഘട്ടംഘട്ടമായി വളരെ ആസൂത്രണത്തോടുകൂടിയായിരുന്നു കൈയേറ്റം. ഒരു കൊല്ലത്തോളം നീണ്ടുനിന്ന ഒരു സമരമായിരുന്നു അത്.

അലക്സിൽനിന്നും കൈമാറിക്കിട്ടിയ രേഖയിൽപ്പെട്ട സ്ഥലത്തിന് പുറമെ അറുപത്തി അഞ്ച് ഏക്രയോളം സ്ഥലം കൂടി സമരക്കാർ

കൈയേറി കുടിൽ കെട്ടിയിരുന്നു. എന്നാൽ ഈ കൈയേറ്റത്തിന് അതി ശക്തമായ എതിർപ്പ് നേരിടേണ്ടിവന്നു. പോലീസും ശക്തമായി തന്നെ ഇടപെട്ടു. അതിൽ ഇരുപത്തഞ്ചോളം ഏക്ര സ്ഥലം മാത്രമേ നില നിർത്താൻ കഴിഞ്ഞുള്ളൂ. ബാക്കി ഭാഗത്ത് നിന്നും സമരക്കാർക്ക് പിന്മാ റേണ്ടിവന്നു. ഒരു പത്തേക്രയോളം സ്ഥലം ചെറിയ വില കൊടുത്ത് ഒത്തുതീർപ്പാക്കി.

കൈയേറിപ്പിടിക്കുന്ന ഭൂമിയിൽ കുടിൽ കെട്ടി കുടുംബസമേതം താമ സിക്കലായിരുന്നു സമരരീതി. സമരത്തിൽ പങ്കെടുത്തിരുന്നവർ തീർത്തും ദരിദ്രരായിരുന്നു. ഒരു കുടിൽ കെട്ടാനുള്ള ചെറിയ തുക പോലും മിക്ക വരുടെയും കൈവശം ഉണ്ടായിരുന്നില്ല. കൈയേറിയ ഭൂമിയിലെ പടുമര ങ്ങൾ മുറിച്ച് കരിയാക്കി വിറ്റ് കിട്ടിയ തുകകൊണ്ടാണ് പലരും അതിന് വഴി കണ്ടെത്തിയത്. മുന്നൂറോളം കുടുംബങ്ങളാണ് ഈ സമരം വഴി മണ്ണിനുടമകളായി മാറിയത്.

പൂളപ്പാടം, വെള്ളിമുറ്റം, മുരുകാഞ്ഞിരം, പാതാർ, മുട്ടിപ്പാല എന്നീ പ്രദേശങ്ങളിൽ ജനവാസം തുടങ്ങിയത് ഈ സമരം വഴിയായിരുന്നു. ഈ സമരഭൂമിയിൽ കുഞ്ഞാലിക്കൊപ്പം രംഗത്തുണ്ടായിരുന്ന പാർട്ടി പ്രവർത്തകരിലെ പ്രധാനികളായിരുന്ന ടി.സി. മുഹമ്മദ്, ചോഴി, കെ. പി. മാധവൻ നായർ, കെ.ആലിക്കുട്ടി, ജോർജ്ജ് തയ്യറത്തൊടി, ഉപ്പട മൂസ, സി.എൻ. രാജൻ, കൂത്രാടൻ ഉമ്മർ തുടങ്ങിയവർ. ആനപ്പട്ടത്ത് ഇത്തീമ, എകരത്ത് അഹമ്മദ്, പി.സി. മുഹമ്മദ്, ടി.എം. മുഹമ്മദ്, ചോല ക്കൽ ബീരാൻ, ചേരിപ്പറമ്പൻ കുഞ്ഞാലൻ, തങ്കുപ്പണിക്കർ തുടങ്ങിയ വരും അന്ന് വെറും പതിനേഴ് വയസ്സുമാത്രം പ്രായമുണ്ടായിരുന്ന റോസി എന്ന പെണ്ണിയും സജീവമായി രംഗത്തുണ്ടായിരുന്നു.

സ്വന്തമായി ഭൂമിയില്ലാത്ത ആളുകൾക്ക് കൃഷി ചെയ്യാൻ ഭൂമിയു ണ്ടാക്കിക്കൊടുക്കുക മാത്രമല്ല കുഞ്ഞാലി ലക്ഷ്യമിട്ടത്. കുടിയേറ്റ ഭൂമി യിൽ അവരെ ഒത്തൊരുമയുള്ള ഒരു കൂട്ടായ്മയായി ഉയർത്തിക്കൊണ്ടു വരാനും ആവശ്യമായ നിർദ്ദേശങ്ങൾ ആ സമരനായകൻ യഥാസമയം കൊടുത്തുകൊണ്ടിരുന്നു. കുടിൽ കെട്ടിത്താമസിച്ചിരുന്നവരുടെ സ്ഥിതി വളരെ പ്രയാസകരമായിരുന്നു. സമയത്തിന് ആഹാരത്തിനുള്ള വക കണ്ടെത്താൻ തന്നെ പലരും വിഷമിച്ചു. അത്തരക്കാർക്ക് മറ്റുള്ളവരുടെ സഹായം ലഭ്യമാക്കാൻ അദ്ദേഹം പരസ്പര സഹകരണത്തിന്റേതായ പലതരം വഴികൾ കണ്ടെത്തി.

തൊട്ടടുത്ത പരിസര പ്രദേശങ്ങളിൽ താമസിച്ചിരുന്നവരും സമര ത്തോട് അനുഭാവമുള്ളവരുമായ ആളുകളിൽ നിന്ന് അരിയും മറ്റു ഭക്ഷണ സാധനങ്ങളും സമാഹരിച്ച് എത്തിക്കാൻ ഒരു സമിതി പ്രവർത്തിച്ചിരു ന്നു. എല്ലാ ഞായറാഴ്ചകളിലും കുടിയേറ്റ കുടുംബങ്ങളിലെ വനിതക ളുടെ ഒരു യോഗം വിളിച്ചുചേർത്തിരുന്നു. യോഗത്തിന് വരുമ്പോൾ എല്ലാ വരും ഒരു തീപ്പെട്ടിക്കൂട് നിറച്ച് അരി കൊണ്ടുവരണമായിരുന്നു. തീരെ പ്രയാസമുള്ളവർക്ക് വേണ്ടി മാത്രം ആ അരി ഉപയോഗപ്പെടുത്തി സഹാ

യിച്ചു. ചിലർക്ക് കിട്ടിയ ഭൂമിയിൽ ധാരാളം പടുമരങ്ങൾ ഉണ്ടായിരുന്നു. അവ മുറിച്ച് കരിയാക്കി വിറ്റ് അവർ വരുമാനമുണ്ടാക്കി. അങ്ങനെയുള്ള വർ ഒരു ചാക്ക് കരി പുറത്തേക്ക് കൊണ്ടുപോകുമ്പോൾ അമ്പത് പൈസ പൊതു നന്മ ഫണ്ടിലേക്ക് കൊടുക്കണം എന്ന ഒരു വ്യവസ്ഥയുണ്ടാ ക്കിയിരുന്നു. ഈ ഫണ്ട് രോഗബാധിതരാവുന്നവരുടെ ചികിത്സയ്ക്കാണ് ഉപയോഗിച്ചിരുന്നത്.

രോഗബാധിതരെ ചികിത്സിക്കാൻ ഒരു ആശുപത്രി അടുത്തൊന്നും തന്നെ ഉണ്ടായിരുന്നില്ല. അതുപോലെതന്നെ മറ്റൊരു പ്രശ്നമായിരുന്നു വാഹനം. രോഗികളെ ബലമുള്ള മുളങ്കമ്പുകൾക്കിടയിൽ ചാക്ക് തുന്നി പ്പിടിച്ച് ഒരു താല്ക്കാലിക സ്ട്രച്ചർ ഉണ്ടാക്കി അതിൽ കിടത്തി ചുമന്ന് 20 കിലോമീറ്ററോളം നടന്ന് പാലുണ്ടയിലെത്തിയാലെ ഒരു വാഹനം കിട്ടിയിരുന്നുള്ളൂ. അസുഖ ബാധിതനായി കുടുംബനാഥൻ തന്നെ കിട പ്പിലാകുന്ന അവസ്ഥയിൽ ആ കുടുംബത്തിന് അരിയും സാധനങ്ങളും മറ്റുള്ളവരിൽ നിന്ന് സമാഹരിച്ച് എത്തിക്കാൻ വനിതകളുടെ സംഘത്തെ പ്രത്യേകം ചുമതലപ്പെടുത്തിയിരുന്നു. പൊട്ടിക്കല്ല്-തൊളപ്പം കൈ കൈയേറ്റ ഭൂമിയിൽ ചെയ്തത് പോലെ പൊതു ആവശ്യത്തിനായി 2 ഏക്ര സ്ഥലം പൂളപ്പാടത്തും നീക്കിവെച്ചിരുന്നു.

പൂളപ്പാടത്തെ കൈയേറ്റ ഭൂമിയിൽ പ്രതീക്ഷിക്കാത്ത ഒരു വിഭാഗ ത്തിൽനിന്നും എതിർപ്പുണ്ടായി. കമ്യൂണിസ്റ്റ് പാർട്ടിയിൽ 1964 ൽ സിപി ഐ, സി പി ഐ (എം) എന്ന രീതിയിൽ പിളർപ്പുണ്ടായി. കുഞ്ഞാലി സി പി ഐ (എം) പക്ഷത്താണ് നിലകൊണ്ടത്. തുടർന്നുള്ള സമര ങ്ങൾ അദ്ദേഹം നയിച്ചത് സി പി ഐ (എം) നേതാവ് എന്ന നിലയിലാ യിരുന്നു. അധികം താമസിയാതെ സി പി ഐ (എം)ൽനിന്നും ഒരു ചെറിയ വിഭാഗം കൂടുതൽ തീവ്രവാദപരമായ ഒരു സമീപനം എടുത്ത് കൊണ്ട് പുറത്ത് പോയി. നെക്സലൈറ്റുകൾ എന്ന് അറിയപ്പെട്ട ആ വിഭാഗം സായുധ സമരത്തിന്റെ പാതയാണ് തെരഞ്ഞെടുത്തത്. അവരോട് അനു ഭാവം ഉണ്ടായിരുന്ന കുറച്ച് പേർ ചേർന്ന് ഭൂസമരം എന്ന പേരിൽ ഒരു സമരപ്രഹസനം പൂളപ്പാടത്ത് നടത്താൻ ശ്രമിച്ചു.

കുഞ്ഞാലിയുടെ നേതൃത്വത്തിൽ കൈയേറി ഭൂരഹിതർ കൈവശ ത്തിലാക്കി കുടിൽ കെട്ടി താമസം തുടങ്ങിയ സ്ഥലത്ത് നിന്നും അവരെ കുടിയിറക്കി പുതിയ കൈയേറ്റത്തിനാണ് അവർ ശ്രമിച്ചത്. അവർക്ക് വേണമെങ്കിൽ ആ പരിസരത്ത് കോവിലകം വക ഭൂമി വിശാലമായി കിടക്കുന്നുണ്ടായിരുന്നു. അത് കൈയേറാതെ ഒരു തവണ കൈയേറിയ ഭൂമിയിൽ വീണ്ടും കൈയേറ്റം നടത്താൻ തുനിഞ്ഞത് രാഷ്ട്രീയ വിരോധം കൊണ്ടായിരുന്നു. ഭൂമി നഷ്ടപ്പെട്ട പഴയ ഭൂവുടമകളുടെ പിന്തുണ കിട്ടും എന്ന കണക്കുകൂട്ടലിലും കൂടിയായിരുന്നു അങ്ങനെ യൊരു ശ്രമം നടന്നത്. അത് വിജയിച്ചില്ല. കുടിൽ കെട്ടി കോളനിയായി താമസം തുടങ്ങിയ കർഷകരും പാർട്ടി പ്രവർത്തകരും ചേർന്ന് അതിനെ കായികമായിത്തന്നെ നേരിട്ടു ചെറുത്തുതോല്പിച്ചു.

കുഞ്ഞാലിയുടെ നേതൃത്വത്തിൽ നടന്ന ഭൂസമരങ്ങളിൽ പിന്നീട് നടന്ന വലുതും സംഘടിതവുമായത് തലപ്പാലിപ്പൊട്ടി കൈയേറ്റമായിരുന്നു. തലപ്പാലിപ്പൊട്ടിയെ സമര കേന്ദ്രമാക്കിയതിലും പൊട്ടിക്കല്ലിലെയും പൂളപ്പാടത്തേയും പോലെയുള്ള ഒരു കാരണമുണ്ടായിരുന്നു. പൂള ബാപ്പു എന്നയാൾക്ക് നിലമ്പൂർ കോവിലകത്ത് നിന്നും കിട്ടിയ 100 ഏക്ര ഭൂമിക്കുള്ള രേഖ അയാൾക്ക് പ്രയോജനപ്പെടുത്താൻ കഴിയാതിരിക്കയായിരുന്നു. അതിൽ 50 ഏക്ര അയാൾ പാർട്ടിക്ക് കൈമാറാൻ തയ്യാറായി. ആ രേഖയുടെ ബലത്തിലായിരുന്നു കൈയേറ്റം. അതിന് പുറമെ നൂറ് ഏക്ര ഭൂമി കൈയേറി കുടിൽ കെട്ടിയിരുന്നു. 1968 ലായിരുന്നു ഈ സമരം. പോലീസിന്റെ ഭാഗത്ത് നിന്നും ഇടപെടൽ ഉണ്ടായി. സമര ഭടന്മാരെ അറസ്റ്റ് ചെയ്ത് നീക്കി നിലമ്പൂർ സ്റ്റേഷനിൽ പിടിച്ചിടലും കുടിലുകൾ പൊളിക്കലും എല്ലാം പോലീസ് ചെയ്തു. ഒരു സംഘം നീക്കം ചെയ്യപ്പെടുമ്പോൾ അടുത്ത സംഘം കയറി കുടിൽ കെട്ടിക്കൊണ്ടുള്ള ചെറുത്തുനിൽപ്പുകളൊക്കെ നടന്നു.

ഇ എം എസിന്റെ നേതൃത്വത്തിലുള്ള സപ്തകക്ഷി മന്ത്രിസഭയായിരുന്നു അധികാരത്തിൽ. സംസ്ഥാന രാഷ്ട്രീയത്തിൽ ചില ചരടുവലികൾ നടക്കാൻ തുടങ്ങിയിരുന്നു. മുന്നണി മന്ത്രിസഭയിലെ ഘടക കക്ഷികളായിരുന്ന മുസ്ലീംലീഗും സി.പി.ഐ.യും കൂറുമാറി കോൺഗ്രസിനൊപ്പം ചേർന്ന് ഇ എം എസ് മന്ത്രിസഭയെ താഴത്തിറക്കാനുള്ള നീക്കങ്ങൾ സജീവമായിരുന്നു. അതോടൊപ്പം കുഞ്ഞാലിയെന്ന നേതാവിനെ ശാരീരികമായി തന്നെ ഇല്ലാതാക്കാനുള്ള നീക്കങ്ങളും നടക്കുന്നുണ്ടായിരുന്നു. തലപ്പാലി കൈയേറ്റം നടന്ന് ഒരു വർഷം തികയുന്നതിന് മുമ്പ് 28.07.69 ന് കുഞ്ഞാലി രക്തസാക്ഷിയായി. കുഞ്ഞാലിയുടെ മരണം കഴിഞ്ഞ് മൂന്ന് മാസം കഴിഞ്ഞപ്പോഴേക്കും ഇ.എം.എസ്. മന്ത്രിസഭ കൂറുമാറ്റം വഴി മറിച്ചിടപ്പെടുകയും ചെയ്തു.

വൻകിടക്കാരുടെ താല്പര്യങ്ങൾക്ക് എതിര് നിൽക്കാൻ മടിച്ചിരുന്ന ലീഗിന് ഭൂസമരത്തോട് വിയോജിപ്പായിരുന്നു. മുഖ്യമന്ത്രി സ്ഥാനം തന്നെ വാഗ്ദാനം കിട്ടിയപ്പോൾ സി.പി.ഐ.യും ചേരിമാറി. 01.11.1969 ൽ കോൺഗ്രസും സി.പി.ഐ.യും മുസ്ലീംലീഗും ചേർന്ന മുന്നണി മന്ത്രിസഭ കൂറുമാറ്റം വഴി അധികാരത്തിലെത്തി. മിച്ചഭൂമി സമരത്തിന്റെ ആശയങ്ങളോട് യോജിപ്പുള്ള സി.പി.ഐ.യുടെ നേതാവ് അച്യുതമേനോനായിരുന്നു മുഖ്യമന്ത്രിയെങ്കിലും ഭരണത്തിന്റെ നിയന്ത്രണം ഏറ്റവും വലിയ കക്ഷിയായ കോൺഗ്രസ്സിന്റെ കൈകളിലായിരുന്നു.

തലപ്പാലിപ്പൊട്ടിയിൽ കൈയേറ്റം നടത്തിയ ഭൂരഹിതരായ കർഷകർക്ക് പട്ടയം കൊടുക്കാനൊന്നും ഇ.എം.എസ്. മന്ത്രിസഭയ്ക്ക് സമയം കിട്ടിയില്ല. പൊട്ടിക്കല്ലിലെയും പൂളപ്പാടത്തെയുംപോലെ ഭൂമിയുടെ അവകാശികളായി മാറാൻ തലപ്പാലിപ്പൊട്ടിയിലെ സമരക്കാർക്ക് ഭാഗ്യമുണ്ടായില്ല. ഭരണം മാറിയതോടെ അതിശക്തമായ പോലീസ് ഇടപെടൽ ഉണ്ടായി. എല്ലാവരും കുടിയിറക്കപ്പെട്ടു. ആ സമരത്തിൽ കൈയേറ്റം നടത്തിയിരുന്ന ഭൂമി കൂടി ഉൾപ്പെടുത്തിയാണ് പിന്നീട് സർക്കാർ സ്ഥാപനമായ

മുണ്ടേരി വിത്ത് കൃഷിത്തോട്ടം സ്ഥാപിതമായത്.

പൊട്ടിക്കല്ല്, പൂളപ്പാടം സമരങ്ങൾ തന്നെ അഞ്ഞൂറിലേറെ കുടുംബങ്ങളെ മണ്ണിന്റെ ഉടമകളാക്കി മാറ്റിയിരുന്നു. ആ സമരങ്ങളിൽനിന്നും ആവേശം ഉൾക്കൊണ്ട് വൻകിടക്കാരുടെ തരിശിട്ട ഭൂമികളും പരിധിയിൽ കവിഞ്ഞ ഭൂമിയും ഭൂരഹിതരായ കൃഷിക്കാർ ചെറുതും വലുതുമായ കൈയേറ്റ സമരങ്ങൾ വഴി കൈവശപ്പെടുത്തി. അണ്ടിക്കുന്ന്, ചെമ്പൻകൊല്ലി തുടങ്ങി ഒട്ടേറെ സ്ഥലങ്ങളിൽ ഭൂസമരങ്ങൾ അരങ്ങേറി. ചില സ്ഥലങ്ങളിൽ കമ്യൂണിസ്റ്റ് പാർട്ടിക്ക് വേണ്ടത്ര സ്വാധീനം പോലും ഉണ്ടായിരുന്നില്ല. എങ്കിലും ന്യായമായി തോന്നിയ എല്ലാ സമരങ്ങൾക്കും പാർട്ടിയുടെ പിന്തുണ കിട്ടി. അങ്ങനെയും നൂറ് കണക്കിന് ഭൂരഹിതരായ കുടുംബങ്ങളെ മണ്ണിന്റെ ഉടമകളാക്കി മാറ്റാൻ കഴിഞ്ഞു.

ആയിരക്കണക്കിന് ഏക്ര ഭൂമി കൈവശം വെക്കുകയും കൃഷി പോലും നടത്താതെ തരിശിടുകയും ചെയ്തിരുന്ന ഭൂവുടമകളുടെ കൈവശത്തിലായിരിക്കുമ്പോൾ ആ പ്രദേശമാകെ കാട് പിടിച്ചു കിടക്കുകയായിരുന്നു. ഈ ഭൂസമരങ്ങളുടെ വിജയം ആ പ്രദേശങ്ങളിലെല്ലാം ജനവാസം എത്തിക്കാൻ സാഹചര്യമൊരുക്കി. പിൽക്കാലത്ത് തെക്കൻ കേരളത്തിൽ നിന്നും കിഴക്കനേറനാട്ടിലേക്ക് പോന്ന് കൃഷിഭൂമി വില കൊടുത്ത് വാങ്ങി കുടിയേറ്റം നടത്താൻ കർഷകർക്ക് സാഹചര്യം ഒരുങ്ങുന്നതിനും ഇതെല്ലാം കാരണമായി.

ചുരുക്കത്തിൽ ഒരു കാട്ടുപ്രദേശം മാത്രമായി കിടന്നിരുന്ന കിഴക്കനേറനാടിനെ ഇന്നത്തെ നിലയിലേക്ക് ഉയർത്തുന്നതിന് തന്നെ കാരണമായി വർത്തിച്ചത് കുഞ്ഞാലിയുടെ നേതൃത്വത്തിൽ നടന്ന ഈ ഭൂസമരങ്ങളായിരുന്നു എന്ന് പറയാം. തരിശ് പ്രക്ഷോഭം, മിച്ചഭൂമി സമരം തുടങ്ങിയ സമരങ്ങളെല്ലാം അവിഭക്ത കമ്യൂണിസ്റ്റ് പാർട്ടിയുടെ നേതൃത്വത്തിലും പിളർപ്പിന് ശേഷം സി.പി.ഐ.(എം)ന്റെ നേതൃത്വത്തിലും കേരളവ്യാപകമായി നടന്നിട്ടുള്ള ഭൂസമരങ്ങളാണ്. ഈ സമരങ്ങൾക്ക് കിഴക്കനേറനാട്ടിൽ അതിന്റെ സാധ്യതകൾക്കപ്പുറത്തേക്ക് മുന്നേറ്റമുണ്ടാക്കാനും ആയിരക്കണക്കിന് ഭൂരഹിതരായ കർഷകർക്ക് കൃഷിഭൂമി സ്വന്തമാക്കാനും സാധിച്ചു. അതിന് കാരണമായിത്തീർന്നത് കുഞ്ഞാലി എന്ന അതീവ തന്ത്രശാലിയായ സേനാനായകന്റെ നേതൃത്വത്തിലാണ് അത് നടന്നത് എന്നതുകൊണ്ട് കൂടിയാണ്. പൂളപ്പാടത്ത് അലക്സിന്റെ രേഖ പ്രയോജനപ്പെടുത്തിയതിലും പൊട്ടിക്കല്ലിൽ വനദേശസാൽക്കരണത്തിന്റെ സാധ്യതകളെ മുൻകൂട്ടിക്കണ്ടതിലും എല്ലാം ഈ ബുദ്ധിപരത നിരീക്ഷിക്കാനാവും.

പല ദേശങ്ങളിൽ നിന്ന് വന്ന് ഒരുമിച്ച് ഒരു പുതിയ ഗ്രാമം പണിത് ജീവിക്കാനൊരുങ്ങുന്നവരെ ഒരുമയുടെ പാഠങ്ങൾ പഠിപ്പിക്കാനുള്ള അടവുകളായിരുന്നു ഒരാൾ ഒരു തീപ്പട്ടി അരി, ഒരു ചാക്ക് കരിക്ക്, അമ്പത് പൈസ തുടങ്ങിയ വ്യവസ്ഥകൾ. പൊതു ആവശ്യത്തിന് വേണ്ടി കുറച്ച് ഭൂമി മാറ്റിവെപ്പിച്ചു എന്നത് ആ നേതൃത്വത്തിന്റെ ദീർഘ വീക്ഷണത്തിന്റെ മറ്റൊരു അടയാളമാണ്.

നീതികേടുകളോട് വിട്ടുവീഴ്ചയില്ലാതെ...

തിരക്ക് പിടിച്ച തൊഴിലാളി നേതാവും പാർട്ടി നേതാവുമായി ഓടി നടന്നു പ്രവർത്തിക്കുന്നതിനിടയിൽ കൺമുമ്പിൽ വന്നുപെടുന്ന ഏതൊരു നീതികേടിനോടും ഒരു നിമിഷം പോലും കാത്ത് നിൽക്കാതെ പ്രതികരിക്കുന്ന പ്രകൃതക്കാരനായിരുന്നു കുഞ്ഞാലി. അങ്ങനെയുള്ള അനേകം സംഭവങ്ങൾ സമകാലികരുടെ മനസ്സിൽ തങ്ങി നിൽക്കുന്നുണ്ട്. കുഞ്ഞാലിയുടെ ഈ പ്രതികരണ രീതിക്ക് ഉദാഹരണമായ ഒട്ടേറെ സംഭവങ്ങൾ ആദരപൂർവ്വം ഇപ്പോഴും സ്മരിക്കപ്പെടാറുണ്ട്. അവയിൽ വളരെ പ്രശസ്തി നേടിയ ഒന്നാണ് മങ്കുണ്ട് എന്ന സ്ഥലത്ത് ഒരു ബസ് കണ്ടക്ടർ കാണിച്ച ധിക്കാരത്തിനെതിരെ കുഞ്ഞാലിയിൽനിന്നും ഉണ്ടായ പ്രതികരണം. കാളികാവ്-പൂക്കോട്ടുംപാടം റൂട്ടിൽ മങ്കുണ്ട് എന്ന സ്ഥലത്ത് അന്ന് റോഡ് ചെളിയും കല്ലും നിറഞ്ഞ് നാശമായിരുന്നു. നല്ല ഭാരത്തോടുകൂടി പോകുമ്പോൾ ബസ്സ് ചെളിയിൽ താഴ്ന്നുപോകാനുള്ള സാധ്യതയുണ്ടായിരുന്നു. അത് ഒഴിവാക്കാനായി അവിടെയെത്തുമ്പോൾ ബസ്സുകാർ യാത്രക്കാരെ ഇറക്കിയാണ് ആ സ്ഥലം കടന്നിരുന്നത്. യാത്രക്കാർ റോഡരികിലെ ചെളിയില്ലാത്ത സ്ഥലം നോക്കി നടന്ന് വീണ്ടും ബസ്സിൽക്കയറി യാത്ര തുടരും ഇതായിരുന്നു പതിവ്,

ഒരു ദിവസം മങ്കുണ്ടിലെത്തിയ ബസ്സിലെ കണ്ടക്ടർ പതിവ് പോലെ എല്ലാവരോടും ഇറങ്ങാൻ നിർദ്ദേശിച്ചു. യാത്രക്കാരിൽ ഒരാൾ ഗർഭിണിയായ ഒരു സ്ത്രീയായിരുന്നു. മറ്റു യാത്രക്കാർ അവരോട് ബസ്സിൽത്തന്നെ ഇരുന്ന് കൊള്ളാൻ പറഞ്ഞു. എന്നാൽ കണ്ടക്ടർ അനാവശ്യമായ വാശി കാണിച്ചു. അയാൾ ആ ഗർഭിണിയോടും ഇറങ്ങാൻ നിർബന്ധിച്ചു. മറ്റു യാത്രക്കാർ പിന്തിരിപ്പിക്കാൻ ശ്രമിച്ചിട്ടും അയാൾ വഴങ്ങിയില്ല. അത്രയുംപേർ പറഞ്ഞിട്ടും വഴങ്ങാത്തവനെ അനുസരിപ്പി

ക്കാൻ ഒരു മാർഗ്ഗമേ ഉണ്ടായിരുന്നുള്ളൂ. യാത്രക്കാരുടെ കൂട്ടത്തിലുണ്ടായിരുന്ന കുഞ്ഞാലിയുടെ ബലിഷ്ടമായ വലതു കൈയുടെ ചൂട് ആ കണ്ടക്ടർക്ക് അറിയേണ്ടിവന്നു. അതോടെ അയാൾ അനുസരണയുള്ള കുട്ടിയായി. ആ സ്ത്രീയെ ബസ്സിൽത്തന്നെ ഇരുത്താനും കണ്ടക്ടറോട് യാത്രക്കാർക്കൊപ്പം ഇറങ്ങി നടക്കാനും കുഞ്ഞാലി നിർദ്ദേശിച്ചു. അതും അയാൾ അനുസരിച്ചു. അത്രയും യാത്രക്കാരുടെ മുന്നിൽവെച്ച് തന്നെ തല്ലിയ കുഞ്ഞാലിക്കെതിരെ കണ്ടക്ടർ കേസ് കൊടുത്തു. രാഷ്ട്രീയ എതിരാളികൾ അടക്കം ധാരാളം പേർ ആ യാത്രക്കാരിൽ ഉണ്ടായിരുന്നിട്ടും ആരും അയാൾക്ക് വേണ്ടി സാക്ഷിപറയാൻ തയ്യാറായില്ല.

1962 ൽ ചോക്കാട് സർക്കാർ സ്കൂളിൽ ഉണ്ടായ ഒരു പ്രശ്നത്തിലും സഖാവിന്റെ സമയോചിതമായ ഇടപെടൽ ശ്രദ്ധേയമായി. സ്കൂളിലെ കിണറ്റിൽ ഒരു പാമ്പ് വീണ് ചത്തതിനാൽ വെള്ളം മലിനമായിത്തീർന്നു. കുട്ടികൾ കുടിവെള്ളത്തിന് വഴി കാണാതെ വലഞ്ഞു. അതിന് പരിഹാരം കാണേണ്ട ഹെഡ്മിസ്ട്രസ്സിന്റെ കുട്ടികളും അതേ സ്കൂളിൽ തന്നെയാണ് പഠിച്ചിരുന്നത്. അവരുടെ കുട്ടികൾക്ക് കുടിവെള്ളം എത്തിക്കാൻ വ്യക്തിപരമായ ഒരു സൗകര്യം ഉണ്ടാക്കിയതല്ലാതെ സ്കൂളിലെ മൊത്തം കുട്ടികളുടെ കാര്യത്തിൽ അവർ ഒന്നും ചെയ്തില്ല. രക്ഷിതാക്കൾ പരാതി നല്കിയെങ്കിലും അവർ അവഗണിച്ചു. അതോടെ രക്ഷിതാക്കളിൽ ചിലർ ചെന്ന് കുഞ്ഞാലിയോട് പരാതി പറഞ്ഞു.

രക്ഷിതാക്കളുടെ ഒരു യോഗം വിളിച്ചുകൂട്ടി ഒരു ആക്ഷൻ കമ്മിറ്റി രൂപീകരിക്കാൻ കുഞ്ഞാലി മുൻകൈ എടുത്തു. നോട്ടീസ് പ്രചരണം, പൊതുയോഗം, കുട്ടികളുടെ ക്ലാസ് ബഹിഷ്കരണം തുടങ്ങിയ പരിപാടികളോടെ അതൊരു ജനകീയ പ്രക്ഷോഭമായി ഉയർന്നു. കുടിവെള്ള

തൊളപ്പം കൈ കുഞ്ഞാലിക്കോളനിയിലെ കുഞ്ഞാലി സ്മാരക മന്ദിരം

പ്രശ്നം മാത്രമല്ല സ്കൂളുമായി ബന്ധപ്പെട്ട മറ്റു പ്രശ്നങ്ങൾക്കും പരിഹാരം കാണാൻ ആക്ഷൻ കമ്മിറ്റി മുൻകൈ എടുത്തു. കുട്ടികൾക്ക് കൊടുത്തിരുന്ന സൗജന്യ ഉച്ചഭക്ഷണത്തിന് വേണ്ടി കൊണ്ടുവന്നിരുന്ന പാൽപ്പൊടി, വെജിറ്റബിൾ ഓയിൽ എന്നിവയിൽ ഒരു ഭാഗം ചില അദ്ധ്യാപകർ തങ്ങളുടെ സ്വന്തം വീടുകളിലേക്ക് കടത്തുന്നത് ആക്ഷൻ കമ്മിറ്റി ഇടപെട്ട് തടഞ്ഞു. ജനകീയ പ്രക്ഷോഭം ശക്തിപ്പെട്ടപ്പോൾ ആക്ഷൻ കമ്മിറ്റി ഉന്നയിച്ച എല്ലാ പരാതികൾക്കും പരിഹാരം കാണാൻ അധികൃതർ തയ്യാറായി. ഇടഞ്ഞ് നിന്നിരുന്ന ഹെഡ്മിസ്ട്രസ്സിന്റെ സ്ഥലംമാറ്റത്തിനും ആ പ്രക്ഷോഭം കാരണമായി.

അക്രമവും ഗുണ്ടാ പണികളുംകൊണ്ട് നടന്നിരുന്ന ചില കോൺഗ്രസ് പ്രവർത്തകർ കാളികാവിൽ ഉണ്ടായിരുന്നു. അവരിൽ ഏതാനും പേർ ചേർന്ന് കുട്ടിത്തങ്ങൾ എന്ന ഒരു പാർട്ടി പ്രവർത്തകനെ കാളികാവ് അങ്ങാടിയിൽവെച്ച് അടിച്ചു. അത് കാണാനിടയായ ചില പാർട്ടി പ്രവർത്തകർ വിവരം കുഞ്ഞാലിയെ വീട്ടിൽ ചെന്ന് അറിയിച്ചു. കുളിക്കാനായി എണ്ണയും തേച്ച് ഒരു തോർത്തും തോളിലിട്ട് വീടിന്റെ മുൻവശത്ത് തന്നെയിരിപ്പുണ്ടായിരുന്നു കുഞ്ഞാലി. അതേ വേഷത്തിൽ തന്നെ അദ്ദേഹം അവരോടൊപ്പം അങ്ങാടിയിലേക്ക് ചെന്നു. കുട്ടിത്തങ്ങളെ തല്ലിയ സംഘം അപ്പോഴും പിരിഞ്ഞുപോയിട്ടുണ്ടായിരുന്നില്ല. അവരെ കണ്ടതും അടുത്തേക്ക് കുതിച്ചു ചെന്ന കുഞ്ഞാലി അവരുടെ കയ്യാങ്കളിക്ക് അതേ നാണയത്തിൽ തിരിച്ചടി കൊടുത്തു. സംഘം ഭയന്ന് ചിതറി ഓടി. അതിന് ശേഷം കുഞ്ഞാലി വീട്ടിലേക്ക് മടങ്ങി.

കമ്യൂണിസ്റ്റ് പാർട്ടി ആഹ്വാനം ചെയ്തിരുന്ന ഒരു ബന്ദ് വിജയിപ്പിക്കുന്നതിനായി കടകൾ അടയ്ക്കാനും പണിമുടക്കാനും അഭ്യർത്ഥിച്ചുകൊണ്ട് സ്ക്വാഡ് പ്രവർത്തനം നടത്തിയ പാർട്ടി പ്രവർത്തകരുടെ സംഘത്തെ കുറെ പ്രമാണിമാരും അവരുടെ ഗുണ്ടകളും ചേർന്ന് ആക്രമിച്ചു. അന്ന് വൈകുന്നേരം തന്നെ കുഞ്ഞാലിയുടെ നേതൃത്വത്തിൽ പ്രതിഷേധ പ്രകടനവും പൊതുയോഗവും നടന്നു. യോഗം കഴിഞ്ഞ് പിരിഞ്ഞ് പോകുന്നതിന് മുമ്പായി ഗുണ്ടായിസം കാണിച്ച് മാന്യന്മാരായി നടന്നിരുന്ന അവരെ തെരഞ്ഞുപിടിച്ച് തിരിച്ചടി കൊടുക്കാനും സഖാവ് മുൻകൈ എടുത്തു.

തോട്ടം തൊഴിലാളികളുടെ ഒരു സമ്മേളനം അമ്പതുകളുടെ ആദ്യപകുതിയിൽ വയനാട്ടിൽ വെച്ച് നടന്നിരുന്നു. സമ്മേളനത്തിന് മുന്നോടിയായി നടന്ന പ്രചരണ പ്രവർത്തനങ്ങളുമായി ബന്ധപ്പെട്ട് കുറച്ച് ദിവസം കുഞ്ഞാലി വയനാട്ടിൽ തങ്ങി. ഇ.സി. ഉത്തമൻ, വി.എൻ. ശിവരാമൻ, കെ. ഗോവിന്ദൻ പൊഴുതന തുടങ്ങിയവർ കുഞ്ഞാലിക്ക് സഹായത്തിന് ഉണ്ടായിരുന്നു. വയനാടിന്റെ പല ഭാഗങ്ങളിലും സമ്മേളന പ്രചരണാർത്ഥം തൊഴിലാളികളുടെ പ്രകടനങ്ങളും പൊതുയോഗങ്ങളും നടന്നു. കുഞ്ഞാലിയും ഉത്തമനും അടങ്ങുന്ന സംഘം മേപ്പാടിയിൽ നിന്നും പൊഴുതന ഭാഗത്തേക്ക് പോയി ഒരു പൊതുയോഗത്തിൽ പങ്കെ

മുക്കട്ടപാന്ത്ര എന്ന സ്ഥലത്ത് കുഞ്ഞാലിയുടെ നേതൃത്വത്തിൽ കയ്യേറി നേടിയതും പൊതു ആവശ്യത്തിനായി നീക്കിവെച്ചിരുന്നതുമായ സ്ഥലത്ത് ആദ്യം ഒരു താത്കാലിക സ്കൂൾ പ്രവർത്തിച്ചിരുന്നു. ഇപ്പോൾ അവിടെ പണിതുകൊണ്ടിരിക്കുന്ന കരുവാരക്കുണ്ട് പഞ്ചായത്ത് അംഗനവാടി കെട്ടിടമാണ് ചിത്രത്തിൽ

ടുത്ത് തിരിച്ചു വരികയായിരുന്നു. അച്ചൂർ എസ്റ്റേറ്റിനകത്ത് കൂടെ കടന്നുപോകുന്ന ഒരു റോഡുണ്ട്. സാധാരണ അത് വഴി പൊതുജനങ്ങൾക്ക് പ്രവേശനം അനുവദിച്ചിരുന്നു. ആ റോഡിലൂടെ തന്നെയായിരുന്നു കുഞ്ഞാലിയും സഖാക്കളും അങ്ങോട്ട് പോയതും. അങ്ങോട്ട് പോകുമ്പോൾ തുറന്ന് കിടക്കുകയായിരുന്ന എസ്റ്റേറ്റ് റോഡിന്റെ ഗേറ്റ് പരിപാടി കഴിഞ്ഞ് തിരിച്ചുവരുമ്പോൾ അടച്ചു താഴിട്ട് പൂട്ടിയിരുന്നു.

എസ്റ്റേറ്റിന്റെ സൂപ്രണ്ട് മില്ലൻ എന്ന് പേരുള്ള ഒരു വെള്ളക്കാരനായിരുന്നു. സമ്മേളന പ്രചരണത്തിന്റെ ഭാഗമായി കൊടി തോരണങ്ങൾ ഉയരുന്നതിലും മറ്റും അസഹിഷ്ണുത കാണിച്ചിരുന്നയാളായിരുന്നു മില്ലൻ. അയാൾ നിർദ്ദേശിച്ചതായിരുന്നു ഗേറ്റ് പൂട്ടിയിടാൻ. തൊഴിലാളി സംഘടനാനേതാക്കളെ ഒന്ന് കൊച്ചാക്കുക എന്നതായിരുന്നു അയാളുടെ ഉദ്ദേശ്യം. ഗേറ്റിന് മുമ്പിൽ ജീപ്പ് നിർത്തി എല്ലാവരും പുറത്തിറങ്ങി. സൂപ്രണ്ടിന്റെ ബംഗ്ലാവിലേക്ക് ആളെ അയച്ചു താക്കോൽ ആവശ്യപ്പെട്ടുവെങ്കിലും അയാൾ കൊടുത്തില്ല.

പിന്നെ ഒട്ടും താമസമുണ്ടായില്ല. പരിസരത്ത് നിന്നും കിട്ടിയ ആയുധം ഉപയോഗിച്ച് ഗേറ്റിന്റെ പൂട്ട് തല്ലിപ്പൊളിച്ച് കുഞ്ഞാലി ചായക്കാട്ടിലേക്ക് എറിഞ്ഞു. ഗേറ്റ് തള്ളിത്തുറന്ന് ആ സംഘം ഒന്നും സംഭവിക്കാത്തമട്ടിൽ മേപ്പാടിയിൽ തിരിച്ചെത്തി. അച്ചൂർ എസ്റ്റേറ്റിലെ സാധാരണ തൊഴിലാളികളുടെ മേൽ വലിയ അധികാരി ചമഞ്ഞ് കുതിര കയറാറുണ്ടായിരുന്ന അഹങ്കാരിയായ ആ വെള്ളക്കാരൻ സായിപ് ആകെ നാണംകെട്ടുപോയി. എസ്റ്റേറ്റിലെ തൊഴിലാളികളുടെ ആത്മവിശ്വാസം വർദ്ധിപ്പിച്ച ഒരു നടപടിയായിരുന്നു അത്.

അതിര് വിടുന്ന കാക്കികളോടും കണക്ക് തീർത്ത്

പോലീസ് എന്നത് ഏത് രാജ്യത്തും ഏത് കാലത്തും അതാത് ഭരണകൂടത്തിന്റെ ഒരു മർദ്ദനോപകരണമാണ്. മേധാവിത്വം വഹിക്കുന്ന വർഗ്ഗത്തോടൊപ്പം നിൽക്കാനാണ് അതെവിടെയും താല്പര്യപ്പെടുക. ജനപക്ഷ മനസ്സുള്ള ഭരണാധികാരികൾ അധികാരത്തിൽ വരുന്നയിടങ്ങളിൽ അതിൽ ചെറിയ ഒരു മാറ്റം വരാറുണ്ടെങ്കിലും അടിസ്ഥാനപരമായി അത് ഉപരിവർഗ്ഗത്തോടൊപ്പം തന്നെയാണ് നിൽക്കുക. സാധാരണ മനുഷ്യരുടെ മേൽ തങ്ങൾക്ക് കിട്ടിയിട്ടുള്ള അധികാരത്തെ സ്വാർത്ഥ താല്പര്യങ്ങൾക്ക് വേണ്ടിയോ വെറുമൊരു മനോവൈകല്യം എന്ന നിലയിലോ ദുരുപയോഗം ചെയ്യുന്ന പ്രവണത പോലീസുകാരിൽ ഒട്ടേറെ പേർക്കുണ്ട്. ഇക്കാര്യത്തിൽ സാധാരണ പോലീസുകാരൻ തൊട്ട് ഉന്നത പോലീസ് മേധാവികൾ വരെ വലിയ വ്യത്യാസമുണ്ടാകാറില്ല. അധികാര ധാർഷ്ട്യങ്ങളോട് മുഖംനോക്കാതെ പ്രതികരിക്കുന്ന പ്രകൃതക്കാരനായ കുഞ്ഞാലിക്ക് അതുകൊണ്ട് തന്നെ ഇടയ്ക്കിടെ അവരുമായി ഏറ്റുമുട്ടേണ്ടി വന്നിരുന്നു.

പണക്കാരോ അധികാരസ്ഥാനങ്ങളിൽ ഇരിക്കുന്നവരോ ആയ ആളുകളുടെ താല്പര്യപ്രകാരം, നിരപരാധികളായ മനുഷ്യരുടെ മേൽ ഇല്ലാത്ത കുറ്റം ചുമത്തി കേസ്സിൽ കുടുക്കി ബുദ്ധിമുട്ടിക്കുക എന്നത് പോലീസിന്റെ അധികാര ദുർവിനിയോഗങ്ങളുടെ ഒരു സാധാരണ രൂപമാണ്. സാധാരണ തൊഴിലാളി സംഘടനാ പ്രവർത്തകരായിരുന്ന കുരിക്കൾ അവുള, പാറക്കാട്ട് ചേക്കുട്ടി, നെച്ചിക്കാടൻ സുലൈമാൻ എന്നീ മൂന്ന് തൊഴിലാളികളുടെ മേൽ അടയ്ക്ക മോഷ്ടിച്ചു എന്നൊരു കള്ളക്കേസ് പോലീസ് ചുമത്തി. തൊഴിലുടമ നൽകിയ ഒരു കള്ളപ്പരാതിയുടെ അടിസ്ഥാനത്തിലായിരുന്നു അത്. ഈ കേസ്സിന്റെ പേരിൽ പോലീസ് ആ മൂന്ന് തൊഴിലാളികളെയും പിടിച്ചു കൊണ്ടുപോവുകയും മർദ്ദിക്കുകയും ചെയ്തു.

ഉടൻതന്നെ കമ്മ്യൂണിസ്റ്റ് പാർട്ടിയുടെ നേതൃത്വത്തിൽ ഒരു പ്രതിഷേധ യോഗം നടന്നു. വിഷയത്തിൽ പോലീസ് എടുത്തിട്ടുള്ള നിലപാട് സത്യത്തിന് നിരക്കാത്തതാണെന്നും അത് തിരുത്തണമെന്നുമുള്ള ആവശ്യം പോലീസ് സബ്ഇൻസ്പെക്ടറുമായി നേരിട്ട് സംസാരിക്കുന്നതിന് വേണ്ടി കുഞ്ഞാലിയുടെ നേതൃത്വത്തിൽ ഒരു സംഘം പോലീസ് സ്റ്റേഷനിൽ ചെന്നു. ഇൻസ്പെക്ടർ അപ്പോൾ സ്റ്റേഷനിൽ ഉണ്ടായിരുന്നില്ല. അതോടെ ആ സംഘം അയാൾ താമസിക്കുന്ന സ്ഥലം അന്വേഷിച്ചു പോയി. അല്പം ധിക്കാരിയായ ആ ഇൻസ്പെക്ടർ അപ്പോൾ വീട്ടിൽ ഉണ്ടായിരുന്നു. അത് ചെന്നവർക്ക് മനസ്സിലാവുകയും ചെയ്തു. എന്നാൽ അയാൾ ചെയ്തത് താൻ വീട്ടിൽ ഇല്ല എന്ന കളവ് പറയാൻ വീട്ടുകാരോട് നിർദ്ദേശിക്കുകയായിരുന്നു. ആ ധിക്കാരം അനുവദിച്ചു കൊടുക്കാനാവില്ലെന്ന് കുഞ്ഞാലിക്ക് തോന്നി. ചാരിയടച്ചിരുന്ന മുൻവശത്തെ വാതിൽ തള്ളിത്തുറന്ന് കുഞ്ഞാലി വീട്ടിനകത്തേക്ക് കയറി. ഇൻസ്പെക്ടർ ആ മുറിയിൽത്തന്നെ ഇരിപ്പുണ്ടായിരുന്നു. അയാളുടെ മുഖത്തേക്ക് വിരൽ ചൂണ്ടിക്കൊണ്ട് തനിക്ക് പറയാനുള്ളത് മുഴുവൻ പറഞ്ഞു കുഞ്ഞാലി തിരിച്ചുപോന്നു. ഇൻസ്പെക്ടർ ശരിക്കും വിരണ്ടുപോയിരുന്നു. അങ്ങനെയൊരു പ്രതികരണം അയാൾ ഒട്ടും തന്നെ പ്രതീക്ഷിച്ചിരുന്നില്ല.

ഇടിവണ്ണ എസ്റ്റേറ്റിലെ ഒരു തൊഴിൽ തർക്കവുമായി ബന്ധപ്പെട്ട് എസ്റ്റേറ്റ് മുതലാളിയുടെ താല്പര്യപ്രകാരം നിലമ്പൂരിലെ സബ്ഇൻസ്പെക്ടർ ഒരു തോട്ടം തൊഴിലാളിയെ ക്രൂരമായി മർദ്ദിച്ചു. സംഭവം അറിഞ്ഞ കുഞ്ഞാലി സ്ഥലത്തെത്തി കാര്യങ്ങൾ ചോദിച്ചറിഞ്ഞു. തൊഴിലാളി സമരത്തെ പോലീസിനെ സ്വാധീനിച്ച് മർദ്ദിച്ചൊതുക്കാമെന്ന് ധരിക്കുന്ന മുതലാളിയെ ഒന്ന് കണ്ട് അതിന്റെ ഭവിഷ്യത്ത് ബോധ്യപ്പെടുത്തുകയാണ് ആദ്യം വേണ്ടത് എന്ന് തീരുമാനിച്ചു. ഏതാനും സഖാക്കളെയും കൂട്ടി കുഞ്ഞാലി മുതലാളിയുടെ വീട്ടിലേക്ക് തിരിച്ചു. മുതലാളിയുടെ ബംഗ്ലാവിൽ അയാളുടെ ഒരു സ്വന്തക്കാരനെന്ന ഭാവത്തിൽ സബ്ഇൻസ്പെക്ടർ അപ്പോൾ അവിടെയിരിപ്പുണ്ടായിരുന്നു. ബംഗ്ലാവിന്റെ വരാന്തയിലേക്ക് കയറിച്ചെന്ന് രണ്ടുപേരും കേൾക്കെ ഉച്ചത്തിൽ കുഞ്ഞാലി ചോദിച്ചു.

"ഇവിടെ ആരാണ് ഇന്നലെ ഒരു തൊഴിലാളിയെ അടിച്ചത്?"

തന്നെ വകവെക്കാതെയുള്ള ആ ചോദ്യം ഇൻസ്പെക്ടറെ ചൊടിപ്പിച്ചു. അയാൾ അകത്ത് നിന്നും വരാന്തയിലേക്ക് ഇറങ്ങിവന്ന് അധികാരസ്വരത്തിൽ ആക്രോശിച്ചു.

"ഞാനാടാ അടിച്ചത്... എന്ത് വേണം...?"

"നീ ആരാടാ തൊഴിലാളിയെ അടിക്കാൻ...?"

എന്ന് ചോദിച്ചുകൊണ്ട് കുഞ്ഞാലി അയാൾക്ക് നേരെ കുതിച്ചു. അടുത്ത് ചെന്ന് അയാളുടെ ഷർട്ടിന്റെ കോളറിൽ കുത്തിപ്പിടിച്ച് മേലോട്ടുയർത്തി. കാലുകൾ നിലത്തുനിന്നും വിടുന്നതുവരെ ഉയർത്തിയ ശേഷം

താഴേക്കിട്ടു. അയാളാകെ ഭയന്നുപോയി. മുതലാളിമാർക്ക് വേണ്ടി നിരപരാധികളായ തൊഴിലാളികളുടെ മേൽ കൈവെച്ചാൽ അതിന്റെ ഭവിഷ്യത്ത് എന്തായിരിക്കുമെന്ന് തന്റേതായ ഭാഷയിൽ ആ പോലീസ് ഉദ്യോഗസ്ഥന് മുന്നറിയിപ്പ് കൊടുത്തശേഷം കുഞ്ഞാലി സഹപ്രവർത്തകർക്കൊപ്പം തിരിച്ചുപോന്നു. പിന്നീട് എപ്പോഴെങ്കിലും ആ പോലീസ് ഇൻസ്പെക്ടർ കുഞ്ഞാലിയോട് അതിന് പകരം ചോദിച്ചേക്കുമെന്ന് അതിൽ സാക്ഷികളായ സഹപ്രവർത്തകർ സംശയിച്ചിരുന്നു. എന്നാൽ അയാൾ അതിനൊന്നും ധൈര്യപ്പെട്ടില്ല. ആ ധീരതയും കരുത്തും അയാൾക്ക് ബോധ്യപ്പെട്ടിരിക്കണം.

2010 ജൂലൈ 28ന് ദേശാഭിമാനി പ്രസിദ്ധീകരിച്ച 'കനൽ' എന്ന പേരിലുള്ള കുഞ്ഞാലി സ്പെഷൽ പതിപ്പിന്റെ മുഖചിത്രം

ആ സബ്ഇൻസ്പെക്ടർ സ്ഥലം മാറിപ്പോയി. പിന്നീട് വന്ന മറ്റൊരു സബ്ഇൻസ്പെക്ടർ അതിലും മോശക്കാരനായിരുന്നു. നാട്ടുപ്രമാണിമാരുടെയും തോട്ടം മുതലാളിമാരുടെയും ഒരു സ്വന്തക്കാരനെപ്പോലെയായിരുന്നു അയാളുടെ പെരുമാറ്റം. തൊഴിലാളി സംഘടനാ പ്രവർത്തകരോടൊക്കെ അയാൾക്ക് വലിയ പുച്ഛമായിരുന്നു. ഇടിവണ്ണ എസ്റ്റേറ്റിലെ ഒരു തൊഴിൽ തർക്കം പറഞ്ഞു തീർക്കാൻ ആ സബ്ഇൻസ്പെക്ടർ ഒരു യോഗം വിളിച്ചു ചേർത്തു. അതിൽ എസ്റ്റേറ്റ് മുതലാളിക്കും സബ്ഇൻസ്പെക്ടർക്കും പുറമെ തൊഴിലാളികളെ പ്രതിനിധീകരിച്ച് പങ്കെടുപ്പിച്ചിരുന്നത് കുറെ നാട്ടുപ്രമാണിമാരെ മാത്രമായിരുന്നു. തൊഴിലാളി സംഘടനാപ്രതിനിധികളെ ആരെയും ആ യോഗത്തിലേക്ക് വിളിച്ചിരുന്നില്ല. ആ വിവരം എസ്റ്റേറ്റിലെ തൊഴിലാളികൾ കുഞ്ഞാലിയെ

ചെന്ന് അറിയിച്ചു.

ക്ഷണിച്ചിട്ടില്ലെങ്കിലും തൊഴിലാളികളുടെ പ്രതിനിധിയായി ആ യോഗത്തിൽ പങ്കെടുക്കാൻ കുഞ്ഞാലി തീരുമാനിച്ചു. യോഗം തുടങ്ങാറായപ്പോൾ അദ്ദേഹം അങ്ങോട്ട് കയറിച്ചെന്നു. തൊഴിലാളികളുടെ ഒരു വലിയ സംഘം സ്റ്റേഷൻ പരിസരത്ത് എത്തിച്ചേർന്നിരുന്നു. കുഞ്ഞാലി ആരാണെന്ന കാര്യമൊക്കെ കൃത്യമായി അറിയാമായിരുന്ന ആളായിട്ടും ആ സബ്ഇൻസ്പെക്ടർ ധിക്കാരത്തോടെ ചോദിച്ചു.

"താനേതാടാ...?"

അതവഗണിച്ചുകൊണ്ട് ഒരു കസേര വലിച്ചിട്ട് അതിൽ ഇരുന്നുകൊണ്ട് കുഞ്ഞാലി പറഞ്ഞു

"ഞാനിവിടത്തെ തൊഴിലാളികളുടെ പ്രതിനിധിയാണ്. പേര് കുഞ്ഞാലി. തൊഴിൽ തർക്കം തീർക്കാൻ വരേണ്ടത് നാട്ടുപ്രമാണിമാരല്ല"

ആ ചങ്കൂറ്റം കണ്ടപ്പോൾ ആ സബ്ഇൻസ്പെക്ടറുടെ എല്ലാ നിയന്ത്രണവും പോയി. അയാൾ ആക്രോശിച്ചു

"അത് പറയാൻ താനാരെട..............."

അയാൾ അവസാനം പറഞ്ഞ വാക്ക് ഒരു ഊക്കൻ തെറിയായിരുന്നു. അയാളെ അത് പറഞ്ഞ് മുഴുമിക്കാൻ അനുവദിക്കുന്നതിന് മുമ്പ് കസേരയിൽ നിന്നും ചാടിയെണീറ്റ കുഞ്ഞാലി കാലുയർത്തി ഒരു ചവിട്ടായിരുന്നു. ആ ഇൻസ്പെക്ടർ കസേരയോടെ മറിഞ്ഞുവീണു. പോലീസുകാർ കുറച്ച് പേർ ഓടിക്കുതിച്ചെത്തിയെങ്കിലും ആരും ഒന്നിനും ധൈര്യപ്പെട്ടില്ല. പുറത്ത് എന്തിനും തയ്യാറായി നിൽക്കുന്ന തൊഴിലാളികളുടെയും പാർട്ടി പ്രവർത്തകരുടെയും വലിയ സാന്നിദ്ധ്യം കൂടിയായിരുന്നു അവരെ ഭയപ്പെടുത്തിയത്. കുഞ്ഞാലിയുടെ ദേഹത്ത് എന്തെങ്കിലും ചെയ്താൽ അവിടെ എന്താണ് സംഭവിക്കുക എന്ന കാര്യം ഓർത്ത് അവർ അധീരരായി. അതിനാൽ ആരും സഖാവിന്റെ അടുത്തേക്ക് പോലും ചെന്നില്ല. ആ യോഗം അതോടെ അവസാനിച്ചു. കുഞ്ഞാലി ഒന്നും സംഭവിച്ചിട്ടില്ലാത്ത ഭാവത്തോടെ പുറത്തേക്ക് ഇറങ്ങി നടന്നു. കൂടി നിൽക്കുന്ന സഖാക്കൾക്ക് ഇടയിലേക്ക് ചെന്നു. എല്ലാവരും തിരിച്ചുപോന്നു. അങ്ങനെയൊരു യോഗം നടത്താൻ അനുവദിക്കാതിരിക്കുക എന്നത് തന്നെയായിരുന്നു അവർ ലക്ഷ്യമിട്ടിരുന്നത്. അന്നത്തെ ആ തൊഴിൽ തർക്കം പിന്നീട് തീർന്നത് തൊഴിലാളി യൂണിയനുമായി ചർച്ച ചെയ്താണ്.

തങ്ങളുടെ അധികാരപരിധിക്ക് അപ്പുറത്തേക്ക് കടക്കുന്ന പോലീസധികാരികളോട് മാത്രമേ സഖാവിന്റെ ഭാഗത്തുനിന്നും ഈ പരുക്കൻ പെരുമാറ്റം ഉണ്ടായിരുന്നുള്ളൂ. തങ്ങളുടെ ഡ്യൂട്ടിയുടെ ഭാഗമായുള്ള കാര്യങ്ങൾ ചെയ്യുന്ന പോലീസുകാരെ അനുസരിക്കാൻ അദ്ദേഹത്തിന് ഒരു മടിയും ഉണ്ടായിരുന്നില്ല. അത്തരം ഒട്ടേറെ ഉദാഹരണങ്ങളും പല പോലീസുകാരുടെയും അനുഭവത്തിലുണ്ടായിരുന്നു. തരിശ് പ്രക്ഷോഭം നട

ക്കുന്ന കാലത്ത് കരുവാരക്കുണ്ടിൽനിന്നും കുഞ്ഞാലിയടക്കം പതിമൂന്ന് പ്രവർത്തകരെ ഭൂമി കൈയേറ്റക്കേസിൽ പ്രതികളാക്കി അറസ്റ്റ് ചെയ്ത് കോടതിയിൽ ഹാജരാക്കി. കോടതി അവരെ പതിനാല് ദിവസത്തേക്ക് റിമാന്റ് ചെയ്തു. കോഴിക്കോട് ജയിലിൽ റിമാന്റ് കാലാവധി പൂർത്തിയാക്കിയ അവരെ മഞ്ചേരി കോടതിയിലാണ് ഹാജരാക്കേണ്ടിയിരുന്നത്. തലേദിവസം തന്നെ മലപ്പുറത്ത് എത്തിച്ച് അവിടുത്തെ സ്റ്റേഷനിൽ കസ്റ്റഡിയിൽ വെച്ച് രാവിലെ കൊണ്ടുപോയി ഹാജരാക്കാനായി രണ്ട് പോലീസുകാരെ ചുമതലപ്പെടുത്തി. അവർ 13 പ്രതികളെയും കൊണ്ട് ഒരു പോലീസ് വാനിൽ മലപ്പുറത്തേക്ക് തിരിച്ചു.

കുഞ്ഞാലിയെയും സഹപ്രവർത്തകരെയും പോലീസ് വാനിൽ കൊണ്ടുവരുന്ന വിവരം കൊണ്ടോട്ടിയിലെ പാർട്ടി സഖാക്കൾ അറിഞ്ഞു. അവർ പോലീസ് വാഹനം വരുന്നതും നോക്കി കൊണ്ടോട്ടി അങ്ങാടിയിൽ കാത്ത് നിന്നു. അറിഞ്ഞവർ മറ്റുള്ളവരോട് പറഞ്ഞ് അവരും കൂടെ ച്ചേർന്ന് അതൊരു വലിയ ജനക്കൂട്ടമായി മാറിയിരുന്നു. കൊണ്ടോട്ടിയിലെത്തിയ പോലീസ് വാഹനം അവർ തടഞ്ഞു. സംഘബലത്തിന്റെ ആവേശത്തിൽ അവർ നിയമത്തിന്റെ പരിമിതികളൊക്കെ മറന്നു. കുഞ്ഞാലിയെയും കൂട്ടരെയും ഉടൻ വിട്ടയക്കണമെന്ന് പലരും ഉച്ചത്തിൽ ആവശ്യപ്പെട്ടു. തടവുകാർക്ക് ചായ വാങ്ങിക്കൊടുക്കണമെന്നും അവർ നിർബന്ധിച്ചു. ചായ കൊടുക്കാനുള്ള ആവശ്യം പോലീസുകാർ നടപ്പിലാക്കി. എന്നാൽ വിട്ടയക്കാൻ തങ്ങൾക്ക് അധികാരമില്ലെന്ന് ആ പോലീസുകാർ അവരെ ആവുന്നവിധം പറഞ്ഞു മനസ്സിലാക്കാൻ ശ്രമിച്ചു. ജനക്കൂട്ടം അതൊന്നും ചെവി കൊടുക്കാതെ ഉച്ചത്തിൽ മുദ്രാവാക്യം വിളിക്കാൻ തുടങ്ങി. കാര്യങ്ങൾ കൈവിട്ടുപോകും എന്ന് തോന്നിയപ്പോൾ ആ പോലീസുകാർ അവരുടെ തടവുകാരനായ കുഞ്ഞാലിയുടെ തന്നെ സഹായം അഭ്യർത്ഥിച്ചു. കുഞ്ഞാലി അവരോട് സംസാരിക്കാമെന്ന് സമ്മതിച്ചു. വാനിന്റെ ഉള്ളിൽ ഇരിക്കുകയായിരുന്ന കുഞ്ഞാലിയെ പോലീസുകാർ തന്നെ അനുഗമിച്ച് കൊണ്ട് വന്ന് വാനിന്റെ മുന്നിൽ നിറുത്തി. ജനക്കൂട്ടം അതോടെ നിശ്ശബ്ദരായി. അവരോട് കുഞ്ഞാലി സംസാരിച്ചു.

"ഈ പോലീസുകാർ അവരുടെ ഡ്യൂട്ടി നിർവ്വഹിക്കുക മാത്രമാണ് ചെയ്യുന്നത്. അവരെ ബുദ്ധിമുട്ടിക്കരുത്. പോലീസ് വാഹനം പോകാൻ അനുവദിക്കണമെന്ന് ഞാൻ നിങ്ങളോട് അഭ്യർത്ഥിക്കുന്നു."

അതോടെ ആ ജനക്കൂട്ടം റോഡിന്റെ ഇരുവശത്തേക്കുമായി മാറിനിന്നുകൊണ്ട് വാഹനത്തിന് പോകാൻ വഴിയൊരുക്കി. മുന്നോട്ട് നീങ്ങിക്കൊണ്ടിരുന്ന വാഹനത്തിലെ സഖാക്കൾക്ക് അഭിവാദ്യങ്ങൾ അർപ്പിച്ചുകൊണ്ട് മുദ്രാവാക്യം വിളികളുമായി അവർ ആ പോലീസ് വാഹനത്തെ യാത്രയാക്കി.

അന്ന് രാത്രി മലപ്പുറം സ്റ്റേഷനിൽ എത്തിച്ച് അവിടെ തടവുകാരെ കസ്റ്റഡിയിൽ വെപ്പിക്കാനായിരുന്നു അവർക്കുള്ള നിർദ്ദേശം. അത് പ്രകാരം ആ പോലീസുകാർ തവടുകാരെയും കൊണ്ട് മലപ്പുറം സ്റ്റേഷ

നിൽ എത്തി. സ്റ്റേഷനിൽ സൗകര്യമില്ലെന്നും തൊട്ടടുത്ത എം.എസ്.പി.ക്യാമ്പിൽ അന്വേഷിക്കുന്നതായിരിക്കും ഉചിതം എന്ന നിർദ്ദേശമാണ് മലപ്പുറം സ്റ്റേഷൻ അധികൃതരിൽ നിന്നും കിട്ടിയത്. ആ സംഘം എം. എസ്.പി.ക്യാമ്പിലെത്തി. അവർ ചില സാങ്കേതിക കാരണങ്ങൾ പറഞ്ഞ് ഒഴിവായി. മലപ്പുറത്ത് വെച്ച് ഒരു പരിഹാരം കിട്ടില്ല എന്ന് തോന്നിയപ്പോൾ അവർ മഞ്ചേരി ജയിൽ ലക്ഷ്യമാക്കി നീങ്ങി. കോഴിക്കോട് ജയിലിൽ നിന്നുള്ള തടവുകാരായതിനാൽ മഞ്ചേരി ജയിലധികാരികൾക്ക് അതിൽ പ്രശ്നമുണ്ടാവില്ല എന്നാണ് അവർ കരുതിയത്. എന്നാൽ ജയിലധികൃതരും ഒഴിവ് കഴിവുകൾ പറഞ്ഞു മാറി.

യഥാർത്ഥത്തിൽ മലപ്പുറം സ്റ്റേഷനിലും എം.എസ്.പി.ക്യാമ്പിലും മഞ്ചേരി ജയിലിലും എല്ലാം ഒരു ദിവസത്തേക്ക് ആ പതിമൂന്ന് തടവുകാരെ സൂക്ഷിക്കാൻ സൗകര്യം ഉണ്ടായിരുന്നു. അവരൊക്കെ ഒഴിഞ്ഞു മാറാൻ കാരണം ആ തടവുകാരുടെ കൂട്ടത്തിൽ സഖാവ് കുഞ്ഞാലിയും ഉണ്ട് എന്നതായിരുന്നു. സബ്ഇൻസ്പെക്ടറെ സ്റ്റേഷനിൽ കയറി കസേരയോടെ ചവിട്ടി മറിച്ചിട്ടവൻ, ബംഗ്ലാവിൽ ചെന്ന് എസ്.ഐ.യെ കോളറിന് പിടിച്ചു പൊക്കിയവൻ എന്നൊക്കെയുള്ള കുഞ്ഞാലി വിശേഷങ്ങൾ അവരും അറിഞ്ഞിരുന്നു. അത്ര അപകടകാരിയായ ഒരു തടവുകാരന്റെ ഉത്തരവാദിത്വം ഏറ്റെടുത്ത് എന്തെങ്കിലും കുഴപ്പം എന്തിന് തലയിൽ വെക്കണം എന്നായിരുന്നു അവർ ചിന്തിച്ചത്. എന്നാൽ തങ്ങളുടെ ഡ്യൂട്ടി നിർവ്വഹിക്കുന്ന പോലീസുകാരെ കൃത്യമായി അനുസരിക്കുന്ന പൗരബോധമുള്ള കുഞ്ഞാലിയെ അവർക്ക് അറിവും പരിചയവും ഉണ്ടായിരുന്നില്ല.

മഞ്ചേരി ജയിലധികൃതർ ഒഴിയുമെന്ന് ആ പോലീസുകാർ ഒട്ടും പ്രതീക്ഷിച്ചിരുന്നില്ല. കോഴിക്കോട് ജയിലിന്റെ ചുമതലക്കാരായ തങ്ങളുടെ മേലധികാരികളെ ബന്ധപ്പെട്ടാൽ അവർ ഉന്നതാധികാരികളെ ഇടപെടുവിച്ച് കർശനമായ നിർദ്ദേശം കൊടുപ്പിച്ചാൽ മഞ്ചേരി ജയിലധികൃതർക്ക് വഴങ്ങേണ്ടിവരും എന്ന് ഉറപ്പായിരുന്നു. പക്ഷേ, അങ്ങനെ ഒരു തീരുമാനം ഉണ്ടാവുന്നതിന് കുറച്ച് താമസം വരും. അതുവരെ മഞ്ചേരിയിൽ അവിടെയും ഇവിടെയുമല്ലാതെ ചുറ്റിത്തിരിയേണ്ടിവരും എന്ന് മാത്രം. ജയിലിൽ വെച്ചുള്ള പെരുമാറ്റം, കോഴിക്കോട് നിന്നുള്ള യാത്രയിലെ പെരുമാറ്റം എന്നിവയിൽ നിന്നും കുഞ്ഞാലിയെന്ന നേതാവിന്റെ വ്യക്തിത്വം ആ പോലീസുകാർക്ക് മനസ്സിലാക്കാൻ കഴിഞ്ഞിരുന്നു. അവർക്ക് അദ്ദേഹത്തോട് വലിയ ബഹുമാനം തോന്നി. കോഴിക്കോട് ജയിലിന്റെ ചുമതലയുള്ള മേലധികാരികളെ ബന്ധപ്പെടുന്നതിന് മുമ്പ് അവർ പ്രശ്നം കുഞ്ഞാലിയോട് പറഞ്ഞു.

"നിങ്ങൾക്ക് വിശ്വാസമുണ്ടെങ്കിൽ ഏതെങ്കിലും സർക്കാരാഫീസിന്റെ വരാന്തയിലും നമുക്ക് കഴിയാം. ഞാനും എന്റെ സഖാക്കളും എവിടെയും പോകില്ല."

ഉത്തരവാദിത്വബോധമില്ലാത്ത തങ്ങളുടെ മേലധികാരികളേക്കാൾ

ആ നേതാവിന്റെ വാക്കുകളിൽ വിശ്വാസം തോന്നിയ ആ പോലീസുകാർ ആ നിർദ്ദേശം അംഗീകരിച്ചു. മഞ്ചേരി ജയിലിന് സമീപമുള്ള ഒരു സർക്കാരാഫീസിന്റെ വരാന്തയിൽ മറ്റുള്ളവർ അത്യന്തം അപകടകാരികളെന്ന് കരുതി ഒഴിവാക്കിയ ആ തടവുകാരെയും കൊണ്ട് ആ രണ്ട് പോലീസുകാരും ഒരു കുഴപ്പവുമില്ലാതെ ആ രാത്രി തങ്ങി. പരസ്പരം സഹായിക്കുന്ന സഹപ്രവർത്തകരെപ്പോലെ അവരന്ന് കഴിച്ചുകൂട്ടി. പിറ്റേന്ന് കാലത്ത് ആ തടവുകാരെ കോടതിയിൽ ഹാജരാക്കി അവർ ഒരു പ്രശ്നവുമില്ലാതെ തിരിച്ചു പോവുകയുംചെയ്തു.

സാഹസികനും അസാധാരണനുമായ അഭ്യാസി

ഒരു സാധാരണ രാഷ്ട്രീയ നേതാവിൽനിന്നും ട്രേഡ് യൂണിയൻ പ്രവർത്തകനിൽനിന്നും കുഞ്ഞാലിയെ വ്യത്യസ്തനാക്കിയിരുന്ന കാരണങ്ങളിൽ ഒന്ന് അദ്ദേഹം തന്റെ സൈനിക ജീവിതത്തിലൂടെയും മറ്റും ആർജ്ജിച്ചിരുന്ന ഒരു അഭ്യാസിയുടെ പാടവങ്ങളും അതോടൊപ്പം ജന്മനാ അദ്ദേഹത്തിനുണ്ടായിരുന്ന അസാധാരണമായ ധീരതയും സാഹസികത്വവുമായിരുന്നു. ഈ ഗുണങ്ങൾ കുഞ്ഞാലിയെ ആക്രമാസക്തരായി എത്തുന്ന സാമാന്യം വലിയ ഒരു സംഘത്തെപ്പോലും ഒറ്റയ്ക്കോ ചിലപ്പോൾ ഒന്നോ രണ്ടോ സഹപ്രവർത്തകർക്കൊപ്പമോ നേരിട്ടു തോൽപ്പിക്കുന്നതിന് അദ്ദേഹത്തെ പ്രാപ്തനാക്കി. സിനിമയിൽ മാത്രം നമുക്ക് കണ്ട് പരിചയമുള്ള തരത്തിൽപ്പെട്ട അതിസാഹസികമായ നീക്കങ്ങൾക്കും കായികമായ ഏറ്റുമുട്ടലുകൾക്കും അദ്ദേഹം തയ്യാറായ സന്ദർഭങ്ങളുണ്ടായി. കോരിത്തരിപ്പിക്കുന്ന ഒട്ടേറെ സംഭവങ്ങൾ ജീവസ്സുറ്റ ചിത്രങ്ങളായി ഒട്ടേറെ സഹപ്രവർത്തകർ മനസ്സിൽ സൂക്ഷിക്കുന്നു.

ഒരു തൊഴിൽ തർക്കവുമായി ബന്ധപ്പെട്ട് ഒരു മില്ലുടമയ്ക്ക് കുഞ്ഞാലിയുമായി ശത്രുതയുണ്ടായി. ബാലൻ എന്ന് പേരായ ഒരു വാടക ഗുണ്ടയുടെ സഹായം അയാൾ തേടി. കുഞ്ഞാലിയെ ഒറ്റയ്ക്ക് സഞ്ചരിക്കുമ്പോൾ പതിയിരുന്ന് ആക്രമിക്കുവാൻ അയാൾ ബാലനെ ചുമതലപ്പെടുത്തി. ആ വാടകത്തല്ലുകാരൻ ഏതാനും അനുചരന്മാരുമായി കുഞ്ഞാലിയെ യാത്രാമദ്ധ്യേ തടഞ്ഞ് ആക്രമിക്കുവാൻ പദ്ധതി തയ്യാറാക്കി. കുഞ്ഞാലി നിലമ്പൂരിൽ നിന്നും കാളികാവിലേക്ക് പോകുമ്പോൾ മുക്കട്ട എന്ന സ്ഥലത്ത് വെച്ച് ആക്രമണം നടത്തുവാനായിരുന്നു അയാളുടെ ഉദ്ദേശ്യം. ആ വിവരം മുക്കട്ടയിലെ പാർട്ടി സഖാക്കൾക്ക് ചോർന്നു കിട്ടി. കുഞ്ഞാലിക്ക് വിവരം കൊടുക്കാനായി അവർ ഒരു സഖാവിനെ നിലമ്പൂർ പാർട്ടി ഓഫീസിലേക്ക് പറഞ്ഞയച്ചു. വിവരം വന്നു പറഞ്ഞ മുക്ക

പുല്ലങ്കോട് എസ്റ്റേറ്റിന്റെ കവാടം

ട്ടയിലെ പാർട്ടി പ്രവർത്തകനെ വേണ്ടത് ചെയ്തോളാമെന്ന് പറഞ്ഞ് കുഞ്ഞാലി തിരിച്ചയച്ചു.

നിലമ്പൂർ പാർട്ടി ഓഫീസിൽ അപ്പോൾ സെക്രട്ടറി മാധവൻ നായർ ഉണ്ടായിരുന്നു. കുഞ്ഞാലി മാധവൻനായരോട് ചോദിച്ചു.

"നമുക്ക് മുക്കട്ടവരെ ഒന്ന് പോയി നോക്കുകയല്ലേ.."

വേണ്ട, നമുക്ക് അവിടെ നിന്നുള്ള സഖാക്കൾ പറഞ്ഞയച്ച ആൾ നിർദ്ദേശിച്ചപോലെ മുക്കട്ട ഒഴിവാക്കി വണ്ടൂർ വഴി കാളികാവിലേക്ക് പോകാം എന്നൊക്കെ പറയാൻ മാധവൻ നായർക്ക് തോന്നിയതാണ്. എങ്കിലും അയാൾ അത് പറഞ്ഞില്ല. കാരണം ഇത്തരം സന്ദർഭങ്ങൾ വരുമ്പോൾ പോർവീര്യം ഇരട്ടിക്കുന്ന പ്രകൃതക്കാരനായ കുഞ്ഞാലിയുടെ മുഖത്തെ ഭാവങ്ങൾ മാധവൻ നായർക്ക് വായിക്കാൻ കഴിഞ്ഞു. താനങ്ങനെ പറഞ്ഞുനോക്കിയാലും അത് തന്റെ ഭീരുത്വമായി കുറ്റപ്പെടുത്തി കുഞ്ഞാലി ഒറ്റയ്ക്ക് പോവുകയായിരിക്കും ചെയ്യുക എന്ന് മാധവൻ നായർക്ക് തോന്നി. അദ്ദേഹം മുക്കട്ട വഴി കുഞ്ഞാലിക്കൊപ്പം പോകാൻ സമ്മതം മൂളി.

മുക്കട്ടയിൽ സ്ഥിതി ചെയ്യുന്ന നിലമ്പൂർ റയിൽവെ സ്റ്റേഷനിൽ നിന്നും അധികം അകലെയല്ലാതെ റോഡിന് ഇരുവശത്തും വലിയ മരങ്ങൾ വളർന്നു നിൽക്കുന്ന ഒരു സ്ഥലത്താണ് ആ അക്രമിസംഘം ഒരുങ്ങി നിന്നിരുന്നത്. അവർ കാത്ത് നിൽക്കുന്ന സ്ഥലം മുക്കട്ടയിൽ നിന്നും വിവരം പറയാൻ വന്ന സഖാവിൽനിന്നും കിട്ടിയിരുന്നു. കുഞ്ഞാലിയും മാധവൻനായരും ജീപ്പിൽ മുക്കട്ട വഴി കാളികാവിലേക്ക് തിരിച്ചു. ഡ്രൈവർ വെള്ളു മുഹമ്മദാണ് ജീപ്പോടിച്ചിരുന്നത്. അക്രമികളുടെ സംഘം നിലയുറപ്പിച്ചിരുന്ന സ്ഥലത്തിന്റെ കുറെ ഇപ്പുറത്ത് ജീപ്പ്

നിർത്തിച്ച് ഡ്രൈവറോട് ജീപ്പിൽ തന്നെ ഇരിക്കാൻ പറഞ്ഞ് കുഞ്ഞാലിയും മാധവൻ നായരും പുറത്തിറങ്ങി മുന്നോട്ട് നടന്നു.

രണ്ടുപേരും നടന്നു വരുന്നത് കണ്ട് സംഘത്തലവൻ ബാലൻ റോഡിന് നടുവിലേക്ക് കയറി നിന്നു. മറ്റു സംഘാംഗങ്ങൾ മരങ്ങളുടെ മറവിൽ കാത്ത് നിന്നു. മാധവൻ നായരോട് റോഡിന്റെ ഒരു വശത്ത് കൂടി നടക്കാൻ നിർദ്ദേശം കൊടുത്ത് കുഞ്ഞാലി അതിന്റെ എതിർവശത്ത് കൂടെ നടന്നു. ആ കൂലിത്തല്ലുകാരനും അവർ വരുന്ന ദിശയിലേക്ക് പതുക്കെ നടന്നടുത്തു. കുഞ്ഞാലിയും ബാലനും ഒരു സ്ഥലത്ത് എത്തിച്ചേർന്നത് മാത്രമേ മാധവൻ നായർക്ക് മനസ്സിലായുള്ളൂ. എന്താണ് സംഭവിക്കുന്നത് എന്ന് മനസ്സിലാകുന്നതിന് മുമ്പ് സഖാവ് നടത്തിയ മിന്നൽ ആക്രമണത്തിലും കെട്ടിമറിച്ചിലിനും ശേഷം മാധവൻ നായർ കണ്ടത് കുഞ്ഞാലിയുടെ കരുത്തുള്ള വലതുകരം കൊണ്ടുണ്ടാക്കിയ കുരുക്കിൽ കഴുത്ത് കുടുങ്ങി ഒന്നും ചെയ്യാനാവാത്ത അവസ്ഥയിൽ തപ്പിത്തടയുന്ന ബാലനെയായിരുന്നു. അയാളെ പരമാവധി ശക്തിയിൽ മർദ്ദിക്കാൻ കുഞ്ഞാലി നിർദ്ദേശിച്ചു. മാധവൻ നായരുടെ ഏകപക്ഷീയ കൈപ്രയോഗത്തിൽ കിടന്ന് പിടയാനല്ലാതെ ഒന്നിനും കഴിയാതെ ആ തെരുവ് റൗഡി ദയനീയമായി നിലവിളിച്ചു.

രംഗത്തിന്റെ അവസ്ഥ മനസ്സിലാക്കിയ അയാളുടെ അനുയായികൾ വന്നു സഹായിക്കാൻ പോലും ധൈര്യപ്പെട്ടില്ല. അവർ ഓടി രക്ഷപ്പെടാൻ തുടങ്ങിയപ്പോൾ കുഞ്ഞാലി ബാലനെയും വിട്ടു. അയാളും ജീവനും കൊണ്ട് ഓടി. കുഞ്ഞാലി അകലെ നിർത്തിയിരുന്ന ജീപ്പിലെ ഡ്രൈവറോട് വണ്ടിയെടുത്ത് പോരാൻ കൈകൊണ്ട് ആംഗ്യം കാണിച്ചു. അടുത്തേക്ക് വന്ന ജീപ്പിൽ കയറി അവർ കാളികാവിലേക്ക് യാത്ര തുടരുകയും ചെയ്തു. ഈ സംഭവം 25 വർഷങ്ങൾക്ക് മുമ്പ് ഈ ലേഖകനോടും സുഹൃത്തുക്കളോടും നേരിട്ട് വിവരിച്ചുതന്നത് മാധവൻ നായർ തന്നെയായിരുന്നു. ഇന്ന് അദ്ദേഹം ജീവിച്ചിരിപ്പില്ല.

കാൽനടയായി തന്നെയായിരുന്നു കുഞ്ഞാലിയുടെ ആദ്യകാലത്തെ കൂടുതൽ യാത്രകളും. പിന്നീട് അത് ഒരു സൈക്കിളുമെടുത്തായി. ഈ സൈക്കിൾ തന്നെ ഒന്നിലേറെ തവണ പൊരുതാനുള്ള ആയുധമാക്കി ഉപയോഗിച്ച സംഭവങ്ങൾ സഖാക്കളുടെ ഓർമ്മയിലുണ്ട്. ചേരമ്പുതരിയെന്ന സ്ഥലത്ത് കൂടി കുഞ്ഞാലി സൈക്കിളിൽ യാത്ര ചെയ്തുകൊണ്ടിരിക്കയായിരുന്നു. ഒട്ടും പ്രതീക്ഷിക്കാത്ത അവസരത്തിൽ ഒരു സംഘം അദ്ദേഹത്തിന്റെ മുന്നിലേക്ക് ചാടി വീണു.

കുറെ തോട്ടം മുതലാളിമാർക്ക് കുഞ്ഞാലിയോട് ശത്രുതയുണ്ടായിരുന്നു. അവരുടെയൊക്കെ അപ്രമാദിത്വം ശരിക്കും അമർന്നത് കുഞ്ഞാലി വന്നത് മുതൽക്കായിരുന്നു. അതായിരുന്നു ആ ശത്രുതയുടെ കാരണം. നേരിട്ട് ഒരു ഏറ്റുമുട്ടലിന് ധൈര്യം തോന്നാഞ്ഞതിനാൽ ഏതെങ്കിലും ഗുണ്ടകളെ പണം കൊടുത്ത് ഏർപ്പാടാക്കി പ്രതീക്ഷിക്കാത്ത സമയത്ത് ആക്രമിക്കുക എന്നതായിരുന്നു അവരുടെ തന്ത്രം. പലത

ഒളിവിൽ കഴിയുന്ന വേളയിൽ രഹസ്യമായി സ്ഥലത്തെത്തി കുഞ്ഞാലി തൊഴിലാളികളെ അഭിസംബോധന ചെയ്ത അന്നത്തെ കേരള എസ്റ്റേറ്റിന്റെ കവാടമായിരുന്ന സ്ഥലം ഇന്ന്

വണ അവരതിന് ശ്രമിച്ചിരുന്നുവെങ്കിലും ഒന്നും വിജയിച്ചില്ല എന്നുമാത്രം. ചേറമ്പുതരിയിലെ ആക്രമണവും അത്തരത്തിൽപ്പെട്ട ഒന്നായിരുന്നു. പതിനൊന്നുപേരുള്ള സംഘമായിരുന്നു അക്രമികൾ. സംഘത്തിന്റെ വലിപ്പത്തിലൊന്നും കുഞ്ഞാലി പതറിയില്ല. ആജാനബാഹുവായ കുഞ്ഞാലിയുടെ കൈകളിൽ അദ്ദേഹത്തിന്റെ വാഹനമായ സൈക്കിൾ ഒരു ആയുധമായി മാറി. സൈക്കിൾ എടുത്തിട്ടുയർത്തി വീശി കുഞ്ഞാലി കൊടുത്ത പ്രഹരങ്ങൾക്ക് മുന്നിൽ പിടിച്ചുനിൽക്കാനാവാതെ അവർക്ക് പിൻവാങ്ങേണ്ടിവന്നു. കാളികാവിലെ ഈനാദി എന്ന സ്ഥലത്ത് വെച്ചും ഒരു ആക്രമി സംഘത്തെ കുഞ്ഞാലി കീഴ്പ്പെടുത്തിയത് ഈ സൈക്കിൾ പ്രയോഗം വഴിയായിരുന്നു.

നാട്ടിൽ ചില്ലറ റൗഡിത്തരങ്ങളുമായി നടന്നിരുന്ന ഒരു ആർ.എസ്. എസ്. അനുഭാവിയെ ഒരു ഭൂവുടമ കുഞ്ഞാലിയെ ആക്രമിക്കാനായി പണം കൊടുത്ത് ചുമതലപ്പെടുത്തി. ആക്രമണോദ്ദേശ്യത്തോടെ വന്ന അയാൾക്ക് എന്തെങ്കിലും ചെയ്യാൻ കഴിയും മുമ്പ്, കുഞ്ഞാലി അയാളെ കീഴ്പ്പെടുത്തി. അദ്ദേഹത്തിന്റെ കൈക്കരുത്തും അഭ്യാസപാടവവും അയാൾ ശരിക്കും അറിഞ്ഞു. അവശനായി നിലംപതിച്ചു കിടന്നിരുന്ന അയാളുടെ അടുത്ത് ചെന്ന് കുഞ്ഞാലി പറഞ്ഞു.

“കൂലിക്ക് എന്നെ തല്ലാൻ വരരുത്. നിന്റെ സ്വന്തം കാര്യത്തിനാണെങ്കിൽ വന്ന് തല്ലിക്കോ..” അയാൾ മറുപടിയൊന്നും പറയാതെ നിസ്സഹായനായി നിലത്ത് കിടന്ന് കുഞ്ഞാലിയെ നോക്കി

“ഇപ്പണിക്ക് നിൽക്കാതെ വേറെ എന്തെങ്കിലും പണി ചെയ്ത് ജീവിച്ചുകൂടെ നിനക്ക്...?” അതിനും അയാൾ മറുപടി പറയാതെ നിശ്ശബ്ദനായി ഇരുന്നതേയുള്ളൂ.

"നിനക്ക് എന്ത് ജോലിയാണ് അറിയുക...?"

ആ ചോദ്യത്തിന് മാത്രം അയാൾ മറുപടി പറഞ്ഞു.

"ഡ്രൈവിംഗ്..."

അതും കേട്ട് മറുപടിയൊന്നും പറയാതെ ഒന്ന് മൂളുകമാത്രം ചെയ്ത് കുഞ്ഞാലി തിരിഞ്ഞു നടന്നു.

പിന്നീട് ഒരിക്കൽ തന്റെ ഒരു പരിചയക്കാരന്റെ ജീപ്പിൽ ഡ്രൈവറുടെ ആവശ്യമുണ്ടെന്ന് അറിഞ്ഞപ്പോൾ തന്നെ കൂലിക്ക് തല്ലാൻ വന്ന ആ മനുഷ്യന് വേണ്ടി ആ ജോലി ശരിയാക്കി കൊടുക്കാൻ കുഞ്ഞാലി മുൻകൈ എടുത്തു. ഒറ്റയ്ക്ക് സഞ്ചരിക്കുമ്പോൾ ഇങ്ങനെ പലതവണ കുഞ്ഞാലി കായികമായി ആക്രമിക്കപ്പെട്ടിരുന്നു. തൊഴിലാളികളും പാർട്ടി സഖാക്കളും ഒറ്റയ്ക്കുള്ള സഞ്ചാരം വിലക്കാൻ ശ്രമിച്ചിരുന്നുവെങ്കിലും അതൊന്നും ആ പോരാളി അനുസരിക്കാൻ കൂട്ടാക്കിയില്ല. ഭയം എന്ന വാക്കിന്റെ അർത്ഥം അറിഞ്ഞുകൂടാത്ത ഒരു ജീവിതമായിരുന്നു അത്.

കരുവാരക്കുണ്ടിലെ തരിശ് എന്ന സ്ഥലത്ത് വെച്ച് ഒരിക്കൽ ഒറ്റയ്ക്ക് നടന്നുപോകുമ്പോൾ ഒരു സംഘം ഒരു പ്രകോപനവുമില്ലാതെ കുഞ്ഞാലിയെ ആക്രമിച്ചു. ഇരുപതോളം വരുന്ന ഒരു വലിയ സംഘമായിരുന്നു അതെങ്കിലും അത് റൗഡികളോ അഭ്യാസികളോ അല്ലാത്ത സാധാരണ കോൺഗ്രസ് പ്രവർത്തകരുടെ ഒരു സംഘമായിരുന്നു. ആദ്യത്തെ ഒന്ന് രണ്ട് പ്രഹരങ്ങൾ ഏറ്റെങ്കിലും അതിശക്തമായ തിരിച്ചടി കിട്ടിയപ്പോൾ ആ സംഘം പരിപാടി മതിയാക്കി സ്ഥലം വിട്ടു.

ഈ സംഭവം ആർത്തലയിലെ തൊഴിലാളികളെ ക്ഷുഭിതരാക്കി. അവർ കുഞ്ഞാലിയെ ആക്രമിച്ച കോൺഗ്രസ് പ്രവർത്തകരെ തെരഞ്ഞ് പിടിച്ച് പകരം ചോദിക്കാൻ സംഘടിതരായി തയ്യാറെടുത്തുവന്നു. അവരെ മുന്നോട്ട് പോകാൻ കുഞ്ഞാലി സമ്മതിച്ചില്ല. ഏതെങ്കിലും ഒരു സ്ഥലത്ത് ഒരു തൊഴിലാളിക്കോ പാർട്ടി പ്രവർത്തകനോ എതിരെ എന്തെങ്കിലും തരത്തിൽ പെട്ട ആക്രമണം നടന്നുവെന്നറിഞ്ഞാൽ അവിടെ ഓടിയെത്താനും ഒട്ടും അമാന്തിക്കാതെ അക്രമികളോട് പകരം ചോദിക്കാനും എത്രയോ തവണ മുൻകൈ എടുത്തിട്ടുള്ള ആളാണ് കുഞ്ഞാലി. എന്നാൽ തനിക്ക് നേരെ വന്നെ ആ ആക്രമണത്തിന് പകരം ചോദിക്കാനായി പോകാൻ ആ തൊഴിലാളികളെ അദ്ദേഹം അനുവദിച്ചില്ല.

തന്നെ സ്നേഹിക്കുന്നവരും തനിക്ക് വേണ്ടി പൊരുതാൻ തയ്യാറുള്ളവരുമായി ആയിരങ്ങൾ ഉണ്ട് എന്നറിയുമ്പോൾത്തന്നെ തന്നെ ശാരീരികമായി ഇല്ലാതാക്കാൻ ആഗ്രഹിക്കുന്ന ശത്രുക്കളുടെ എണ്ണവും കൂടി വരുന്നു എന്നതും കുഞ്ഞാലിക്ക് അറിയാമായിരുന്നു. പക്ഷേ, അതൊന്നും അദ്ദേഹത്തെ ഒന്നിൽനിന്നും പിന്തിരിപ്പിച്ചില്ല.

സഖാക്കളുടെയും പ്രിയപ്പെട്ടവരുടെയും സ്നേഹപൂർവ്വമുള്ള വിലക്കുകളെയും ചിലപ്പോൾ അധികാര സ്വരത്തിലുള്ള ശാസനകളെയും ഒന്നും വകവെക്കാതെ അദ്ദേഹം നിർഭയനായി, മിക്കപ്പോഴും ഏകനായി തന്നെ സഞ്ചരിച്ചുകൊണ്ടിരുന്നു. സാഹസികത്വവും ധീരതയും ആ രക്തത്തിൽ തന്നെ അലിഞ്ഞു ചേർന്ന യോഗ്യതകളായിരുന്നു.

ജീവനെ പേടീല്ലാത്തോൻ

ആയിരത്തിത്തൊള്ളായിരത്തി നാല്പത്തിയെട്ട്-51 കാലത്തെ നിരോധനകാലത്ത് കുഞ്ഞാലിയടക്കമുള്ള കമ്യൂണിസ്റ്റ് പാർട്ടി നേതാക്കളെല്ലാം ഒളിവിൽ പോയി. പോലീസിന്റെ കണ്ണ് വെട്ടിച്ച് രഹസ്യമായി യോഗങ്ങൾ ചേരുകയും ആ യോഗങ്ങളുടെ തീരുമാനങ്ങൾക്കനുസൃതമായി കർഷകരുടെയും തൊഴിലാളികളുടെയും സംഘടനകൾ മുഖേനയുള്ള സമരങ്ങൾ നടക്കുകയും ചെയ്തുകൊണ്ടിരുന്നു. നിരോധനത്തെ കമ്യൂണിസ്റ്റ് പാർട്ടി വിലവെക്കുന്നില്ല എന്ന് ബോധ്യപ്പെടുത്താനായി ഒട്ടും പ്രതീക്ഷിക്കാത്ത അവസരത്തിൽ ഏതാനും പേരുടെ പ്രകടനം നടത്തുക, കവലകളിലും ചന്തകളിലും പ്രത്യക്ഷപ്പെട്ട് അൽപനേരം പ്രസംഗിച്ചു അപ്രത്യക്ഷരാവുക തുടങ്ങിയ സാഹസിക കൃത്യങ്ങൾ പോലീസിൽ പിടി കൊടുക്കാതെ ചെയ്യുവാൻ ചില നേതാക്കൾ ധൈര്യപ്പെട്ടിരുന്നു. കുഞ്ഞാലിയും അത്തരം സാഹസിക പരിപാടികൾ നടത്താൻ മിടുക്കനായിരുന്നു.

ഒളിവിൽ കഴിയുന്ന കമ്യൂണിസ്റ്റ് പാർട്ടി നേതാക്കളെ കണ്ടെത്തി പോലീസിന് വിവരം കൊടുക്കാനായി കോൺഗ്രസിന്റെയും ലീഗിന്റെയും ചില പ്രമാണിമാർ ആസൂത്രിതമായി തന്നെ പ്രവർത്തിക്കുന്നുണ്ടായിരുന്നു. എന്നാൽ അവരെല്ലാവരും വലിയ ഭീരുക്കളായിരുന്നതിനാൽ നേരിട്ട് ആരെയും പിടിക്കാനൊന്നും അവർ മിനക്കെട്ടിരുന്നില്ല. അത്തരം പ്രമാണിമാരുടെ നേതൃത്വത്തിൽ പ്രവർത്തിച്ചിരുന്ന കമ്മിറ്റികളെ ഒറ്റുകാരുടെ കമ്മിറ്റിയെന്നാണ് പാർട്ടി പ്രവർത്തകർ വിളിച്ചിരുന്നത്. പുന്നക്കാട് എന്ന സ്ഥലത്ത് അങ്ങനെയുണ്ടാക്കിയിരുന്ന കമ്മിറ്റിയുടെ കൺവീനർ ഒരു ഹാജിയാരായിരുന്നു. അയാളും ഒരു പേടിത്തൊണ്ടനായിരുന്നു.

അന്ന് പുന്നക്കാട് ധാരാളം ആളുകൾ ഒത്തു ചേരുന്ന ഒരു ചന്ത

നടന്നിരുന്നു. ഒരു ചന്ത ദിവസം കുഞ്ഞാലി പെട്ടെന്ന് ജനക്കൂട്ടത്തിനിടയിൽ പ്രത്യക്ഷനായി, ഒരു സ്ഥലത്ത് നിന്ന് പ്രസംഗിക്കാൻ തുടങ്ങി. പ്രസംഗം കേൾക്കാനായി ധാരാളം പേർ കുഞ്ഞാലിക്ക് ചുറ്റും കൂടി. പെട്ടെന്ന് ആരിൽ നിന്നെങ്കിലും ഒരു ആക്രമണം ഉണ്ടായാൽ നേരിടാനായി ഒരു ആയുധവും കൈയിൽ വെച്ചുകൊണ്ടായിരുന്നു കുഞ്ഞാലിയുടെ പ്രസംഗം. ചന്തയിൽ വന്നിരുന്ന ചില കോൺഗ്രസുകാരും അത് ശ്രദ്ധിച്ചു. അവർ ഉടൻ തന്നെ ഹാജിയാരുടെ വീട്ടിൽ ചെന്ന് വിവരം കൊടുത്തു. കുഞ്ഞാലിയുടെ പ്രകൃതം ശരിക്കറിയാവുന്നയാളായിരുന്നു ഹാജിയാർ. അയാൾ വിവരം പറയാൻ വന്നവരോട് പറഞ്ഞു.

"ഓൻ ജീവനെ പേടിയില്ലാത്തോനാ കൂട്ടരേ... ഓൻ പ്രസംഗിച്ച് പൊയ്ക്കോട്ടെ..."

അൽപനേരം പ്രസംഗിച്ച് കുഞ്ഞാലി ചന്തയിൽനിന്നും അപ്രത്യക്ഷനായി. ആരും തെരഞ്ഞ് വന്നില്ല. കുഞ്ഞാലി സുരക്ഷിതമായി ഒളിവ് കേന്ദ്രത്തിൽ എത്തി. ഒളിവ് കാലവും ജയിൽവാസവും കഴിഞ്ഞ് കൊണ്ടോട്ടിയിൽ തിരിച്ചെത്തിയ ശേഷം കിഴക്കനേറനാട്ടിലേക്ക് തിരിക്കുന്നതിന് മുമ്പുള്ള ഇടവേളയിൽ കുഞ്ഞാലിയോടൊപ്പം പങ്കെടുത്ത ഒരു കുടിയിറക്ക് വിരുദ്ധസമരം കെ. സെയ്താലിക്കുട്ടിയുടെ ഓർമ്മകളിൽ രേഖപ്പെടുത്തിയിട്ടുണ്ട്.

പന ചെത്തിയുണ്ടാക്കുന്ന പനഞ്ചക്കര വീടുകളിൽ ചെന്ന് ശേഖരിച്ച് കോഴിക്കോട്ടെ മൊത്ത കച്ചവടക്കാർക്ക് എത്തിച്ചുകൊടുത്തിരുന്നയാളായിരുന്നു പാമ്പോടൻ വീരാൻകുട്ടി. പലപ്പോഴും അയാൾ കോഴിക്കോട്ടെ മുതലാളിയിൽ നിന്നും പണം മുൻകൂർ വാങ്ങിയിരുന്നു. ഒരു വിശ്വാസത്തിന്റെ പേരിൽ കൊടുത്തിരുന്ന ആ തുക കുറച്ച് വലുതായപ്പോൾ അവർ അതിന് എന്തെങ്കിലും ഒരു ഉറപ്പ് വേണമെന്ന് ആവശ്യപ്പെട്ടു. വീരാൻകുട്ടി അവർക്ക് ഒരു പ്രോനോട്ട് എഴുതിക്കൊടുത്തു. വലിയ പ്രാരാബ്ധക്കാരനായിരുന്ന ആ ചക്കരക്കച്ചവടക്കാരന് പറഞ്ഞ അവധിക്കൊന്നും പണം തിരിച്ചുകൊടുക്കാൻ കഴിയാഞ്ഞപ്പോൾ അവർ കേസ് കൊടുത്തു. അവർക്ക് അനുകൂല വിധി കിട്ടുകയും ചെയ്തു.

അന്നത്തെ ഒരു പതിവനുസരിച്ച് കൊണ്ടോട്ടിയിലെ പൗരമുഖ്യനും പ്രമാണിയുമായ കൊണ്ടോട്ടി തങ്ങളെ ചെന്ന് കണ്ട് പാമ്പോടൻ വീരാൻകുട്ടി സഹായം തേടി. കൊണ്ടോട്ടി തങ്ങൾ അദ്ദേഹത്തിന്റെ കാര്യസ്ഥനായ എറത്താലി വീരാൻകുട്ടിയോട് കോഴിക്കോട്ടെ മുതലാളിയെ കണ്ട് സംസാരിച്ച് എന്തെങ്കിലും പരിഹാരം ഉണ്ടാക്കിക്കൊടുക്കാൻ നിർദ്ദേശിച്ചു. കൊണ്ടോട്ടി തങ്ങളുടെ കാര്യസ്ഥൻ വന്ന് സംസാരിച്ചപ്പോൾ കോഴിക്കോട്ടെ മൊത്തക്കച്ചവടക്കാരൻ അവധി നീട്ടി നൽകാൻ തയ്യാറായി. പക്ഷേ, ഒരു നിബന്ധന പറഞ്ഞു. കടത്തിന്റെ ഉത്തരവാദിത്വം അദ്ദേഹം തന്നെ ഏറ്റെടുക്കണം. പാമ്പോടൻ വീരാൻകുട്ടിയിൽ നിന്നും വേറെ ഒരു പ്രോനോട്ട് എഴുതി വാങ്ങിച്ചു കൊണ്ട് എറത്താലി വീരാൻകുട്ടി ആ കടം ഏറ്റെടുത്തു.

ചുള്ളിയോട്ടിൽ സി.പി.ഐ.(എം) ബ്രാഞ്ച് ഓഫീസ് പ്രവർത്തിക്കുന്ന കുഞ്ഞാലി സ്മാരക മന്ദിരം

പുതിയ പ്രോനോട്ടിന്റെ കാലാവധിയും കഴിഞ്ഞു. കടം തിരിച്ചു കൊടുക്കാൻ പാമ്പോടൻ വീരാൻകുട്ടിക്ക് കഴിഞ്ഞില്ല. കൊണ്ടോട്ടി തങ്ങളുടെ കാര്യസ്ഥനും കേസ് കൊടുത്തു. അയാൾക്കും അനുകൂല വിധി കിട്ടി. കാര്യങ്ങൾ വീണ്ടും പഴയ അവസ്ഥയിലായി. കടത്തിൽ മുങ്ങി ദരിദ്രനായ ആ ചക്കരക്കച്ചവടക്കാരന്റെ വീടും സ്ഥലവും ജപ്തി ചെയ്യപ്പെടും എന്ന സ്ഥിതിയായി. ഈ ഘട്ടത്തിലായിരുന്നു പ്രശ്നത്തിൽ ഇടപെടാൻ കമ്യൂണിസ്റ്റ് പാർട്ടി മുന്നോട്ട് വന്നത്. പാമ്പോടൻ വീരാൻ കുട്ടി ലീഗുകാരനായിരുന്നു. അയാളുടെ ഒരു മകൻ മുഹമ്മദ് ലീഗിന്റെ വളണ്ടിയർ ഗ്രൂപ്പിന്റെ ക്യാപ്റ്റനായിരുന്നു. എന്നാൽ ലീഗിന്റെ ഭാഗത്ത് നിന്നും ഒരു ഇടപെടലും വിഷയത്തിൽ ഉണ്ടായിരുന്നില്ല.

വീടും സ്ഥലവും ജപ്തി ചെയ്യാനായി വന്ന ഉദ്യോഗസ്ഥരെ പാർട്ടി പ്രവർത്തകരുടെ നേതൃത്വത്തിൽ സംഘടിച്ചുനിന്ന ജനക്കൂട്ടം തടഞ്ഞു. മുസ്ലീംലീഗിന്റെ നേതൃത്വം തീരുമാനിച്ചിട്ടൊന്നും ഇല്ലായിരുന്നുവെങ്കിലും ഒട്ടേറെ ലീഗ് പ്രവർത്തകരും ആ തടയൽ സമരത്തിൽ പങ്കെടുത്തു. ഉദ്യോഗസ്ഥ സംഘം ആദ്യ വരവിൽ നടപടിയൊന്നും എടുക്കാതെ തിരിച്ചുപോയി. ജപ്തി ചെയ്ത് ലേലത്തിൽ വിൽക്കുമ്പോൾ വളരെ ചുരുങ്ങിയ വിലയാണ് സ്ഥലത്തിന് കിട്ടുക. അതൊഴിവാക്കി ഒരു മര്യാദ വിലയെങ്കിലും അയാളുടെ സ്ഥലത്തിന് വാങ്ങിക്കൊടുക്കാൻ കഴിയുന്ന ഒരു സാഹചര്യം ഉണ്ടാക്കാനാവുമോ എന്നായിരുന്നു പാർട്ടി ആലോചിച്ചത്. അതിന് വേണ്ടി കൊണ്ടോട്ടി തങ്ങളുടെ കാര്യസ്ഥനെ കണ്ടു സംസാരിച്ചു നോക്കുകയും ചെയ്തു.

എന്നാൽ എറത്താലി വീരാൻകുട്ടി അതിൽ താല്പര്യം കാണിച്ചില്ല. അയാൾ അധികാരികളെ സ്വാധീനിച്ച് വലിയ പോലീസ് സഹായത്തോടെ ജപ്തി നടപടി പൂർത്തിയാക്കാനാണ് ശ്രമിച്ചത്. കടത്തിൽ മുങ്ങിയ ആ

ചക്കരക്കച്ചവടക്കാരന്റെ വീടും സ്ഥലവും ചുളുവിൽ കൈക്കലാക്കാൻ അയാൾ ഉദ്ദേശിച്ചിരിക്കണം. രണ്ടാമത് ജപ്തിക്ക് വരുന്ന സംഘത്തെയും തടയാൻ പാർട്ടി തീരുമാനിച്ചു. മുസ്ലീംലീഗിലെ സാധാരണ പ്രവർത്ത കർക്ക് തങ്ങളുടെ കൂട്ടത്തിലൊരാളുടെ പ്രശ്നം എന്ന നിലയ്ക്ക് സമര ത്തിൽ ചേരാൻ താല്പര്യം ഉണ്ടായിരുന്നു. അത് പ്രകാരം അവർ അവ രുടെ നേതൃത്വത്തെ സമീപിച്ചു. എന്നാൽ കൊണ്ടോട്ടി തങ്ങളുടെ കാര്യ സ്ഥന് എതിരായ ഒരു സമരമായതിനാൽ ലീഗ് നേതൃത്വം അനുകൂലി ച്ചില്ല. ലീഗിന്റെ പിന്തുണ കൂടി സമരത്തിന് ഉണ്ട് എന്ന് ബോധ്യപ്പെടു ത്താനായി പച്ചക്കൊടിയും കൊണ്ട് ഒരാളെയെങ്കിലും പങ്കെടുപ്പിക്കണം എന്ന് പാർട്ടി പ്രവർത്തകരും ചെന്ന് ആവശ്യപ്പെട്ടു. സാധ്യമല്ല എന്നാ യിരുന്നു അവരുടെ നിലപാട്.

ഒരു സാധാരണക്കാരനായ ലീഗ് പ്രവർത്തകന്റെ പ്രശ്നത്തിൽ സ്വന്തം പാർട്ടി ഇങ്ങനെ മുഖം തിരിച്ചു നിൽക്കുന്നതിലുള്ള പ്രതിഷേധം കാരണം കുറെ ലീഗ് പ്രവർത്തകർ കൊടിയൊന്നും എടുക്കാതെ സമര ക്കാർക്കൊപ്പം ചേർന്നു. ആദ്യ തവണ തടയലിൽ പങ്കെടുത്തവരും അവ രോടൊപ്പം ഉണ്ടായിരുന്നു. വലിയ പോലീസ് സന്നാഹവും മറ്റും കണ്ട പ്പോൾ അവരിൽ ഏതാനും പേർ പിൻവാങ്ങി. ബാക്കിയുള്ളവർ ഉറച്ചു നിന്നു.

തോക്കും ലാത്തിയുമേന്തിയ ഒരു വലിയ പോലീസ് സംഘവും റവന്യൂ ഉദ്യോഗസ്ഥരും ഒരു വശത്ത്. തടയാനായി ഒരുങ്ങിനിൽക്കുന്ന കമ്യൂണിസ്റ്റ് പാർട്ടിയുടെ നേതൃത്വത്തിലുള്ള സമര ഭടന്മാർ ചെങ്കൊടി കളുമായി മറുവശത്ത്. ആ സംഘത്തിന്റെ മുൻ നിരയിൽ തന്നെ അതി നകം കൊണ്ടോട്ടിയിലെ ശ്രദ്ധേയരായ യുവനേതാക്കളായി മാറിക്കഴി ഞ്ഞിരുന്ന കുഞ്ഞാലിയും സെയ്താലിക്കുട്ടിയും സജീവമായി തന്നെ നിലയുറപ്പിച്ചിരുന്നു. പോലീസ് സംഘത്തിന്റെ തലവനായ സർക്കിൾ ഇൻസ്പെക്ടർ മുന്നോട്ട് വന്ന് ഭീഷണിപ്പെടുത്തി ആക്രോശിച്ചു.

"വെടി കൊണ്ട് മരിക്കാൻ തയ്യാറുള്ളവർ മാത്രം തടയാൻ വന്നാൽ മതി"

അയാളുടെ ആ ധാർഷ്ട്യം കണ്ടപ്പോൾ സമരത്തിൽ പങ്കെടുക്കാതെ കാണികളായി നിന്നിരുന്നവരിൽ നിന്നും ഏതാനും പേർ "എന്നാൽ ഞങ്ങളും മരിക്കാൻ തയ്യാറാണ്" എന്ന് പറഞ്ഞുകൊണ്ട് സമര ക്കാർക്കൊപ്പം ചേർന്നത് സമരത്തിൽ പങ്കെടുത്തിരുന്നവരെ ആവേശഭ രിതരാക്കി. പോലീസിന് അതൊരു ക്ഷീണവുമായി. തോക്കേന്തിയ പോലീസ് സംഘവും ചെങ്കൊടിയേന്തിയ സമര ഭടന്മാരും മുഖത്തോട് മുഖം നിന്നുകൊണ്ടുള്ള ആ അവസ്ഥ അധികം നീണ്ടുനിന്നില്ല. സംഘർഷാവസ്ഥ അതിന്റെ മൂർദ്ധന്യത്തിലേക്ക് നീങ്ങിയപ്പോൾ രണ്ട് സംഘത്തിനും ഇടയിലേക്ക് സ്ഥലമുടമയായ പാമ്പോടൻ വീരാൻകുട്ടി വന്ന് നിന്നുകൊണ്ട് പറഞ്ഞു.

"പുന്നാര മക്കളേ എന്റെ ഭൂമിക്കുവേണ്ടി നിങ്ങള് മരിക്കണ്ട... ഞാൻ

ഭൂമി ഒഴിഞ്ഞ് കൊടുക്കാണ്.."

അയാൾ പിന്മാറിയെങ്കിലും തന്റെ ഭൂമി നഷ്ടപ്പെടാതിരിക്കാനായി ജീവൻ പണയം വെച്ച് സമരത്തിന് തയ്യാറായി വന്ന പാർട്ടി പ്രവർത്തകരോടുള്ള നന്ദി അയാളുടെ വാക്കുകളിൽ നിറഞ്ഞുനിന്നിരുന്നു. പാർട്ടിയുടെ യുവനേതാവായിരുന്ന കുഞ്ഞാലി ആ സമരത്തിന്റെ സംഘാടനത്തിലും നടത്തിപ്പിലും കാണിച്ച ആവേശവും ധീരതയും പ്രത്യേകം ശ്രദ്ധിക്കപ്പെട്ടു. ലക്ഷ്യം നേടാനായില്ലെങ്കിലും കൊണ്ടോട്ടിയിലെ സാധാരണക്കാർക്കിടയിൽ കമ്യൂണിസ്റ്റ് പാർട്ടിയുടെ മതിപ്പ് ഉയർത്തിയ ഒരു സമരമായിരുന്നു അത്.

തോക്കു ചൂണ്ടി നിൽക്കുന്ന എതിരാളിയുടെ മുമ്പിലേക്ക് സിനിമാക്കഥയിലെ നായകനെപ്പോലെ നെഞ്ച് വിരിച്ച് നടന്നുചെന്ന കുഞ്ഞാലിയുടെ ധീരതയ്ക്ക് സാക്ഷ്യം വഹിച്ചവരായിരുന്നു ചുള്ളിയോട്ടെ എസ്റ്റേറ്റ് തൊഴിലാളികൾ. കുഞ്ഞാലി കാളികാവിലേക്ക് പോന്നതിന് ശേഷമായിരുന്നു അത്. ചുള്ളിയോട് എസ്റ്റേറ്റിൽ നടന്ന ഒരു സമരത്തിന്റെ ഭാഗമായി മുതലാളിയുടെ വസതിയിലേക്ക് ഒരു തൊഴിലാളി മാർച്ച് നടത്താൻ തീരുമാനിച്ചിരുന്നു. വസതിക്ക് മുന്നിൽ ഒരു വിശദീകരണ യോഗം ചേർന്ന് മുതലാളിക്ക് ഒരു മുന്നറിയിപ്പ് കൊടുത്തു പിരിഞ്ഞു പോരുകയായിരുന്നു ഉദ്ദേശിക്കപ്പെട്ടത്. തൊഴിലാളികൾ വരി നിന്ന് പ്രകടനമായി നീങ്ങി. കുഞ്ഞാലി മുന്നിൽ നിന്ന് ജാഥ നയിച്ചു.

എസ്റ്റേറ്റ് മുതലാളിയുടെ വസതിയിലേക്ക് കുറച്ചധികം ദൂരം എസ്റ്റേറ്റ് റോഡിലൂടെ പോകേണ്ടതുണ്ടായിരുന്നു. ജാഥ തന്റെ വീടിന്റെ അടുത്തൊന്നും എത്താതിരിക്കാനായി മുതലാളി എസ്റ്റേറ്റ് റോഡിന്റെ ഗേറ്റ് പൂട്ടിയിട്ടു. തൊഴിലാളി മാർച്ച് അവിടെ തടയപ്പെട്ടു. അന്നത്തെ പാർട്ടി

കുഞ്ഞാലി നേതൃത്വം നൽകിയ ഭൂസമരത്തിന് ശേഷം ജനവാസ കേന്ദ്രമായിമാറിയ തൊളപ്പം കൈ കുഞ്ഞാലിക്കോളനി

ബ്രാഞ്ച് സെക്രട്ടറി വി.കെ. മൊയ്തീൻകുട്ടിയും ആ മാർച്ചിൽ പങ്കെടുത്തിരുന്നു. ഗേറ്റിന്റെ പൂട്ട് തകർക്കാൻ കുഞ്ഞാലി നിർദ്ദേശിച്ചു. മൊയ്തീൻകുട്ടിയും സഖാവും ചേർന്ന് പൂട്ട് അടിച്ചു തകർത്തു. തൊഴിലാളി മാർച്ച് മുതലാളിയുടെ വീടിന് നേരെ മുദ്രാവാക്യം വിളിച്ചുകൊണ്ട് നീങ്ങി.

പ്രകടനത്തിന്റെ ശബ്ദം അടുത്തേക്ക് വരുന്നത് കേട്ട മുതലാളി വീടിന് പുറത്തിറങ്ങി നോക്കി. അയാൾ അകത്തേക്ക് പോയി തോക്കെടുത്ത് കൊണ്ടുവന്നു. വീടിന്റെ വരാന്തയിൽ ചൂണ്ടിപ്പിടിച്ച തോക്കുമായി അയാൾ നിന്നു. കുഞ്ഞാലിക്ക് ഒരു പതർച്ചയും ഉണ്ടായില്ല. അതുകൊണ്ട് തന്നെ തൊഴിലാളികളും പതറിയില്ല. മാർച്ച് മുന്നോട്ട് തന്നെ നീങ്ങി വീട്ടുമുറ്റത്തെത്തി നിന്നു. തോക്ക് ചൂണ്ടി നിൽക്കുന്ന അയാളുടെ അടുത്തേക്ക് കുഞ്ഞാലി നടന്നു ചെന്നു. അയാൾ കാഞ്ചി വലിക്കാനൊന്നും ധൈര്യപ്പെടാതെ നിശ്ചലനായങ്ങനെ നിന്നു. കുഞ്ഞാലി അയാളുടെ കൈയിൽ നിന്നും തോക്ക് പിടിച്ച് വാങ്ങി താഴെ മാറ്റി വെച്ചു. എന്നിട്ട് തൊഴിലാളികളുടെ മുമ്പിൽ വെച്ച് അവർക്ക് വേണ്ടി പറയാനുള്ളത് മുഴുവൻ വളരെ വിശദമായി തന്നെ പറഞ്ഞു. അതിന് ശേഷം എല്ലാവരും ശാന്തമായി തിരിച്ചു പോന്നു. തോക്ക് കാണിച്ചൊന്ന് വിരട്ടി നോക്കാനായിരുന്നു അയാൾ ഉദ്ദേശിച്ചത്.

എസ്റ്റേറ്റുകളിൽ പണിമുടക്ക് സമരങ്ങളെ നേരിടാനായി പുറമെ നിന്ന് ആളുകളെ കൊണ്ട് വന്ന് ഇറക്കി കരിങ്കാലിപ്പണി ചെയ്യിക്കുന്നത് തൊഴിലാളികൾ കായികമായി ചെറുക്കാൻ തുടങ്ങിയപ്പോൾ മുതലാളിമാർക്ക് അതിന് ആളെ കിട്ടാതായി. കേരള എസ്റ്റേറ്റിൽ ഒരു പണിമുടക്ക് നടന്നപ്പോൾ മുതലാളിമാർ അതിനൊരു പ്രതിവിധി കണ്ടെത്തി. എസ്റ്റേറ്റ് ജോലികളിൽ ഒരു പരിചയവും ഇല്ലാത്ത കുറെ റൗഡികളെ കരിങ്കാലിപ്പണിക്കായി കൊണ്ടുവന്നു. റബ്ബർ ടാപ്പിംഗിൽ ഒരു പരിചയവും ഇല്ലാത്ത അവരെ കൊണ്ട് മരങ്ങൾ ടാപ്പ് ചെയ്യിക്കുന്നത് മരങ്ങൾക്ക് ദോഷം വരുത്തുന്ന ഒരു നടപടിയായിരുന്നു. സ്ഥാപനത്തിന്റെ താല്പര്യത്തേക്കാളേറെ തൊഴിലാളി സമരത്തോടുള്ള തങ്ങളുടെ വിരോധം തീർക്കൽ മാത്രമായിരുന്നു അവരുടെ ലക്ഷ്യം. തൊഴിലാളികൾ അവരെ കായികമായി എതിർക്കാൻ തുനിഞ്ഞാൽ അവരെ ആ ഗുണ്ടകൾ ആയുധംകൊണ്ട് നേരിട്ടുകൊള്ളും എന്നായിരുന്നു അവരുടെ കണക്കുകൂട്ടൽ.

കരിങ്കാലിപ്പണിക്ക് വന്നിരുന്ന റൗഡികളിൽ പ്രധാനി അറിയപ്പെടുന്ന ഒരു ഗുണ്ടയായിരുന്നു. അരയിൽ കെട്ടിയ ബെൽറ്റിൽ ഇരുവശത്തുമായി രണ്ട് കഠാരകൾ ഇറക്കി വെച്ചായിരുന്നു അയാളുടെ നടപ്പ്. അയാൾ തോട്ടത്തിൽ കയറി ടാപ്പിംഗ് തുടങ്ങി. കഠാരയേന്തി നിൽക്കുന്ന അയാളെ നേരിടാൻ തൊഴിലാളികൾ മടിച്ചു. അവർ കുഞ്ഞാലിക്ക് വിവരം എത്തിച്ചു. അതിവേഗം തന്നെ അദ്ദേഹം സ്ഥലത്തെത്തി.

ആയുധധാരി ഏതാനും മരങ്ങൾ ടാപ്പ് ചെയ്തിട്ടേ ഉണ്ടായിരുന്നുള്ളൂ. കുഞ്ഞാലി എസ്റ്റേറ്റിലേക്ക് പ്രവേശിച്ച് അയാൾ ജോലി ചെയ്തുകൊ

ണ്ടിരുന്ന സ്ഥലത്തേക്ക് നടന്നു. സമരത്തിൽ ഏർപ്പെട്ടിരുന്ന തൊഴിലാളികളുടെ ഒരു സംഘം സഖാവിനെ അനുഗമിച്ചു. അയാളുടെ അടുത്തെത്തിയ കുഞ്ഞാലി വെട്ടിയിടത്തോളം മരങ്ങളിലെ ചിരട്ടയിലെ പാൽ കമഴ്ത്തിക്കളയാൻ ആജ്ഞാപിച്ചു. സഖാവിന്റെ എന്തിനും തയ്യാറായിക്കൊണ്ടുള്ള നിൽപ്പ് കണ്ട് അയാൾ ഒന്നും പറയാതെ അനുസരിച്ചു. കുഞ്ഞാലിയുടെ കണ്ണുകളിലെ രോഷത്തിന്റെ തീജ്ജ്വാലയിൽ ആ കൂലിത്തല്ലുകാരന്റെ ധൈര്യമെല്ലാം ചോർന്നുപോയി. അയാൾ എല്ലാ ചിരട്ടയിലെയും പാൽ താഴെ ഒഴിച്ച് പണി നിർത്തി തിരിച്ചുനടന്നു. അയാൾ അരക്കെട്ടിൽ തിരുകിവെച്ചിരുന്ന രണ്ട് കഠാരകളും അപ്പോഴും അവിടെത്തന്നെ ഉണ്ടായിരുന്നു.

തടവറയിലും തളരാത്ത ശൗര്യം

കാൺമുന്നിലെത്തുന്ന ഏതൊരു നീതികേടിനോടും ആവുന്നത്ര ശക്തിയിൽ പ്രതികരിക്കുന്ന സ്വഭാവക്കാരനായിരുന്നു കുഞ്ഞാലി. അതിന്റെ ഭാഗമായി അറസ്റ്റും ജയിൽവാസവുമൊക്കെ അനേക തവണ അനുഭവിക്കേണ്ടിവന്നു അദ്ദേഹത്തിന്. വലുതും ചെറുതുമായ ഈ തടവറ ജീവിതങ്ങളൊന്നും തന്നെ അദ്ദേഹത്തിന്റെ പ്രവർത്തന ശൈലിയെ ബാധിച്ചില്ല. തടവറയ്ക്കുള്ളിലായിരിക്കുമ്പോഴും നീതിക്ക് വേണ്ടി ആ പോരാളി നിരന്തരം ശബ്ദമുയർത്തി. അധികാരികളോട് പലപ്പോഴും കയർത്തു സംസാരിച്ചു. അവർ പരിധി വിടുമ്പോൾ കായികമായി ചെറുക്കാനും ധൈര്യം കാണിച്ചു. ഇതിന്റെയെല്ലാം ഫലമായി പലതവണ അദ്ദേഹം മർദ്ദനങ്ങൾ ഏറ്റുവാങ്ങി.

ജയിലിലായിരുന്നാലും പോലീസ് കസ്റ്റഡിയിൽ ആയിരുന്നാലും ഒരു തടവുകാരന് നിയമം അനുവദിക്കുന്ന ചില അവകാശങ്ങൾ ഉണ്ട്. അത് അനുവദിക്കാൻ മടിക്കുന്ന ജയിലധികാരികളെ കുഞ്ഞാലി പലപ്പോഴും ചോദ്യം ചെയ്തിട്ടുണ്ട്. പാർട്ടി നിരോധനത്തിന്റെ ഭാഗമായി 1948 ൽ ആദ്യമായി ജയിലിൽ എത്തിയപ്പോൾ തന്നെ അതിന് അദ്ദേഹം മടിച്ചില്ല. ഭക്ഷണത്തിന്റെയും മറ്റു സൗകര്യങ്ങളുടെയും കാര്യത്തിൽ അർഹിക്കുന്നത് ലഭിക്കുന്നില്ല എന്ന് അദ്ദേഹം തിരിച്ചറിഞ്ഞു. അതോടെ ഭക്ഷണം ബഹിഷ്കരിച്ചുകൊണ്ടും മറ്റു രീതികളിൽ നിസ്സഹകരിച്ചുകൊണ്ടും തന്റെ പ്രതിഷേധം അദ്ദേഹം ഉയർത്തി. ആദ്യ ജയിൽവാസക്കാലത്ത് 18 ദിവസമാണ് കുഞ്ഞാലി നിരാഹാര സമരം നടത്തിയത്. ഒടുവിൽ അന്ന് അദ്ദേഹം ഉയർത്തിയ ന്യായമായ ആവശ്യങ്ങൾ ജയിലധികൃതർക്ക് അംഗീകരിക്കേണ്ടി വന്നു.

തരിശ് പ്രക്ഷോഭകാലത്ത് ജയിലിലടയ്ക്കപ്പെട്ട കുഞ്ഞാലിയെയും സഹപ്രവർത്തകരെയും കൈയാമം വെപ്പിക്കാൻ ചില ഉദ്യോഗസ്ഥന്മാർ

ആവേശം കാണിച്ചു. രാഷ്ട്രീയ വിരോധമായിരുന്നു അതിന്റെ പിന്നിൽ. ക്രിമിനൽ കുറ്റങ്ങൾ ചെയ്തവരെപ്പോലും കൈയാമം വെക്കാതെ കസ്റ്റഡിയിൽ വെക്കാൻ മടിയില്ലാത്ത പോലീസാണ് ഒരു ജനകീയ സമരത്തിൽ പങ്കെടുത്ത രാഷ്ട്രീയ പ്രവർത്തകരോട് ഇങ്ങനെ പെരുമാറിയത്. അതനുവദിച്ചുകൊടുക്കാൻ കുഞ്ഞാലിക്ക് കഴിഞ്ഞില്ല. കുഞ്ഞാലിയും സഖാക്കളും ഒറ്റക്കെട്ടായി കൈയാമം വെക്കലിനെ ചെറുത്തു. സ്വാഭാവികമായും കടുത്ത മർദ്ദനങ്ങൾ അവർക്ക് ഏറ്റുവാങ്ങേണ്ടി വന്നു. മർദ്ദനത്തിനെതിരെ എല്ലാവരും ചേർന്ന് ഉച്ചത്തിൽ മുദ്രാവാക്യം മുഴക്കാൻ തുടങ്ങി. പോലീസുകാർ മർദ്ദനം തുടർന്നു. അതോടെ മുദ്രാവാക്യം വിളികൾ കൂടുതൽ ഉച്ചത്തിലായി. ആ ശബ്ദം സ്റ്റേഷന് പുറത്തേക്ക് കേൾക്കാൻ തുടങ്ങിയപ്പോൾ സ്റ്റേഷൻ പരിസരത്ത് ആളുകൾ തടിച്ചുകൂടാൻ തുടങ്ങി. അതോടെ രംഗം മോശമാവുമെന്ന് കണ്ട പോലീസ് കൈയാമം വെപ്പിക്കാനുള്ള തീരുമാനം ഉപേക്ഷിച്ചു.

ഒരു തൊഴിലാളി സമരത്തിന് നേതൃത്വം കൊടുത്തതിന്റെ പേരിലും ഒരിക്കൽ കുഞ്ഞാലിയെ അറസ്റ്റ് ചെയ്ത് ജയിലിൽ അടച്ച സംഭവമുണ്ടായി. മഞ്ചേരി സബ് ജയിലിൽ എത്തിച്ച കുഞ്ഞാലിയെയും സഹപ്രവർത്തകരെയും വസ്ത്രങ്ങൾ അഴിപ്പിച്ച് അടിവസ്ത്രം മാത്രം ധരിപ്പിച്ച് സെല്ലിൽ അടയ്ക്കാൻ ഒരു ഓഫീസർ നിർദ്ദേശിച്ചു. കുഞ്ഞാലിയും കൂട്ടുകാരും അതിനെ എതിർത്തു. അന്നും മർദ്ദനങ്ങൾ ഏൽക്കേണ്ടിവന്നുവെങ്കിലും ആ ഓഫീസറുടെ നിർദ്ദേശം നടപ്പിലായില്ല. സാധാരണ

മഞ്ചേരി സബ്ജയിൽ

വസ്ത്രങ്ങൾ അണിഞ്ഞുകൊണ്ട് തന്നെ അവരെ സെല്ലിൽ അടയ്ക്കാൻ അവർ നിർബന്ധിതരായി.

തടവുകാരനായിരിക്കുമ്പോൾ ഒരിക്കൽ കുഞ്ഞാലി ഇടപെട്ട ഒരു സംഭവം അദ്ദേഹത്തിന് അതികഠിനമായ മർദ്ദനങ്ങൾ ഏൽക്കേണ്ട അവസ്ഥയുണ്ടാക്കി. തടവുകാരിൽ പലരും രോഗികളായിരുന്നു. ക്ഷയരോഗികളായ തടവുകാർക്ക് ജയിലിൽ പാൽ കൊടുക്കുന്ന പതിവുണ്ടായിരുന്നു. എന്നാൽ അപ്പോഴത്തെ ജയിൽ ഡോക്ടർ ഒരു മനുഷ്യപ്പറ്റില്ലാത്തവനായിരുന്നു. ജയിൽ ഡോക്ടർ നിർദ്ദേശിച്ചാൽ മാത്രമേ അത്തരം രോഗികൾക്ക് പാൽ അനുവദിച്ചിരുന്നുള്ളൂ. ക്ഷയരോഗികളായ ചില തടവുകാരുണ്ട് എന്ന കാര്യം കുഞ്ഞാലി ജയിൽ ഡോക്ടറുടെ ശ്രദ്ധയിൽപ്പെടുത്തി. അവർക്ക് പാൽ കൊടുക്കാൻ നിർദ്ദേശിക്കണം എന്ന് അദ്ദേഹം ഡോക്ടറോട് ആവശ്യപ്പെട്ടു. ഡോക്ടർ ആ ആവശ്യം നിരസിക്കുകയായിരുന്നു.

തന്റെ സ്വന്തം ഒരാവശ്യമല്ലായിരുന്നിട്ടും കുഞ്ഞാലി പ്രതിഷേധിച്ചു. മറ്റു തടവുകാർക്ക് വേണ്ടിയുള്ള ആ ആവശ്യം അദ്ദേഹം ആവർത്തിച്ചുന്നയിച്ചു. മാന്യമായി പല തവണ സംസാരിച്ചിട്ടും ഡോക്ടർ വഴങ്ങിയില്ല എന്ന് മാത്രമല്ല അത് ചോദിച്ച കുഞ്ഞാലിയോട് അയാൾ തട്ടിക്കയറുകയും ചെയ്തു. കുഞ്ഞാലി ആവശ്യത്തിൽ ഉറച്ചുനിന്നപ്പോൾ കുപിതനായ ഡോക്ടർ അദ്ദേഹത്തെ മർദ്ദിച്ചു. അത് കുഞ്ഞാലിക്ക് സഹിച്ചില്ല. താനൊരു തടവുകാരനാണ് എന്ന കാര്യമൊന്നും നോക്കാതെ തന്റെ സ്വതഃസിദ്ധമായ ശൈലിയിൽ അദ്ദേഹം പ്രതിഷേധിച്ചു. ഡോക്ടർ ഇരുന്നിരുന്ന കസേരയോട് ചേർന്ന് ഒരു മേശയുണ്ടായിരുന്നു. മേശപ്പുറത്ത് മരം കൊണ്ട് നിർമ്മിച്ച ഒരു റൂൾ വടി കിടന്നിരുന്നു. പെട്ടെന്ന് ആ റൂൾ വടി കൈക്കലാക്കിയ കുഞ്ഞാലി അതുകൊണ്ട് ഡോക്ടർക്കിട്ട് ഒന്നു കൊടുത്തു. അയാൾ കൈകൊണ്ട് അടി തടഞ്ഞു. റൂൾ വടി കൊണ്ട് ഉള്ള അടിയേറ്റ ഡോക്ടറുടെ കൈയ്യിന്റെ എല്ല് പൊട്ടി.

ഒരു തടവുകാരൻ ജയിൽ ഡോക്ടറുടെ കൈ അടിച്ചൊടിക്കുകയെന്നാൽ എന്താണ് സംഭവിക്കുക. അത് നടന്നു. ജയിലിൽ വലിയ കോളിളക്കം ഉണ്ടാക്കിയ ആ സംഭവത്തിന്റെ പേരിൽ കുഞ്ഞാലിയെ ജയിൽ സൂപ്രണ്ടിന്റെ മുമ്പിൽ ഹാജരാക്കി. കടുത്ത മർദ്ദനങ്ങൾക്ക് വിധേയനാക്കാനുള്ള പ്രത്യേക ഉപകരണങ്ങളൊക്കെ തയ്യാറാക്കി അവർ മർദ്ദനം തുടങ്ങി. പോലീസുകാർ അവരുടെ പണി നടത്തിക്കൊണ്ടിരിക്കുമ്പോൾ ജയിൽ സൂപ്രണ്ട് അടുത്ത് തന്നെ ഇരുന്ന് കുഞ്ഞാലിയുടെ വ്യക്തിപരമായ കാര്യങ്ങൾ എഴുതിയ ഫയൽ മറിച്ചു നോക്കിക്കൊണ്ടിരുന്നു. യാദൃച്ഛികമായാണ് ഒരു കാര്യം അയാളുടെ ശ്രദ്ധയിൽപ്പെട്ടത്. കുഞ്ഞാലി ഒരു മുൻ സൈനികനാണ് എന്ന കാര്യം അതിൽ രേഖപ്പെടുത്തിയിരുന്നു. ആ ജയിൽ സൂപ്രണ്ടും ഒരു എക്സ്സർവ്വീസുകാരൻ ആയിരുന്നു. പെട്ടെന്ന് ജയിൽ സൂപ്രണ്ട് പോലീസുകാരനോട് മർദ്ദനം നിർത്താൻ പറഞ്ഞു. അല്ലെങ്കിൽ മരണാസന്നനാകുന്നത് വരെ ആ

മർദ്ദനം തുടരേണ്ടതായിരുന്നു. അയാൾ കുഞ്ഞാലിയെ അരികിലേക്ക് വിളിച്ച് താക്കീത് ചെയ്തു വിട്ടയച്ചു.

അങ്ങനെ ഭാഗ്യം കൊണ്ടാണ് അന്ന് കുഞ്ഞാലി രക്ഷപ്പെട്ടത്. അല്ലെങ്കിൽ മൊയാരത്ത് ശങ്കരനെയോ സർദാർ ഗോപാലകൃഷ്ണനെയോ പോലെ തടവറയിൽ വെച്ചുള്ള മർദ്ദനത്തിൽ മരണപ്പെട്ട രക്തസാക്ഷികളിൽ ഒരാളായിത്തീരാനുള്ള സാധ്യതവരെ ആ സംഭവത്തിനുണ്ടായിരുന്നു. തങ്ങളിൽ ഒരാളുടെ കൈ ഒരു തടവുകാരൻ അടിച്ച് എല്ലുപൊട്ടിച്ചിരിക്കുന്നു എന്നതിൽ അത്ര രോഷത്തിലായിരുന്നു അവർ. താൻ പ്രവർത്തിച്ചിരുന്ന പാർട്ടിയെ സർക്കാർ നിരോധിച്ചതിന്റെ പേരിൽ, പ്രത്യേകിച്ച് കുറ്റമൊന്നും ചെയ്യാത്ത തന്നെ സർക്കാർ തടവിലിട്ടിരിക്കയാണ് എന്നും അതിനാൽ താൻ ജോലി ചെയ്ത് സംരക്ഷിക്കേണ്ട തന്റെ ഉമ്മയുടെ സംരക്ഷണം സർക്കാർ ഏറ്റെടുക്കണം എന്നും ആവശ്യം ഉന്നയിച്ചുകൊണ്ട് സംസ്ഥാന ചീഫ് സെക്രട്ടറിയെ പ്രതിയാക്കി ഒരു കേസ് ഫയൽ ചെയ്യാനും കുഞ്ഞാലി തയ്യാറായി. കേസിന്റെ കാര്യത്തിൽ വിജയമൊന്നും ഉണ്ടായില്ല. എങ്കിലും താൻ അത്ര വേഗത്തിൽ വഴങ്ങിത്തരുന്ന ഒരു തടവുകാരനല്ല എന്ന് ബോധ്യപ്പെടുത്താനായി കുഞ്ഞാലിക്ക്.

സിരകളിൽ ഊർജ്ജം പടർത്തുന്ന സാന്നിദ്ധ്യം

സ്വയം ഒരു പോരാളിയായിരിക്കുമ്പോൾ തന്നെ കൂടെയുള്ളവരുടെ പോർവീര്യം അനേകം ഇരട്ടിയാക്കി ഉയർത്താൻ കഴിയുന്ന ഒരു അതിശയ സാന്നിദ്ധ്യമായിരുന്നു കുഞ്ഞാലി. സാധാരണ ഗതിയിൽ ഒരു സംഘടനാ പ്രവർത്തകൻ മുന്നിട്ടിറങ്ങാൻ ധൈര്യപ്പെടാത്ത അപകട സന്ധികളിൽ പോലും കുഞ്ഞാലി കൂടെയുണ്ടെങ്കിൽ അവർ അതിന് തയ്യാറായി. ആ സേനാനായകന്റെ നേതൃത്വത്തിലാണ് തങ്ങൾ പോരിനിറങ്ങുന്നത് എന്ന തോന്നൽ അവരുടെ ആത്മവിശ്വാസത്തെ ഉയർത്തി. എതിരാളിയുടെ വലിപ്പവും ആയുധബലവും ഒന്നും കാര്യമാക്കാതെ പൊരുതാൻ അതവരെ പ്രാപ്തരാക്കി. കൂട്ടത്തിൽ കുഞ്ഞാലിയുണ്ട് എന്നറിയുന്നത് എതിർപക്ഷത്തിന്റെ ആത്മവിശ്വാസം ചോർന്നുപോകുന്നത് കാണുന്നതിനും സഹപ്രവർത്തകർ പലതവണ സാക്ഷിയായി.

വൻകിട വ്യവസായ കുത്തകയായ ബിർളാഗ്രൂപ്പിന് കിഴക്കനേറനാട്ടിൽ വലിയ എസ്റ്റേറ്റുകൾ ഉണ്ടായിരുന്നു. രേഖയിലുള്ളതിനേക്കാൾ ഭൂമി കൈവശപ്പെടുത്തുന്ന കുതന്ത്രം ബിർളാ മാനേജ്മെന്റിനും ഉണ്ടായിരുന്നു. എസ്റ്റേറ്റിനോടനുബന്ധിച്ച് ബിർള കൈവശപ്പെടുത്തിയിരുന്ന അനധികൃത ഭൂമി ആയിരക്കണക്കിന് ഏക്ര വരുമായിരുന്നു. വഴിക്കടവിനടുത്ത് വെള്ളക്കട്ടയിലും വലിയ ഒരു എസ്റ്റേറ്റ് ബിർളയ്ക്കുണ്ടായിരുന്നു. അഹങ്കാരികളും അക്രമികളുമായിരുന്നു ബിർളയുടെ എസ്റ്റേറ്റിലെ മാനേജർമാർ. തൊഴിലാളി സമരങ്ങൾ ഉണ്ടാകുമ്പോൾ അവരെ നേരിടാൻ പുറമെ നിന്നും തൊഴിലാളികളെ കൊണ്ടുവന്ന് ഇറക്കി കരിങ്കാലിപ്പണിയെടുപ്പിക്കുക, കരിങ്കാലിപ്പണിയെടുക്കുന്നവർക്ക് സംരക്ഷണം കൊടുക്കാനായി ആയുധമേന്തിയ ഗുണ്ടകളെ ഇറക്കുക, ഇതൊക്കെ ചെയ്യുന്നവരായിരുന്നു അവർ. അതുകൊണ്ട് തന്നെ കുഞ്ഞാലിക്ക് ഇടയ്ക്ക് അവരോട് കൊമ്പ് കോർക്കേണ്ടി വന്നിരുന്നു.

സി.പി.ഐ.(എം) മരുത ലോക്കൽ കമ്മിറ്റി ഓഫീസ് പ്രവർത്തിക്കുന്ന നാരോക്കാവിലെ കുഞ്ഞാലി സ്മാരക മന്ദിരം

ഭൂസമരത്തിന്റെ ഭാഗമായി ബിർളയുടെ അനധികൃത കൈവശ ഭൂമിയിലേക്കും കൈയേറ്റ സമരങ്ങൾ നടന്നു. ഭൂരഹിതരായ ആ സമരക്കാരെയും ഗുണ്ടകളെ വിട്ട് നേരിടുന്ന രീതി ബിർളാ മാനേജ്മെന്റിനുണ്ടായിരുന്നു. ബിർളാ എസ്റ്റേറ്റിലെ തൊഴിലാളി യൂണിയന്റെ പ്രവർത്തനങ്ങളിൽ കുഞ്ഞാലി നിരന്തരം ബന്ധപ്പെട്ടിരുന്നു. ചിലപ്പോൾ മുന്നറിയിപ്പില്ലാതെ എസ്റ്റേറ്റിൽ എത്തുകയും തൊഴിലാളികളുടെ അടിയന്തര യോഗങ്ങൾ വിളിച്ചുകൂട്ടി ആവശ്യമായ നിർദ്ദേശങ്ങൾ കൊടുക്കുകയും ചെയ്തിരുന്നു.

അത്തരം ഒരു യോഗത്തിൽ പങ്കെടുത്ത ശേഷം കുഞ്ഞാലി ഏതാനും തൊഴിലാളികൾക്കൊപ്പം ജീപ്പിൽ മടങ്ങുകയായിരുന്നു. നിറയെ ആളുകളുമായി മറ്റൊരു ജീപ്പ് അങ്ങോട്ട് വന്നുകൊണ്ടിരുന്നത് അവർ കണ്ടു. അടുത്തെത്തിയപ്പോൾ ആ ജീപ്പിലുള്ളവർ ആരാണെന്ന് തൊഴിലാളികൾക്ക് മനസ്സിലായി. ബിർളാ എസ്റ്റേറ്റിലേക്ക് ഇടയ്ക്കു ഗുണ്ടാപ്പണിക്ക് വരാറുള്ള കുറെ റൗഡികളുടെ സംഘമായിരുന്നു അത്. കുഞ്ഞാലി താൻ സഞ്ചരിച്ചിരുന്ന ജീപ്പ് നിർത്താൻ പറഞ്ഞു. എതിരെ നിന്നും വരുന്ന ജീപ്പിന് പോകാൻ സ്ഥലം കിട്ടാത്ത വിധത്തിൽ റോഡിന് നടുക്ക് നിർത്തിയാൽ മതി എന്ന് അദ്ദേഹം പ്രത്യേകം നിർദ്ദേശിച്ചു. ഏതാനും വാര അകലെയായി എതിർപക്ഷത്തിന്റെ ജീപ്പും നിന്നു. രണ്ട് ജീപ്പുകളും മുഖത്തോടുമുഖം നിർത്തി ഏതാനും നിമിഷങ്ങൾ അങ്ങനെ നിന്നു.

കുഞ്ഞാലിയും സംഘവും യാത്ര ചെയ്തിരുന്ന ജീപ്പിൽ നിന്നും ആരും പുറത്തിറങ്ങിയിരുന്നില്ല. അൽപം കഴിഞ്ഞപ്പോൾ എതിർവശത്തെ ജീപ്പിൽ നിന്നും ഒരാൾ പുറത്തിറങ്ങി. ഊരിപ്പിടിച്ച കഠാരയുമായിട്ടായിരുന്നു അയാളുടെ നിൽപ്പ്. കഠാരിയും ഉയർത്തിപ്പിടിച്ചുകൊണ്ട് അയാൾ പതുക്കെ മുന്നോട്ട് നടക്കാൻ തുടങ്ങി. കുഞ്ഞാലിയും സഖാക്കളും ഇരിക്കുന്ന ജീപ്പിനടുത്തേക്കായിരുന്നു അയാളുടെ വരവ്. കുഞ്ഞാലിയുടെ സംഘത്തിലുണ്ടായിരുന്ന ഉപ്പട കുഞ്ഞലവി എന്ന സഖാവ് നിരായുധനായി ജീപ്പിൽ നിന്നും പുറത്തിറങ്ങി. കുഞ്ഞലവി ചുറ്റും നോക്കി. കുറച്ചകലെയായി ഒരു വണ്ണമുള്ള മുളവടി കിടക്കുന്നത് അയാൾ കണ്ടു. അയാൾ വേഗം ചെന്ന് അത് കൈയിലെടുത്തു. മുളവടി കൈയിൽ കിട്ടിയ ഉടനെ കുഞ്ഞലവി ആ കഠാരക്കാരന്റെ നേരെ കുതിച്ചു. കഠാര കൊണ്ട് എന്തെങ്കിലും ചെയ്യാൻ കഴിയുന്നതിന് മുമ്പ് കുഞ്ഞലവിയുടെ മുളവടി അയാളുടെ ശരീരത്തിൽ ആഞ്ഞു പതിച്ചു. തുരുതുരെ കിട്ടിയ മുളവടി പ്രഹരത്തിൽ കഠാരക്കാരൻ നിന്ന് പുളഞ്ഞു. അയാൾ ജീവനും കൊണ്ട് പിന്തിരിഞ്ഞോടി. ഗുണ്ടാ സംഘത്തിൽ നിന്നും പിന്നെയാരും പുറത്തിറങ്ങിയില്ല. കുഞ്ഞലവി തിരിച്ചു വന്ന് ജീപ്പിൽ കയറുകയും ചെയ്തു.

ഗുണ്ടാ സംഘം വന്നിരുന്ന ജീപ്പിന്റെ സൈഡിലൂടെ കുഞ്ഞാലിയും സംഘവും കയറിയ ജീപ്പ് മുന്നോട്ട് നീങ്ങി. ഉപ്പട കുഞ്ഞലവിയെ അത്ര വലിയ ഒരു തല്ലുകാരനായിട്ട് ആരും കണക്കാക്കിയിരുന്നില്ല. കുഞ്ഞാലിയുടെ സാന്നിദ്ധ്യം അയാളെ മറ്റൊരു കുഞ്ഞാലിയാക്കുകയായിരുന്നു. അപ്പോൾ അയാൾക്ക് കഠാരിയെ മുളവടി കൊണ്ട് നേരിടാനുള്ള ഉശിര് കിട്ടി. ഗുണ്ടകളെ തങ്ങൾ ഒട്ടും വിലവെക്കുന്നില്ല എന്ന് കാണിച്ചുകൊടുക്കുക എന്നായിരുന്നു ജീപ്പ് നിർത്താൻ പറയുമ്പോൾ കുഞ്ഞാലി ഉദ്ദേശിച്ചത്. താൻ നേരിട്ടിറങ്ങാതെ തന്നെ മറ്റൊരു സഖാവ് അത് ബോധ്യപ്പെടുത്തുകയും ചെയ്തത് അദ്ദേഹത്തിന് കൂടുതൽ സംതൃപ്തി നൽകി.

കേരള എസ്റ്റേറ്റിൽ ഒരു സമരം നടന്നു. സമരത്തിന് നേതൃത്വം കൊടുത്തിരുന്ന കുഞ്ഞാലി എല്ലാ ദിവസവും സമരനേതാക്കളുമായി ബന്ധപ്പെട്ടിരുന്നു. ദൈനംദിന കാര്യങ്ങൾക്കുവരെ വളരെ കൃത്യമായ നിർദ്ദേശങ്ങൾ അദ്ദേഹം കൊടുത്തിരുന്നു. തൊട്ടുത്ത ദിവസം ചെയ്യേണ്ട കാര്യങ്ങൾ ഓരോ ദിവസവും വൈകുന്നേരം ചേരുന്ന യോഗത്തിൽ വെച്ച് തീരുമാനിക്കുകയാണ് ചെയ്തിരുന്നത്. അത്തരം യോഗങ്ങളിലും പരമാവധി എണ്ണത്തിൽ കുഞ്ഞാലി പങ്കെടുത്തിരുന്നു. എസ്റ്റേറ്റിന്റെ ഓരോ ഭാഗത്തും ആരൊക്കെയാണ് കേന്ദ്രീകരിക്കേണ്ടത് അവിടെ ഓരോരുത്തരും എന്താണ് ശ്രദ്ധിക്കേണ്ടത് എന്നെല്ലാം ചർച്ച ചെയ്തു തീരുമാനിച്ചിരുന്നു. ഒരു വെള്ളക്കാരനായിരുന്നു എസ്റ്റേറ്റ് മാനേജർ. തൊഴിലാളികൾ നാല് ദിവസം പണി മുടക്കിയിട്ടും ഒരു ചർച്ചയ്ക്ക് പോലും അയാൾ തയ്യാറായില്ല. പണിമുടക്കിയ തൊഴിലാളികൾ എല്ലാവരും എന്നും എസ്റ്റേറ്റിൽ എത്തിയിരുന്നുവെങ്കിലും ജോലിക്ക് കയറാതിരിക്കുക എന്നതായിരുന്നു പണിമുടക്കിന്റെ രീതി. തൊഴിലാളികളും മാനേ

കുഞ്ഞാലിയുടെ ഭാര്യയും മക്കളും (ആദ്യകാല ചിത്രം)

ജർമാരും റാട്ടയുടെ ഗേറ്റിലൂടെയായിരുന്നു എസ്റ്റേറ്റിലേക്കുള്ള വരവും പോക്കും നടത്തിയിരുന്നത്.

അഞ്ചാം ദിവസം മുതൽ സമരരീതി മാറാൻ കുഞ്ഞാലി നിർദ്ദേശം നൽകി. റാട്ടയുടെ ഗേറ്റിലൂടെയുള്ള വരവും പോക്കും തടയാൻ തീരുമാനിച്ചു. ഗേറ്റ് ഉപരോധിച്ചതോടെ എസ്റ്റേറ്റ് മാനേജർക്കും സഹായികൾക്കും ഉള്ളിൽ തന്നെ കഴിയേണ്ടി വന്നു. ഗേറ്റിന് കാവൽ നിൽക്കാൻ ചുമതലപ്പെടുത്തിയിരുന്ന സ്ത്രീ തൊഴിലാളികളുടെ നേതൃത്വം ആനപ്പട്ടത്ത് ഇത്തീമ എന്ന വനിതാ സഖാവിനായിരുന്നു. തന്റെ പണിയായുധമായ വെട്ടുകത്തി അവർ മിക്ക സമയത്തും കൈയിൽ കൊണ്ടുനടന്നിരുന്നു.

ഗേറ്റിൽ കാവൽ നിൽക്കുമ്പോഴും അതവർ കൈയിൽ കരുതിയിരുന്നു. എസ്റ്റേറ്റ് മാനേജുമെന്റ് പോലീസിൽ ബന്ധപ്പെട്ടു. സർക്കിൾ ഇൻസ്പെക്ടറുടെ നേതൃത്വത്തിൽ ഒരു ചെറിയ സംഘം പോലീസ് സ്ഥലത്തെത്തി. ഗേറ്റ് പിക്കറ്റ് ചെയ്തുകൊണ്ട് കാവൽ നിന്നിരുന്ന വനിതാ തൊഴിലാളികളുടെ അടുത്തേക്ക് ചെന്ന് ആ ഇൻസ്പെക്ടർ അധികാര സ്വരത്തിൽ പറഞ്ഞു.

"ഞാൻ പോലീസ് സർക്കിൾ ഇൻസ്പെക്ടറാണ്" അത് കേട്ട ആനപ്പട്ടത്ത് ഇത്തീമ അതേ അധികാര സ്വരത്തിൽ മറുപടി പറഞ്ഞു

"പോലീസായാലും വേണ്ടില്ല സർക്കിളായാലും വേണ്ടില്ല കുഞ്ഞാലി പറയാതെ ഒരാളെയും ഈ ഗേറ്റ് കടത്തി വിടില്ല."

നിശ്ചയദാർഢ്യത്തോടെയുള്ള ആ മറുപടി ആ പോലീസ് ഓഫീസറെ അതിശയിപ്പിച്ചു. തന്റെ കൂടെയുള്ള ചെറിയ സംഘം പോലീസുകാരെയും കൊണ്ട് ആ വനിതാ പോരാളികളോട് ബലപ്രയോഗത്തിന് പോയാൽ രംഗം വഷളാവും എന്നയാൾ ഊഹിച്ചു. അതിനാൽ അയാൾ അതിനൊന്നും മുതിർന്നില്ല. കുറച്ച് സമയം കഴിഞ്ഞപ്പോൾ കുഞ്ഞാലി സ്ഥലത്തെത്തി. പോലീസ് സംഘം കുഞ്ഞാലിയുമായി ചർച്ച ചെയ്തു. കുഞ്ഞാലിയുടെ നിർദ്ദേശം കിട്ടിയതിന് ശേഷം മാത്രമാണ് ഇത്തീമയും സഖാക്കളും ആ പോലീസ് സംഘത്തെ അകത്തേക്ക് കടത്തി വിട്ടത്. പോലീസിനെയല്ല വേണ്ടി വന്നാൽ പട്ടാളത്തെയും നേരിടാനുള്ള കരുത്ത് അവർക്ക് പകർന്നു നൽകിയത് കുഞ്ഞാലിയുടെ സാന്നിദ്ധ്യമായിരുന്നു.

എതിരാളികളുടെ മനസ്സിലെ കുഞ്ഞാലി

രാഷ്ട്രീയ എതിരാളികളായാലും മുതലാളിമാരോ ജന്മിമാരോ ആയാലും അവർ അക്രമത്തിന്റെയും കൈയൂക്കിന്റെയും മാർഗ്ഗം തേടുമ്പോൾ മാത്രമേ കുഞ്ഞാലിയും ആ രീതി അവലംബിച്ചിരുന്നുള്ളൂ. അല്ലാത്ത സന്ദർഭങ്ങളിൽ എതിരാളികൾക്ക് പോലും ന്യായം സ്ഥാപിച്ചുകിട്ടുന്നതിന് വേണ്ടി രംഗത്തിറങ്ങുന്ന ഒരു കുഞ്ഞാലിയെയാണ് ജനങ്ങൾ കണ്ടിരുന്നത്. രാഷ്ട്രീയ അഭിപ്രായ വ്യത്യാസമുള്ളവർ തന്നെ ന്യായമായ ഒരു കാര്യം ഉന്നയിച്ചാൽ അതിനോട് ആത്മാർത്ഥമായി സഹകരിക്കാനും അദ്ദേഹം എപ്പോഴും തയ്യാറായിരുന്നു.

സി.പി.ഐ.(എം)ന്റെ മുൻ സംസ്ഥാന കമ്മിറ്റി അംഗം ടി.കെ.ഹംസ തന്റെ രാഷ്ട്രീയ ജീവിതം തുടങ്ങിയത് കമ്യൂണിസ്റ്റ് പാർട്ടിയോടൊപ്പമായിരുന്നു. 1954 ൽ കുഞ്ഞാലി മലബാർ ഡിസ്ട്രിക്ട് ബോർഡിലേക്ക് വണ്ടൂർ ഫർക്കയിൽ നിന്നും കമ്യൂണിസ്റ്റ് പാർട്ടിയുടെ സ്ഥാനാർത്ഥിയായി മത്സരിക്കുമ്പോൾ അന്ന് പതിനാറുകാരനായിരുന്ന ടി.കെ. ഹംസയും കുഞ്ഞാലിക്ക് വേണ്ടി തിരഞ്ഞെടുപ്പ് പ്രചരണ പ്രവർത്തനം നടത്തിയിരുന്നു. അധികം താമസിയാതെ ഹംസയുടെ രാഷ്ട്രീയ നിലപാടുകൾ മാറി. അദ്ദേഹം കോൺഗ്രസ് പ്രവർത്തകനായി. പിൽക്കാലത്ത് ഹംസ കോൺഗ്രസ്സിന്റെ മലപ്പുറം ജില്ലാ പ്രസിഡണ്ട് വരെ ആയി ഉയർന്നു.

കമ്യൂണിസ്റ്റ് പാർട്ടിയുമായുള്ള കോൺഗ്രസ്സിന്റെ ബന്ധം ഏറ്റവും മോശമായിത്തീർന്ന കാലമായിരുന്നു 1959 ലെ വിമോചന സമരവും അതേ തുടർന്ന് ഇ.എം.എസ്. മന്ത്രിസഭയുടെ പിരിച്ചുവിടലുമടക്കമുള്ള സംഭവങ്ങൾ നടന്നകാലം. കമ്യൂണിസ്റ്റ് പാർട്ടി വിട്ട് കോൺഗ്രസ്സുകാരനായി മാറിയ ആളായിരുന്നിട്ടും ടി.കെ. ഹംസ അക്കാലത്ത് ചെന്ന് പറഞ്ഞ ന്യായമായ ഒരു കാര്യത്തിന് കുഞ്ഞാലി ആത്മാർത്ഥമായി സഹകരിക്കുകയുണ്ടായി. മഞ്ഞപ്പെട്ടി എന്ന സ്ഥലത്തെ തുമ്പത്തൊടി പറങ്ങോടൻ എന്ന പാട്ടക്കുടിയാൻ കൃഷി ചെയ്തിരുന്ന പാടത്ത് വിളഞ്ഞ് നിന്നി

എ.പി.ബാപ്പുഹാജി

രുന്ന നെല്ല് മുഴുവൻ അയാളുടെ ജന്മിയുടെ ആളുകൾ കൊയ്തെടുത്തുകൊണ്ടുപോയി. കൈവശ രേഖയൊന്നും ആ കുടിയാന്റെ പക്കൽ ഉണ്ടായിരുന്നില്ല. കോടതിയിൽ നിന്നും ഒരു ഇൻജക്ഷൻ കിട്ടിയതിന്റെ ബലത്തിലായിരുന്നു ജന്മിയുടെ അതിക്രമം.

പറങ്ങോടനോട് ചെയ്തത് അനീതിയായെന്നും അയാളെ സഹായിക്കണമെന്നും ടി.കെ. ഹംസയ്ക്കും കോൺഗ്രസ് പ്രവർത്തകർക്കും തോന്നി. അന്വേഷണത്തിൽ ലീഗുകാർക്കും അതേ അഭിപ്രായമായിരുന്നു. കമ്യൂണിസ്റ്റ് പാർട്ടി കൂടി ചേർന്നാൽ അതിശക്തമായ ഒരു ബഹുജന സമരം ഈ വിഷയത്തിൽ സംഘടിപ്പിക്കാൻ കഴിയും എന്നു മനസ്സിലാക്കിയ ടി.കെ. ഹംസ തന്റെ പഴയ നേതാവും അപ്പോഴത്തെ എതിരാളിയുമായ കുഞ്ഞാലിയെ ചെന്നു കണ്ടു. പറങ്ങോടന്റെ വിഷയം സംസാരിച്ചു കുഞ്ഞാലി പൂർണ്ണ സഹകരണം ഉറപ്പുകൊടുത്തു. സംഭവ സ്ഥലത്ത് വലിയ ഒരു പ്രതിഷേധ യോഗം ചേർന്നു. കമ്യൂണിസ്റ്റ് പാർട്ടിയെ പ്രതിനിധീകരിച്ച് കുഞ്ഞാലിയും കോൺഗ്രസ്സിനെ പ്രതിനിധീകരിച്ച് ടി.കെ. ഹംസയും പ്രസംഗിച്ചു. ശക്തമായ സമരത്തിനൊടുവിൽ ജന്മി ചർച്ചയ്ക്ക് തയ്യാറായി. പിന്നീട് മധ്യസ്ഥത പറഞ്ഞ് ആ ജന്മി കുടിയാൻ തർക്കത്തിന് പരിഹാരം കാണുകയായിരുന്നു ചെയ്തത്.

കേരള മുഖ്യമന്ത്രിയും കോൺഗ്രസ് നേതാവുമായിരുന്ന കെ. കരുണാകരന്റെ ജ്യേഷ്ഠൻ ബാലകൃഷ്ണമാരാർ കാളികാവിനടുത്തുള്ള ഒരു വൻകിട എസ്റ്റേറ്റായ പുല്ലങ്കോട് എസ്റ്റേറ്റിൽ മാനേജരായി ജോലി ചെയ്തിരുന്നു. ഇരുപത്തഞ്ച് വർഷത്തോളം അദ്ദേഹം ആ പദവിയിൽ ഇരുന്നിട്ടുണ്ട്. തോട്ടം തൊഴിലാളികളുടെ നേതാവായ കുഞ്ഞാലിയുമായി എസ്റ്റേറ്റ് മാനേജർ എന്ന നിലയിൽ അദ്ദേഹത്തിന് അടുത്ത് ഇടപഴകേണ്ടി വന്നിരുന്നു. കുഞ്ഞാലിയെക്കുറിച്ച് ബാലകൃഷ്ണമാരാർ എഴുതിയ അനുസ്മരണക്കുറിപ്പിൽ ഇങ്ങനെ രേഖപ്പെടുത്തിയിട്ടുണ്ട്.

“പതിമൂന്ന് വർഷക്കാലത്തെ ഞങ്ങൾ തമ്മിലുള്ള ബന്ധത്തിനിടയിൽ ഒരിക്കൽ പോലും ഞങ്ങൾക്ക് വ്യക്തിപരമായി ഇടയേണ്ടി വന്നിട്ടില്ല. ഈ ബന്ധത്തെക്കുറിച്ച് പലരും എന്നോടും കുഞ്ഞാലിയോടും ചോദിച്ചിട്ടുണ്ട്. അതിന് അദ്ദേഹം കൊടുത്ത മറുപടി ഇങ്ങനെയായിരുന്നു. ശഠന്മാരോടേ ശാഠ്യം ആവശ്യമുള്ളൂ, മര്യാദക്കാരോട് മര്യാദയായി പെരുമാറാനും എനിക്കറിയാം. ഇതേ ഉത്തരം തന്നെയാണ് എനിക്കും പറയാനുള്ളത്.”

പ്രശ്നങ്ങൾ നന്നായി പഠിച്ച് അവതരിപ്പിക്കുക, അദ്ദേഹത്തിന്റെ ശ്രദ്ധയിൽപ്പെടാത്തതോ അറിയാത്തതോ ആയ കാര്യങ്ങൾ ചൂണ്ടിക്കാണിച്ചാൽ താല്പര്യത്തോടെ ശ്രദ്ധിക്കുകയും പഠിക്കുകയും ചെയ്യുക, ചർച്ച ചെയ്ത് ധാരണയിൽ എത്തിക്കഴിഞ്ഞാൽ അതിൽ ഉറച്ച് നിൽക്കുക, ഏത് കാര്യത്തിനും സമയനിഷ്ഠ പാലിക്കുക, വളരെ വാശിയോടെ സമരങ്ങൾ നയിക്കുമ്പോൾ പോലും ആരെയും വ്യക്തിപരമായി തേജോവധം ചെയ്യാതിരിക്കുക എന്നിങ്ങനെ ഒട്ടേറെ ഗുണങ്ങൾ അദ്ദേഹത്തിന് ഉണ്ടായിരുന്നു. ഇങ്ങനെ കുഞ്ഞാലിയുടെ സ്വഭാവ ഗുണങ്ങളെക്കുറിച്ച് വിശദമായി എഴുതിയ ബാലകൃഷ്ണമാരാർ താൻ എത്തിച്ചേർന്ന നിഗമനം ആത്മാർത്ഥതയോടെ ഇങ്ങനെ രേഖപ്പെടുത്തി. "ഹി ഈസ് എ റിയൽ ലീഡർ എന്ന് പലപ്പോഴും എനിക്ക് തോന്നിയിട്ടുണ്ട്."

കുഞ്ഞാലി നേതൃത്വം കൊടുത്തിരുന്ന എ.ഐ.ടി.യു.സി.ക്ക് ആദ്യഘട്ടത്തിൽ പുല്ലങ്കോട് എസ്റ്റേറ്റിൽ യൂണിറ്റ് ഉണ്ടായിരുന്നില്ല. ആ സമയത്താണ് ബാലകൃഷ്ണമാരാർക്ക് കുഞ്ഞാലിയിൽ നിന്നും ഒരു കത്ത് കിട്ടിയത്. വളരെക്കാലമായി പുല്ലങ്കോട് എസ്റ്റേറ്റിൽ ജോലി ചെയ്തുകൊണ്ടിരിക്കുന്ന ജനറൽ വർക്കേഴ്സിനെ സ്ഥിരപ്പെടുത്തണം എന്നതായിരുന്നു കത്തിലെ ആവശ്യം. ടാപ്പിംഗ് തൊഴിലാളികളെ കുറച്ച് കാലം കഴിഞ്ഞാൽ സ്ഥിരപ്പെടുത്തിയിരുന്നതുപോലെ എസ്റ്റേറ്റിലെ മറ്റു ജോലികൾ ചെയ്തിരുന്ന ജനറൽ വർക്കേഴ്സിനെ എത്രകാലം കഴിഞ്ഞാലും സ്ഥിരപ്പെടുത്തിയിരുന്നില്ല. അവരെന്നും താല്ക്കാലികക്കാരായി തുടരുകയായിരുന്നു പതിവ്. ബാലകൃഷ്ണമാരാർക്ക് തന്നെ അതിൽ ഒരു അനീതിയുണ്ട് എന്ന് തോന്നിയിരുന്നു. എന്നാൽ അവിടെ നിലവിൽ പ്രവർത്തിച്ചുകൊണ്ടിരുന്ന മറ്റു യൂണിയനുകളുടെ നേതാക്കൾ ആരും ഇങ്ങനെയൊരു ആവശ്യം ഉന്നയിച്ചിരുന്നില്ല. ഈ സമയത്താണ് കുഞ്ഞാലിയുടെ കത്ത് കിട്ടിയത്. ബാലകൃഷ്ണമാരാർ ലേബർ ഓഫീസറെയും കുഞ്ഞാലിയെയും എസ്റ്റേറ്റിലേക്ക് വിളിച്ച് വരുത്തി ചർച്ച ചെയ്ത് ഒരു പരിഹാരം ഉണ്ടാക്കുകയും ചെയ്തു. ആ സംഭവത്തിന് ശേഷമായിരുന്നു പുല്ലങ്കോട് എസ്റ്റേറ്റിൽ എ.ഐ.ടി.യു.സി.യുടെ പ്രവർത്തനങ്ങൾക്ക് തുടക്കമായത്.

കാളികാവിലെ മുസ്ലീം പള്ളിയിൽ വളരെ വർഷങ്ങളായി ജോലി ചെയ്തുകൊണ്ടിരുന്ന ഒരു ഖത്തീബ് അസുഖ ബാധിതനായി. കമ്യൂണിസ്റ്റ് പ്രസ്ഥാനത്തോടും കുഞ്ഞാലിയോടുമുള്ള തന്റെ എതിർപ്പുകൾ പരസ്യമായി തന്നെ പലരോടും പല തവണ പറഞ്ഞിട്ടുള്ള ആളായിരുന്നു ഖത്തീബ്. എന്നാൽ രോഗബാധിതനായ അദ്ദേഹത്തെ ചികിത്സിക്കാനായി എല്ലാവരും ഉൾപ്പെട്ട ഒരു കമ്മിറ്റിയുണ്ടാക്കിയപ്പോൾ കുഞ്ഞാലി അതിനോട് ആത്മാർത്ഥമായി സഹകരിച്ചു. വെറും ഒരു അംഗമായി ഇരിക്കുക മാത്രമല്ല കുഞ്ഞാലി ചെയ്തത്. സാമ്പത്തിക സമാഹരണത്തിന് വേണ്ടി ആളുകളെ സമീപിക്കാൻ കുഞ്ഞാലി നേരിട്ട് തന്നെ സജീവമായി രംഗത്തിറങ്ങി. ആ ആത്മാർത്ഥത ബോധ്യപ്പെട്ട ഖത്തീബിന്റെ മനസ്സ് മാറി. പിൽക്കാലത്ത് കുഞ്ഞാലി തിരഞ്ഞെടുപ്പിൽ സ്ഥാനാർത്ഥിയായപ്പോൾ തന്റെ പിന്തുണ പരസ്യമായി തന്നെ പ്രകടി

കെ.ബാലകൃഷ്ണമാരാർ

പ്പിക്കാൻ അയാൾ തയ്യാറായി.

മൈസൂരിലെ ബീഡിത്തൊഴിലാളികളുടെ യൂണിയൻ നേതാവായി കുഞ്ഞാലി ചുമതലയേറ്റത് മറ്റൊരു കൊണ്ടോട്ടിക്കാരനിൽ നിന്നായിരുന്നു. അന്ന് എ.ഐ.ടി.യു.സി.ക്കാരനായിരുന്ന കൊളക്കാടൻ ഹുസ്സനിൽ നിന്ന്. അദ്ദേഹത്തിന് ചികിത്സയ്ക്ക് പോകേണ്ടി വന്നപ്പോഴാണ് കുഞ്ഞാലിക്ക് ചുമതലയേൽക്കേണ്ടി വന്നത്. എന്നാൽ നാട്ടിൽ തിരിച്ചെത്തി കുറച്ച് കാലം കഴിഞ്ഞപ്പോൾ ഹുസ്സന്റെ രാഷ്ട്രീയ നിലപാടുകളിൽ മാറ്റം വന്നു. അദ്ദേഹം കോൺഗ്രസ് പാർട്ടിയുടെ പ്രവർത്തകനും ട്രേഡ് യൂണിയൻ നേതാവുമായി മാറി.

പിന്നീട് കിഴക്കനേറനാട്ടിലെ തോട്ടം ഐ.എൻ.ടി.യു.സി. തോട്ടം തൊഴിലാളികളുടെ നേതാവായും കൊളക്കാടൻ ഹുസ്സൻ പ്രവർത്തിച്ചു. ആർത്തല എസ്റ്റേറ്റിലെ ഐ.എൻ.ടി.യു.സി. യൂണിയന്റെ ഭാരവാഹിയായിരുന്ന ഹുസ്സൻ സാഹിബുമായി കുഞ്ഞാലിക്ക് ഒന്നിച്ചും ഭിന്നിച്ചും പ്രവർത്തിക്കേണ്ടിവന്നു. തന്റെ ആദ്യകാല നേതാവായിരുന്നയാൾ എതിർ സംഘടനയുടെ നേതാവായി വന്നത് കുഞ്ഞാലിയുടെ സമീപനത്തിൽ ഒരു വ്യത്യാസവും വരുത്തിയില്ല. കൊളക്കാടൻ ഹുസ്സൻ തന്റെ അനുസ്മരണത്തിൽ ഇങ്ങനെ പറഞ്ഞു "തികഞ്ഞ അച്ചടക്കവും വിശാല വീക്ഷണവും എതിർ ചേരിയിൽപെട്ടവരോട് മാന്യമായ സമീപനവും ഉണ്ടായിരുന്ന ഒരു തൊഴിലാളി നേതാവായിരുന്നു കുഞ്ഞാലി."

ഇന്ത്യൻ യൂണിയൻ മുസ്ലീം ലീഗിന്റെ സംസ്ഥാന സമിതി അംഗവും കാളികാവ് പഞ്ചായത്ത് പ്രസിഡണ്ടുമായി പ്രവർത്തിച്ചിരുന്ന എ.പി.ബാപ്പുഹാജിക്ക് കുഞ്ഞാലിയുമായി വളരെ ആത്മാർത്ഥമായ ഒരു സൗഹൃദബന്ധം ഉണ്ടായിരുന്നു. ചെറുപ്പം മുതലേ രാഷ്ട്രീയമായി ലീഗ് അനുഭാവിയായിരുന്നുവെങ്കിലും പരിചയപ്പെട്ട അന്ന് മുതൽ വ്യക്തിപരമായി വലിയ ബഹുമാനമായിരുന്നു അദ്ദേഹത്തിന് കുഞ്ഞാലിയോടുണ്ടായിരുന്നത്.

കുഞ്ഞാലിയുടെ യാത്രാ ആവശ്യങ്ങൾക്ക് വേണ്ടി എ.ഐ.ടി.യു.സി. തൊഴിലാളികൾ സാമ്പത്തിക സമാഹരണം നടത്തി ഒരു ജീപ്പ് വാങ്ങിക്കാൻ തീരുമാനിച്ചപ്പോൾ മുസ്ലീം ലീഗ് അനുഭാവിയായ ബാപ്പുഹാജിയും അതിൽ സഹകരിച്ചു. അദ്ദേഹം സാമ്പത്തികമായി സഹകരിക്കുക മാത്രമല്ല ചെയ്തത്. ആവഡി എന്ന സ്ഥലത്ത് പോയി മിലിട്ടറി ഒഴിവാക്കുന്ന ജീപ്പ് ലേലത്തിൽ പിടിച്ച് കൊണ്ടുവരാനായിരുന്നു തൊഴിലാളികൾ പരിപാടിയിട്ടത്. ആവഡിയിലേക്ക് പോയ എ.ഐ.ടി.യു.സി

ക്കാരുടെ സംഘത്തിൽ ലീഗുകാരനായ ബാപ്പു ഹാജിയും കൂടെ പോയിരുന്നു. അന്ന് അദ്ദേഹം ലീഗിന്റെ നേതാവൊന്നും ആയിട്ടുണ്ടായിരുന്നില്ല.

മുസ്ലീം ലീഗും കോൺഗ്രസും എതിർ ചേരികളിൽ ആയിരുന്ന കാലത്ത് ഒരിക്കൽ കാളികാവ് അങ്ങാടിയിൽ അവർ തമ്മിൽ ഒരു തർക്കം വന്നു. മുസ്ലീം ലീഗിന്റെ ഒരു പൊതുയോഗത്തിന് സ്പീക്കർ കെട്ടുന്ന സ്ഥലം സംബന്ധിച്ചായിരുന്നു തർക്കം. പോലീസ് സ്റ്റേഷൻ റോഡിലുള്ള ഒരു പുളിമരത്തിൽ സ്പീക്കർ കെട്ടാനായിരുന്നു ലീഗുകാർ ഉദ്ദേശിച്ചത്. എന്തോ കാരണം പറഞ്ഞ് കോൺഗ്രസ്സുകാർ അതിനെ എതിർത്തു. അത് ഒരു വഴക്കിലേക്ക് നീങ്ങിക്കൊണ്ടിരിക്കയായിരുന്നു. കുഞ്ഞാലി ഈ സമയത്ത് പുഴയിൽ കുളിക്കാൻ പോയിരിക്കയായിരുന്നു. ചില പാർട്ടി സഖാക്കൾ അവിടെ ചെന്ന് അങ്ങാടിയിൽ നടക്കുന്ന തർക്കത്തിന്റെ കാര്യം പറഞ്ഞു. കുഞ്ഞാലി കുളിക്കാനുള്ള വേഷത്തിൽ തന്നെ അങ്ങാടിയിലെത്തി. സംഭവസ്ഥലത്ത് ചെന്ന് പ്രശ്നത്തിൽ ഇടപെടുകയും ലീഗിന് പൊതുയോഗം നടത്താനുള്ള സൗകര്യം ഉണ്ടാക്കിക്കൊടുക്കുകയും ചെയ്തു. എതിരാളികളോട് പോലും കുഞ്ഞാലി പുലർത്തിയിരുന്ന ആദരവിന്റെ പ്രകടനമായിട്ടാണ് ബാപ്പുഹാജി ഈ സംഭവത്തെ തന്റെ ഓർമ്മക്കുറിപ്പിൽ രേഖപ്പെടുത്തിയത്.

കുഞ്ഞാലി കാളികാവ് പഞ്ചായത്ത് പ്രസിഡണ്ടായിരിക്കുമ്പോൾ ഒരിക്കൽ ഒരു ദീർഘയാത്ര കഴിഞ്ഞ് അദ്ദേഹം തിരിച്ചെത്തിയത് പുലർച്ചെ രണ്ട് മണിക്കാണ്. സുഹൃത്ത് ബാപ്പുഹാജിയും കൂടെയുണ്ടായിരുന്നു. കാളികാവ് അങ്ങാടിയിൽ ആ സമയത്തും ഒരു വലിയ ജനക്കൂട്ടം കൂടി നിന്നിരുന്നു. രണ്ട് സ്റ്റേജുകളിൽ മൈക്ക് വെച്ചുകൊണ്ട് പ്രസംഗങ്ങളും നടക്കുന്നുണ്ടായിരുന്നു. സുന്നി-മുജാഹിദ് വാദപ്രതിവാദമായിരുന്നു വിഷയം. ഒരു സ്റ്റേജിൽ നിന്നും ഒരു സുന്നി പണ്ഡിതൻ കുറെ കാര്യങ്ങൾ പറയും. അതിന് മറുപടിയായി ഒരു മുജാഹിദ് പണ്ഡിതൻ കുറെ നേരം അടുത്ത സ്റ്റേജിൽ നിന്നും സംസാരിക്കും. അതിന് മറുപടിയായി ആദ്യത്തെ സ്റ്റേജിൽ നിന്നും വീണ്ടും ഒരു പ്രസംഗം ഇതായിരുന്നു രീതി. ഇരുപക്ഷത്തും ആളുകൾ കൂടിയിരുന്ന് കൈയടിച്ചു പ്രോത്സാഹിപ്പിച്ചുകൊണ്ടിരുന്നു.

ആശയ ചർച്ചയ്ക്കുള്ള ഒരു രീതി എന്ന് പറയാമെങ്കിലും വിശ്വാസപരമായ ഒരു കാര്യമായതിനാൽ ആരിൽ നിന്നും ഒരു വിട്ടുവീഴ്ചയും പ്രതീക്ഷിക്കാനില്ലായിരുന്നു. മാത്രമല്ല, കൈയടിച്ചു പ്രോത്സാഹിപ്പിക്കുന്ന അനുയായികളുടെ പ്രതികരണങ്ങൾ അതിര് വിട്ട് കൈയാങ്കളിയായി മാറാനുള്ള സാധ്യതയും ഉണ്ടായിരുന്നു. വൈകുന്നേരം തുടങ്ങിയ ആ സംവാദം പുലർച്ചെ രണ്ട് മണിയായിട്ടും എങ്ങുമെത്താതെ അങ്ങനെ നീണ്ടുപോയിക്കൊണ്ടിരുന്നു. കുഞ്ഞാലിയും ബാപ്പുഹാജിയും പ്രസംഗം നടക്കുന്നിടത്തേക്ക് ചെന്നു. അവരും രണ്ട് മണിക്കൂറോളം നേരം പ്രസംഗങ്ങൾ കേട്ട് നിന്നു. സമയം പുലർച്ചെ നാല് മണിയായി. ഒരു വിഷയവും എവിടെയും എത്തിയിരുന്നില്ല. അടുത്തൊന്നും ആ സംവാദം തീരുന്ന ലക്ഷണവും ഉണ്ടായിരുന്നില്ല. അതങ്ങനെ നീണ്ടുപോകുന്നതു

ടി.കെ.ഹംസ

കൊണ്ട് ആളുകൾ തമ്മിലുള്ള വിരോധം വളരുമെന്നല്ലാതെ ഒരു ഗുണവും ഉണ്ടാക്കില്ലെന്ന് കുഞ്ഞാലിക്ക് തോന്നി. രണ്ട് കൂട്ടരോടും പ്രസംഗം നിർത്തിപ്പോവാൻ കുഞ്ഞാലി ആവശ്യപ്പെട്ടു. ഇരുകൂട്ടരും അതിന് താല്പര്യം കാണിച്ചില്ല. അതോടെ കുഞ്ഞാലി സുന്നികളുടെ സ്റ്റേജിലേക്ക് കയറിച്ചെന്ന് മൈക്കൊന്ന് തരണമെന്നാവശ്യപ്പെട്ടു. പഞ്ചായത്ത് പ്രസിഡണ്ടാണെങ്കിലും കമ്യൂണിസ്റ്റ്കാരനായ കുഞ്ഞാലിക്ക് മതപരമായ ഒരു സ്റ്റേജിൽ മൈക്ക് കൈമാറുന്നതിന് ആദ്യം അവർ ഒന്നു മടിച്ചു. പിന്നെ വഴങ്ങി.

കുഞ്ഞാലി ഒരു പ്രസംഗം തുടങ്ങി. ഇരുപക്ഷത്തെയും പണ്ഡിതന്മാർ ഉന്നയിക്കുന്ന വിഷയങ്ങൾ വിശ്വാസപരമായ കാര്യങ്ങളായതിനാൽ മറുപക്ഷത്തിന് ഒരിക്കലും അംഗീകരിക്കാൻ കഴിയുകയില്ലെന്നും, അതിനാൽ ഇത്തരം ഒരു വാദപ്രതിവാദം നടത്തി ആളുകളെ അനാവശ്യമായി വഴക്കിന് പ്രേരിപ്പിക്കുകയല്ല വേണ്ടതെന്നും ഇരുപക്ഷത്തെയും ബോധ്യപ്പെടുത്തുന്ന തരത്തിൽ വളരെ പക്വതയോടെ കുഞ്ഞാലി സംസാരിച്ചു. ഒരു മണിക്കൂറിലേറെ നീണ്ട ആ പ്രസംഗം തീർന്നപ്പോൾ ഇരുകൂട്ടരും പരിപാടി അവസാനിപ്പിക്കാൻ തയ്യാറായി. മതപരമായ വിഷയങ്ങളിലും കുഞ്ഞാലിക്ക് സാമാന്യം വിവരമുണ്ട് എന്ന കാര്യം അന്ന് ജനങ്ങൾക്ക് മനസ്സിലായി.

പിന്നീടൊരിക്കലും അത്തരം ഒരു തർക്കവേദി കാളികാവിൽ ആരും സംഘടിപ്പിക്കാൻ താല്പര്യം കാണിച്ചിട്ടില്ല. മതപരമായ കാര്യങ്ങൾ മാത്രം ശ്രദ്ധിച്ച് കഴിയുന്നവരും സുന്നികളിലും മുജാഹിദുകളിലും പെട്ടവരുമായ ആളുകൾക്കിടയിൽ കുഞ്ഞാലിയെ കുറിച്ചുള്ള മതിപ്പ് വർദ്ധിപ്പിക്കുന്നതിന് ഈ സംഭവം കാരണമായി. പിന്നീട് പള്ളി സംബന്ധമായ കാര്യങ്ങളിലും കുഞ്ഞാലിയുടെ അഭിപ്രായം തേടി ആളുകൾ വന്നു. അടക്കാക്കുണ്ട് പള്ളി നിർമ്മാണത്തിന് സാമ്പത്തിക സമാഹരണത്തിനടക്കം കുഞ്ഞാലി സഹകരിക്കുകയും ചെയ്തു. ഇങ്ങനെ മതകാര്യങ്ങളിലടക്കം പക്വതയോടെ ഇടപെട്ട് കൊണ്ട് ജനങ്ങളെ നയിക്കാൻ കഴിവുണ്ടായിരുന്ന കുഞ്ഞാലിയെക്കുറിച്ചുള്ള അനുസ്മരണത്തിൽ 1994 ൽ അന്നത്തെ കാളികാവ് പഞ്ചായത്തിന്റെ പ്രസിഡണ്ടായിരുന്ന ലീഗ് നേതാവ് ബാപ്പുഹാജി ഇങ്ങനെ പറഞ്ഞു "കുഞ്ഞാലി ഉണ്ടായിരുന്നുവെങ്കിൽ കാളികാവ് പഞ്ചായത്ത് അടക്കമുള്ള നമ്മുടെ നാടിന്റെ മുഖച്ഛായ ഇന്ന് ഇതാകുമായിരുന്നില്ല."

ആപത്തിലെന്നും ആദ്യമെത്തുന്നവൻ

തന്റെ സഖാക്കളെ തന്നേക്കാളേറെ സ്നേഹിച്ചിരുന്നയാളായിരുന്നു കുഞ്ഞാലി. തൊഴിലാളി സംഘടനാരംഗത്തോ, പാർട്ടി രംഗത്തോ ഉള്ള തന്റെ സഹപ്രവർത്തകരിൽ ആർക്കെങ്കിലും ഒരു ആപത്ത് പറ്റിയിട്ടുണ്ട് എന്നറിഞ്ഞാൽ എല്ലാം മറന്ന് അവിടെ ഓടിയെത്താൻ അദ്ദേഹം ശ്രദ്ധിച്ചിരുന്നു. അത്തരം ഘട്ടങ്ങളിൽ നേരം പാതിരയാണെങ്കിലും എന്ത് തടസ്സങ്ങളുണ്ടെങ്കിലും അതെല്ലാം തരണം ചെയ്ത് കുഞ്ഞാലി അവിടെയെത്തി.

പുല്ലങ്കോട്ടെ കുഞ്ഞുണ്ണിപ്പിള്ളയെ കള്ളക്കേസിൽപ്പെടുത്തി വീട് ജപ്തി ചെയ്യിക്കാൻ ശ്രമിച്ചപ്പോഴും ചാമിയുടെ വിളഞ്ഞ് കിടന്ന നെല്ല് ജന്മി കൊയ്തുകൊണ്ട് പോയപ്പോഴും മമ്പാട്ടുമൂലയിലെ മറ്റൊരു ജന്മി കുടിയാന്റെ വിളഞ്ഞ പാടം പെട്രോളൊഴിച്ച് കത്തിച്ചപ്പോഴും അവിടെ ഓടിയെത്തുകയും അവരെ സംരക്ഷിക്കാനായി കൃഷിക്കാരെ സംഘടിപ്പിച്ച് കൊണ്ട് ഇടപെടുകയും ചെയ്ത കുഞ്ഞാലിയുടെ പ്രവർത്തനങ്ങൾ മുൻ അദ്ധ്യായങ്ങളിൽ വിവരിച്ചിട്ടുണ്ട്. തൊഴിലാളി സംഘടനാ പ്രവർത്തകർക്കും പാർട്ടി പ്രവർത്തകർക്കും തങ്ങൾ അപകടസന്ധികളിൽ ചെന്ന് പെടുമ്പോൾ അവിടെയെല്ലാം ഓടിയെത്തിയ കുഞ്ഞാലിയെക്കുറിച്ചുള്ള ഒട്ടേറെ സംഭവങ്ങൾ മനസ്സിൽ സൂക്ഷിക്കാനുണ്ട്.

കാളികാവിലെ പാർട്ടി ഓഫീസിൽ ഒരു ദിവസം രാത്രി കുഞ്ഞാലി എത്തി. കാളികാവുകാരനായ വള്ളിപ്പാടൻ മുഹമ്മദ് എന്ന ഒരു പാർട്ടി പ്രവർത്തകൻ മാത്രമേ അപ്പോൾ അവിടെ ഉണ്ടായിരുന്നുള്ളൂ. രാത്രി ഏതാണ്ട് പതിനൊന്ന് മണിയായിരുന്നു. ആ സമയത്ത് നിലമ്പൂരിൽ നിന്നും വരികയായിരുന്ന ഒരു സഖാവ് അവിടെയെത്തി. നിലമ്പൂരിൽ നിന്നും കിട്ടിയ ഒരു വിവരം അയാൾ കുഞ്ഞാലിക്ക് കൈമാറി. ഇപ്പോ

ഴത്തെ ചാലിയാർ പഞ്ചായത്തിൽ ഉൾപ്പെട്ട ഇടിവണ്ണ എസ്റ്റേറ്റിൽ എ.ഐ.ടി.യു.സി. തൊഴിലാളികൾ താമസിക്കുന്ന പ്രദേശത്തേക്ക് പുഴയ്ക്ക് ഇക്കരെ നിന്നുംകുറെ ഐ.എൻ.ടി.യു.സി.ക്കാർ ആയുധങ്ങളുമായി ചെന്ന് ഒരു ആക്രമണം നടത്തിയിരിക്കുന്നു. ഒട്ടേറെ പേർക്ക് പരിക്കേറ്റിട്ടുണ്ട്. അവരിൽ ചിലർക്ക് കുത്തേറ്റിട്ടുണ്ട് എന്നെല്ലാമുള്ള വിവരങ്ങളാണ് ആ സഖാവ് കുഞ്ഞാലിക്ക് കൈമാറിയത്.

1976 ജൂലൈ 25ലെ കേരള ശബ്ദം വാരികയുടെ മുഖചിത്രത്തിൽ സഖാവ് കുഞ്ഞാലി

യാത്രയ്ക്കായി ജീപ്പ് വാങ്ങുന്നതിന് മുമ്പായിരുന്നു സംഭവം. ബസ്സിന്റെ സമയം കഴിഞ്ഞു പോയിരുന്നു. സൈക്കിൾ മാത്രമായിരുന്നു ആശ്രയം. വള്ളിപ്പാടൻ മുഹമ്മദിനെയും കൂട്ടിന് കൂട്ടി കുഞ്ഞാലി സൈക്കിളിൽ നിലമ്പൂരിലേക്ക് തിരിച്ചു. കൗമാരക്കാരനായിരുന്ന മുഹമ്മദിനെ പിറകിലിരുത്തി കുഞ്ഞാലി തന്നെയാണ് മുഴുവൻ ദൂരവും സൈക്കിൾ ചവിട്ടിയിരുന്നത്. പുലർച്ചെ ഒരു മണിയോടെ ഇരുവരും നിലമ്പൂരിൽ എത്തി. കാളികാവിൽ നിന്നും നിലമ്പൂരിലേക്ക് തന്നെ ഇരുപത്തഞ്ച് കിലോമീറ്റർ ദൂരമുണ്ട്. നിലമ്പൂരിൽ നിന്നും പുഴകടന്ന് വീണ്ടും പത്ത് കിലോമീറ്ററിലേറെ യാത്ര ചെയ്താലെ ഇടിവണ്ണയിൽ എത്താൻ കഴിയുമായിരുന്നുള്ളൂ.

രാത്രിയിലും തുറന്നുപ്രവർത്തിക്കുന്ന ഒരു ഹോട്ടൽ ഉണ്ടായിരുന്നു നിലമ്പൂരിൽ. അവിടെ ചെന്നപ്പോൾ രണ്ട് പാർട്ടി പ്രവർത്തകരെ കണ്ടുമുട്ടി. അവരോട് കാര്യങ്ങൾ അന്വേഷിച്ചു. ഇടിവണ്ണയിൽ കാര്യമായി എന്തോ നടന്നിട്ടുണ്ട് എന്നല്ലാതെ മറ്റു വിശദാംശങ്ങൾ അവർക്കും അറിയില്ലായിരുന്നു. ഈ സമയത്ത് അങ്ങോട്ട് പോകേണ്ടെന്ന് അവർ അഭിപ്രായപ്പെട്ടു. കൂട്ടത്തിൽ അൽപം പ്രായമുള്ള കുഞ്ഞുട്ടി എന്ന സഖാവ് കുറച്ച് ശാസനാരൂപത്തിൽ തന്നെ അങ്ങോട്ട് ഇപ്പോൾ പോകേണ്ടെന്ന് പറഞ്ഞുനോക്കി. പക്ഷേ കുഞ്ഞാലി വഴങ്ങിയില്ല.

വള്ളിപ്പാടൻ മുഹമ്മദിനെയും കൂട്ടി കുഞ്ഞാലി സൈക്കിളിൽ യാത്ര തുടർന്നു. പുലർച്ചെ രണ്ട് മണിയോടെ അവർ പുഴക്കടവിൽ എത്തി. പുഴയിൽ സാമാന്യം വെള്ളമുള്ള സമയമായിരുന്നു. കടത്തുകാരന്റെ വീടും ആളെയും കുഞ്ഞാലിക്കറിയാമായിരുന്നു. വീട്ടിൽ ചെന്ന് ആളെ വിളിച്ചുണർത്തി കാര്യം പറഞ്ഞു. കുഞ്ഞാലിയുമായുള്ള ബന്ധത്തിന്റെ

പേരിൽ മാത്രമാണ് ആ സമയത്ത് അയാൾ തോണിയിറക്കാൻ തയ്യാറായത്. ചാലിയാർ പുഴ കടന്ന് പുലർച്ചെ രണ്ടര മണിയോടെ ഇരുവരും സംഭവസ്ഥലത്ത് എത്തി. അവിടുത്തെ പ്രധാനപ്പെട്ട സഖാക്കളുടെ വീടുകളൊക്കെ കുഞ്ഞാലിക്ക് പരിചയമുണ്ടായിരുന്നു. ഒരു വീട്ടിൽ ചെന്ന് ആളെ വിളിച്ചുണർത്തി വിവരങ്ങൾ അന്വേഷിച്ചു. പുലർച്ചെ രണ്ടര മണിയും കഴിഞ്ഞ് തങ്ങളെത്തേടിയെത്തിയ സഖാവിനെ കണ്ട് അവർ അതിശയിച്ചുപോയി. തൊട്ടടുത്ത വീടുകളിൽ നിന്നുള്ള പ്രവർത്തകരും ഇറങ്ങി വന്നു. നിലമ്പൂരിൽ കിട്ടിയ വിവരങ്ങൾ പൂർണ്ണമായും ശരിയായിരുന്നില്ല. സംഭവത്തിന്റെ യഥാർത്ഥ ചിത്രം അത്ര പ്രതികൂലമായിരുന്നില്ല. അവിടെ ഐ.എൻ.ടി.യു.സി. ഒരു യോഗം വെച്ചിരുന്നു. അതോടൊപ്പം ആയുധങ്ങളുമായി കുറച്ച് ഗുണ്ടകളും അങ്ങോട്ട് എത്തിയിരുന്നു. യോഗം കഴിഞ്ഞതിന് ശേഷം അവിടെ ഒരു സംഘട്ടനം നടന്നതായും കുറച്ച് പേർക്ക് പരിക്കേറ്റതായും ഉള്ള വാർത്തയാണ് നിലമ്പൂരിൽ കിട്ടിയിരുന്നത്. അത് ശരിയുമായിരുന്നു.

സായുധരായ ഗുണ്ടകൾ ഇടിവണ്ണയിലേക്ക് നീങ്ങിയ വിവരം അറിഞ്ഞ അവിടത്തെ സഖാക്കൾ വേണ്ടത്ര മുന്നൊരുക്കങ്ങൾ നടത്തിയിരുന്നു. ഐ.എൻ.ടി.യു.സി.ക്കാരുടെ ഭാഗത്തുനിന്നും എന്തെങ്കിലും പ്രകോപനം ഉണ്ടായാൽ അതിശക്തമായ തിരിച്ചടി കൊടുക്കാൻ തയ്യാറായി തന്നെയാണ് അവർ നിന്നിരുന്നത്. അവരുടെ ഭാഗത്ത് നിന്നും ആക്രമണ നീക്കമുണ്ടായി. അതോടെ തയ്യാറെടുത്തുനിന്നിരുന്ന പാർട്ടി പ്രവർത്തകരും തൊഴിലാളികളും ശക്തമായി തിരിച്ചടിച്ചു. അതോടെ നിൽക്കക്കള്ളിയില്ലാതെ ഗുണ്ടകളും കൂടെ വന്നവരും ഓടി രക്ഷപ്പെടുകയായിരുന്നു. സംഘർഷത്തിൽ ഇടിവണ്ണയിലെ കുറച്ച് സഖാക്കൾക്കും ചെറിയ പരിക്കുകൾ പറ്റിയിരുന്നു. എന്നാൽ നിലമ്പൂരിൽ നിന്നും കാളികാവിലേക്ക് പോന്ന ഒരു പ്രവർത്തകനോട് ഈ വിവരം കുഞ്ഞാലിയെ അറിയിക്കാൻ പറഞ്ഞിരുന്നുവെങ്കിലും അദ്ദേഹം ആ പാതിരാത്രിക്ക് തന്നെ പുറപ്പെടും എന്ന് അവർ കരുതിയിരുന്നില്ല. നാല്പത് കിലോമീറ്റർ അകലെയാണെങ്കിലും അത് പാലം പോലുമില്ലാത്ത ചാലിയാർ പുഴയ്ക്ക് അക്കരെയാണെങ്കിലും തന്റെ സഖാക്കൾക്ക് ഒരു ആപത്ത് പിണഞ്ഞിരിക്കുന്നു എന്നത് അറിഞ്ഞാൽ പിന്നെ സുഖമായി കിടന്നുറങ്ങുവാൻ ആ മനുഷ്യന് കഴിയുമായിരുന്നില്ല. അതായിരുന്നു കുഞ്ഞാലി.

മരുതയിൽ ഐ.എൻ.ടി.യു.സി.യിൽ നിന്നും രാജിവെച്ച് എ.ഐ.ടി.യു.സി.യിൽ ചേർന്ന തൊഴിലാളികളെ ഐ.എൻ.ടി.യു.സി.ക്കാർ മർദ്ദിച്ചു. അന്ന് രാത്രിതന്നെ അവിടെ ഒരു പ്രതിഷേധയോഗം സംഘടിപ്പിക്കപ്പെട്ടു. ആ യോഗവും അലങ്കോലമാക്കാൻ ശ്രമം ഉണ്ടായി. പ്രകോപനം ഉണ്ടായിട്ടും പ്രതികരിക്കാതെ ആത്മസംയമനം പാലിച്ചുകൊണ്ട് യോഗം നടത്തി. കുഞ്ഞാലിയും ആ പ്രതിഷേധ യോഗത്തിൽ പങ്കെടുത്തു പ്രസംഗിച്ചു. യോഗം കഴിഞ്ഞ ശേഷം കുഞ്ഞാലിയും കൂടെ വന്നിരുന്നവരും തിരിച്ചുപോരുകയായിരുന്നു. അപ്പോൾ ആദ്യം ആക്രമണം

നടത്തിയിരുന്നവരിൽ ഉൾപ്പെട്ട ഒന്നുരണ്ട് പേർ ഉച്ചത്തിൽ ഭീഷണി മുഴക്കി. അവരെ നേരിടാൻ നിങ്ങൾക്ക് കഴിയില്ലെ എന്ന് കുഞ്ഞാലി ചോദിച്ചു. കഴിയും എന്ന് അവർ മറുപടി പറഞ്ഞപ്പോൾ കുഞ്ഞാലി പോകാനൊരുങ്ങി ജീപ്പിൽ കയറി. അവിടെ കൂടിയിരുന്ന സഖാക്കളിൽ ഒരാൾ മറ്റൊരാളുടെ ചെവിയിൽ എന്തോ സ്വകാര്യം പറയുന്നത് അദ്ദേഹം ശ്രദ്ധിച്ചു. അല്പം ഗൗരവത്തോടെ പറഞ്ഞ ആ കാര്യം എന്താണെന്ന് കുഞ്ഞാലി അന്വേഷിച്ചു. ഒന്നുമില്ല എന്ന് പറഞ്ഞ് അവർ ഒഴിഞ്ഞ് മാറാൻ ശ്രമിച്ചു. കാര്യം എന്താണെന്ന് തുറന്ന് പറയാൻ കുഞ്ഞാലി അവരെ നിർബന്ധിച്ചു. അവർ കാര്യം പറഞ്ഞു. ഐ.എൻ.ടി.യു.സി. സംഘത്തിൽ ഒരാളുടെ പക്കൽ തോക്കുണ്ട് എന്നായിരുന്നു ആ സഖാവ് മറ്റെയാളിന്റെ ചെവിയിൽ പറഞ്ഞ രഹസ്യം.

അത് കേട്ടതോടെ, സ്റ്റാർട്ട് ചെയ്തിരുന്ന ജീപ്പ് ഓഫ് ചെയ്യിച്ച് കുഞ്ഞാലി തിരിച്ചിറങ്ങി. അങ്ങനെയുള്ള ഒരു വിവരം കിട്ടിക്കഴിഞ്ഞാൽ പിന്നെ അവരെ തനിച്ചാക്കി പോകാൻ അദ്ദേഹത്തിന് കഴിയുമായിരുന്നില്ല. എ.ഐ.ടി.യു.സി. സംഘത്തിന്റെ നേതൃത്വം സഖാവ് തന്നെ ഏറ്റെടുത്തു. അതോടെ അവർക്കും നല്ല ധൈര്യമായി. ആ സമയത്ത് കുഞ്ഞാലി നിലവിൽ നിലമ്പൂർ എം.എൽ.എ. ആയിരുന്നു. ഐ.എൻ.ടി.യു.സി.ക്കാർ സംഘടിച്ചു നിൽക്കുന്നിടത്തേക്ക് കുഞ്ഞാലിയും സഹപ്രവർത്തകരും അടങ്ങുന്ന സംഘം നേരെയങ്ങ് നടന്നുചെന്നു. ചങ്കൂറ്റത്തോടെയുള്ള ആ വരവ് കണ്ടപ്പോൾ തന്നെ ആക്രമണകാരികൾ വിരണ്ടുപോയി. തങ്ങളുടെ കൂട്ടത്തിൽപ്പെട്ടവരിൽ ആർക്കെങ്കിലും ഒരു പോറലേറ്റാൽ അതിശക്തമായ തിരിച്ചടി ശാരീരികമായി തന്നെ ഓരോരുത്തരും നേരിടേണ്ടിവരും എന്ന് കുഞ്ഞാലി താക്കീതുനൽകി. അതോടെ ആ സംഘം സ്വയം പിരിഞ്ഞുപോയി.

വളരെ സജീവമായി എല്ലാ കാര്യങ്ങളിലും രംഗത്തിറങ്ങിയിരുന്ന ഒരു പാർട്ടി പ്രവർത്തകനായിരുന്നു സഖാവ് അബ്ദുട്ടി. 1968 ൽ കമ്യൂണിസ്റ്റ് പാർട്ടി പ്രഖ്യാപിച്ച ഒരു ബന്ദിന്റെ പ്രചരണാർത്ഥം തലേദിവസം പൂക്കോട്ടുംപാടം അങ്ങാടിയിൽ പോസ്റ്ററുകൾ പതിക്കുന്ന ജോലി ചെയ്തുകൊണ്ടിരിക്കയായിരുന്നു അദ്ദേഹം. ബന്ദ് പരാജയപ്പെടുത്തണമെന്ന് ആവശ്യപ്പെട്ടുകൊണ്ട് കോൺഗ്രസ് പ്രവർത്തകരും കടകൾ കയറിയിറങ്ങുന്നുണ്ടായിരുന്നു. അവരുടെ കൂട്ടത്തിൽ നിന്നൊരാൾ ചുമരിൽ പോസ്റ്റർ പതിക്കുകയായിരുന്ന അബ്ദുട്ടിയെ കല്ലെടുത്തെറിഞ്ഞു. അബ്ദുട്ടി കല്ല് വരുന്നത് കണ്ട് മാറിക്കളഞ്ഞു. അതിനാൽ കല്ല് ദേഹത്ത് കൊണ്ടില്ല.

കല്ലേറുണ്ടായ വിവരം കുഞ്ഞാലി അറിഞ്ഞു. അല്പ സമയത്തിനുള്ളിൽ ജീപ്പിൽ പതിനഞ്ചോളം സഖാക്കളെയും കൂട്ടി കുഞ്ഞാലി പൂക്കോട്ടുംപാടം അങ്ങാടിയിൽ എത്തി. ഇറങ്ങിയ ഉടനെ അങ്ങാടി കുലുങ്ങുന്ന ശബ്ദത്തിൽ ഒരലർച്ചയായിരുന്നു.

“ആരെടാ ഞങ്ങളെ അബ്ദുട്ടിയെ എറിഞ്ഞത്...?”

ഒറ്റച്ചോദ്യമേ വേണ്ടി വന്നുള്ളൂ. കൂട്ടം കൂടി നിന്നിരുന്ന കോൺഗ്രസ്

കുഞ്ഞാലിയുടെ ഭാര്യ കെ.ടി.സൈനബയും സഹോദരൻ കെ.ടി. മുഹമ്മദും

പ്രവർത്തകരുടെ സംഘം പെട്ടെന്ന് തന്നെ സ്വയം പിരിഞ്ഞു. ഓരോരുത്തരും പല വഴിക്ക് ഓടി രക്ഷപ്പെട്ടു.

നാടകാചാര്യൻ കെ.ടി. മുഹമ്മദിന്റെ സഹോദരീഭർത്താവായിരുന്നു കുഞ്ഞാലി. ഒരു ദിവസം കെ.ടി. പെങ്ങളുടെയും അളിയന്റെയും കൂടെ വന്ന് താമസിച്ചു. രാത്രി ഭക്ഷണവും കുടുംബ ചർച്ചകളും കഴിഞ്ഞ് എല്ലാവരും ഉറങ്ങി. രാത്രി ഒന്നര മണിക്ക് കുഞ്ഞാലിയെ തേടി മൂന്ന് നാല് സഖാക്കൾ എത്തി. അവർ വളരെ അടിയന്തര സ്വഭാവമുള്ള ഒരു പ്രശ്നം പറയാനായിരുന്നു ആ അസമയത്ത് എത്തിയത്. കുഞ്ഞാലി അവരോടൊപ്പം ആ രാത്രിയിൽ അപ്പോൾ തന്നെ സൈക്കിളിൽ യാത്ര തിരിച്ചതും നേരം വെളുത്തതിന് ശേഷം മാത്രം തിരിച്ചെത്തിയതുമായ അനുഭവം കെ.ടി. അനുസ്മരിച്ചിരുന്നു.

തലപ്പാലിപ്പൊട്ടിയിൽ നടന്ന ഭൂസമരത്തിൽ ഭൂരഹിത കർഷകർ കൈയേറിയ ഭൂമിയിൽ ഒരു വലിയ ഭാഗം ബിർള അനധികൃതമായി കൈവശപ്പെടുത്തിയതായിരുന്നു. കൂട്ടത്തിൽ ബിർളയ്ക്ക് രേഖാമൂലം അവകാശപ്പെട്ട ഭൂമിയും കൈയേറ്റത്തിന് വിധേയമായി. അത് ബിർളാ മാനേജ്മെന്റ് നിയമപരമായി നേരിട്ടു. തിരുവനന്തപുരത്തുനിന്നും കൈയേറ്റക്കാരെ കുടിയിറക്കുന്നതിനുള്ള ഉത്തരവ് അവർക്ക് കിട്ടി. കൈയേറ്റ കൃഷിക്കാരെ കുടിയിറക്കാനായി പതിനെട്ട് വാഹനങ്ങൾ നിറയെ പോലീസുകാർ അങ്ങോട്ട് തിരിച്ചിട്ടുണ്ട് എന്ന വിവരം കുഞ്ഞാലിക്ക് കിട്ടി. അവിടേക്ക് ചെന്നിട്ട് കാര്യമില്ല എന്ന് മനസ്സിലാക്കിയ അദ്ദേഹം ജില്ലാ പോലീസ് സൂപ്രണ്ടിനെ ബന്ധപ്പെട്ടു. തിരുവനന്തപുരത്ത് നിന്നുള്ള

ഉത്തരവായതിനാൽ തനിക്ക് ഒന്നും ചെയ്യാൻ കഴിയില്ലെന്ന് എസ്.പി. അറിയിച്ചു. കുഞ്ഞാലി അടുത്ത വണ്ടിക്ക് തിരുവനന്തപുരത്തേക്ക് തിരിച്ചു.

തലപ്പാലിപ്പൊട്ടിയിലെത്തിയ പോലീസ് സംഘം ഓരോ കുടുംബങ്ങളെയും ബലമായി കുടിയിറക്കി നിലമ്പൂർ പോലീസ് സ്റ്റേഷനിലേക്ക് കൊണ്ടുവന്നു. കുടിലുകളെല്ലാം പോലീസ് പൊളിച്ചു നീക്കി. സ്ത്രീകളും കുട്ടികളും അടങ്ങുന്ന കൈയേറ്റക്കാരെ കസ്റ്റഡിയിൽ എടുത്ത പോലീസ് അവരെ പോലീസ് സ്റ്റേഷൻ പരിസരത്തും ഫോറസ്റ്റ് ഓഫീസ് വളപ്പിലുമായി കൊണ്ടുപോയി ഇറക്കിയിരിക്കയായിരുന്നു.

കുഞ്ഞാലി തിരുവനന്തപുരത്ത് എത്തി, ആഭ്യന്തര വകുപ്പ് മേലധികാരികളുമായും മുഖ്യമന്ത്രി ഇ.എം.എസുമായും ബന്ധപ്പെട്ടു. നിലമ്പൂർ മണ്ഡലത്തിന്റെ എം.എൽ.എ. കൂടിയായിരുന്ന കുഞ്ഞാലി ബന്ധപ്പെട്ടവരെ കാര്യങ്ങൾ ബോധ്യപ്പെടുത്തി. ബിർള തെറ്റിദ്ധരിപ്പിച്ച് ഇറക്കിയ ഉത്തരവ് തിരുത്തി പുതിയ ഉത്തരവ് ഇറക്കിച്ചാണ് അദ്ദേഹം മടങ്ങിയത്. അപ്പോൾ തന്നെ മടങ്ങിയ കുഞ്ഞാലി നിലമ്പൂരിൽ എത്തിയപ്പോൾ രാത്രി പന്ത്രണ്ട് മണിയായിരുന്നു. കസ്റ്റഡിയിൽ എടുത്ത കുടുംബങ്ങളെ പുതിയ ഉത്തരവിന്റെ അടിസ്ഥാനത്തിൽ വിട്ടയക്കാൻ പോലീസ് തയ്യാറായി. എന്നാൽ അതുകൊണ്ട് കുഞ്ഞാലി തൃപ്തിപ്പെട്ടില്ല. അവരെ കൊണ്ട് വന്ന സ്ഥലത്ത് തന്നെ തിരിച്ചെത്തിക്കണമെന്ന് അദ്ദേഹം നിർബന്ധം പിടിച്ചു. എം.എൽ.എ.എന്ന നിലയ്ക്കുള്ള കുഞ്ഞാലിയുടെ ശാഠ്യത്തിന് മുന്നിൽ പോലീസ് വഴങ്ങി. അവരെ നിലമ്പൂരിലേക്ക് കൊണ്ടുപോന്ന അതേ വാഹനങ്ങളിൽ തന്നെ എല്ലാ കുടുംബങ്ങളെയും പോലീസ് തിരിച്ച് തലപ്പാലിപ്പൊട്ടിയിൽ എത്തിച്ചുകൊടുത്തു.

ഒരിക്കൽ കേരള എസ്റ്റേറ്റിൽ എ.ഐ.ടി.യു.സി.യുടെ നേതൃത്വത്തിൽ ഒരു സമരം പ്രഖ്യാപിക്കപ്പെട്ടു. എസ്റ്റേറ്റ് മാനേജ്മെന്റിനേക്കാൾ ആവേശത്തോടെ സമരത്തിനെതിരായി ഐ.എൻ.ടി.യു.സി. രംഗത്ത് വന്നു. സമരത്തിൽ പങ്കെടുത്തിരുന്ന തൊഴിലാളികൾ കൂടിനിൽക്കുന്നിടത്തേക്ക് ആയുധങ്ങളുമായി ചെന്ന് ആക്രമിക്കാൻ അവർ പരിപാടിയിട്ടു. ഈ വിവരം എ.ഐ.ടി.യു.സി. നേതൃത്വം അറിഞ്ഞു. അവർ അടിയന്തര യോഗം ചേർന്നു. ആവശ്യമായ മുൻകരുതൽ എടുക്കാൻ തീരുമാനിച്ചു. സംഘർഷ സാധ്യതയുള്ള സ്ഥലമാണ് പ്രത്യേകം തെരഞ്ഞെടുക്കപ്പെട്ട തൊഴിലാളികളും യൂണിയൻ ചുമതലപ്പെടുത്തിയവരും അല്ലാതെ ആരും പോകേണ്ടതില്ല എന്നായിരുന്നു തീരുമാനം. തെരഞ്ഞെടുക്കപ്പെട്ടവർ ആവശ്യമായ മുൻകരുതൽ എടുത്തിരുന്നു. കൈപ്പുള്ളി മുഹമ്മദ് എന്ന സഖാവിനായിരുന്നു നേതൃത്വം. കുഞ്ഞാലി എം.എൽ.എ. എന്ന നിലയിൽ കരുവാരക്കുണ്ടിൽ ഒരു പരിപാടിയിൽ പങ്കെടുക്കാൻ വന്ന സമയത്തായിരുന്നു ഈ വിവരം അറിഞ്ഞത്. ഉടൻ തന്നെ അദ്ദേഹം അങ്ങോട്ട് കുതിച്ചു.

ഇവിടത്തെ കാര്യങ്ങൾ നോക്കാൻ തങ്ങൾ തന്നെ ആവശ്യമായ

മുൻകരുതലുകൾ എടുത്തിട്ടുണ്ട് എന്നും അതിനാൽ സഖാവ് തിരിച്ചു പോകണം എന്നും കൈപ്പുള്ളി മുഹമ്മദ് ആവശ്യപ്പെട്ടു. കുഞ്ഞാലി അതംഗീകരിക്കാൻ കൂട്ടാക്കിയില്ല. ഇത്തരം സംഘർഷ മേഖലകളിലേക്ക് കഴിയുന്നതും കുഞ്ഞാലിയെ കൊണ്ടുപോകുന്നത് ഒഴിവാക്കണം എന്ന പൊതുതീരുമാനം പാർട്ടി എടുത്തിരുന്ന സമയമായിരുന്നു. കുഞ്ഞാലി യുടെ സുരക്ഷിതത്വം പരിഗണിച്ചും കുഞ്ഞാലിയുടെ പ്രകൃതം കണ ക്കിലെടുത്തുമായിരുന്നു അത്തരം ഒരു തീരുമാനം ഉണ്ടായത്. അദ്ദേഹ ത്തിന്റെ സ്വഭാവമനുസരിച്ച് അപ്പുറത്ത് നിന്നും ആക്രമം ഉണ്ടായാൽ അദ്ദേഹം കായികമായി തന്നെ നേരിടും. എം.എൽ.എ.എതിർ യൂണി യൻകാരെ ആക്രമിച്ചു എന്ന വ്യാഖ്യാനം ഉണ്ടാകുന്നത് ദോഷം ചെയ്യും എന്നതും ഒരു കാരണമായിരുന്നു.

തന്റെ സഖാക്കൾ ഒരു അപകടസന്ധിയിൽ ചെന്ന് നിൽക്കുമ്പോൾ അവിടെ നിന്ന് മാറി നിൽക്കാൻ പറയുന്നത് കുഞ്ഞാലിക്ക് വളരെ പ്രയാ സമുള്ള കാര്യമായിരുന്നു. തന്റെ എം.എൽ.എ.സ്ഥാനം ഒരു ബാധ്യത യാവുകയാണല്ലോ എന്നായിരുന്നു അദ്ദേഹത്തിന്റെ ചിന്ത. ഒരു സായു ധാക്രമണ ഭീഷണി നേരിടുന്ന ആ തൊഴിലാളി സുഹൃത്തുക്കളെ തനി ച്ചാക്കി പോരേണ്ടിവരുന്നത് അദ്ദേഹത്തിന് അസഹനീയമായി തോന്നി സഖാവ് അവിടെത്തന്നെ നിന്നു. സംസ്ഥാന ഭരണത്തിന് നേതൃത്വം കൊടുക്കുന്നതും ആഭ്യന്തര വകുപ്പും കൂടി കൈകാര്യം ചെയ്യുന്നതു മായ പാർട്ടിയുടെ എം.എൽ.എ. ഇത്തരം ഒരു സന്ദർഭം വരുമ്പോൾ അതിൽ നേരിട്ട് ഭാഗഭാക്കാവുന്നത് ചീത്തപ്പേര് വരുത്തും എന്ന് മറ്റു സഖാക്കളും പറഞ്ഞുനോക്കി. അതും അംഗീകരിക്കാതെ കുഞ്ഞാലി അവിടെ തന്നെ നിന്നു. എന്ത് പറഞ്ഞിട്ടും അനുസരിക്കുന്നില്ല എന്ന് കണ്ടപ്പോൾ എ.ഐ.ടി.യു.സി. സംഘത്തിന് നേതൃത്വം കൊടുത്തിരുന്ന കൈപ്പുള്ളി മുഹമ്മദ് വിഷയം സംഘടനാരീതിയിൽ നേരിട്ടു.

കുഞ്ഞാലിയടക്കമുള്ള എല്ലാവരും കേൾക്കെ അദ്ദേഹം പറഞ്ഞു

“സംഘടന ഒരു തീരുമാനമെടുത്താൽ അത് എല്ലാവർക്കും ബാധ കമാണ്. പ്രത്യേകം തെരഞ്ഞെടുക്കപ്പെട്ടവരെയല്ലാതെ ആരെയും ഇങ്ങോട്ട് കൂട്ടേണ്ടതില്ല എന്നാണ് ഇന്നലെ യോഗം ചേർന്ന് എടുത്ത തീരുമാനം. അത് താങ്കൾക്കും ബാധകമാണ്. അല്ലെന്നാണ് സഖാവ് പറയുന്നതെങ്കിൽ ഞാനും ഈ സഖാക്കളും ഇവിടെ നിന്ന് ഇപ്പോൾ തിരിച്ച് പോകും. ഇനിയിവിടെ എന്ത് നടന്നാലും സഖാവ് മാത്രമായി രിക്കും അതിന് ഉത്തരവാദി.”

ധീരരിൽ ധീരനായ സഖാവ് കുഞ്ഞാലി കരയുന്നത് അന്നാദ്യമായി ആ സഖാക്കൾ കണ്ടു. അത് കണ്ട കൈപ്പുള്ളി മുഹമ്മദും പതറിപ്പോയി. എങ്കിലും നിയന്ത്രണം വിടാതെ ആ സഖാവ് വീണ്ടും പറഞ്ഞു.

“ഇന്നിവിടെ നടന്നേക്കാവുന്നത് അത്ര സുഖമുള്ള കാര്യങ്ങളായി രിക്കില്ല എന്നത് എന്റെ വീട്ടിലും മനസ്സിലായിട്ടുണ്ട്. എന്റെ ഭാര്യയുടെ കരച്ചിൽ കണ്ടിട്ടാണ് ഞാനും വരുന്നത്. പിന്നെയല്ലേ സഖാവിന്റെ കര ച്ചിൽ...”

നിറഞ്ഞുതുളുമ്പുന്ന കണ്ണുകളുമായി സഖാവ് കുഞ്ഞാലി തിരിച്ചു നടന്നു ജീപ്പിൽ കയറി പോയി. തന്നെക്കാളേറെ തന്റെ സഖാക്കളെ സ്നേഹിക്കുന്ന ആ വലിയ മനുഷ്യന്റെ സ്നേഹത്തിന്റെ വലിപ്പം തിരിച്ചറിഞ്ഞ ആ തൊഴിലാളികളെല്ലാം വികാരാധീനരായി. ഇരുപത്തഞ്ച് വർഷം മുമ്പ് ഈ സംഭവം ഈ ഗ്രന്ഥകാരനടക്കമുള്ള സ്മരണികാ പ്രവർത്തകരോട് വിവരിക്കുമ്പോൾ കൈപ്പുള്ളി മുഹമ്മദ് വിതുമ്പിക്കരഞ്ഞു.

കുഞ്ഞാലി മടങ്ങിയതിന് ശേഷം സംഘാംഗങ്ങൾ ഒരു റൂട്ട് മാർച്ച് നടത്തി. എല്ലാവരും ചെങ്കൊടിയേന്തിരുന്നു. വലിയ തയ്യാറെടുപ്പുകൾ തങ്ങളും നടത്തിയിട്ടുണ്ട് എന്ന് എതിരാളികളെ ബോധ്യപ്പെടുത്താനായിരുന്നു അത്. അതോടെതന്നെ ആക്രമണ പരിപാടി ഉപേക്ഷിച്ച് എതിർപക്ഷം പിരിഞ്ഞുപോയി.

കമ്യൂണിസ്റ്റ് പാർട്ടിയിലെ പിളർപ്പ്

സ്വാതന്ത്ര്യലബ്ധിക്ക് ശേഷം രൂപവൽക്കരിക്കപ്പെട്ട ഇന്ത്യൻ സർക്കാരിനോട് എടുക്കേണ്ട സമീപനം സംബന്ധിച്ച് വ്യത്യസ്തമായ അഭിപ്രായങ്ങൾ കമ്യൂണിസ്റ്റ് പാർട്ടിക്കുള്ളിൽ നിലനിന്നിരുന്നു. അതിന്റെ ഒരു ഘട്ടത്തിലാണ് കൽക്കത്താ തീസീസ് എന്നറിയപ്പെടുന്ന രേഖ അംഗീകരിക്കപ്പെടലും തുടർന്ന് പാർട്ടി നിരോധിക്കപ്പെടുന്ന അവസ്ഥയും ഉണ്ടായത്. 1951 ഒക്ടോബറിൽ കൽക്കത്തയിലെ ടോളിഗഞ്ചിൽ ചേർന്ന വിശേഷാൽ സമ്മേളനം അംഗീകരിച്ച കരട് പരിപാടിയുടെയും നയപ്രഖ്യാപന രേഖയുടെയും അടിസ്ഥാനത്തിൽ അഭിപ്രായ വ്യത്യാസങ്ങൾ പരിഹരിക്കുകയും പാർട്ടിയുടെ മേലുണ്ടായിരുന്ന നിരോധനം പിൻവലിക്കപ്പെടുകയും ചെയ്തത് മുൻ അദ്ധ്യായങ്ങളിൽ വിശദമാക്കിയിട്ടുണ്ട്. തുടർന്നു 1952 ൽ നടന്ന ആദ്യ പൊതു തിരഞ്ഞെടുപ്പിൽ ഐക്യത്തോടെ പങ്കെടുത്ത കമ്യൂണിസ്റ്റ് പാർട്ടി പാർലമെന്റിൽ കോൺഗ്രസ് കഴിഞ്ഞാൽ ഏറ്റവും കൂടുതൽ അംഗങ്ങളുള്ള പാർട്ടിയായി ഉയർന്നു.

1953 ഡിസംബർ അവസാനം മധുരയിൽ നടന്ന മൂന്നാം പാർട്ടി കോൺഗ്രസ്സിൽ തന്നെ കേന്ദ്രഭരണകക്ഷിയായ കോൺഗ്രസ്സിനോടുള്ള നയസമീപനത്തിൽ മാറ്റം വരുത്തണം എന്ന അഭിപ്രായങ്ങൾ ഉയർന്നിരുന്നു. നെഹ്രു സർക്കാർ വിദേശനയത്തിൽ ചേരി ചേരാനയം അംഗീകരിക്കുകയും സോഷ്യലിസ്റ്റ് ചേരിയോട് സഹകരിക്കുകയും ചെയ്യുന്ന ഒരു നിലപാട് എടുത്തുകൊണ്ടിരുന്ന സാഹചര്യങ്ങളാണ് ആ അഭിപ്രായത്തിന് പിൻബലമായിരുന്നത്.

1956 ഏപ്രിലിൽ പാലക്കാട്, 1958 ഏപ്രിലിൽ അമൃതസർ, 1961 ഏപ്രിലിൽ വിജയവാഡ എന്നിവിടങ്ങളിൽ ചേർന്ന നാലും, അഞ്ചും, ആറും പാർട്ടി കോൺഗ്രസ്സുകളിൽ കേന്ദ്രം ഭരിക്കുന്ന കോൺഗ്രസ് കക്ഷിയു

മായി ഐക്യപ്പെടണം എന്ന് വാദിക്കുന്നവരും അതിനെ എതിർക്കുന്നവരും തമ്മിലുള്ള ഉൾപ്പാർട്ടി തർക്കങ്ങൾ നടന്നിരുന്നു. ഈ അഭിപ്രായ വ്യത്യാസങ്ങളെ ഒരു പിളർപ്പിലേക്ക് നയിക്കാതെ ഇരു വിഭാഗങ്ങളെയും യോജിപ്പിച്ചുകൊണ്ടുപോകാൻ നേതൃത്വത്തിന് കഴിഞ്ഞു. സർവദേശീയതലത്തിൽ സോവിയറ്റ് - ചൈനീസ് കമ്യൂണിസ്റ്റ് പാർട്ടികൾ തമ്മിലും ചില ഭിന്നതകൾ ഉയർന്നുവന്നു. ലോകത്തിലെ പല രാജ്യങ്ങളിലെയും കമ്യൂണിസ്റ്റ് പാർട്ടികൾ ഈ സോവിയറ്റ് ചൈനീസ് പാർട്ടികളുടെ തർക്കത്തിൽ വ്യത്യസ്ത നിലപാടുകൾ എടുത്തു. ഇന്ത്യയിലെ കമ്യൂണിസ്റ്റ് പാർട്ടിക്കുള്ളിലും ഈ വിഷയത്തിൽ രണ്ട് വിഭാഗങ്ങൾ രണ്ട് ചേരികളിൽ നിലയുറപ്പിക്കുന്ന സ്ഥിതിയുണ്ടായി.

1961 ലെ വിജയവാഡാ കോൺഗ്രസ്സോടെ തന്നെ പാർട്ടി രണ്ട് ചേരിയായി മാറിക്കഴിഞ്ഞിരുന്നു. അന്നത്തെ ജനറൽ സെക്രട്ടറി അജയഘോഷിന്റെ പൊതു സ്വീകാര്യത കാരണം പിളർപ്പ് ഒഴിവായിപ്പോവുകയായിരുന്നു. ആ വർഷം തന്നെ ജനറൽ സെക്രട്ടറി അജയഘോഷ് അന്തരിച്ചു. പുതിയ ജനറൽ സെക്രട്ടറിയെ തെരഞ്ഞെടുക്കുന്ന കാര്യത്തിൽ തന്നെ ഭിന്നത വന്നു. അവസാനം പാർട്ടി ഭരണഘടനയിൽ ഇല്ലാത്ത ചെയർമാൻ എന്ന ഒരു പദവിയുണ്ടാക്കി. അതിൽ എസ്.എ.ഡാങ്കയെ ഇരുത്തി. ഇ.എം.എസിനെ ജനറൽ സെക്രട്ടറിയായി തെരഞ്ഞെടുത്തു. ഈ സമയത്താണ് ഇന്ത്യാ-ചൈനാ അതിർത്തി സംഘർഷങ്ങൾ ഉണ്ടാകുന്നത്. കോൺഗ്രസ് സർക്കാർ ഈ സാഹചര്യത്തെ ദുരുപയോഗം ചെയ്ത് സങ്കുചിത ദേശീയ വികാരം ആളിക്കത്തിച്ച് ജനങ്ങളിൽ ചൈനീസ് വിരുദ്ധവികാരം ഉണ്ടാക്കാൻ ശ്രമിച്ചു. കമ്യൂണിസ്റ്റ് പാർട്ടിക്കകത്ത് കോൺഗ്രസ്സുമായി ഐക്യപ്പെടണം എന്ന് വാദിക്കുന്ന വിഭാഗം കോൺഗ്രസ് സർക്കാരിന്റെ സങ്കുചിത ദേശീയ വാദങ്ങളെ അനുകൂലിച്ചു. കോൺഗ്രസ്സുമായുള്ള ഐക്യത്തെ എതിർത്തിരുന്ന വിഭാഗം അയൽക്കാർ തമ്മിലുള്ള തർക്കം യുദ്ധത്തിലൂടെയല്ല ചർച്ചകളിലൂടെയാണ് പരിഹരിക്കേണ്ടത് എന്നും വാദിച്ചു.

ഈ നിലപാടിനെ ദേശവിരുദ്ധമെന്ന് മുദ്രകുത്തി ആ വിഭാഗത്തിൽപ്പെട്ട പാർട്ടി നേതാക്കളെ കേന്ദ്രസർക്കാർ കേസ്സിൽ കുടുക്കി ജയിലിൽ അടയ്ക്കാൻ തുടങ്ങി. പാർട്ടിക്കുള്ളിൽ ശക്തമായ അഭിപ്രായ വ്യത്യാസങ്ങൾ നിലനിൽക്കുമ്പോൾ തന്നെ പരിമിതമായ തോതിലെങ്കിലും ഉണ്ടായിരുന്ന ഐക്യം കൂടി ഇതോടെ തകർന്നു. കോൺഗ്രസ്സുമായി ഐക്യം വേണമെന്ന നിലപാടിനെ മറുപക്ഷം റിവിഷനിസ്റ്റ് സമീപനം എന്ന് വിമർശിച്ചു. തിരിച്ച് അവർ മറുപക്ഷത്തിന്റെ സമീപനത്തെ സെക്ടേറിയൻ സമീപനം എന്നും വിമർശിച്ചു. പാർട്ടിക്കുള്ളിലെ അഭിപ്രായഭിന്നതകളെ ഇടത് വലത് പക്ഷങ്ങളായി മാധ്യമങ്ങൾ അവതരിപ്പിച്ചു. സോവിയറ്റ് കമ്യൂണിസ്റ്റ് പാർട്ടിയുടെ നിലപാടുകളെ റിവിഷനിസ്റ്റ് ആയി ചൈനീസ് കമ്യൂണിസ്റ്റ് പാർട്ടിയും ചൈനീസ് നിലപാടുകളെ സെക്ടേറിയൻ ആയി സോവിയറ്റ് പാർട്ടിയും പരസ്യ വിമർശനം

കമ്യൂണിസ്റ്റ് പാർട്ടിയിൽ പിളർപ്പുണ്ടായപ്പോൾ മലപ്പുറം ജില്ലയിലുൾപ്പെടുന്ന പ്രദേശങ്ങളിലെ നേതാക്കളിൽ സി.പി.ഐ.(എം)നൊപ്പം നിന്നവരിൽ പ്രമുഖർ - ഇ.എം.എസ്., ഇമ്പിച്ചിബാവ, കുഞ്ഞാലി, സെയ്താലിക്കുട്ടി, പാലോളി മുഹമ്മദ്കുട്ടി എന്നിവർ

ഉയർത്തി. സോവിയറ്റ് - ചൈനീസ് ഭിന്നതകൾ ഇന്ത്യയിലെ പാർട്ടിയിലും പ്രതിഫലനങ്ങൾ ഉണ്ടാക്കി.

1958 ൽ അമൃതസറിൽ ചേർന്ന അഞ്ചാം പാർട്ടി കോൺഗ്രസ്സിൽ വെച്ച് പാർട്ടിയുടെ സംഘടനാ രൂപത്തിൽ ഒരു മാറ്റം വരുത്തിയിരുന്നു. നേരത്തെ ഉണ്ടായിരുന്ന കേന്ദ്രകമ്മിറ്റി - പോളിറ്റ് ബ്യൂറോ എന്ന ദ്വിതല നേതൃത്വത്തിന് പകരം വിപുലമായ ദേശീയ കൗൺസിൽ, അതിനു മുകളിൽ സെൻട്രൽ എക്സിക്യൂട്ടീവ് കമ്മിറ്റി, അതിനും മുകളിൽ കേന്ദ്ര സെക്രട്ടറിയേറ്റ് എന്ന ത്രിതല നേതൃത്വ സമ്പ്രദായം ആ പാർട്ടി കോൺഗ്രസ് മുതൽ ഇന്ത്യൻ കമ്യൂണിസ്റ്റ് പാർട്ടിയിൽ സ്ഥാപിക്കപ്പെട്ടിരുന്നു.

വർഷങ്ങളായി തുടർന്നുപോന്ന ഉൾപാർട്ടി സമരം 1964 ഏപ്രിൽ 11 ന് ചേർന്ന പാർട്ടിയുടെ ദേശീയ കൗൺസിലിൽനിന്നും 32 സഖാക്കളുടെ ഇറങ്ങിപ്പോക്കിൽ കലാശിച്ചു. അവർ ആന്ധ്രപ്രദേശിലെ തെനാലിയിൽ പ്രത്യേക കൺവെൻഷൻ വിളിച്ചു ചേർത്തു. തെനാലി കൺവെൻഷൻ ഏഴാം പാർട്ടി കോൺഗ്രസ് പ്രത്യേകമായി വേറിട്ട് നടത്താൻ തീരുമാനിച്ചു. പാർട്ടിയിലെ പിളർപ്പ് അതോടെ പൂർണമായി. 1964 ഒക്ടോബർ 31 മുതൽ നവംബർ 7 വരെ കൽക്കത്തയിൽ ചേർന്ന ആ പാർട്ടി കോൺഗ്രസ് കമ്യൂണിസ്റ്റ് പാർട്ടി ഓഫ് ഇന്ത്യ (മാർക്സിസ്റ്റ്) എന്ന പേരിൽ വേറെ പാർട്ടിയായി പ്രവർത്തിക്കാൻ തീരുമാനിച്ചു. സി.പി.ഐ.(എം)നുള്ള ഭരണഘടനയും പാർട്ടി പരിപാടിയും ഏഴാം പാർട്ടി കോൺഗ്രസ് അംഗീകരിച്ചു. സി.പി.ഐ. അതിന്റെ ഏഴാം പാർട്ടി കോൺഗ്രസ് ബോംബെയിൽ വെച്ച് നടത്തി. അതോടെ ഇന്ത്യൻ കമ്യൂണിസ്റ്റ് പാർട്ടി രണ്ട് പാർട്ടികളായി പ്രവർത്തിച്ചു തുടങ്ങി.

പാർട്ടിയിലെ പിളർപ്പ് എല്ലാ സംസ്ഥാനങ്ങളിലെയും പാർട്ടി ഘടകങ്ങളെ പിടിച്ചുലച്ചു. അതോടൊപ്പം സി.പി.ഐ.(എം) നേതാക്കളെ ചൈനീസ് ചാരന്മാരെന്ന് മുദ്രകുത്തി ജയിലിലടയ്ക്കുന്ന പരിപാടി കോൺഗ്രസ് സർക്കാർ വ്യാപിപ്പിച്ചു. കേന്ദ്ര സംസ്ഥാന നേതാക്കളെ മാത്രമല്ല ജില്ലാതല നേതാക്കളായ കാഡർമാരെയും തെരഞ്ഞ് പിടിച്ച്

ജയിലിൽ അടച്ചു. 1500 ലേറെ നേതാക്കൾ ഇങ്ങനെ ജയിലിൽ അടയ്ക്കപ്പെട്ടു. 1965 ൽ പാക്കിസ്ഥാൻ ഇന്ത്യയെ ആക്രമിച്ചു. കോൺഗ്രസ്സും സി.പി.ഐ.യും ഉൾപ്പെട്ട പാർട്ടികൾ സങ്കുചിത ദേശീയവാദപരമായ നിലപാടുകൾ എടുത്തു. അന്നും ഇന്ത്യാ പാക് സൗഹൃദത്തിന് വേണ്ടി ശ്രമിക്കണമെന്ന നിലപാട് സി.പി.ഐ.(എം) എടുത്തു. ജയിലിൽ അടയ്ക്കപ്പെട്ടിരുന്ന സഖാക്കളുടെ തടവുകാലം 1966 വരെ നീണ്ടുപോകുന്നതിന് ഈ നിലപാടും ഒരു കാരണമായി. മറ്റു നേതാക്കൾക്കൊപ്പം കുഞ്ഞാലിയും ഈ കാലത്ത് ജയിലിൽ അടയ്ക്കപ്പെട്ടു. പാർട്ടി പിളർപ്പിന്റെ ഭാഗമായി എല്ലാ സംസ്ഥാനങ്ങളിലും പാർട്ടിയുടെ സ്ഥാപനങ്ങളും ഓഫീസുകളും പിടിച്ചടക്കുന്നതിന് വേണ്ടിയുള്ള ഇരു വിഭാഗത്തിന്റെയും ശ്രമങ്ങൾ പല സ്ഥലങ്ങളിലും സംഘർഷാവസ്ഥ സൃഷ്ടിച്ചു. കേരളത്തിൽ *ദേശാഭിമാനി* പത്രം സി.പി.ഐ.(എം)ന്റേതാക്കി നിലനിർത്തുന്നതിന് വേണ്ടിയുള്ള ഇടപെടലുകളിൽ കുഞ്ഞാലി വലിയ പങ്ക് വഹിച്ചു. പിളർപ്പ് രാജ്യമാകെ തന്നെ പ്രസ്ഥാനത്തിന്റെ വളർച്ചയ്ക്ക് ആഘാതമേല്പിച്ചു.

അവിഭക്ത കമ്യൂണിസ്റ്റ് പാർട്ടിയുടെ കേന്ദ്രക്കമ്മിറ്റിയുടെ സെന്ററിൽ (സെക്രട്ടറിയേറ്റിൽ) പതിനാല് പേർ ഉണ്ടായിരുന്നു. ഇ.എം.എസ്., എ.കെ.ജി. എന്നിവർ അതിൽ ഉൾപ്പെട്ടിരുന്നു. ഇവർക്ക് പുറമെ ദേശീയ കൗൺസിലിൽ കേരളത്തിൽ നിന്നും പതിനഞ്ചുപേരുണ്ടായിരുന്നു. അവരിൽ ഇ.കെ. നായനാർ, വി.എസ്.അച്യുതാനന്ദൻ, സി.എച്ച്. കണാരൻ, എ.വി. കുഞ്ഞമ്പു, ഇ.കെ. ഇമ്പിച്ചിബാവ എന്നിവർ ഉൾപ്പെട്ടിരുന്നു. ദേശീയ കൗൺസിലിൽ നിന്നും ഇറങ്ങിപ്പോന്ന 32 പേരിൽ മുകളിൽ സൂചിപ്പിച്ച ഏഴ് പേരാണ് കേരളത്തിൽ നിന്നും ഉണ്ടായിരുന്നത്. ബാക്കിയുള്ളവർ സി.പി.ഐ.യിൽ തുടർന്നു.

കേരളത്തിൽ നിന്നുള്ള ദേശീയ കൗൺസിൽ അംഗങ്ങളായിരുന്ന എം.എൻ.ഗോവിന്ദൻ നായർ, സി.അച്യുതമേനോൻ, സി.ഉണ്ണിരാജ, കെ. ദാമോദരൻ, റോസമ്മ പുന്നൂസ്, പി.കെ. വാസുദേവൻ നായർ എന്നിവർ സി.പി.ഐ.യിൽ തുടർന്നു. കമ്യൂണിസ്റ്റ് പാർട്ടിയിൽ പിളർപ്പ് നടക്കുമ്പോൾ മലപ്പുറം ജില്ലാ രൂപീകരണം നടന്നിരുന്നില്ല. 1969 ജൂൺ 16ന് രൂപീകരിക്കപ്പെട്ട ഇന്നത്തെ മലപ്പുറം ജില്ലയിൽപ്പെട്ട പ്രദേശങ്ങളിൽ നിന്നും പാർട്ടിക്കുണ്ടായിരുന്ന നേതാക്കളിൽ ഇ.എം.എസ്., ഇമ്പിച്ചിബാവ എന്നീ ദേശീയ നേതാക്കളും കുഞ്ഞാലി. പാലോളി മുഹമ്മദ്കുട്ടി, കെ. സെയ്താലിക്കുട്ടി തുടങ്ങിയ ജില്ലാ നേതാക്കളും സി.പി.ഐ.(എം)ന് ഒപ്പം നിന്നു. ദേശീയ നേതൃത്വത്തിലുണ്ടായിരുന്ന കെ. ദാമോദരൻ, ജില്ലാ നേതാക്കളായിരുന്ന എടക്കോട് മുഹമ്മദ്, കൊളാടി ഗോവിന്ദൻകുട്ടി, കോയക്കുഞ്ഞിനഹ തുടങ്ങിയവർ സി.പി.ഐ.യിൽ തന്നെ നിന്നു.

പിളർപ്പ് പൂർത്തിയായി രണ്ട് പാർട്ടികളായി പ്രവർത്തിച്ചു തുടങ്ങിയപ്പോൾ അവിഭക്ത കമ്യൂണിസ്റ്റ് പാർട്ടിക്ക് തുടക്കത്തിൽ ഉണ്ടായിരുന്ന ദ്വിതല നേതൃത്വ സംവിധാനമാണ് സി.പി.ഐ.(എം) സ്വീകരിച്ചത്. കേന്ദ്ര കമ്മിറ്റിയും പോളിറ്റ് ബ്യൂറോയും ചേർന്നതാണ് ദ്വിതല സംവിധാനം.

അമൃതസർ പാർട്ടി കോൺഗ്രസ് മുതൽ സ്വീകരിച്ചുപോന്ന ത്രിതല സംവിധാനത്തിൽ സി.പി.ഐ. തുടർന്നു.

പാർട്ടികൾ രണ്ടായെങ്കിലും തൊഴിലാളി സംഘടനയും വർഗ്ഗ ബഹുജന സംഘടനകളും രണ്ടാകേണ്ടതില്ല എന്നായിരുന്നു ആദ്യം നിശ്ചയിച്ചത്. എന്നാൽ അധികകാലം ആ സ്ഥിതി തുടരാൻ കഴിഞ്ഞില്ല. രണ്ട് പാർട്ടികളും രണ്ട് രാഷ്ട്രീയ ചേരികളിലായി മാറിയപ്പോൾ അത് പ്രായോഗികമായി മുന്നോട്ട് കൊണ്ട് പോവുക അസാധ്യമായി. 1970 മെയ് 28 മുതൽ 31 വരെ കൽക്കത്തയിൽ ചേർന്ന തൊഴിലാളി സമ്മേളനത്തിൽ വെച്ചാണ് സി.ഐ.ടി.യു.രൂപീകരിക്കപ്പെട്ടത്. കുഞ്ഞാലിയുടെ രക്തസാക്ഷിത്വം 1969 ജൂലൈ 28 നായിരുന്നു. അതിനാൽ മരണം വരെ കുഞ്ഞാലി പ്രവർത്തിച്ച ട്രേഡ് യൂണിയൻ എ.ഐ.ടി.യു.സി. തന്നെയായിരുന്നു.

പാർലമെന്ററി രാഷ്ട്രീയത്തിൽ

ആയിരത്തിത്തൊള്ളായിരത്തി നാല്പത്തിയേഴ് ആഗസ്റ്റിൽ ബ്രിട്ടീഷുകാരിൽ നിന്നും അധികാരം ഏറ്റെടുത്ത ജവഹർലാൽ നെഹ്റുവിന്റെ നേതൃത്വത്തിലുള്ള കോൺഗ്രസ് സർക്കാർ സ്വതന്ത്ര ഇന്ത്യയിലെ ആദ്യത്തെ പൊതു തിരഞ്ഞെടുപ്പ് നടത്തിയത് 1952 ലായിരുന്നു. ആ തിരഞ്ഞെടുപ്പ് കമ്യൂണിസ്റ്റ് പാർട്ടിയെ സംബന്ധിച്ചിടത്തോളം ഒരു അഗ്നി പരീക്ഷയായിരുന്നു. 1948 മുതൽ 1951 വരെ നീണ്ടുനിന്ന പാർട്ടി നിരോധന കാലത്ത് കോൺഗ്രസ് സർക്കാർ നടത്തിയ അതിക്രൂരമായ അടിച്ചമർത്തലിൽ കമ്യൂണിസ്റ്റ് പാർട്ടിക്ക് അതിന്റെ നേതാക്കന്മാരും പ്രവർത്തകരുമായിരുന്ന നാലായിരത്തോളം പേരുടെ ജീവൻ ബലികൊടുക്കേണ്ടി വന്നു. പതിനായിരത്തോളം പേർ പരിക്കേറ്റ് അവശരായി. അര ലക്ഷത്തോളം പേർ ജയിലിൽ അടയ്ക്കപ്പെട്ടിരുന്നു. പാർട്ടി നിരോധനം പിൻവലിക്കപ്പെടുകയും പരസ്യമായി പ്രവർത്തിക്കാനുള്ള അനുവാദം ലഭിക്കുകയും ചെയ്തിരുന്നുവെങ്കിലും നടപടിക്രമങ്ങൾ പൂർത്തിയായിരുന്നില്ല. നിരോധനത്തിന്റെ ഭാഗമായി പല നേതാക്കളുടെയും പേരിൽ പുറപ്പെടുവിച്ചിരുന്ന വാറന്റുകൾ പിൻവലിക്കപ്പെട്ടിരുന്നില്ല. അങ്ങനെയുള്ളവർക്ക് പരസ്യമായി പ്രവർത്തിക്കാൻ കഴിയുമായിരുന്നില്ല. ഇ.എം.എസ്., ദശരഥ്ദേവ് തുടങ്ങിയ മുതിർന്ന നേതാക്കൾക്കുവരെ ഒളിവിൽ തന്നെ പ്രവർത്തിക്കേണ്ടിവന്നു.

വളരെ ചുരുങ്ങിയ കാലം കൊണ്ടുതന്നെ പാർട്ടിക്കുള്ളിലും ജനങ്ങൾക്കിടയിലും സ്വീകാര്യത നേടിയ നേതാവായിരുന്നു കുഞ്ഞാലി, ആ യുവനേതാവിന്റെ ഊർജ്ജസ്വലതയും കർമ്മനിരതയും കാരണം ജനങ്ങൾക്കിടയിലുള്ള മതിപ്പ് പ്രയോജനപ്പെടുത്താൻ കഴിയും എന്ന് നേതൃത്വം കണക്കുകൂട്ടി. പാർലിമെന്ററി രാഷ്ട്രീയത്തിലെ എല്ലാ മേഖലകളിലും കുഞ്ഞാലിയെ സ്ഥാനാർത്ഥിയാക്കി മത്സരിപ്പിക്കാൻ പാർട്ടി

കാളികാവ് പഞ്ചായത്ത് ഓഫീസ് കാളികാവിന്റെ
പ്രഥമ പഞ്ചായത്ത് പ്രസിഡണ്ടായിരുന്നു കുഞ്ഞാലി

താല്പര്യം കാണിച്ചു. നിരോധന കാലത്ത് കുഞ്ഞാലിയും ജയിലിൽ തന്നെ ആയിരുന്നതിനാൽ പുറത്ത് വന്ന് മാസങ്ങൾക്കുള്ളിലായിരുന്നു തിരഞ്ഞെടുപ്പ് പ്രവർത്തനങ്ങൾക്ക് ഇറങ്ങേണ്ടിവന്നത്. ഇന്നത്തെ മലപ്പുറം ജില്ല ഏതാണ്ട് മൊത്തത്തിൽ തന്നെ ഉൾപ്പെട്ടിരുന്ന മലപ്പുറം പാർലിമെന്റ് മണ്ഡലത്തിൽ കമ്യൂണിസ്റ്റ് പാർട്ടിയുടെ സ്ഥാനാർത്ഥിയായി കുഞ്ഞാലി മത്സരിച്ചു. പരാജയപ്പെട്ടുവെങ്കിലും 52000 വോട്ട് നേടാൻ കഴിഞ്ഞത് ഒരു വലിയ നേട്ടം തന്നെ ആയിരുന്നു.

ആദ്യത്തെ പൊതു തിരഞ്ഞെടുപ്പിൽ സ്വാതന്ത്ര്യസമരത്തിന് നേതൃത്വം കൊടുത്ത കോൺഗ്രസ് പാർട്ടിക്ക് വലിയ മേൽക്കൈ കിട്ടും എന്ന് എല്ലാവർക്കും ഉറപ്പായിരുന്നു. എന്നാൽ ആകെ പോൾ ചെയ്ത വോട്ടിന്റെ 42 ശതമാനം വോട്ട് മാത്രമേ അവർക്ക് നേടാനായുള്ളൂ. അതിക്രൂരമായ അടിച്ചമർത്തലിന് വിധേയമായി തകർന്നു കഴിഞ്ഞുവെന്ന് കോൺഗ്രസും ഇതര പാർട്ടികളും ധരിച്ചുവെച്ചിരുന്ന കമ്യൂണിസ്റ്റ് പാർട്ടി ആ ധാരണകളെ തകർത്തു. കോൺഗ്രസ് കഴിഞ്ഞാൽ ഏറ്റവും കൂടുതൽ സീറ്റ് നേടിയത് കമ്യൂണിസ്റ്റ് പാർട്ടിയായിരുന്നു. പാർട്ടിക്ക് 31 സീറ്റ് കിട്ടി. മലബാർ പ്രദേശത്ത് ഏറ്റവും കൂടുതൽ ജനപിന്തുണയുള്ള പ്രസ്ഥാനം കമ്യൂണിസ്റ്റ് പാർട്ടിയാണെന്ന് തിരഞ്ഞെടുപ്പ് ഫലം തെളിയിച്ചു. ആ തിരഞ്ഞെടുപ്പിൽ മദ്രാസ് സംസ്ഥാന നിയമസഭയിലേക്ക് കോൺഗ്രസിന് 152 സീറ്റ് നേടാൻ കഴിഞ്ഞപ്പോൾ 62 സീറ്റ് കമ്യൂണിസ്റ്റ് പാർട്ടിയും നേടി. മലബാർ പ്രദേശത്ത് ആകെയുണ്ടായിരുന്ന 32 നിയമസഭാ മണ്ഡലങ്ങളിൽ 23ലും ജയിച്ചത് കമ്യൂണിസ്റ്റ് പാർട്ടിയായിരുന്നു.

ലീഗിന് അഞ്ച് സീറ്റ് കിട്ടിയപ്പോൾ കോൺഗ്രസിന് വെറും നാല് സീറ്റ് കൊണ്ട് തൃപ്തിപ്പെടേണ്ടി വന്നു.

ആദ്യ പൊതു തിരഞ്ഞെടുപ്പ് കഴിഞ്ഞ് രണ്ട് വർഷം കഴിഞ്ഞപ്പോൾ 1954 ൽ മലബാർ ഡിസ്ട്രിക്ട് ബോർഡിലേക്ക് തിരഞ്ഞെടുപ്പ് വന്നു. അന്നത്തെ പ്രാദേശിക ഭരണ സംവിധാനമായിരുന്നു ഡിസ്ട്രിക്ട് ബോർഡുകൾ. ആ തെരഞ്ഞെടുപ്പിലും പാർട്ടി കുഞ്ഞാലിയെ സ്ഥാനാർത്ഥിയാക്കി. വണ്ടൂർ മണ്ഡലത്തിൽ നിന്നായിരുന്നു മത്സരിച്ചിരുന്നത്. ഇത്തവണയും വിജയിക്കാനായില്ല. കോൺഗ്രസ് സ്ഥാനാർത്ഥിയായിരുന്ന പാലാട്ട് കുഞ്ഞിക്കോയയാണ് ജയിച്ചത്. കുഞ്ഞാലി പരാജയപ്പെട്ടുവെങ്കിലും മലബാർ ഡിസ്ട്രിക്ട് ബോർഡിൽ കമ്യൂണിസ്റ്റ് പാർട്ടിക്ക് ഭൂരിപക്ഷം കിട്ടി. മലബാർ മൊത്തത്തിൽ ഒരു ജില്ലയായിരുന്നു അന്ന്. മലബാർ ഡിസ്ട്രിക്ട് ബോർഡ് പ്രസിഡണ്ടായി കമ്യൂണിസ്റ്റ് പാർട്ടി നേതാവായിരുന്ന പി.ടി. ഭാസ്കരപ്പണിക്കർ തിരഞ്ഞെടുക്കപ്പെട്ടു. മലബാർ പ്രദേശത്ത് മൊത്തത്തിൽ കമ്യൂണിസ്റ്റ് പാർട്ടി നടത്തിയ മുന്നേറ്റത്തിന് ആനുപാതികമായ അളവിൽ സ്വാധീനം പാർട്ടിക്ക് ഇപ്പോഴത്തെ മലപ്പുറം ജില്ലയിൽ ഉൾപ്പെടുന്ന പ്രദേശങ്ങളിൽ കിട്ടിയില്ല. ചില മതപുരോഹിതന്മാർ നടത്തിയ കള്ള പ്രചരണങ്ങളിൽ കുറെ വോട്ടർമാർ തെറ്റിദ്ധരിക്കപ്പെട്ടതായിരുന്നു അതിലൊരു കാരണം.

1963 ൽ കേരളത്തിലെ മൊത്തം പഞ്ചായത്തുകളിലേക്കും തിരഞ്ഞെടുപ്പ് നടത്താൻ സർക്കാർ തീരുമാനിച്ചു. ആ തിരഞ്ഞെടുപ്പിൽ കമ്യൂണിസ്റ്റ് പാർട്ടിയും മുസ്ലീം ലീഗും സഖ്യത്തിലായിരുന്നു. കാളികാവ് പഞ്ചായത്തിലേക്കുള്ള കമ്യൂണിസ്റ്റ് പാർട്ടിയുടെ സ്ഥാനാർത്ഥിയായി കുഞ്ഞാലി മത്സരിച്ചു ജയിച്ചു. മുസ്ലീംലീഗിന്റെ പിന്തുണയോടെ കുഞ്ഞാലി കാളികാവ് പഞ്ചായത്തിന്റെ പ്രസിഡണ്ടായി. 1963 ലെ തിരഞ്ഞെടുപ്പ് കഴിഞ്ഞതിന് ശേഷം ഒന്നരപ്പതിറ്റാണ്ട് കാലത്തോളം പഞ്ചായത്തുകളിലേക്ക് തിരഞ്ഞെടുപ്പ് നടന്നില്ല. നാമമാത്രമായ അധികാരങ്ങൾ മാത്രമാണ് പഞ്ചായത്ത് ഭരണസമിതികൾക്കുണ്ടായിരുന്നത്. പ്രവർത്തിക്കാനുള്ള ഫണ്ടും തീരെ കുറവായിരുന്നു.

കാളികാവ് പഞ്ചായത്തിന്റെ പ്രസിഡണ്ടായി കുഞ്ഞാലി ചുമതലയേൽക്കുമ്പോൾ അവിടുത്തെ എക്സിക്യൂട്ടീവ് ഓഫീസർ ഇപ്പോൾ സി.പി.ഐ.(എം) നേതാവായിട്ടുള്ള ടി.കെ. ഹംസയായിരുന്നു. ചെറുപ്പത്തിൽ കമ്യൂണിസ്റ്റ് പാർട്ടി പ്രവർത്തകനായിരുന്ന ടി.കെ. ഹംസ പിന്നീട് കോൺഗ്രസ്സിലെത്തിയതും വീണ്ടും കമ്യൂണിസ്റ്റ് പാർട്ടിക്കാരനായതും മുമ്പ് സൂചിപ്പിച്ചിട്ടുണ്ട്. കോൺഗ്രസ് രാഷ്ട്രീയത്തിലേക്ക് മാറുന്നതിന് മുമ്പുള്ള ഇടവേളയിലായിരുന്നു അല്പകാലം അദ്ദേഹം സർക്കാർ ഉദ്യോഗസ്ഥനായിരുന്നത്. കുഞ്ഞാലി പ്രസിഡണ്ടായി ചുമതലയേറ്റതിന്റെ അടുത്ത മാസം തന്നെ ഹംസയ്ക്ക് സ്ഥലം മാറ്റം കിട്ടി. അദ്ദേഹം ഒതുക്കുങ്ങൽ പഞ്ചായത്തിലേക്ക് മാറി.

സി.പി.ഐ.(എം) രൂപീകരണം നടക്കുകയും അതിന്റെ നേതാക്ക

ളായ 1500 ൽപരം പേരെ ചൈനീസ് ചാരന്മാരെന്ന് മുദ്രകുത്തി ജയിലിൽ അടയ്ക്കുകയും ചെയ്തിരിക്കുമ്പോഴായിരുന്നു 1965 ൽ കേരള നിയമസഭയിലേക്ക് തിരഞ്ഞെടുപ്പ് പ്രഖ്യാപിക്കപ്പെട്ടത്. കേരളത്തിലെ പ്രമുഖ നേതാക്കൾക്കൊപ്പം കുഞ്ഞാലിയും അന്ന് ജയിലിൽ ആയിരുന്നു. പാർട്ടിയിലെ പിളർപ്പിന് ശേഷമുള്ള ആദ്യ തിരഞ്ഞെടുപ്പായിരുന്നു അത്. ജനങ്ങൾ ഏത് കമ്യൂണിസ്റ്റ് പാർട്ടിയുടെ കൂടെയാണ് എന്ന് പരിശോധിക്കുന്നതിനുള്ള അവസരം. നേതാക്കളിൽ വലിയൊരു ഭാഗം അപ്പോഴും ജയിലിൽ. ഇ.എം.എസ്. മാത്രമായിരുന്നു മുൻനിര നേതാക്കളിൽ പുറത്തുണ്ടായിരുന്നത്. കോൺഗ്രസ് ഒരു വശത്ത്. സി.പി.ഐ.യും ആർ.എസ്.പി.യും ചേർന്ന സഖ്യം വേറെ, സി.പി.ഐ.(എം) തീരെ ചെറിയ ചില കക്ഷികളുമായി സഖ്യം ഉണ്ടാക്കിയിരുന്നു. ചില മണ്ഡലങ്ങളിൽ കേരള കോൺഗ്രസ്, മുസ്ലീം ലീഗ് എന്നീ കക്ഷികളുമായും ധാരണകൾ ഉണ്ടാക്കിയിരുന്നു.

സി.പി.ഐ.(എം) സ്ഥാനാർത്ഥികളിൽ ഒട്ടേറെ പേർ ജയിലിൽ കിടന്ന് കൊണ്ടാണ് മത്സരിച്ചത്. അവരിൽ ഒരാളായിരുന്നു കുഞ്ഞാലിയും. കേരളത്തിൽ കമ്യൂണിസ്റ്റ് പാർട്ടിയോട് അനുഭാവമുള്ളവരിൽ ഭൂരിപക്ഷവും സി.പി.ഐ.(എം)ന് ഒപ്പമാണ് എന്ന് തെളിയിക്കുന്നതായിരുന്നു ആ തിരഞ്ഞെടുപ്പ് ഫലം. ആർക്കും കേവലം ഭൂരിപക്ഷം കിട്ടിയില്ല എങ്കിലും ഏറ്റവും കൂടുതൽ സീറ്റ് കിട്ടിയ ഒറ്റക്കക്ഷി സി.പി.ഐ.(എം.)ആയിരുന്നു. 73 സീറ്റിൽ മത്സരിച്ച സി.പി.ഐ.(എം)ന്റെ 40 സ്ഥാനാർത്ഥികൾ ജയിച്ചു. അത് കൂടാതെ സി.പി.ഐ.(എം) പിന്തുണയോടെ മത്സരിച്ച 5 സ്വതന്ത്രരും ജയിച്ചിരുന്നു. ജയിച്ച നാൽപത് പാർട്ടി സ്ഥാനാർത്ഥികളിൽ 29 പേർ അപ്പോഴും ജയിലിൽ തന്നെ ആയിരുന്നു. നിലമ്പൂർ മണ്ഡലത്തിൽ നിന്നും മത്സരിച്ചിരുന്ന കുഞ്ഞാലിയെ ജയിച്ച വിവരം തിരഞ്ഞെടുപ്പ് പ്രവർത്തനങ്ങളുടെ പാർട്ടി ചുമതലയുണ്ടായിരുന്ന കെ. സെയ്താലിക്കുട്ടി മഞ്ചേരി പോസ്റ്റ് ഓഫീസിൽ നിന്നും കമ്പി സന്ദേശം വഴി കണ്ണൂർ സെൻട്രൽ ജയിലിലേക്ക് അറിയിക്കുകയായിരുന്നു.

79 സീറ്റിൽ മത്സരിച്ച സി.പി.ഐ.ക്ക് ആകെ കിട്ടിയത് മൂന്ന് സീറ്റ് മാത്രമായിരുന്നു. അവരുടെ സഖ്യശക്തിയായിരുന്ന ആർ.എസ്.പി.ക്ക് ഒരു സീറ്റും കിട്ടിയില്ല. കോൺഗ്രസ് 36, കേരള കോൺഗ്രസ് 23, എസ്.എസ്.പി. 13, മുസ്ലീംലീഗ് 6 എന്നിങ്ങനെയായിരുന്നു കക്ഷിനില. സി.പി.ഐ.(എം) പിന്തുണയോടെ മത്സരിച്ചു ജയിച്ച അഞ്ച് സ്വതന്ത്രർക്ക് പുറമെ വേറെ ഏഴ് സ്വതന്ത്ര സ്ഥാനാർത്ഥികളും ജയിച്ചിരുന്നു. 1965 ലെ തിരഞ്ഞെടുപ്പിൽ ഇപ്പോഴത്തെ മലപ്പുറം ജില്ലയിൽ ഉൾപ്പെടുന്ന പ്രദേശങ്ങളിലും സി.പി.ഐ.(എം)ന് നല്ല മുന്നേറ്റം ഉണ്ടാക്കാൻ കഴിഞ്ഞു. കുഞ്ഞാലി (നിലമ്പൂർ) പാലൊളി മുഹമ്മദ്കുട്ടി (മങ്കട), യു. ഉത്തമൻ (മഞ്ചേരി), സി.കോയ (പെരിന്തൽമണ്ണ) എന്നീ സി.പി.ഐ.(എം.) സ്ഥാനാർത്ഥികൾ ജയിച്ചു.

വണ്ടൂർ ബ്ലോക്ക് പഞ്ചായത്ത് ഓഫീസ് - മരണപ്പെടുമ്പോൾ കുഞ്ഞാലി വണ്ടൂർ ബ്ലോക്ക് ഡവലപ്മെന്റ് കൗൺസിൽ ചെയർമാനായിരുന്നു.

ജനാധിപത്യ മര്യാദയനുസരിച്ച് ഏറ്റവും വലിയ ഒറ്റക്കക്ഷിയായ സി.പി.ഐ.(എം)നെ മന്ത്രിസഭ രൂപീകരിക്കാൻ ക്ഷണിക്കുകയായിരുന്നു ഗവർണർ ചെയ്യേണ്ടിയിരുന്നത്. അതിന് ജയിലിൽ കിടക്കുന്ന 29 പേരെ വിട്ടയക്കുകയും ചെയ്യണമായിരുന്നു. അതിന് പകരം നിയമസഭ വിളിച്ചുകൂട്ടുക പോലും ചെയ്യാതെ പിരിച്ചുവിടുകയായിരുന്നു കേന്ദ്രസർക്കാർ ചെയ്തത്. അതിനാൽ 1964 മുതൽ പ്രസിഡണ്ട് ഭരണത്തിൻ കീഴിലായിരുന്ന കേരളം തിരഞ്ഞെടുപ്പു കഴിഞ്ഞിട്ടും പ്രസിഡണ്ട് ഭരണത്തിൽ തന്നെ തുടർന്നു.

1967 മാർച്ചിൽ നാലാം പൊതു തിരഞ്ഞെടുപ്പിന്റെ കൂടെ കേരള നിയമസഭയിലേക്കും തിരഞ്ഞെടുപ്പ് നടന്നു. രാജ്യരക്ഷാനിയമം ദുരുപയോഗം ചെയ്ത് ജയിലിൽ അടച്ചിരുന്ന സി.പി.ഐ. (എം) നേതാക്കളെ 1966ൽ വിട്ടയച്ചിരുന്നു. 1967 ലെ തെരഞ്ഞെടുപ്പിൽ എല്ലാ നേതാക്കൾക്കും പരസ്യമായി പ്രവർത്തിക്കാൻ അവസരം കിട്ടി. സി.പി.ഐ., മുസ്ലിംലീഗ് തുടങ്ങിയ പാർട്ടികളടക്കമുള്ള സപ്തകക്ഷി മുന്നണിക്ക് നേതൃത്വം കൊടുത്തുകൊണ്ടായിരുന്നു സി.പി.ഐ.(എം) തിരഞ്ഞെടുപ്പിൽ നിന്നത്. സപ്തകക്ഷി മുന്നണി 113 സീറ്റ് കിട്ടി വൻ ഭൂരിപക്ഷത്തിൽ വിജയിച്ചു. കോൺഗ്രസ് ഒമ്പത് സീറ്റിൽ ഒതുങ്ങി. കേരള കോൺഗ്രസിന് 5 സീറ്റും ലഭിച്ചു. നിലമ്പൂർ മണ്ഡലത്തിൽ നിന്നും കുഞ്ഞാലിയും ജയിച്ച് എം.എൽ.എ. ആയി. 1967 മാർച്ച് 6 ന് രണ്ടാം ഇ.എം.എസ്. മന്ത്രിസഭ അധികാരമേറ്റു.

എം.എൽ.എ. ആയി രണ്ട് വർഷവും നാല് മാസവും 22 ദിവസവും മാത്രമാണ് കുഞ്ഞാലിക്കു പ്രവർത്തിക്കാൻ കഴിഞ്ഞത്. അത്രയും മാത്രമേ ജീവിച്ചിരിക്കാൻ രാഷ്ട്രീയ എതിരാളികൾ ആ കമ്യൂണിസ്റ്റ് നേതാവിനെ അനുവദിച്ചുള്ളൂ.

കുഞ്ഞാലി വധിക്കപ്പെട്ടതിന് ശേഷം മൂന്ന് മാസവും മൂന്ന് ദിവസവും മാത്രമേ ഇ.എം.എസ്. മന്ത്രിസഭ അധികാരത്തിൽ ഇരുന്നുള്ളൂ. സപ്ത കക്ഷി മുന്നണിയിലെ പ്രധാന ഘടകകക്ഷികളായിരുന്ന സി.പി.ഐ., മുസ്ലീംലീഗ് എന്നീ പാർട്ടികൾ കൂറ് മാറി കോൺഗ്രസിനൊപ്പം ചേർന്ന് പുതിയ മന്ത്രിസഭയുണ്ടാക്കി. സി. അച്യുതമേനോൻ മുഖ്യമന്ത്രിയായി. അച്യുതമേനോൻ മന്ത്രിസഭ അധികാരമേറ്റ് 5 മാസം കഴിഞ്ഞാണ് കുഞ്ഞാലി മരിച്ച ഒഴിവിലേക്ക് തിരഞ്ഞെടുപ്പ് നടന്നത്. കോൺഗ്രസ്, സി.പി.ഐ., മുസ്ലിംലീഗ് മുന്നണിയുടെ സ്ഥാനാർത്ഥിയായി മത്സരിച്ച അഡ്വ. എം.പി. ഗംഗാധരൻ ജയിച്ചു. സി.പി.ഐ.(എം) സ്ഥാനാർത്ഥി യായി മത്സരിച്ചിരുന്നത് അന്നത്തെ യുവജന സംഘടനാ നേതാവും ഇപ്പോൾ *ദേശാഭിമാനി* വാരികാ പത്രാധിപരുമായ സി.പി.അബൂബക്ക റായിരുന്നു.

1952 ൽ പാർലിമെന്റിലേക്ക്, 1954 ൽ മലബാർ ഡിസ്ട്രിക്ട് ബോർഡി ലേക്ക്, 1963 ൽ കാളികാവ് പഞ്ചായത്തിലേക്ക്, 65 ലും 67 ലും നിയമസ ഭയിലേക്ക് ഇങ്ങനെ അഞ്ചുതവണ കുഞ്ഞാലി മത്സരിച്ചു. ആദ്യത്തെ രണ്ടിലൊഴികെ മൂന്നിലും വിജയിച്ചു. ഇതിനിടയിൽ വണ്ടൂർ ബി.ഡി. സി. ചെയർമാനായും കുഞ്ഞാലി നോമിനേറ്റ് ചെയ്യപ്പെട്ടിരുന്നു. കിട്ടിയ എല്ലാ സ്ഥാനങ്ങളിലും തന്റേതായ മുദ്രകൾ പതിപ്പിക്കാൻ അദ്ദേഹത്തിന് കഴിഞ്ഞു.

കാളികാവുകാരൻ

ട്രേഡ് യൂണിയൻ രംഗത്ത് പ്രവർത്തിക്കാനായി പാർട്ടി നിർദ്ദേശ പ്രകാരമാണു കുഞ്ഞാലി കാളികാവിൽ എത്തുന്നത്. പ്രവർത്തന സൗക ര്യത്തിന് വേണ്ടി തന്റെ കുടുംബത്തിലെ ഏക അംഗമായിരുന്ന ഉമ്മ യെയും കൂട്ടി അദ്ദേഹം താമസം കാളികാവിലേക്ക് മാറ്റി. എല്ലാ ജന കീയ പ്രശ്നങ്ങളിലും ഇടപെട്ടുകൊണ്ട്, കാളികാവിൽ ജനിച്ചുവളർന്ന ഒരു രാഷ്ട്രീയ പ്രവർത്തകനേക്കാൾ ജനങ്ങൾക്കിടയിൽ അംഗീകാര മുള്ള ഒരു കാളികാവുകാരനായി ആ കൊണ്ടോട്ടിക്കാരൻ വളരെ വേഗം മാറി.

പഞ്ചായത്ത് ഭരണ സംവിധാനത്തിന് ഇന്നുള്ള പ്രാധാന്യവും ശക്തിയും കിട്ടിയത് 1996 ലെ ഇ.കെ. നായനാർ മന്ത്രിസഭയുടെ കാലത്ത് നടപ്പാക്കിയ ജനകീയാസൂത്രണം മുതൽക്കാണ്. ഒരു പ്രാദേശിക സർക്കാർ എന്ന നിലയിലേക്ക് അത് നമ്മുടെ പഞ്ചായത്തുകളെ ഉയർത്തി. 1963 ൽ കുഞ്ഞാലി കാളികാവ് പഞ്ചായത്തിന്റെ പ്രസിഡണ്ടായപ്പോൾ ഇതായിരുന്നില്ല സ്ഥിതി. വളരെ പരിമിതമായ അധികാരങ്ങൾ മാത്രമാണ് അന്ന് പഞ്ചായത്തുകൾക്ക് ഉണ്ടായിരുന്നത്. പ്രസിഡണ്ടുമാരായി തിര ഞ്ഞെടുക്കപ്പെടുന്നവർ അവരുടെ കഴിവും സ്വാധീനവും ഉപയോഗിച്ച് സംസ്ഥാന സർക്കാരിന്റെ ഏതെങ്കിലും വകുപ്പുകളിൽ നിന്നും എന്തെ ങ്കിലുമൊക്കെ തങ്ങളുടെ പഞ്ചയത്തുകൾക്ക് വാങ്ങിയെടുക്കൽ മാത്ര മായിരുന്നു നടന്നിരുന്നത്. കാളികാവിന്റെ ഭാവി വികസനം ലക്ഷ്യമിട്ടു കൊണ്ട് തന്റെ കഴിവും സ്വാധീനവും പരമാവധി പ്രയോജനപ്പെടുത്തി ക്കൊണ്ട് കുഞ്ഞാലി പ്രവർത്തിച്ചു.

ഇന്നത്തെ ത്രിതല പഞ്ചായത്ത് സംവിധാനം അന്ന് ഉണ്ടായിരുന്നില്ല. എന്നാൽ കേന്ദ്രസർക്കാറിന്റെ പദ്ധതികൾ നടപ്പിലാക്കുന്നതിന് വേണ്ടി

കുഞ്ഞാലി പഞ്ചായത്ത് പ്രസിഡണ്ടായിരിക്കുമ്പോൾ വാങ്ങിയ സ്ഥലത്ത് പ്രവർത്തിക്കുന്ന കാളികാവ് പഞ്ചായത്ത് ബസ്റ്റാന്റ്

യുള്ള ഒരു സംവിധാനം എന്ന നിലയിൽ ബ്ലോക്ക് ഓഫീസുകൾ പ്രവർത്തിച്ചിരുന്നു. ചില സംസ്ഥാന സർക്കാർ പദ്ധതികളും അത് മുഖേന നടപ്പാക്കിയിരുന്നു. ബ്ലോക്ക് ഓഫീസുകൾ ഭരിക്കുന്നതിന് നേതൃത്വം കൊടുത്തിരുന്ന ബ്ലോക്ക് ഡവലപ്മെന്റ് കൗൺസിലുകൾക്ക് നോമിനേറ്റ് ചെയ്യപ്പെടുന്ന ഭരണസമിതിയാണ് ഉണ്ടായിരുന്നത്. വണ്ടൂർ ബി.സി.സി. ചെയർമാനായി കുഞ്ഞാലി നോമിനേറ്റ് ചെയ്യപ്പെട്ടിരുന്നു. പഞ്ചായത്ത് പ്രസിഡണ്ടിന്റെയും ബി.സി.സി. ചെയർമാന്റെയും ചുമതലകൾ ഒന്നിച്ചാണ് കുഞ്ഞാലി വഹിച്ചിരുന്നത്. ഏറനാട് മുഴുവൻ ഓടിനടന്ന് പ്രവർത്തിക്കുമ്പോഴും കാളികാവിലെ ഓരോ വീട്ടിലെയും ആളുകളുമായി ബന്ധപ്പെടാനും കുഞ്ഞാലി സമയം കണ്ടെത്തി. കാളികാവിലെ മാത്രമല്ല പരിസര പ്രദേശങ്ങളിലെയും ഒട്ടേറെ വീടുകളുമായും കുഞ്ഞാലിക്ക് അടുത്ത ബന്ധം ഉണ്ടായിരുന്നു. കക്ഷി രാഷ്ട്രീയത്തിന്നതീതമായിരുന്നു ആ ബന്ധങ്ങൾ.

കലാ-സാംസ്കാരിക രംഗങ്ങളിലും സ്പോർട്സിലും അദ്ദേഹത്തിന് താല്പര്യമുണ്ടായിരുന്നു. കാളികാവുകാർക്ക് കളികൾ നടത്താനായി ഒരു പൊതു ഗ്രൗണ്ട് ഉണ്ടാവണം എന്ന ഒരാശയം തോന്നിയപ്പോൾ പഞ്ചായത്ത് പ്രസിഡണ്ട് എന്ന നിലയിൽ മുൻകൈ എടുത്തുകൊണ്ട് എല്ലാ പാർട്ടിയിലും പെട്ടവരും ഒരു പാർട്ടിയിലും പെടാത്തവരും ആയ കുറെ പൊതുപ്രവർത്തകരെ ഒരുമിച്ചു കൂട്ടി ഒരു കൂട്ടായ്മയുണ്ടാക്കി. അവരെല്ലാവരും ചേർന്ന് നാടിന്റെ ഒരു പൊതു ആവശ്യത്തിന് എന്ന നിലയിൽ അന്നത്തെ വലിയ ഭൂവുടമയായിരുന്ന യു.സി.നമ്പൂതിരിയുടെ അടുത്ത് പോയി. കലാ-കായിക ആവശ്യങ്ങൾക്കായി ഒരു ഗ്രൗണ്ട് ഉണ്ടാക്കാനായി കുറച്ച് സ്ഥലം അനുവദിച്ച് തരണം എന്ന് എല്ലാവർക്കും

വേണ്ടി കുഞ്ഞാലി ആവശ്യപ്പെട്ടു. യു.സി.നമ്പൂതിരി രണ്ടര ഏക്ര സ്ഥലം വിട്ടുതരാമെന്ന് സമ്മതിച്ചു. അങ്ങനെയാണ് ഇന്ന് പഞ്ചായത്ത് സ്റ്റേഡിയമായി ഉപയോഗിക്കുന്ന കാളികാവ് ഗ്രൗണ്ട് നാടിന് സ്വന്തമായത്.

കളിസ്ഥലം ഉണ്ടാക്കാൻ മാത്രമല്ല കളികളിൽ പങ്കെടുക്കാനും തല്പരനായിരുന്നു കുഞ്ഞാലി. വോളിബാൾ ആയിരുന്നു ഇഷ്ടപ്പെട്ട ഇനം. തന്റെ ഉയരമുള്ള ശരീരപ്രകൃതം ആ ഇഷ്ടത്തിന്റെ ഒരു കാരണമായിരിക്കണം. സാമാന്യം നന്നായി വോളിബാൾ കളിച്ചിരുന്ന കുഞ്ഞാലി ഇതര സ്പോർട്സ് ഇനങ്ങളിലും താല്പര്യം കാണിച്ചിരുന്നു. എം.എൽ.എ. ആയിരിക്കുമ്പോൾ തിരുവനന്തപുരത്ത് നിയമസഭാംഗങ്ങൾക്ക് വേണ്ടി നടത്തിയിരുന്ന സ്പോർട്സ് മത്സരങ്ങളിൽ പങ്കെടുത്ത മിക്ക ഇനങ്ങളിലും കുഞ്ഞാലിക്ക് തന്നെയായിരുന്നു ഒന്നാംസ്ഥാനം. കക്ഷി രാഷ്ട്രീയത്തിന് അതീതമായി എല്ലാ കുടുംബങ്ങളുമായും കുഞ്ഞാലി പുലർത്തിയിരുന്ന സൗഹൃദം ഒളിവ് ജീവിതകാലത്ത് അദ്ദേഹത്തിന് വലിയതോതിൽ പ്രയോജനം ചെയ്തു. ഒളിവിൽ കഴിയുന്ന കുഞ്ഞാലിയെ എതിർ രാഷ്ട്രീയ കക്ഷികളിൽപ്പെട്ട പലരും പല സ്ഥലത്തും വെച്ച് കണ്ടിരുന്നുവെങ്കിലും മിക്ക ആളുകളും അത് അധികാരികളെ അറിയിക്കാൻ താല്പര്യം കാണിച്ചില്ല. കുഞ്ഞാലിയുമായി അവർക്കുണ്ടായിരുന്ന വ്യക്തിപരമായ സൗഹൃദമായിരുന്നു അതിന് കാരണം.

വളരെ പരിമിതമായ അധികാരങ്ങൾ മാത്രമുണ്ടായിരുന്ന പഞ്ചായത്തുപ്രസിഡണ്ടുമാർക്ക് ഏതൊരു ചെറിയ കാര്യത്തിനും പഞ്ചായത്ത് വകുപ്പിലെ ഉയർന്ന ഉദ്യോഗസ്ഥരുടെ സഹായം വേണ്ടിയിരുന്നു. അതിനാൽ ജനങ്ങളാൽ തിരഞ്ഞെടുക്കപ്പെട്ടവരായിട്ടും വളരെ പുച്ഛത്തോടെയായിരുന്നു പലപ്പോഴും പഞ്ചായത്ത് വകുപ്പ് മേലധികാരികൾ അവരോട് പെരുമാറിയിരുന്നത്. ജന്മിമാർ കുടിയാന്മാരോട് എന്ന പോലെ പെരുമാറിയിരുന്ന ഒരു പഞ്ചായത്ത് വകുപ്പ് മേലധികാരിയോട് ഒരിക്കൽ കുഞ്ഞാലിക്ക് കൊമ്പ് കോർക്കേണ്ടി വന്നു.

കാളികാവ് പഞ്ചായത്തിന്റെ വികസന പ്രവർത്തനങ്ങളുമായി ബന്ധപ്പെട്ട കുറെ ഫയലുകൾ അയാളുടെ ഓഫീസിൽ കുറെ കാലമായി കുടുങ്ങിക്കിടക്കുകയായിരുന്നു. അവയിൽ അടിയന്തരമായി നടപടി വേണം എന്ന കാര്യം നേരിട്ട് സംസാരിക്കുന്നതിനായി പഞ്ചായത്ത് പ്രസിഡണ്ട് എന്ന നിലയിൽ പഞ്ചായത്ത് വകുപ്പ് ഡെപ്യൂട്ടി ഡയറക്ടർ പദവിയിൽ ഇരുന്നിരുന്ന ആ മാന്യന്റെ ഓഫീസിൽ കുഞ്ഞാലി എത്തി. കാളികാവ് പഞ്ചായത്ത് പ്രസിഡണ്ട് ഒന്ന് കാണുന്നതിനായി വന്നിട്ടുണ്ട് എന്ന വിവരം ആ ഓഫീസറെ അറിയിക്കാൻ പുറത്ത് കണ്ട പ്യൂണിനോട് അദ്ദേഹം പറഞ്ഞു. അയാൾ അതുപോലെ ചെയ്തു. ഓഫീസർ പത്ത് മിനിട്ട് കാത്തിരിക്കാൻ പറഞ്ഞ വിവരം പ്യൂൺ വന്ന് കുഞ്ഞാലിയെ അറിയിച്ചു.

പത്ത് മിനിട്ട് കാത്തിരുന്ന ശേഷം പ്യൂണിനോട് കാര്യം ഓർമ്മിപ്പിച്ചു. അയാൾ വീണ്ടും ചെന്ന് പറഞ്ഞു. പത്ത് മിനിട്ടുകൂടി കാത്തിരിക്കാനാണ്

പറഞ്ഞത് എന്ന വിവരം പ്യൂൺ വന്ന് പറയുകയും ചെയ്തു. പഞ്ചായത്ത് പ്രസിഡണ്ടുമാരെ ഇങ്ങനെ മണിക്കൂറുകൾ കാത്ത് നിർത്തൽ അയാളുടെ പതിവാണ് എന്ന് മനസ്സിലാക്കിയ കുഞ്ഞാലി ഇനിയും അതേ മറുപടി കിട്ടുകയാണെങ്കിൽ അയാളെ അങ്ങനെ വിടാൻ പാടില്ലെന്ന് ഉറച്ച് കാത്തിരുന്നു. അയാൾ തന്നെ പറഞ്ഞ രണ്ടാമത്തെ സമയപരിധിയും കഴിഞ്ഞ് പ്യൂണിനെ ഓർമ്മിപ്പിച്ചപ്പോൾ അതേ മറുപടി മൂന്നാമതും കിട്ടി.

പിന്നെ കുഞ്ഞാലി കാത്ത് നിന്നില്ല. നേരെ ധിക്കാരിയായ ആ ഓഫീസറുടെ ചേമ്പറിന്റെ ഹാഫ് ഡോർ തള്ളിത്തുറന്ന് അകത്ത് കയറി. താൻ വന്നതിന്റെ ഉദ്ദേശ്യം പറയാൻ തുടങ്ങിയ കുഞ്ഞാലിയോട് അതേ ധിക്കാരത്തോടെ പുറത്ത് പോയ് പത്ത് മിനുട്ട് കൂടി കാത്ത് നിൽക്കാൻ അയാൾ പറഞ്ഞു. അതോടെ സഖാവിന്റെ മട്ടുമാറി. ഓഫീസ് മുഴുവൻ കേൾക്കത്തക്കവിധത്തിൽ കുഞ്ഞാലി ഉച്ചത്തിൽ ചോദിച്ചു.

"താനെന്താടാ മനസ്സിലാക്കിയിരിക്കുന്നത്. ഇവിടെ വരുന്നവരൊക്കെ തന്റെ അടിമകളാണെന്നാണോ..?"

നായിഡു എന്നായിരുന്നു ആ ഓഫീസറെ വിളിച്ചിരുന്നത്. അയാൾ മറ്റു ജീവനക്കാരുടെ സഹായം തേടി.

"ആരുമില്ലെ അവിടെ.."

"അത്രയ്ക്ക് ആണത്തരമുള്ളവർ ഉണ്ടെങ്കിൽ ഇങ്ങോട്ട് വരാൻ പറയെടാ.."

ഈറ്റപ്പുലിയെപ്പോലെയുള്ള കുഞ്ഞാലിയുടെ നിൽപ് കണ്ട ഒരു കീഴ്ജീവനക്കാരനും അയാളെ സഹായിക്കാനെത്തിയില്ല. നായിഡു ഉടൻ തന്നെ പോലീസിനെ വിളിക്കാനായി ഫോൺ എടുത്തു. അതോടെ അയാളുടെ അടുത്തേക്ക് കുതിച്ച കുഞ്ഞാലി അയാളുടെ ഷർട്ടിന്റെ കോളർ കൂട്ടിപ്പിടിച്ചുകൊണ്ട് അലറി.

"വിളിയെടാ പോലീസിനെ, നീ പോലീസ് എന്ന വാക്ക് മുഴുവൻ പറയുംമുമ്പ് നിന്റെ പല്ല് കുഞ്ഞാലി അടിച്ചു താഴത്തിട്ടിരിക്കും"

അതോടെ അയാൾ ശരിക്കും പേടിച്ചുപോയി. ഫോൺ താഴെ വെച്ച് കുനിഞ്ഞിരുന്ന അയാളോട് കുഞ്ഞാലി താൻ വന്ന കാര്യം പറഞ്ഞു. കുഞ്ഞാലി പറഞ്ഞ മുഴുവൻ പേപ്പറുകളും അയാൾ ഉടൻ തന്നെ ഒപ്പിട്ടു കൊടുത്തു. പിന്നീട് കാളികാവ് പഞ്ചായത്തുമായി ബന്ധപ്പെട്ട എന്ത് പേപ്പർ അയാളുടെ മേശപ്പുറത്ത് എത്തിയാലും അത് ഒരു മിനിട്ട് താമസിപ്പിക്കാതെ തീരുമാനം എടുക്കാൻ അയാൾ ശ്രദ്ധിച്ചിരുന്നു.

ആ ഓഫീസറുടെ ചേമ്പറിന്റെ പരിസരത്ത് കൂടിനിന്നിരുന്നവരിൽ ഭൂരിപക്ഷവും പഞ്ചായത്ത് പ്രസിഡണ്ടുമാരോ, അംഗങ്ങളോ, ജീവനക്കാരോ ആയിരുന്നു. സാധാരണ ആളുകൾക്ക് നേരിട്ട് അയാളുടെ ഓഫീസിൽ വരേണ്ട കാര്യം അധികവും ഉണ്ടായിരുന്നില്ല. അയാളുടെ ചേമ്പറിനകത്ത് കുഞ്ഞാലി സൃഷ്ടിച്ച രംഗത്തിന് അനേകം പേർ സാക്ഷികളായിരുന്നു. അവരാരും അയാളുടെ സഹായത്തിന് ചെന്നില്ല. ഗർവിന്റെ ആൾരൂപമായിരുന്ന ആ ഓഫീസർക്ക് അത്തരമൊരു ചികിത്സ അത്യാ

വശ്യമാണെന്ന് അവർക്കൊക്കെ തോന്നിയിരുന്നു.

കാളികാവ് പഞ്ചായത്തിലെ അമ്പലക്കടവ് ഭാഗത്തേക്ക് റോഡുവെട്ടാൻ ജനങ്ങൾ മുന്നിട്ടിറങ്ങി. ഒരാളൊഴികെ എല്ലാവരും റോഡിന് വേണ്ടി സ്ഥലം വിട്ടുകൊടുക്കാൻ തയ്യാറായി. ആ വ്യക്തി മാത്രം വാശിപിടിച്ചു നിന്നതിനാൽ ആ പണി തുടങ്ങാനാവാതെ മുടങ്ങിക്കിടക്കുകയായിരുന്നു. അവർ കുഞ്ഞാലിയുടെ അടുത്ത് ചെന്ന് പരാതി പറഞ്ഞു. നല്ല ജനപങ്കാളിത്തത്തോടെ ഇരുഭാഗത്ത് നിന്നും പണി തുടങ്ങാനും അയാളുടെ സ്ഥലം തുടങ്ങുന്നിടത്ത് വെച്ച് നിർത്താനും കുഞ്ഞാലി നിർദ്ദേശിച്ചു. നാട്ടിലെ മുഴുവൻ ആളുകളുടെയും സഹകരണത്തോടെ നടക്കുന്ന ഒരു പൊതുകാര്യത്തിൽ അയാൾ മാത്രം ഒഴിവായത് അയാളെ പരിഹാസ്യനാക്കി. ജനങ്ങളുടെ നിരന്തരമായ അധിക്ഷേപത്തിനിരയായ അയാൾ ഒടുവിൽ വഴങ്ങി സ്ഥലം വിട്ടുകൊടുത്തു. ഇങ്ങനെ സമ്മർദ്ദം വേണ്ടിടത്ത് അത് ചെയ്തും കൈയൂക്ക് വേണ്ടിടത്ത് അത് ചെയ്തും പൊതുകാര്യങ്ങൾക്ക് മുമ്പിലെ തടസ്സങ്ങൾ തട്ടി നീക്കുകയെന്നതായിരുന്നു കുഞ്ഞാലിയുടെ രീതി.

കാളികാവിലെ അടയ്ക്കാക്കുണ്ട് ഭാഗത്തേക്ക് വൈദ്യുതി ലൈൻ വലിക്കുന്നതിന് വേണ്ടിയുള്ള അപേക്ഷ തീരുമാനമാകാതെ നീണ്ടു നീണ്ടു പോയപ്പോൾ പ്രദേശവാസികൾ കുഞ്ഞാലിയുടെ അടുത്ത് പരാതിയുമായി എത്തി. നിലമ്പൂരിലെയും കോഴിക്കോട്ടെയും വൈദ്യുതി ബോർഡിന്റെ മേലാപ്പീസുകളിൽ കുഞ്ഞാലി തന്നെ നേരിട്ട് രണ്ട് തവണ ബന്ധപ്പെട്ടു. മൂന്നാംതവണ കോഴിക്കോട്ടെ മേലധികാരിയോട് പറഞ്ഞപ്പോഴും ചെറിയ ചില സാങ്കേതിക കാര്യങ്ങൾ കണ്ടെത്തി തീരുമാനം മാറ്റിവെച്ച അയാളോട് കുഞ്ഞാലിക്ക് കയർത്തു സംസാരിക്കേണ്ടിവന്നു. അതോടെ നിലവിൽ ഉണ്ടായിരുന്ന ഒരു സ്കീമിൽ ഉൾപ്പെടുത്തി അടയ്ക്കാക്കുണ്ട് ലൈനിന് അനുമതി നൽകാൻ അയാൾ തയ്യാറായി.

കാളികാവ് ആശുപത്രിയുടെ ശോചനീയ അവസ്ഥക്ക് പരിഹാരം കാണണമെന്ന് ആവശ്യപ്പെട്ടുകൊണ്ടുള്ള നിവേദനവുമായി ജില്ലാകളക്ടറെ കാണാൻ ചെന്നപ്പോഴും കുഞ്ഞാലിക്ക് ഒരു ഇടപെടൽ നടത്തേണ്ടിവന്നു. മലയാളം അറിയാത്ത ആളായിരുന്നു അന്നത്തെ കളക്ടർ. മലയാളം അറിയാവുന്ന എ.ഡി.എം. പരാതി കേട്ട് കളക്ടർക്ക് അത് ഇംഗ്ലീഷിൽ പറഞ്ഞുകൊടുക്കുകയായിരുന്നു ചെയ്തിരുന്നത്. കുഞ്ഞാലിക്ക് ഇംഗ്ലീഷ് അറിയാമായിരുന്നുവെങ്കിലും എ.ഡി.എം. മുഖേന പരാതി കൊടുക്കാൻ പറഞ്ഞപ്പോൾ അങ്ങനെ ചെയ്തു. പരാതിയിലെ കാര്യങ്ങൾ എ.ഡി.എം. കളക്ടറോട് ഇംഗ്ലീഷിൽ പറഞ്ഞുകൊടുത്തത് കുഞ്ഞാലിയുടെ മുമ്പിൽ വെച്ച് തന്നെയായിരുന്നു. ഒരു ആംഗ്ലോ ഇന്ത്യൻ വനിതയായിരുന്നു എ.ഡി.എം. അവരുടെ പരിചയക്കുറവ് കാരണം പരാതിയിലെ കാര്യങ്ങൾ തെറ്റായ രീതിയിലാണ് കളക്ടർക്ക് അവർ പറഞ്ഞുകൊടുത്തുകൊണ്ടിരുന്നത്. അത് കുഞ്ഞാലി ശ്രദ്ധിച്ചു. ഉടനെ ഫോൺ അവരുടെ കൈയിൽ നിന്നും പിടിച്ചുവാങ്ങി കുഞ്ഞാലി കള

കുഞ്ഞാലി കാളികാവ് പഞ്ചായത്ത് പ്രസിഡണ്ടായിരിക്കുമ്പോൾ സംഭാവനായി ലഭിച്ച കളിസ്ഥലം. ഇന്ന് കാളികാവ് പഞ്ചായത്ത് ഗ്രൗണ്ട്

ക്ടറോട് നേരിട്ട് ഫോണിൽ ഇംഗ്ലീഷിൽ സംസാരിച്ചു. കാര്യം ബോധ്യപ്പെട്ട കളക്ടർ ഉടൻതന്നെ അനുകൂലമായ ഉത്തരവ് തരാമെന്ന് സമ്മതിച്ചു.

കാളികാവിലും പരിസരത്തുമുള്ള സർക്കാരാഫീസുകളിൽ ചെറിയ കാര്യങ്ങൾക്ക് പോലും സാധാരണക്കാരെ പലവട്ടം നടത്തിക്കുന്ന ഉദ്യോഗസ്ഥരുടെ കാര്യത്തിലും പലപ്പോഴും അദ്ദേഹം നേരിട്ട് ഇടപെട്ടിരുന്നു. അവിഹിതമായ എന്തെങ്കിലും കിട്ടുന്നതിന് വേണ്ടിയുള്ള അവരുടെ ഒഴിവുകഴിവുകൾ കുഞ്ഞാലി ഒന്ന് സന്ദർശിക്കുന്നതോടെ അവസാനിക്കുകയായിരുന്നു പതിവ്. ഡ്രൈവർ ജോലി ചെയ്തു ജീവിച്ചിരുന്ന ഒരു തൊഴിലാളിയുടെ വീട്ടിലേക്കുള്ള വൈദ്യുതി കണക്ഷന്റെ കാര്യത്തിൽ നടത്തിയ ഇടപെടൽ അത്തരത്തിൽ ഒന്നായിരുന്നു. പലതവണ അവധി മാറ്റിപ്പറഞ്ഞ എഞ്ചിനീയറുടെ അടുത്തുചെന്ന് കുഞ്ഞാലി രണ്ട് ചോദ്യങ്ങൾ ചോദിച്ചു.

"ഇയാളുടെ കണക്ഷന്റെ കാര്യത്തിൽ എന്തെങ്കിലും രേഖകൾ ഇനി ഹാജരാക്കാനുണ്ടോ?"

ഇല്ലെന്ന ഭാവത്തിൽ തലയാട്ടിയ എഞ്ചിനീയറോട് അടുത്ത ചോദ്യം

"ഇയാളുടെ കണക്ഷൻ കൊടുക്കാൻ ഈ ഓഫീസിൽ എന്തെങ്കിലും സാങ്കേതികമായ ബുദ്ധിമുട്ടുകൾ ഉണ്ടോ...?"

അതിനും ഇല്ലെന്നുപറഞ്ഞ എഞ്ചിനീയറോട് കുഞ്ഞാലി പറഞ്ഞു

"എന്നാൽ ഇയാളുടെ കണക്ഷൻ നാളെ കൊടുത്തിരിക്കണം"

പിറ്റേ ദിവസം തന്നെ ആ കണക്ഷൻ കിട്ടുകയും ചെയ്തു.

കാളികാവിൽ ഉൾപ്പെടുന്ന കല്ലാമൂല എന്ന സ്ഥലത്ത് നിന്നും ഒരു മലയോരഗ്രാമത്തിലേക്ക് റോഡ് വെട്ടുന്നതിനായി ഒരു നടവഴി പഞ്ചാ

യത്ത് ഏറ്റെടുത്തു. പരിസരത്തെ ആളുകൾക്കെല്ലാം പ്രയോജനപ്പെടുന്ന ആ റോഡിന്റെ കാര്യത്തിൽ എല്ലാവരും സഹകരിക്കാൻ തയ്യാറായി മുന്നോട്ട് വന്നു. എന്നാൽ ധാരാളം ഭൂസ്വത്ത് ഉണ്ടായിരുന്ന മരുതങ്കാട്ടിൽ കോട്ടമ്മൽ എന്ന സമ്പന്ന കുടുംബം അതിനോട് എതിർപ്പുമായി രംഗത്ത് വന്നു. ബഹുഭൂരിപക്ഷവും അനുകൂലിക്കുന്ന ആ പ്രവർത്തനവുമായി മുന്നോട്ട് പോകാൻ തന്നെയായിരുന്നു പഞ്ചായത്തിന്റെ തീരുമാനം. അതോടെ എതിർപ്പുള്ള കുടുംബം അവരുടെ സ്ഥലം തുടങ്ങുന്നിടത്ത് ഒരു ഗേറ്റ് സ്ഥാപിച്ച് അത് താഴിട്ട് പൂട്ടി. ജനങ്ങൾ വഴി നടക്കുന്നത്പോലും അവർ തടസ്സപ്പെടുത്തി. പഞ്ചായത്ത് പ്രസിഡണ്ട് കൂടിയായിരുന്ന കുഞ്ഞാലി വിവരം അറിഞ്ഞു. അദ്ദേഹം ഉടൻ തന്നെ ഒരു ടാക്സി ജീപ്പിൽ ഏതാനും സഹപ്രവർത്തകരുമൊത്ത് സ്ഥലത്തെത്തി. ഒന്നു ചോദിക്കാനൊന്നും നിന്നില്ല. നേരെ പോയി കൈയിൽ കിട്ടിയ ആയുധം ഉപയോഗിച്ച് പൂട്ട് അടിച്ചു തകർത്തു. സഹപ്രവർത്തകരെയും കൂട്ടി ഗേറ്റും തകർത്ത് ദൂരെയെറിഞ്ഞു. നാടിന്റെ പൊതു കാര്യങ്ങൾക്ക് തടസ്സം നിൽക്കുന്ന വമ്പന്മാരോട് ഒരു വിട്ടുവീഴ്ചയ്ക്കും അദ്ദേഹം തയ്യാറുണ്ടായിരുന്നില്ല.

ഇങ്ങനെ കാളികാവ് എന്ന ഗ്രാമം ഇന്ന് എത്തിപ്പിടിച്ചിട്ടുള്ള എല്ലാ വികസന നേട്ടങ്ങൾക്കും തുടക്കമിട്ട് കൊണ്ട് നടന്ന പ്രവർത്തനങ്ങളിൽ കുഞ്ഞാലിയെന്ന ആദ്യ പഞ്ചായത്ത് പ്രസിഡണ്ടിന്റെ കൈയൊപ്പ് പതിഞ്ഞിരിക്കുന്നത് നമുക്ക് കണ്ടെടുക്കാനാവും.

കുടുംബം

ചെറുപ്പത്തിലേ പിതാവിനെ നഷ്ടപ്പെട്ട കുഞ്ഞാലി തന്റെ ഉമ്മയുടെ ഏക മകനായിരുന്നു. അതിനാൽ വിവാഹം കഴിയുന്നതുവരെയും ഉമ്മയും മകനും മാത്രമായ രണ്ടംഗ കുടുംബമായിരുന്നു സഖാവിന്റേത്. 1951 ൽ പാർട്ടി നിരോധനം പിൻവലിക്കപ്പെടുകയും തുടർന്ന് നാട്ടിൽ തിരിച്ചെത്തി ഏതാനും മാസങ്ങൾ കൊണ്ടോട്ടിയിൽ പ്രവർത്തിച്ച് 1952 ഓടെയായിരുന്നു കുഞ്ഞാലി കാളികാവിലേക്ക് പോന്നത്.

കിഴക്കനേറനാട്ടിലെത്തിയതോടെ നിരന്തരം പോരാട്ടങ്ങളുടേത് മാത്രമായി തീർന്ന ആ ജീവിതത്തിന് ഒരു വിവാഹം എന്നത് ചിന്തിക്കാൻ പോലും സമയമില്ലാത്തത്രയും തിരക്കായിരുന്നു. എങ്കിലും ഉമ്മ ആയിഷയും മുതിർന്ന സഹപ്രവർത്തകരും അക്കാര്യം ഇടയ്ക്കിടെ ഓർമ്മിപ്പിച്ചുകൊണ്ടിരുന്നു. കുഞ്ഞാലി അതൊന്നും കാര്യമാക്കിയെടുത്തില്ല. നിലമ്പൂരിലെത്തുമ്പോൾ മിക്കപ്പോഴും ബന്ധപ്പെടുന്ന സ്ഥലമായിരുന്നു, നിലമ്പൂർ ആയിഷയുടെയും മാനു മുഹമ്മദിന്റെയും മുക്കട്ടയിലെ വീട്. നാടകരംഗത്തെ സഹപ്രവർത്തകനായിരുന്ന നിലമ്പൂർ ബാലനും ആ വീട്ടിലെ പതിവ് സന്ദർശകനായിരുന്നു. അവരുടെ മൂന്ന് പേരുടെയും ചർച്ചകളിൽ കുഞ്ഞാലിയുടെ വിവാഹം എന്ന വിഷയം പലപ്പോഴും ഉയർന്നുവന്നു.

നാടക കലാകാരന്മാർ എന്ന നിലയിൽ അവർക്ക് മൂന്ന് പേർക്കും നാടകാചാര്യൻ കെ.ടി. മുഹമ്മദുമായി ബന്ധമുണ്ടായിരുന്നു. കെ.ടി.യുടെ കുടുംബവുമായും അവർക്ക് അടുപ്പമുണ്ടായിരുന്നു. കെ.ടി.യുടെ അവിവാഹിതയായ സഹോദരി സൈനബ കുഞ്ഞാലിക്ക് ചേർന്ന പെണ്ണാവും എന്നൊരു ചിന്ത അവരുടെ മനസ്സിലെത്തി. അതോടെ അവർ അതിനുള്ള നീക്കങ്ങൾ നടത്തി. കോഴിക്കോട്ടെ പാർട്ടി നേതാവായിരുന്ന നടുക്കണ്ടി മുഹമ്മദ് കോയയുമായി ബന്ധപ്പെട്ടു കാര്യങ്ങൾ നീക്കി. കുഞ്ഞാലിയു

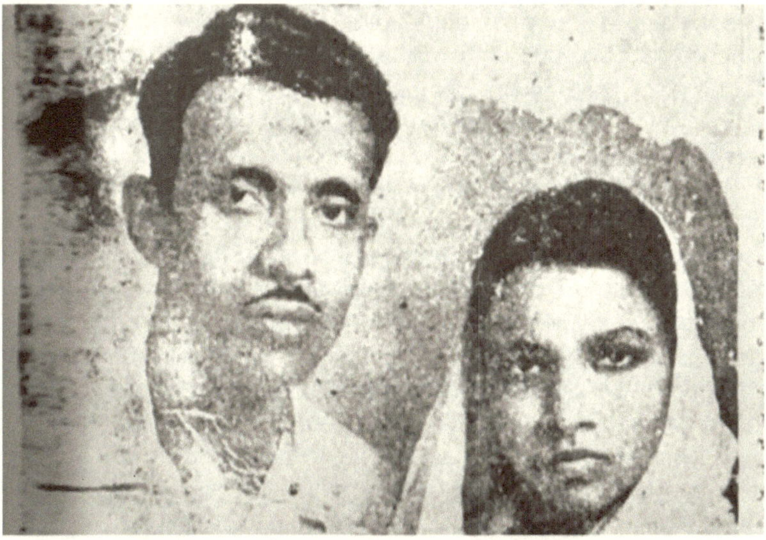

കുഞ്ഞാലിയും ഭാര്യ കെ.ടി.സൈനബയും വിവാഹ ഫോട്ടോ

മായും കെ.ടി.യുമായും ഉള്ള ചർച്ചകൾക്കൊക്കെ അവരെല്ലാം ഒപ്പം നിന്നു.

കമ്യൂണിസ്റ്റ് പാർട്ടിയുടെ മുതിർന്ന നേതാക്കളുമായി വരെ ബന്ധമുള്ളയാളായിരുന്നു കെ.ടി. മുഹമ്മദ്. അവരോടെല്ലാം അദ്ദേഹത്തിന് സ്നേഹവും ബഹുമാനവും ഉണ്ടായിരുന്നുവെങ്കിലും അവരിൽ രണ്ട് പേരോട് അദ്ദേഹത്തിന് ബഹുമാനത്തിനുമപ്പുറം ഒരു ആരാധന തന്നെ ഉണ്ടായിരുന്നു. അത് ഒന്ന് എ.കെ.ജി.യും രണ്ടാമത്തേത് കുഞ്ഞാലിയുമായിരുന്നു. കൺമുന്നിൽ പെടുന്ന ഏതൊരനീതിയോടും ഉടൻ പ്രതികരിക്കുകയും സമരം പ്രഖ്യാപിക്കുകയും ചെയ്യുന്ന ഇരുവരുടെയും ശൈലിയെ അദ്ദേഹം ആവേശത്തോടെയാണ് കണ്ടിരുന്നത്.

നാടകത്തിലൂടെ പുരോഗമന ആശയങ്ങൾ പ്രചരിപ്പിക്കുന്നതിൽ മുൻനിരക്കാരനായ നാടക പ്രതിഭയോട് കുഞ്ഞാലിക്കും അതിരറ്റ ആദരവായിരുന്നു. പരസ്പരം ബഹുമാനിക്കുന്ന രണ്ടു പ്രതിഭാശാലികളുടെ കുടുംബങ്ങളെ തമ്മിൽ ഒന്നിപ്പിക്കാനുള്ള ആ ശ്രമത്തിന് രണ്ട് ഭാഗത്ത് നിന്നും സമ്മതം കിട്ടാൻ അധികം ബുദ്ധിമുട്ടേണ്ടി വന്നില്ല. 1961 മെയ് 11 നായിരുന്നു കുഞ്ഞാലിയുടെ വിവാഹം. സാധാരണ മതാചാരപ്രകാരമുള്ള വിവാഹമായിരുന്നു. മുതിർന്ന പാർട്ടി നേതാക്കളും തൊഴിലാളി നേതാക്കളും ചടങ്ങിൽ പങ്കെടുത്തു.

മുപ്പത്തി ഏഴാം വയസ്സിൽ വൈകിയ വേളയിലാണെങ്കിലും തന്റെ മകന് ഒരു വിവാഹം കഴിക്കാൻ തോന്നിയതിൽ ഉമ്മ ആയിഷ വളരെയേറെ സന്തോഷിച്ചു. പ്രശസ്തനായ കലാകാരന്റെ സഹോദരിയായി

കോഴിക്കോട് നഗരത്തിൽ ജനിച്ചുവളർന്നവളായിരുന്ന കെ.ടി. സൈനബയ്ക്ക് മഹാനഗരത്തിൽ നിന്നും കാളികാവെന്ന കുഗ്രാമത്തിലേക്കുള്ള പറിച്ചുനടൽ ആദ്യഘട്ടത്തിൽ പ്രയാസം തോന്നിച്ചു. എങ്കിലും വളരെ വേഗം തന്നെ ആ പോരാളിയുമൊത്തുള്ള കുടുംബ ജീവിതത്തിൽ അവർ ഇഴുകിച്ചേർന്നു.

നാടിന്റെ മുഴുവൻ സ്നേഹവും ആദരവും ഏറ്റുവാങ്ങുന്ന ജനകീയ രാഷ്ട്രീയ നേതാവിന്റെ പത്നീപദവിയിൽ സൈനബ സന്തോഷിക്കുകയും അഭിമാനിക്കുകയും ചെയ്തുവെങ്കിലും അതിസാഹസികമായ കുഞ്ഞാലിയുടെ പ്രവർത്തന ശൈലിയിൽ അവർ ആശങ്ക വെച്ചുപുലർത്തിയിരുന്നു. തന്റെ ഭർത്താവിന്റെ ഈ ശൈലി അദ്ദേഹത്തെ വല്ല അപകടത്തിലും ചെന്ന് ചാടിക്കുമോ എന്ന അവരുടെ ഭയം അസ്ഥാനത്തായിരുന്നില്ല എന്ന് കാലം തെളിയിക്കുകയും ചെയ്തു. പക്ഷേ, ആർക്കും ഒന്നിൽ നിന്നും അദ്ദേഹത്തെ പിന്തിരിപ്പിക്കാൻ കഴിയുമായിരുന്നില്ല.

കാളികാവിൽ പാർട്ടി ഓഫീസും വീടുമായി ഉപയോഗിച്ചിരുന്ന സുബേദാർ ബംഗ്ലാവിലായിരുന്നു കുഞ്ഞാലിയും ഉമ്മയും താമസിച്ചിരുന്നത്. കുറെ കൂടി സൗകര്യമായിരിക്കും എന്ന് കരുതി കാളികാവ് പാലത്തിനടുത്തുള്ള ഒരു വാടക വീട്ടിലേക്ക് വിവാഹശേഷം താമസം മാറ്റി. അതും അത്ര സൗകര്യപ്രദമല്ല എന്ന് തോന്നിയപ്പോൾ വീണ്ടും സുബേദാർ ബംഗ്ലാവിലേക്ക് തന്നെ മാറി. ഒടുക്കം താമസിച്ചിരുന്നത് കരുവാരക്കുണ്ട് റോഡിലെ കാളികാവ് ടി.ബി.ക്കടുത്തുള്ള ഒരു വീട്ടിലായിരുന്നു.

വീട്ടിൽ കുഞ്ഞാലിയുടെ ഉമ്മ ആയിഷ, അകന്ന ബന്ധത്തിലുള്ള ഒരു സഹോദരിയുടെ മകൾ പാത്തുമ്മു എന്നിവരാണ് സൈനബയ്ക്ക് കൂട്ടിനുണ്ടായിരുന്നത്. കുഞ്ഞാലി- സൈനബ ദമ്പതികളുടെ ആദ്യ സന്തതി പെൺകുട്ടിയായിരുന്നു. മകൾ സെറീനയ്ക്ക് രണ്ട് വയസ്സ് പ്രായമാകുന്നതിന് മുമ്പ് സൈനബ ഏക മകനും രണ്ടാമത്തെ കുട്ടിയുമായ അഷ്റഫിന് ജന്മം നൽകി. അഷ്റഫ് ജനിക്കുമ്പോൾ ബാപ്പ കുഞ്ഞാലി ജയിലിലായിരുന്നു. രാഷ്ട്രീയ ജീവിതത്തിലുടനീളം അറസ്റ്റും ജയിൽവാസവുമെന്നത് കുഞ്ഞാലിയുടെ കൂടപ്പിറപ്പുകളായിരുന്നു. വിവാഹത്തിന് ശേഷവും 3 പ്രാവശ്യം കുഞ്ഞാലിക്ക് ജയിൽവാസം വേണ്ടിവന്നു. വിവാഹം കഴിഞ്ഞ് മൂന്ന് വർഷത്തിനുള്ളിലായിരുന്നു കമ്യൂണിസ്റ്റ് പാർട്ടിയിലെ പിളർപ്പും സി.പി.ഐ.(എം.) രൂപീകരണവും. ഇന്ത്യാ ചൈന അതിർത്തിത്തർക്കത്തിന്റെ കാര്യത്തിൽ കൃത്യമായ അഭിപ്രായം പറഞ്ഞതിന്റെ പേരിൽ സി.പി.ഐ.(എം) നേതാക്കൾ കൂട്ടത്തോടെ ജയിലിൽ അടയ്ക്കപ്പെട്ടപ്പോൾ കുഞ്ഞാലിയും ജയിലിലായി. ഈ ജയിൽവാസ കാലത്തായിരുന്നു കുഞ്ഞാലിയുടെ ഉമ്മയുടെ മരണം.

ഉമ്മയെ അന്ത്യദർശനം നടത്താൻ ജയിലധികൃതർ പരോൾ അനുവദിച്ചിരുന്നു. എന്നാൽ കുടുംബാംഗങ്ങളോട് അധികം സംസാരിക്കുന്നത് തടയാൻ കൂടെ വന്നിരുന്ന പോലീസുകാരുടെ ഭാഗത്ത് നിന്നും ശ്രമം ഉണ്ടായി. കുഞ്ഞാലി അത് വകവെച്ചുകൊടുത്തില്ല. തടവുകാലത്തും

കുഞ്ഞാലിയും കുടുംബവും

ദീർഘയാത്രകളിലും ദിവസങ്ങളോളം വീട്ടിൽ നിന്നും കുഞ്ഞാലി വിട്ടു നിൽക്കുമ്പോൾ സൈനബയ്ക്കും മക്കൾക്കും കൂട്ടും ധൈര്യവുമായിരുന്നു ഉമ്മ ആയിഷയുടെ സാന്നിദ്ധ്യം. അതില്ലാതായതോടെ അത്തരം സന്ദർഭങ്ങളിൽ പാർട്ടി സഖാക്കളുടെ പിന്തുണ മാത്രമായിരുന്നു സൈനബയ്ക്ക് ആശ്രയം.

പാർട്ടി പിളർപ്പിന് ശേഷമുണ്ടായ ജയിൽവാസം സംഭവ ബഹുലമായിരുന്നു. ഏക മകന്റെ ജനനം, ഉമ്മയുടെ മരണം എന്നിവയ്ക്ക് പുറമെ ഒരു തടവുകാരനായി ഇരുന്നുകൊണ്ട് അസംബ്ലിയിലേക്ക് തിരഞ്ഞെടുപ്പിൽ മത്സരിച്ചു ജയിച്ചതും എല്ലാം ഈ തടവുകാലത്തായിരുന്നു. ഉമ്മയുടെ മരണശേഷം രണ്ട് മക്കൾ കൂടി ആ ദമ്പതിമാർക്കുണ്ടായി. രണ്ടും പെൺകുട്ടികൾ. മൂന്നാമത്തെ മകൾ നിഷാദും ഏറ്റവും ഇളയവളായ ഹസീനയും.

എട്ട് വർഷവും രണ്ട് മാസവും മാത്രം നീണ്ടുനിന്നതായിരുന്നു കുഞ്ഞാലി- സൈനബ ദമ്പതിമാരുടെ ദാമ്പത്യം. അതിൽ തന്നെ ഒന്നര വർഷക്കാലം കുഞ്ഞാലി ജയിലിലുമായിരുന്നു. ബാക്കി ആറര വർഷം മാത്രമായിരുന്നു അവർക്ക് ഒരുമിച്ച് ജീവിക്കാൻ അവസരം കിട്ടിയത്. കുഞ്ഞാലിയുടെ മരണശേഷം കുടുംബസഹായ ഫണ്ട് സ്വരൂപിച്ച് നൽകിയതും രക്തസാക്ഷി കുഞ്ഞാലിയുടെ കുടുംബം എന്ന ആദരവ് എല്ലാവരിൽ നിന്നും കിട്ടിയതും ഒരു ആശ്വാസമായിരുന്നു. പക്ഷേ അതൊന്നും തന്നെ തീരെ ചെറുപ്പത്തിൽ അനാഥത്വം അനുഭവിക്കേണ്ടി വന്ന ആ കുഞ്ഞുങ്ങളുടെ ദുഃഖത്തിന് പ്രതിവിധിയാകുമായിരുന്നില്ല. അതിനൊരു പ്രതിവിധി മനുഷ്യസാധ്യവുമായിരുന്നില്ല.

കുഞ്ഞാലി മരിക്കുമ്പോൾ മൂത്ത മകൾ സെറീനയ്ക്ക് ഏഴ് വയസ്സാണ് പ്രായം. മറ്റ് മൂന്ന് പേരും അതിലും താഴെയുള്ളവരും. യൗവനത്തിൽ തന്നെ വിധവയാകേണ്ടിവന്ന സൈനബയുടെ ദുഃഖവും, കുഞ്ഞിളം പ്രായത്തിൽ ബാപ്പച്ചിയെ നഷ്ടമായ ആ കുഞ്ഞുങ്ങളുടെ വേദനയും കുഞ്ഞാലിയുടെ രക്തസാക്ഷിത്വം പോലെ ആദരവുകൾ അർഹിക്കുന്നു. മഹാനായ പിതാവിന്റെ മക്കൾ അല്ലെങ്കിൽ ധീരനായ രക്തസാക്ഷി സഖാവിന്റെ മക്കൾ എന്ന നിലയിലുള്ള സ്നേഹവും ആദരവും ലഭിച്ചിരുന്നുവെങ്കിലും അതൊന്നും അനാഥത്വം എന്ന വേദനയ്ക്ക് പരിഹാരമായിരുന്നില്ല. അതവർ അനുഭവിച്ചുതന്നെ തീർത്തു.

കുഞ്ഞാലിയുടെ മരണശേഷം പതിനൊന്ന് വർഷത്തോളം കാളികാവിൽ തന്നെയായിരുന്നു സൈനബയും മക്കളും താമസിച്ചത്. 1980 ൽ അവർ കോഴിക്കോട്ടേക്ക് മാറി. സഹോദരൻ കെ.ടി.മുഹമ്മദിന്റെ പുതിയങ്ങാടിയിലെ തറവാട് വീട്ടിലായിരുന്നു കോഴിക്കോട് വാസത്തിന്റെ തുടക്കം. പിന്നീട് കെ.ടി.യോടൊപ്പം നടക്കാവ്, കോയ റോഡ്, പാവങ്ങാട് എന്നിവിടങ്ങളിൽ താമസിച്ചു. പാവങ്ങാട് താമസിക്കുമ്പോഴായിരുന്നു കെ.ടി.യുടെ മരണം. താമസിയാതെ സൈനബയും മക്കളും വെസ്റ്റ്ഹില്ലിലെ വാടക വീട്ടിലേക്ക് മാറി. അവിടെ വെച്ചായിരുന്നു മൂത്ത മകൾ സെറീനയുടെ വിവാഹം. നാല് വർഷം വെസ്റ്റ്ഹില്ലിൽ താമസിച്ച അവർ പിന്നീട് കരിക്കാംക്കുളത്തേക്ക് മാറി.

1988 ൽ മാങ്കാവിൽ സ്ഥലം വാങ്ങി. 89 ൽ തന്നെ അവിടെ വീട് വെച്ച് താമസവുമാക്കി. ഇപ്പോൾ ആ വീട്ടിൽ കുഞ്ഞാലിയുടെ ഏക മകൻ അഷ്റഫും ഭാര്യ സമീനയും മക്കളായ അമീക്കിനും അമ്രീനുമൊത്ത് താമസിക്കുന്നു. 1984 ൽ ആയിരുന്നു സെറീനയുടെ വിവാഹം. ഭർത്താവ് റിയാസുദ്ദീന് സൗദി അറേബ്യയിലായിരുന്നു ജോലി. എം.എ.ക്കാരിയായ സെറീന ഭർത്താവിനൊപ്പം അറേബ്യയിൽ പോയി അവിടെ ഇന്ത്യൻ എംബസി സ്കൂളിൽ അദ്ധ്യാപികയായി 21 വർഷം ജോലി ചെയ്തു. ഇപ്പോൾ ഇരുവരും നാട്ടിലേക്ക് തിരിച്ച് പോന്ന് എരഞ്ഞിപ്പാലത്ത് വീട് വെച്ച് താമസിക്കുന്നു. ഇവർക്ക് രണ്ട് മക്കൾ ഷിറിനും അശ്വിനും.

ബി.എ.ബിരുദധാരിണിയായ നിഷാദ് ഗ്രാമീണ ബാങ്ക് ജീവനക്കാര

കുഞ്ഞാലിയുടെ ഭാര്യ കെ.ടി.സൈനബ മക്കളും മരുമക്കളും പേരമക്കളുമൊത്ത്

നായ മെഹ്ബൂബിനെ വിവാഹം കഴിച്ച് കുടുംബിനിയായി കഴിയുന്നു. ഇവർക്കും രണ്ട് മക്കൾ. നദീനും നിഹാലും. കുറെക്കാലം നിലമ്പൂരിന ടുത്ത് മമ്പാട് ആയിരുന്നു താമസം. ഇപ്പോൾ അവരും കോഴിക്കോട്ടേക്ക് മാറിയിട്ടുണ്ട്. എം.കോം.കാരിയായ ഏറ്റവും ഇളയമകൾ ഹസീന തിരു വനന്തപുരം ജില്ലക്കാരനും ദുബായിൽ ജോലി ചെയ്യുന്നവനുമായ നജീബ് മുഹമ്മദ് ഇസ്മായിലിനെയാണ് വിവാഹം കഴിച്ചത്. ഇപ്പോൾ കുടുംബ സമേതം ദുബായിൽ തന്നെയാണ്. ഇവർക്ക് ഒരു മകളുണ്ട് അലീഷ. അബുദാബി ഇസ്ലാമിക് ബാങ്കിൽ ഹസീനയും ജോലി ചെയ്യുന്നുണ്ട്.

കുഞ്ഞാലി മരിക്കുന്നതിന് മുമ്പ് വാങ്ങിയിട്ടിരുന്ന 4 ഏക്കർ പറങ്കി മാവ് തോട്ടം വരുമാനം കുറഞ്ഞപ്പോൾ വെട്ടി റബ്ബർ വെച്ചു. കാളികാ വിലെ അരിമണൽ എന്ന സ്ഥലത്തുള്ള ഈ സ്ഥലത്തോട് ചേർന്ന് പിന്നീട് ഒരു മൂന്ന് ഏക്ര കൂടി വാങ്ങി. അതിലും റബ്ബറാണ്. ഈ ഏഴ് ഏക്ര തോട്ടം ഇപ്പോഴും അവരുടെ കൈവശത്തിലുണ്ട്. അത് പരിപാലി ക്കുന്നത് അഷ്റഫ് തന്നെയാണ്. എട്ട് വർഷം മാത്രം ദൈർഘ്യമുള്ളതും സംഭവ ബഹുലവുമായിരുന്ന, ഭർത്താവുമൊത്തുള്ള ജീവിതത്തിന്റെ ഓർമ്മകൾ മനസ്സിൽ സൂക്ഷിച്ച്കൊണ്ട് നാൽപ്പത്തൊമ്പത് വർഷം ജീവിച്ച കുഞ്ഞാലിയുടെ സഹധർമ്മിണി സൈനബ 2018 സെപ്റ്റംബർ 15ന് വിടവാങ്ങി.

ചേർത്ത് നിർത്തുന്ന സ്നേഹ സൗഹൃദം

കമ്യൂണിസ്റ്റ് പ്രസ്ഥാനത്തോട് താല്പര്യം കാണിക്കുന്ന യുവാക്കളുടെയും സാധാരണക്കാരുടെയും ബോധനിലവാരം ഉയർത്തുന്നതിന് അവരോടുള്ള സ്നേഹവും സൗഹൃദവും ഉപയോഗപ്പെടുത്തുന്നതിൽ മിടുക്കനായിരുന്നു കുഞ്ഞാലി. വായനാ തല്പരരായ ചെറുപ്പക്കാരാണെങ്കിൽ അവർക്ക് സംഘടനാബോധവും പാർട്ടിയുടെ ആശയങ്ങളും മനസ്സിലാക്കാൻ ഉതകുന്ന പുസ്തകങ്ങൾ എത്തിച്ചുകൊടുക്കുന്ന ശീലം സഖാവിനുണ്ടായിരുന്നു. പിൽക്കാലത്ത് സി.പി.ഐ.(എം)ന്റെ കൊണ്ടോട്ടി ഏരിയാ സെക്രട്ടറി ആയി ഉയർന്ന കെ.കെ. മുഹമ്മദ് കുട്ടി താൻ യുവാവായിരുന്ന കാലത്ത് കുഞ്ഞാലി തനിക്ക് പുസ്തകങ്ങൾ വായിക്കാൻ കൊണ്ടുവന്നുതന്നിരുന്ന കാര്യം അനുസ്മരിച്ചിരുന്നു. കെ. ദാമോദരന്റെ *മനുഷ്യൻ*, എൻ. ഇ. ബലറാമിന്റെ *മനസ്സ്* തുടങ്ങിയ പുസ്തകങ്ങൾ മുഹമ്മദ്കുട്ടി വായിച്ചത് കുഞ്ഞാലി മുഖേനയായിരുന്നു. ക്രമേണ ഒരു നല്ല വായനക്കാരനായി തീർന്ന തന്നെ പ്രായോഗിക രാഷ്ട്രീയത്തിലേക്ക് പിടിച്ചിറക്കിക്കൊണ്ടുവരാൻ കുഞ്ഞാലി തന്നോടുള്ള സ്നേഹവും സൗഹൃദവും കൊണ്ട് പ്രേരിപ്പിച്ച കാര്യങ്ങൾ മുഹമ്മദ്കുട്ടി രേഖപ്പെടുത്തിയിട്ടുണ്ട്.

കുഞ്ഞാലിയുടെ പക്കൽ നിന്നും വായിക്കാനായി വാങ്ങിയിരുന്ന പുസ്തകങ്ങൾക്ക് പുറമെ സ്വന്തമായി വിലകൊടുത്ത് വാങ്ങിയും മുഹമ്മദ് കുട്ടി പുസ്തകങ്ങൾ വായിച്ചു. ക്രമേണ ചെറിയൊരു പുസ്തകശേഖരം മുഹമ്മദ്കുട്ടിക്ക് സ്വന്തമായി. മുഹമ്മദ്കുട്ടിയെ വീട്ടിലുള്ളവരും അടുത്ത സുഹൃത്തുക്കളും ചെറ്യാപ്പു എന്നാണ് വിളിച്ചിരുന്നത്. കുഞ്ഞാലിയും അങ്ങനെ തന്നെയാണ് വിളിച്ചിരുന്നത്. ഒരിക്കൽ മുഹമ്മദ് കുട്ടിയുടെ വീട്ടിലെത്തിയ കുഞ്ഞാലി മുഹമ്മദ് കുട്ടി വാങ്ങിവെച്ചിട്ടുള്ള

കുഞ്ഞാലിയുടെ ഭാര്യയും മക്കളും സഖാവ് വധിക്കപ്പെട്ട് ഏഴ് വർഷം കഴിഞ്ഞ് എടുത്ത ചിത്രം (1976)

പുസ്തകങ്ങൾ കണ്ടു ചോദിച്ചു.

"എടാ ചെറ്യാപ്പു... നിന്റെ ഈ വിജ്ഞാനം കൊണ്ട് ആർക്കെങ്കിലും എന്തെങ്കിലും പ്രയോജനമുണ്ടോ..?"

മുഹമ്മദ്കുട്ടി അതിന് ഉത്തരം പറഞ്ഞില്ല. കുഞ്ഞാലി തന്നെ അതിനൊരു പരിഹാരവും നിർദ്ദേശിച്ചു. അതിനുമുമ്പ് തന്നെ മുഹമ്മദ്കുട്ടിക്ക് കുഞ്ഞാലി ഒരു ചുമതല ഏല്പിച്ചിരുന്നു. എല്ലാ ദിവസവും ബീഡിത്തൊഴിലാളികൾ ഒന്നിച്ചിരുന്ന് ജോലി ചെയ്യുന്ന സ്ഥലത്ത് ചെന്ന് *ദേശാഭിമാനി* പത്രം ഉറക്കെ വായിച്ചുകൊടുക്കുക. മുഹമ്മദ്കുട്ടി അത് പതിവായി ചെയ്തുപോന്നു. അന്ന് വീട്ടിൽ വെച്ച് കുഞ്ഞാലി വെച്ച നിർദ്ദേശം ഇതായിരുന്നു. പത്രം വായന കഴിഞ്ഞാൽ ഇങ്ങനെയുള്ള പുസ്തകങ്ങൾ ഓരോ അദ്ധ്യായം വീതം എല്ലാവർക്കും കേൾക്കുന്ന വിധത്തിൽ ദിവസവും വായിച്ചുകൊടുക്കുക. മുഹമ്മദ്കുട്ടി സമ്മതിച്ചു.

കെ. ദാമോദരന്റെ *ഇന്ത്യയുടെ ആത്മാവ്, കേരളത്തിലെ ദേശീയ പ്രശ്നങ്ങൾ കമ്യൂണിസ്റ്റ് പാർട്ടിയെപ്പറ്റി ചില പ്രധാന ചോദ്യങ്ങൾ* എന്നൊരു പുസ്തകം, ഇ.എം.എസ്. എഴുതിയ ഏതാനും പുസ്തകങ്ങൾ തുടങ്ങിയ ഒട്ടേറെ പുസ്തകങ്ങൾ മുഹമ്മദ്കുട്ടി വായിച്ചത് അങ്ങനെ ബീഡിത്തൊഴിലാളികൾക്ക് വായിച്ചുകൊടുത്തുകൊണ്ടായിരുന്നു. അതിലൂടെ വായിച്ചുകൊടുക്കുന്ന മുഹമ്മദ്കുട്ടിയുടെയും കേൾക്കുന്ന തൊഴിലാളികളുടെയും അറിവുകൾ ഉയർത്തുകയായിരുന്നു സഖാവ് ലക്ഷ്യമിട്ടത്.

മുഹമ്മദ്കുട്ടിയുടെ പിതാവ് ഒരു കോൺഗ്രസ് പ്രവർത്തകനായിരുന്നു. അദ്ദേഹം ഒരു ഹോട്ടൽ നടത്തിയിരുന്നു. മുഹമ്മദ്കുട്ടിയും ഇടക്കിടെ അവിടെ സഹായിയായി ജോലി ചെയ്തിരുന്നു. ആ ഹോട്ടലിൽ ഒരു *മാതൃഭൂമി* പത്രം മാത്രമാണ് വരുത്തിയിരുന്നത്. *മാതൃഭൂമി*യോടൊപ്പം

ഒരു *ദേശാഭിമാനി* പത്രം കൂടി ഹോട്ടലിൽ വരുത്താൻ കുഞ്ഞാലി നിർദ്ദേശിച്ചു. മുഹമ്മദ്കുട്ടി അത് നടപ്പാക്കി. കുഞ്ഞാലിയുമായും കമ്യൂണിസ്റ്റ് പാർട്ടിയുമായും മകനുള്ള അടുപ്പത്തിൽ തന്നെ നീരസം ഉണ്ടായിരുന്നു ബാപ്പയ്ക്ക്. രാവിലെ താനറിയാതെ തന്റെ ഹോട്ടലിൽ *ദേശാഭിമാനി* പത്രം വരുത്തിയത് കണ്ട് അദ്ദേഹം കുപിതനായി. മുഹമ്മദ്കുട്ടി അപ്പോൾ ഹോട്ടലിൽ ഉണ്ടായിരുന്നില്ല.

അന്ന് വൈകുന്നേരം കൊണ്ടോട്ടി അങ്ങാടിയിൽ കുഞ്ഞാലിയോട് എന്തോ സംസാരിച്ചുകൊണ്ട് നിൽക്കുകയായിരുന്നു മുഹമ്മദ്കുട്ടി. മകനോട് ബാപ്പ നല്ല ദേഷ്യത്തിലാണ് എന്ന് അറിഞ്ഞിരുന്ന ചില വിരുദ്ധന്മാർ ആ വിവരം ചെന്ന് ബാപ്പയോട് പറഞ്ഞു. ബാപ്പ ഉടനെ തന്നെ ഹോട്ടലിൽ നിന്നും ഇറങ്ങി നടന്നു. നേരെ രണ്ടുപേരും സംസാരിച്ചു നിന്നിരുന്നിടത്ത് എത്തി. ബാപ്പയ്ക്ക് കോപം നിയന്ത്രിക്കാൻ കഴിഞ്ഞില്ല. കുഞ്ഞാലിയുടെ മുമ്പിൽവെച്ച് തന്നെ അയാൾ മകനെ പിടികൂടി പൊതിരെ തല്ലി. ആളുകൾക്കിടയിലൂടെ തല്ലിക്കൊണ്ടുതന്നെ നടത്തിക്കൊണ്ടുപോയി. ഇനി തന്റെ ഹോട്ടലിൽ കയറരുത് എന്ന് ബാപ്പ മകനോട് പറയുകയും ചെയ്തു.

താൻ കാരണം ആ ചെറുപ്പക്കാരനുണ്ടായ കടുത്ത അനുഭവം കുഞ്ഞാലിയെ ദുഃഖിപ്പിച്ചു. കുഞ്ഞാലിയും അത്ര മുതിർന്ന നേതാവൊന്നും ആയിരുന്നില്ല. നിലമ്പൂരിലേക്ക് മാറുന്നതിനും മുമ്പായിരുന്നു സംഭവം. അന്ന് സന്ധ്യക്ക് തന്നെ കുഞ്ഞാലി മുഹമ്മദ്കുട്ടിയുടെ വീട്ടിൽ എത്തി. വേദന കൊണ്ടും മനോവിഷമംകൊണ്ടും കിടക്കുകയായിരുന്ന മുഹമ്മദ്കുട്ടിയെ പിടിച്ചെഴുന്നേൽപ്പിച്ച് കുഞ്ഞാലി കെട്ടിപ്പിടിച്ചു കരഞ്ഞു. മുഹമ്മദ്കുട്ടിയും കരഞ്ഞു. അങ്ങനെയൊരു പ്രതികരണമാണ് കുഞ്ഞാലിയിൽ നിന്നും ഉണ്ടാവുക എന്ന് അവർ കരുതിയിരുന്നില്ല. കുഞ്ഞാലിയും മുഹമ്മദ്കുട്ടിയും അനുഭവിക്കുന്ന ദുഃഖം മുഹമ്മദ്കുട്ടിയുടെ ബാപ്പയെയും ഉമ്മയെയും വിഷമിപ്പിച്ചു. പിൽക്കാലത്ത് ആ ശാഠ്യക്കാരനായ ബാപ്പയെയും പാർട്ടി അനുഭാവിയാക്കി മാറ്റുന്നതിൽ കുഞ്ഞാലിയുടെ ആ പെരുമാറ്റം വലിയ പങ്ക് വഹിച്ചു. തന്റെ ഹോട്ടലിൽ *മാതൃഭൂമി* പത്രം നിർത്തി പകരം *ദേശാഭിമാനി* വരുത്തുന്നിടത്തേക്ക് വരെ ആ പിതാവ് മാറി. കുഞ്ഞാലി മരിച്ച് പതിറ്റാണ്ടുകൾക്ക് ശേഷം മുഹമ്മദ്കുട്ടിയുടെ നിലപാടുകളിൽ മാറ്റം വരികയും അദ്ദേഹം കമ്യൂണിസ്റ്റ് രാഷ്ട്രീയത്തിൽ നിന്നും അകന്നുപോവുകയും ചെയ്തിരുന്നു.

ഏതെങ്കിലും ഒരു സാധാരണ പ്രവർത്തകനിൽ നിന്നും അഭിനന്ദനാർഹമായ ഒരു പ്രവൃത്തി ഉണ്ടായാൽ അതിനെ പരസ്യമായി അഭിനന്ദിക്കാൻ അദ്ദേഹം എപ്പോഴും താല്പര്യം കാണിച്ചിരുന്നു. കേരള എസ്റ്റേറ്റിലെ തൊഴിലാളി യൂണിയനിലെ ഒരു സാധാരണ പ്രവർത്തകയായിരുന്നു കടക്കാടൻ ആമിന. യൂണിയന്റെ വാർഷിക ജനറൽബോഡി യോഗം നടക്കുന്ന സമയം. റിപ്പോർട്ട് അവതരണവും ചർച്ചയും മറുപടിയും എല്ലാം കഴിഞ്ഞു. സാധാരണ നടപടിക്രമം എന്ന നിലയിൽ

കുഞ്ഞാലിയുടെ ഭാര്യയും മക്കളും സഖാവിന്റെ 25-ാംരക്തസാക്ഷിത്വ വാർഷികത്തിൽ എടുത്ത ചിത്രം (1994)

അടുത്ത ഭാരവാഹികളുടെ പേരുകൾ നിർദ്ദേശിക്കപ്പെട്ടു. എന്തെങ്കിലും വ്യത്യസ്തമായ അഭിപ്രായമുണ്ടെങ്കിൽ എല്ലാവരും അഭിപ്രായം തുറന്ന് പറയണമെന്ന് കുഞ്ഞാലി ആവശ്യപ്പെട്ടു. ആരും ഒന്നും മിണ്ടിയില്ല.

പഴയ ഭാരവാഹികൾ തന്നെ സ്ഥാനത്ത് തുടരാനുള്ള തീരുമാനം എടുക്കാൻ പോവുകയാണ് എന്ന് കണ്ടപ്പോൾ ആമിന എഴുന്നേറ്റു. ജനറൽബോഡി യോഗം തുടങ്ങുന്നതിന് മുമ്പ് ചായക്കടയിൽ നടന്ന ചർച്ചയിൽ യൂണിയന്റെ നിലവിലുള്ള ഭാരവാഹികളെക്കുറിച്ച് വളരെ നിശിത

മായ വിമർശനങ്ങൾ കുറെ അംഗങ്ങൾ പറഞ്ഞ കാര്യം ആമിന യോഗത്തെ അറിയിച്ചു. എന്നാൽ അവരാരും തങ്ങളുടെ അഭിപ്രായം ജനറൽബോഡിയിൽ പറഞ്ഞിരുന്നുമില്ല. ആണുങ്ങൾ കാണിക്കാത്ത ആർജ്ജവം കാണിച്ച ആമിനയെ കുഞ്ഞാലി പുറത്ത് തട്ടി അഭിനന്ദിച്ചു. അവരുടെ മാതൃകയെ അദ്ദേഹം പരസ്യമായി പ്രശംസിച്ചു. സംഘടനാ പ്രവർത്തകർ തങ്ങളുടെ വിമർശനങ്ങൾ തുറന്ന് പറയേണ്ടത് എവിടെയാണെന്നും പറയാൻ പാടില്ലാത്തത് എവിടെയാണെന്നും എല്ലാം വിശദമാക്കിക്കൊണ്ട് കുഞ്ഞാലി സംസാരിച്ചു. അതോടെ മറ്റുള്ളവരും തങ്ങളുടെ അഭിപ്രായങ്ങൾ തുറന്ന് പറയാൻ തയ്യാറായി. തുടർന്നു നടന്ന ചർച്ചകളുടെ അടിസ്ഥാനത്തിൽ ഭാരവാഹികളിൽ ചിലർ മാറുകയും ചെയ്തു.

ആർത്തല ചായത്തോട്ടത്തിൽ പതിനൊന്ന് ദിവസം നീണ്ടുനിന്ന ഒരു പണിമുടക്ക് സമരം നടന്നു. അവിടെ മാടസ്വാമി എന്ന് പേരായ ഒരു തൊഴിലാളിയുണ്ടായിരുന്നു. അവൻ തീരെ ചെറുപ്പമായിരുന്നു. പണിമുടക്ക് സമരം തീർന്നതിന് ശേഷം മാനേജ്മെന്റ് ചില പ്രതികാര നടപടികൾ തുടങ്ങി. എസ്റ്റേറ്റ് മാനേജരായിരുന്ന വെള്ളക്കാരൻ സായ്പിന്റെ കാർ തടഞ്ഞു നിർത്തി ആക്രമണം നടത്തി എന്ന പേരിൽ ഒരു കള്ളക്കേസ് തൊഴിലാളി യൂണിയൻ നേതാക്കന്മാർക്കെതിരെ ഉണ്ടാക്കുകയായിരുന്നു അവരുടെ ലക്ഷ്യം. കുട്ടിപ്രായം കഴിഞ്ഞിട്ടില്ലാത്ത മാടസ്വാമിയെ കൊണ്ട് അതിന് വേണ്ടി സാക്ഷി പറയിക്കാം എന്ന് അവർ പദ്ധതിയിട്ടു. പോലീസ് മാടസ്വാമിയെ കൊണ്ട് പോയി ഭയപ്പെടുത്തുകയും ഉപദ്രവിക്കുകയും ചെയ്തു. മാടസ്വാമി വഴങ്ങിയില്ല. അതിനാൽ നേതാക്കൾക്കൊപ്പം പോലീസ് മാടസ്വാമിയെയും പ്രതിയാക്കിച്ചേർത്ത് ഒരു കള്ളക്കേസ് ചുമത്തി. നേതാക്കൾക്കൊപ്പം അവനും ജയിലിൽ അടയ്ക്കപ്പെട്ടു. ഏതാനും ദിവസം റിമാന്റ് തടവിൽ കഴിഞ്ഞ തൊഴിലാളി സംഘടനാ നേതാക്കളും മാടസ്വാമിയും ജാമ്യം കിട്ടി പുറത്തിറങ്ങി. അവർ പുറത്തിറങ്ങിയ ദിവസം കുഞ്ഞാലി ഒരു ലേഖനം എഴുതി. "ഉശിരനായ മാടസ്വാമി" എന്നായിരുന്നു ലേഖനത്തിന്റെ തലക്കെട്ട്. പോലീസിന്റെ ഭീഷണിക്ക് വഴങ്ങാതെ ഉറച്ചുനിന്ന മാടസ്വാമിയെ അഭിനന്ദിച്ചുകൊണ്ടുള്ള ആ ലേഖനം 1952 മെയ് 17ലെ *ദേശാഭിമാനി*യിൽ പ്രസിദ്ധീകരിച്ചിരുന്നു.

കൊണ്ടോട്ടിയിൽ നടന്ന ഒരു കുടിയിറക്ക് വിരുദ്ധ സമരത്തിൽ പങ്കെടുത്തതിന് കുഞ്ഞാലിയടക്കമുള്ള നേതാക്കൾക്കും ഒട്ടേറെ സാധാരണ പ്രവർത്തകർക്കും എതിരെ കേസ്സുകൾ വന്നു. മഞ്ചേരി കോടതിയിലായിരുന്നു കേസ്. കോടതിയിൽ ഹാജരാകാൻ വിളിക്കുന്ന ദിവസങ്ങളിൽ ഇരുപതോളം പേർ വരുന്ന ആ സംഘത്തെയും നയിച്ചുകൊണ്ട് കൊണ്ടോട്ടിയിൽ നിന്നും കാൽനടജാഥയായി മഞ്ചേരി വരെ പോവുകയാണ് കുഞ്ഞാലി ചെയ്തിരുന്നത്. തിരിച്ചും അവർ അങ്ങനെ തന്നെയാണ് പോന്നിരുന്നത്. കമ്യൂണിസ്റ്റ് പാർട്ടി ജന്മിത്വത്തിനെതിരെ നടത്തുന്ന സമരത്തിന്റെ പ്രചരണമായി ആ കേസ് വിചാരണയെപോലും

1994-ൽ സ്മരണിക പ്രവർത്തകർ കുഞ്ഞാലിയുടെ ഭാര്യ സൈനബ, സഹോദരൻ കെ.ടി.മുഹമ്മദ് എന്നിവരിൽ നിന്നും വിവരശേഖരണത്തിന് വീട്ടിലെത്തിയപ്പോൾ

ഉപയോഗപ്പെടുത്തുകയായിരുന്നു അത് വഴി ചെയ്തിരുന്നത്. കേസ്സിൽ കുടുങ്ങിയ സാധാരണ പ്രവർത്തകരുടെ ആത്മവീര്യം ഉയർത്താനും അതുപകരിച്ചു. അവർ തമ്മിലുള്ള ബന്ധവും അത് ശക്തിപ്പെടുത്തി.

ഓർമ്മകളിലെ പ്രിയ സഖാവ്

കുഞ്ഞാലിയുമായി അടുത്ത് ഇടപഴകാൻ അവസരം ലഭിച്ച ചില സഹപ്രവർത്തകർ അവരുടെ ഓർമ്മകൾ പങ്ക് വെച്ചത് താഴെ കൊടുക്കുന്നു.

ഹൃദയത്തിൽ സൂക്ഷിക്കാൻ ഒരു ചെങ്കൊടി

ഇപ്പോൾ സി.പി.ഐ(എം)ന്റെ പോത്ത്കല്ല് ലോക്കൽ കമ്മിറ്റി അംഗവും ആദിവാസി ക്ഷേമ സമിതി നേതാവുമായ വി.ഡി.റോസ എന്ന പെണ്ണി കിഴക്കനേറനാട്ടിലെത്തിയത് പൂളപ്പാടം ഭൂസമരം നടക്കുന്ന വേളയിലായിരുന്നു. പെണ്ണിയുടെ മൂത്ത സഹോദരൻ അഗസ്റ്റിൻ പൂളപ്പാടം ഭൂസമരത്തിന്റെ ഭാഗമായി കിട്ടിയ ഒന്നര ഏക്കറയോളം ഭൂമിയുടെ അവകാശിയായിരുന്നു. - മുണ്ടേരി എസ്റ്റേറ്റ് സൂപ്രണ്ടായിരുന്ന അലക്സ് എന്നയാൾ നെല്ല് സൂക്ഷിക്കുന്നതിനും മറ്റുമായി കെട്ടിയിരുന്ന ഒരു ഷെഡ്ഡിലായിരുന്നു പെണ്ണിയും കുടുംബവും അന്ന് താമസിച്ചിരുന്നത്. ഈ അലക്സിന്റെ കൈവശം നിലമ്പൂർ കോവിലകത്തുനിന്നും കിട്ടിയ ഒരു രേഖയുണ്ടായിരുന്നു. ആ രേഖ പ്രയോജനപ്പെടുത്തിയാണ് പൂളപ്പാടം സമരം വിജയത്തിലെത്തിച്ചത്. ഇടക്കിടെ സമരമുഖത്തെത്തിയിരുന്ന കുഞ്ഞാലിമിക്കപ്പോഴും ആദ്യം കയറിയിരുന്നത് പെണ്ണിയുടെ കുടുംബം താമസിച്ചിരുന്ന ആ കൊച്ചു കുടിലിൽ ആയിരുന്നു. വരുമ്പോൾ കൈയിലുണ്ടാവുന്ന ബാഗോ മറ്റെന്തെങ്കിലും സാധനങ്ങളോ തല്കാലത്തേക്ക് സൂക്ഷിക്കാൻ അദ്ദേഹം ഏൽപ്പിച്ചിരുന്നത് ആ കുടിലിലായിരുന്നു.

പൂളപ്പാടം സമരം നടക്കുമ്പോൾ പെണ്ണി പതിനേഴ് വയസ്സ് മാത്രം പ്രായമുള്ള ഒരു പെൺകുട്ടി മാത്രമായിരുന്നു. കുഞ്ഞാലി പെണ്ണിയെ വിളിച്ചിരുന്നത് "മോളേ" എന്നായിരുന്നു. പെണ്ണിക്ക് സഖാവിനോട് ഉണ്ടാ

കോടാലിപ്പൊയിലിലെ ആനപ്പട്ടത്ത് അബു

യിരുന്നത് ഒരു മൂത്ത സഹോദരനോടെന്നപോലുള്ള ഒരു ബന്ധമായിരുന്നു. അതുകൊണ്ട് തന്നെ കുഞ്ഞാലിയെക്കുറിച്ച് പറയാൻ തുടങ്ങിയാൽ ഇപ്പോഴും പെണ്ണിക്ക് കരയാതിരിക്കാനാവില്ല.

പൂളപ്പാടത്തെ വിശാലമായ സമരഭൂമിയിൽ പല പ്രവർത്തകരെയും നേരിൽ കണ്ട് സംസാരിക്കുകയും ആവശ്യങ്ങൾ ചോദിച്ചറിയുകയും വേണ്ട നിർദ്ദേശങ്ങൾ കൊടുക്കുകയും ചെയ്ത് കൊണ്ട് കുറേയേറെ സമയം ചെലവഴിച്ചാണ് എന്നും കുഞ്ഞാലി തിരിച്ചുപോവുക. പോകുന്നതിന് മുമ്പ് പെണ്ണിയുടെ കുടിലിൽ വെച്ച് പോന്നിട്ടുള്ള ബാഗോ മറ്റു സാധനങ്ങളോ എടുക്കാനായി വീണ്ടും സഖാവ് അവിടെയെത്തും. ചില ദിവസങ്ങളിൽ തിരിച്ചെടുക്കുന്ന ബാഗ് അദ്ദേഹം പെണ്ണിയുടെ അടുത്ത് തന്നെ വെച്ച് തുറക്കും. അതിൽ നിന്നും ഒരു സാധനം എടുത്ത് അവൾക്ക് കൊടുക്കും. അത് മിക്കപ്പോഴും ഒരു മിഠായിപ്പൊതിയായിരിക്കും. കുഞ്ഞനിയത്തിക്കുള്ള വല്യേട്ടന്റെ ഒരു സ്നേഹ സമ്മാനം.

കുഞ്ഞാലി ഒരു തവണ വീട്ടിൽ വന്നപ്പോൾ കൊണ്ടുവന്നിരുന്ന ഒരു ചുവന്ന കൊടി പെണ്ണി വീടിന്റെ മുൻവശത്ത് ഉയർത്തിക്കെട്ടിയിരുന്നു. കുറച്ച് ദിവസങ്ങളായി ആ കൊടി അവിടെ തന്നെ നിന്നു പറക്കുന്നുണ്ടായിരുന്നു. കുഞ്ഞാലിക്ക് വെടിയേറ്റു എന്ന വാർത്ത ആ കുടിലിൽ എത്തിയപ്പോഴും ആ കൊടി അവിടെ പറക്കുന്നുണ്ടായിരുന്നു. പ്രിയ സഖാവിന്റെ മൃതശരീരം കോഴിക്കോട് നിന്നും കാളികാവിലേക്ക് വിലാപയാത്രയായി കൊണ്ടുവരുന്നത് നിലമ്പൂരിൽ ചെന്ന് കാണാൻ പൂളപ്പാടം സമരഭൂമിയിൽ നിന്നും ധാരാളം പേർ പുറപ്പെട്ടു. അവർ പൂളപ്പാടത്ത് നിന്നും പ്രകടനമായാണ് നിലമ്പൂരിലേക്ക് തിരിച്ചത്. വീട്ടുമുറ്റത്ത് അപ്പോഴും പറന്നുകൊണ്ടിരുന്ന ആ കൊടിയും കൈയിലേന്തിയാണ് പെണ്ണി ആ പ്രകടനത്തിൽ പങ്കെടുത്തത്.

കുഞ്ഞാലിയെ അന്ത്യദർശനം നടത്തി തിരിച്ചു വന്നതിന് ശേഷം പെണ്ണി ആ കൊടി ഒരു നിധിപോലെ വളരെ കാലം സൂക്ഷിച്ചിരുന്നു. കൊച്ചു വീടിന്റെ പരിമിതികൾക്കുള്ളിൽ പല സാധനങ്ങളും പല തവണ പല ആവശ്യങ്ങൾക്കായി പല സ്ഥലത്തേക്കും മാറ്റിവെക്കേണ്ടി വന്നിരുന്നു. ആ കൂട്ടത്തിൽ ആ കൊടി എങ്ങനെയോ കാണാതായി. തന്റെ അന്ത്യയാത്രയിൽ തന്നെ ആ കൊടി കൊണ്ട് പുതപ്പിക്കണം എന്ന് മക്ക

ളോട് പറയാനും പെണ്ണി ഉദ്ദേശിച്ചിരുന്നു. എന്നാൽ അപ്രതീക്ഷിതമായി ആ കൊടി കാണാതായത് ആ സാധ്യത ഇല്ലാതാക്കി.

കുഞ്ഞാലിയുമായി നേരിട്ട് ബന്ധപ്പെടാൻ അവസരം കിട്ടിയ പതിനായിരക്കണക്കിന് സഖാക്കൾക്ക് അദ്ദേഹത്തിന്റെ ഓർമ്മ തന്നെ അവർ ഹൃദയത്തിൽ സൂക്ഷിക്കുന്ന ഒരു ചെങ്കൊടിയാണ്. അതവരുടെ ഓരോരുത്തരുടെയും മനസ്സിൽ മരണം വരെയും നിറം മങ്ങാതെ പറന്നുകൊണ്ടേയിരിക്കും.

പൂളപ്പാടത്തെ ഭൂസമരം വഴി മണ്ണിന്റെ അവകാശികളായി തീർന്നവരിൽ മഹാഭൂരിപക്ഷവും ഇന്നവിടെയില്ല. വളരെയേറെ പേർ മരിച്ചു പോയി. അവരിൽ ചിലരുടെ പിൻഗാമികൾ അവിടെയുണ്ട്. ഒട്ടേറെ പേർ സമരത്തിലൂടെ കൈവശം കിട്ടിയ ഭൂമി വിൽപ്പന നടത്തി മറ്റു സ്ഥലങ്ങളിലേക്ക് മാറിപ്പോയി. പെണ്ണിയെ പോലെ വളരെ അപൂർവം ചിലർ മാത്രമേ പൂളപ്പാടം സമരത്തിൽ നേരിട്ട് ഭാഗഭാക്കായിരുന്നവർ ഇന്നവിടെ അവശേഷിക്കുന്നുള്ളൂ.

പൂളപ്പാടം സമരഭൂമിയിൽ എത്തിയാൽ മിക്ക ദിവസങ്ങളിലും കുഞ്ഞാലി തിരിച്ചു പോകുമ്പോൾ രാത്രിയാകും. അന്ന് ചാലിയാർ പുഴയ്ക്ക് എവിടെയും പാലമില്ല. ഇന്ന് ഞെട്ടിക്കുളത്ത് നിന്നും നേരിട്ട് പൂളപ്പാടത്തേക്ക് പ്രവേശിക്കാൻ ചാലിയാർ പുഴയ്ക്ക് കുറുകെ പാലം വന്നിട്ടുണ്ട്. അന്ന് കുഞ്ഞാലിയുടെ വരവും പോക്കും ഗ്രാമം കടവ് എന്ന സ്ഥലത്ത് നിന്നും തോണിയിൽ ചാലിയാർ പുഴ കടന്നിട്ടായിരുന്നു. പൂളപ്പാടത്ത് നിന്നും ഗ്രാമം കടവിലേക്ക് തന്നെ ഒന്നര കി.മീറ്റർ നടക്കണം. ഗ്രാമം കടവിൽ നിന്നും വാഹനം കിട്ടുന്ന റോഡിലെത്താൻ വീണ്ടും ഒന്നര കി.മീറ്റർ നടക്കണം. ജീപ്പ് സൗകര്യം വരുന്നതിന് മുമ്പ് ആ യാത്ര മുഴുവനും തന്നെ സൈക്കിളിലായിരുന്നു.

നാട്ടുകാർക്ക് വഴിയില്ലെങ്കിൽ ബിർളക്കാർക്കും വഴി വേണ്ട

അറുപതുകളിലെ ഭൂസമരത്തിന്റെ ഭാഗമായി മണ്ണിന്റെ അവകാശികളായി തീർന്നവരിൽ ആ ഭൂമിയിൽ നിന്നും ഒരു സെന്റ് പോലും വിൽപ്പന നടത്തുകയോ കൈമാറുകയോ ചെയ്യാതെ ഇപ്പോഴും അതിൽ തന്നെ താമസിച്ച് കൃഷി ചെയ്തുകൊണ്ട് കഴിയുന്ന അപൂർവ്വം ചിലരിൽ ഒരാളാണ് കോടാലിപ്പൊയിലിലെ ആനപ്പട്ടത്ത് അബു എന്ന അബുക്ക. അബുക്കയുടെ ബന്ധുക്കളും അങ്ങനെത്തന്നെയാണ്, അവരും ഒന്നും വിറ്റിട്ടില്ല. അബുക്കയുടെ കുടുംബം പാണ്ടിക്കാട് ചേരിക്കല്ല് ഭാഗത്തായിരുന്നു താമസം. കുടുംബത്തിലെ കാരണവന്മാരിൽ ചിലർ തൊള്ളായിരത്തി അമ്പത്തി എട്ടിൽ തന്നെ പോത്തുകല്ല് വെണ്ടേക്കംപൊട്ടി ഭാഗത്ത് കുറച്ച് ഭൂമി സ്വന്തമാക്കിയിരുന്നു. ഏതെങ്കിലും സമരത്തിന്റെ ഭാഗമായിരുന്നില്ല അത്. മുൻ അദ്ധ്യായങ്ങളിൽ വിശദമാക്കിയിട്ടുള്ളത് പോലെ നിലമ്പൂർ കോവിലകത്തെ ഭരണസമിതി അംഗമായിരുന്ന കുഞ്ഞിക്കുട്ടൻ തമ്പുരാൻ വശം ഒരു ചെറിയ തുക അടച്ച് അവിടെ നിന്ന് കിട്ടിയ രേഖയുടെ

വി.ഡി.റോസ എന്ന പെണ്ണി

അടിസ്ഥാനത്തിൽ സ്വന്തമാക്കിയതായിരുന്നു അവരുടെ ഭൂമി. കമ്യൂണിസ്റ്റ് പാർട്ടിക്കാരനായിരുന്ന കുഞ്ഞുക്കുട്ടൻ തമ്പുരാൻ ഇക്കാര്യത്തിൽ കുറച്ച് ഉദാരമായ സമീപനം എടുക്കുകയും ചെയ്തിരുന്നു.

ചെറുപ്പത്തിൽ തന്നെ അബുവിന് കമ്യൂണിസ്റ്റ് പാർട്ടിയോട് അനുഭാവമുണ്ടായിരുന്നു. 1960 ലായിരുന്നു സഖാവ് കുഞ്ഞാലിയെ അബു ആദ്യമായി കണ്ടത്. പാണ്ടിക്കാടിനടുത്തുള്ള തുവ്വൂരിൽ 1960 ലെ തിരഞ്ഞെടുപ്പിന് ശേഷമുള്ള ഒരു പാർട്ടി പൊതുയോഗം നടക്കുമ്പോഴായിരുന്നു അത്. യോഗം നടത്താൻ നിശ്ചയിച്ചിരുന്ന സ്ഥലത്തിന് നേരെ എതിർവശത്തായി കോൺഗ്രസ് ഓഫീസ് പ്രവർത്തിച്ചിരുന്നു. പൊതുയോഗത്തിന് ഒരു അലോസരം സൃഷ്ടിക്കുക എന്ന ഉദ്ദേശ്യത്തോടെ കോൺഗ്രസ് ഓഫീസിന് ഉള്ളിൽ കൂടി നിന്നിരുന്ന കുറെ പ്രവർത്തകർ ഒരാവശ്യവുമില്ലാതെ വെറുതെ മൈക്കിലൂടെ ഒച്ചവെച്ചു കൊണ്ടിരുന്നു. കുഞ്ഞാലി മൈക്കിലൂടെ തന്നെ അതവസാനിപ്പിക്കാൻ അവരോട് അഭ്യർത്ഥിച്ചു. അവർ നിർത്തിയില്ല.

അല്പനേരം കാത്ത് നിന്ന് നോക്കിയിട്ടും അതിൽ മാറ്റമൊന്നും കാണാഞ്ഞപ്പോൾ കുഞ്ഞാലി പ്രസംഗവേദിയിൽ നിന്നും ഇറങ്ങി കോൺഗ്രസ് ഓഫീസിന് നേരെ നടന്നു കോണി കയറി ചെന്നു. അവരുടെ അടുത്തെത്തിയതും ഒരലർച്ചയായിരുന്നു.

"നിങ്ങളിത് നിർത്തില്ലെടാ..."

അത് കേൾക്കേണ്ട താമസം കോൺഗ്രസ് ഓഫീസിന് ഉള്ളിലും മുന്നിലും കൂടി നിന്നിരുന്ന മുഴുവൻ പേരും ജീവനും കൊണ്ട് സ്ഥലം വിട്ടു.

ഭൂസമരം കേരളമാകെയും കിഴക്കനേറനാട്ടിലും അലയടിക്കുന്ന സമയം. ബന്ധുക്കൾക്കൊപ്പം പോത്തുകല്ല് ഭാഗത്തേക്ക് പോന്നതായിരുന്നു അബു. ഇന്നത്തെ പോത്ത്കല്ല് അങ്ങാടിയിലെ റിംഗ് റോഡിന്റെ പുഴയുടെ അടുത്തെത്തുന്ന ഭാഗത്ത് ഒരു സ്ഥലത്ത് പാർട്ടി അനുഭാവികളുടെ യോഗം നടക്കുന്നുണ്ടായിരുന്നു. സഖാവ് കുഞ്ഞാലിയായിരുന്നു വിശദീകരണത്തിനെത്തിയിരുന്നത്.

ഭൂമി സംബന്ധമായ നിയമങ്ങളിലൊക്കെ വലിയ മാറ്റങ്ങൾ വരാൻ പോകുന്നു. വനഭൂമി സർക്കാർ ദേശസാൽക്കരിക്കും. വനങ്ങളോട് ചേർന്ന് കിടക്കുന്ന കൃഷിഭൂമികൾ കൈവശക്കാർക്ക് പതിച്ചുകിട്ടാൻ സാധ്യത

യുണ്ട്. കോവിലകത്തുകാരുടെയും ബിർളക്കാരുടെയും കൈവശത്തിൽ കണക്കിൽ പെടാത്ത ധാരാളം ഭൂമിയുണ്ട്. സ്വന്തമായി കൃഷിഭൂമിയില്ലാത്ത കൃഷിക്കാർ അത് കൈയേറി കൃഷി നടത്തുകയാണെങ്കിൽ അത് പതിച്ചുകിട്ടാൻ സാധ്യതയുണ്ട്. എന്നാൽ ആ പേരിൽ ആരും പത്തും ഇരുപതും ഏക്ര കൈയേറാൻ ശ്രമിക്കരുത്. ഒരു കുടുംബത്തിന് കൃഷി ചെയ്തു ജീവിക്കാനാവശ്യമായ രണ്ട് ഏക്ര കൈവശപ്പെടുത്തുന്നവരെ ഒഴിപ്പിക്കാൻ ശ്രമം ഉണ്ടാവുമ്പോൾ അതിനെ എതിർക്കാൻ പാർട്ടിയുടെ പിന്തുണയുണ്ടാകും. കഴിയുന്നതും ഒറ്റപ്പെട്ട സ്ഥലങ്ങൾ ഒഴിവാക്കി രണ്ട് ഏക്കർ വീതം പത്തോ ഇരുപതോ കുടുംബങ്ങൾ ചേർന്ന് കൈവശപ്പെടുത്തുന്നതായിരിക്കും ബുദ്ധി. ഇറക്കി വിടലിന് ശ്രമമുണ്ടാകുമ്പോൾ കൂട്ടമായി നിന്ന് ചെറുക്കാൻ അത് സഹായകമാകും. ഇതെല്ലാമായിരുന്നു കുഞ്ഞാലിയുടെ പ്രസംഗത്തിന്റെ ചുരുക്കം.

ആ പ്രസംഗത്തിലെ ആശയം ഉൾക്കൊണ്ടാണ് അബു വെറ്റിലക്കൊല്ലിയിലെ ഒഴിഞ്ഞു കിടന്നിരുന്ന കൃഷിഭൂമി കൈയേറി സ്വന്തമായി കൃഷി തുടങ്ങിയത്. ഇന്നും ആ ഭൂമി അബുവിന്റെ കൈവശം ഉണ്ട്. പിൽക്കാലത്ത് ആ കൈയേറ്റ കൃഷിക്കാർക്ക് എല്ലാം നിയമപ്രകാരമുള്ള കൈവശ രേഖകൾ സർക്കാരിൽ നിന്നും ലഭിച്ചു.

കുഞ്ഞാലിയെന്ന ജനകീയ രാഷ്ട്രീയ നേതാവിന്റെ നിലപാടുകളുടെ പ്രത്യേകതകൾക്ക് പലതിനും അബുക്ക സാക്ഷ്യം വഹിച്ചിട്ടുണ്ട്. മുണ്ടേരിയിലെ പോത്തൻ സായ്പിന്റെ എസ്റ്റേറ്റിൽ നാല് തൊഴിലാളികളെ പിരിച്ചുവിട്ട ഒരു സംഭവം ഉണ്ടായി. അതിനെക്കുറിച്ച് അന്വേഷിക്കാൻ സ്ഥലത്തെത്തിയ കുഞ്ഞാലി ആ തൊഴിലാളികൾ ടാപ്പിംഗ് നടത്തിയിരുന്ന മരങ്ങൾ ചെന്ന് പരിശോധിച്ചു. അതിൽ ഒരാൾ ടാപ്പിംഗ് നടത്തിയിരുന്നത് വളരെ മോശപ്പെട്ട നിലയിലായിരുന്നു. അത് ശ്രദ്ധയിൽപ്പെട്ട കുഞ്ഞാലി പറഞ്ഞു.

“ഈ പണി ചെയ്ത ആളെ അതേ പണിക്ക് തിരിച്ചെടുക്കണം എന്ന് പറയുന്നതിൽ ന്യായമില്ല. അയാൾക്ക് അവിടെ വേറെ വല്ല പണിയും കൊടുക്കണം എന്ന് പറയാനേ പറ്റുകയുള്ളൂ.”

മോശപ്പെട്ട നിലയിൽ ടാപ്പിംഗ് നടത്തിയിരുന്ന ആൾ വളരെ സജീവ പാർട്ടി പ്രവർത്തകൻ കൂടിയായ ഒരു തൊഴിലാളിയായിരുന്നു. അത് ശ്രദ്ധയിൽപ്പെടുത്തിയപ്പോഴും കുഞ്ഞാലി നിലപാടിൽ മാറ്റം വരുത്തിയില്ല. തൊഴിലാളിയുടെ താല്പര്യം പോലെ തന്നെ പ്രധാനപ്പെട്ടതാണ് സ്ഥാപനത്തിന്റെ നിലനിൽപ്പും എന്ന കൃത്യമായ നിലപാടായിരുന്നു സഖാവിനുണ്ടായിരുന്നത്. ബിർളയുടെ എസ്റ്റേറ്റുകളെല്ലാം പതിനായിരക്കണക്കിന് ഏക്ര വിസ്തൃതിയുള്ളവയായിരുന്നു. ഒരു പ്രദേശം മുഴുവൻ വ്യാപിച്ചു കിടന്നിരുന്ന ആ എസ്റ്റേറ്റുകളിലൂടെ അവർ സ്വന്തം ആവശ്യാർത്ഥം കുറെ റോഡുകൾ പണിതിരുന്നു. അവയിൽ പല റോഡുകളും പൊതുജനങ്ങൾ വഴിയായി ഉപയോഗിച്ചിരുന്നു. ബിർളയുടെ എസ്റ്റേറ്റിൽ കടക്കാതെ പോവുകയാണെങ്കിൽ പലയാളുകൾക്കും അവരുടെ വീടുകളിലേക്ക്

എത്താൻ അനേകം കിലോമീറ്ററുകൾ അധികം നടക്കേണ്ടിയിരുന്നു.

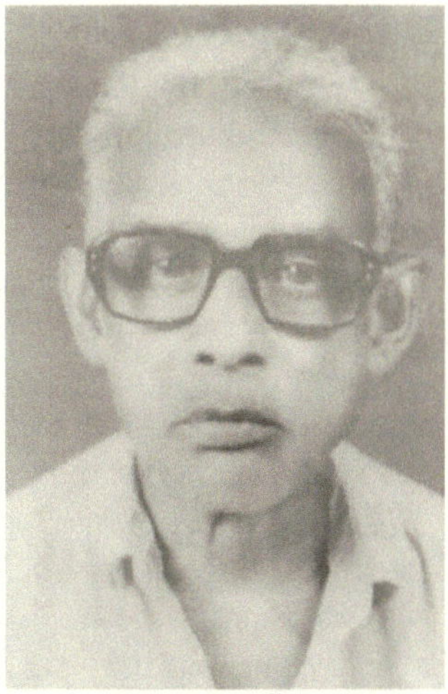
പി.ടി.അബ്ദുട്ടി

ഭൂസമരം ശക്തിപ്പെട്ടുകൊണ്ടിരുന്ന കാലം. ബിർള എസ്റ്റേറ്റ് മാനേജ്മെന്റ് ഒരു രേഖയുടെയും പിൻബലമില്ലാതെ കൈവശപ്പെടുത്തിയിരുന്ന ഭൂമികളിലും തരിശിട്ടിരുന്ന ഭൂമികളിലുമെല്ലാം സമര ഭടന്മാർ കൈയേറ്റം നടത്തി അവകാശം സ്ഥാപിച്ചു. ഇത് എസ്റ്റേറ്റ് മാനേജ്മെന്റിനെ ക്ഷുഭിതരാക്കി. ഒരു പ്രതികാരനടപടിയെന്ന നിലയിൽ എസ്റ്റേറ്റിനകത്തെ റോഡുകളിലൂടെയുള്ള പൊതുജനങ്ങളുടെ സഞ്ചാരം അവർ വിലക്കി. അതുവരെയും പൊതുവഴിപോലെ ഉപയോഗിച്ചിരുന്ന റോഡുകളിൽ അവർ ആളെ കാവലിരുത്തി വഴി തടഞ്ഞു. ആളുകൾ വലിയ ബുദ്ധിമുട്ടിലായി. തൊട്ടടുത്തൊരു ദിവസം ഒരു യോഗത്തിൽ പങ്കെടുക്കാനെത്തിയ കുഞ്ഞാലിയോട് ഈ വിഷയം തൊഴിലാളികളും പാർട്ടി പ്രവർത്തകരും ചേർന്ന് ഒരു പരാതിയായി ഉന്നയിച്ചു.

ആദ്യം കുഞ്ഞാലി ചെയ്തത് ഒരു കത്ത് തയ്യാറാക്കി അത് എസ്റ്റേറ്റ് മാനേജർക്ക് കൊടുക്കണം എന്ന് പറഞ്ഞ് ഒരു സഖാവിനെ ഏല്പിക്കുകയായിരുന്നു. അബുക്കയുടെ നിരീക്ഷണത്തിൽ സഖാവ് കുഞ്ഞാലിക്ക് കോപം വരുന്നു എന്നതിന്റെ സൂചന അദ്ദേഹം സ്വന്തം കൈവിരലുകളുടെ നഖത്തിൽ ചെറുതായി കടിച്ചു തുടങ്ങുന്നതാണ്. അല്പം നേരം അങ്ങനെ ചെയ്ത കുഞ്ഞാലിയുടെ ഭാവം മാറി. ആളുകളുടെ വഴി തടയുന്ന തരത്തിൽപെട്ട തരംതാണ പരിപാടിക്ക് കുറച്ച് കൂടി വേഗത്തിൽ ഒരു പരിഹാരം വേണം എന്ന് അദ്ദേഹത്തിന് തോന്നി. മാനേജർക്ക് കൊടുക്കാനായി ഏല്പിച്ച കത്ത് അദ്ദേഹം തിരിച്ചുവാങ്ങി കീറിക്കളഞ്ഞു. എന്നിട്ട് “എസ്റ്റേറ്റ് റോഡിലൂടെ വേറെ ആർക്കും നടക്കാൻ പാടില്ല എങ്കിൽ നാളെ മുതൽ പൊതു റോഡിലൂടെ എസ്റ്റേറ്റ് മാനേജർമാരും സൂപ്രണ്ടും ഒന്നും നടക്കേണ്ട എന്ന് കുഞ്ഞാലി പറഞ്ഞിട്ടുണ്ട് എന്ന് ആ സൂപ്രണ്ടിനോട് ചെന്ന് പറയുക” എന്ന് പറഞ്ഞു.

സഖാവ് കുഞ്ഞാലി അങ്ങനെ പറഞ്ഞിട്ടുണ്ടെങ്കിൽ അത് എന്തിനെങ്കിലും ഉറച്ചിട്ടു തന്നെയായിരിക്കും എന്ന് എല്ലാവർക്കും അറിയാമായിരുന്നു. തൊഴിലാളികൾ കുഞ്ഞാലി പറഞ്ഞ കാര്യം അതേപടി എസ്റ്റേറ്റ് മാനേജരുടെ അടുത്ത് ചെന്ന് പറഞ്ഞു. അടുത്ത ദിവസം മുതൽ വഴി തടയൽ പരിപാടി അവർ അവസാനിപ്പിച്ചു.

മുടങ്ങാത്ത ഓണക്കോടികൾ

ഇരുപത് വർഷങ്ങൾക്കുമപ്പുറം ഒരു ദിവസം സഖാവ് കുഞ്ഞാലിയുടെ രക്തസാക്ഷിത്വദിനത്തിന്റെ തലേന്ന്, അടുത്ത ദിവസം നടത്തേണ്ട പ്രഭാതഭേരിയെക്കുറിച്ച് ആലോചിക്കുന്നതിനായി ഒരു സംഘം പാർട്ടി പ്രവർത്തകർ ഒരു സഖാവിന്റെ വീട്ടിൽ ഒത്ത് കൂടിയിരുന്നു. അവരുടെ കൂട്ടത്തിൽ എത്തിയിരുന്ന എന്നോട് അവിടെ കണ്ട ഒരു യുവാവ് പറഞ്ഞ ഒരനുഭവം ഇവിടെ പകർത്തുന്നു. ഒരു സുഹൃത്തിന്റെ വീട്ടിലേക്ക് വന്നതായിരുന്നു ആ യുവാവ്. ഇങ്ങനെയൊരു യോഗം നടക്കുന്നുണ്ട് എന്നറിഞ്ഞപ്പോൾ പാർട്ടി അനുഭാവിയായിരുന്ന അയാളും അതിൽ പങ്കെടുക്കാൻ എത്തിയതായിരുന്നു. അയാളുടെ പേര് ഓർമ്മിക്കുന്നില്ല.

ആ ചെറുപ്പക്കാരൻ ഏതാനും വർഷങ്ങൾക്ക് ഉണ്ടായ ഒരനുഭവമാണ് പങ്ക് വെച്ചത്. അന്നയാൾ സ്കൂൾ പ്രായം കഴിഞ്ഞിട്ടില്ലാത്ത ഒരു കുട്ടിയായിരുന്നു. മുണ്ടേരിക്കടുത്തുള്ള ഒരു ബന്ധുവീട്ടിൽ വിരുന്നുപോയതായിരുന്നു അവൻ. ആ വീട്ടിൽ സമപ്രായക്കാരനായ ഒരു കൂട്ടുകാരനും അവനുണ്ടായിരുന്നു. അവർ രണ്ട് പേരും കൂടി തൊട്ടടുത്തുള്ള ഒരു കുന്നിൻ മുകളിലേക്ക് പോയി. അവിടെ ഒരു പാറയോട് ചേർന്ന് ചെറിയൊരു കുടിൽ കെട്ടി ഒരു ആദിവാസി അപ്പൂപ്പൻ ഒറ്റയ്ക്ക് താമസിക്കുന്നുണ്ടായിരുന്നു. വളരെ അപൂർവമായി മാത്രമേ ആ വയോധികൻ നാട്ടിലേക്ക് ഇറങ്ങിയിരുന്നുള്ളൂ. തൊട്ടടുത്ത കാട്ടിൽ നിന്നും ശേഖരിക്കുന്ന വിഭവങ്ങളും വല്ലപ്പോഴും ഏതെങ്കിലും സന്ദർശകർ കൊണ്ടുകൊടുക്കുന്ന എന്തെങ്കിലുമൊക്കെ വാങ്ങിച്ചു കഴിച്ചുമൊക്കെയായിരുന്നു അയാളുടെ ജീവിതം. കുട്ടികൾ രണ്ട് പേരും ആ കുടിലിനടുത്തെത്തി. അപ്പൂപ്പൻ അവരോട് വിശേഷങ്ങൾ അന്വേഷിച്ചു. അദ്ദേഹം പലതും സംസാരിച്ചുകൊണ്ടിരുന്നു. ചിലതൊന്നും അവർക്ക് മനസ്സിലായതുപോലുമില്ല. ആ സംഭാഷണത്തിനിടയ്ക്ക് ആ കാരണവർ ഒരാളെക്കുറിച്ച് പറഞ്ഞു. അയാൾ എല്ലാ വർഷവും ഓണത്തിനടുപ്പിച്ച് അയാളുടെ കുടിലിൽ വരാറുണ്ടായിരുന്നുവെന്നും വരുമ്പോൾ അദ്ദേഹത്തിന് ഒരു ഓണക്കോടി കൊണ്ട് കൊടുക്കാറുണ്ടായിരുന്നുവെന്നും ആ വൃദ്ധൻ അവരോട് പറഞ്ഞു. ആ കാരണവർ പറഞ്ഞിരുന്നത് സഖാവ് കുഞ്ഞാലിയെ കുറിച്ചാണ് എന്നത് ബന്ധുവീട്ടിലെ കൂട്ടുകാരനിൽ നിന്നാണ് അന്ന് അവന് മനസ്സിലായത്.

സമരങ്ങളും യോഗങ്ങളും യാത്രകളുമായി ഒരു നിമിഷം വിശ്രമമില്ലാതെ ഓടി നടന്ന് പ്രവർത്തിച്ചിരുന്ന കുഞ്ഞാലി ആരോരുമില്ലാത്ത ആ ആദിവാസി കാരണവർക്ക് മുടങ്ങാതെ ഓണക്കോടി എത്തിച്ചു കൊടുക്കാനും അതിനിടയിൽ സമയം കണ്ടെത്തിയിരുന്നു.

വിനയാന്വിതൻ

കൊച്ചി കപ്പൽ നിർമ്മാണശാല കേരളത്തിന് നഷ്ടപ്പെട്ടുപോകാൻ സാധ്യതയുണ്ട് എന്ന സൂചനകൾ വന്നപ്പോൾ അതിൽ പ്രതിഷേധിച്ചു

കൊണ്ട് ഒരു സർവ്വകക്ഷി റാലി കൊച്ചിയിൽ നടന്നു. അതിൽ പങ്കെടുക്കാൻ പോയ ചുങ്കത്തറയിൽ നിന്നുള്ള മൂന്ന് പേർ അപകടത്തിൽ പരിക്കേറ്റ് ആശുപത്രിയിലായി. നിലമ്പൂർ എം.എൽ.എ. കൂടിയായിരുന്ന കുഞ്ഞാലി തന്റെ മണ്ഡലത്തിൽ നിന്നുള്ള പരിക്കേറ്റവരെ ആശുപത്രിയിൽ ചെന്ന് സന്ദർശിച്ചു. ചുങ്കത്തറയിലെ അന്നത്തെ മുൻനിര പാർട്ടി പ്രവർത്തകനായിരുന്നു കൂത്രാടൻ ഉമ്മർ. ആ സഖാവിനെയും കൂട്ടിയായിരുന്നു കുഞ്ഞാലി ആശുപത്രിയിൽ പോയത്.

ആശുപത്രി സന്ദർശനത്തിന് ശേഷം കുഞ്ഞാലിക്ക് കൊച്ചി കമ്യൂണിസ്റ്റ് പാർട്ടി ഓഫീസിൽ പോകേണ്ട ആവശ്യവും ഉണ്ടായിരുന്നു. അന്ന് കേരളത്തിലെ വലിയ നഗരങ്ങളിലെല്ലാം മനുഷ്യൻ മനുഷ്യനെ വലിച്ചു കൊണ്ടുപോകുന്ന റിക്ഷകൾ ഉണ്ടായിരുന്നു. അത്തരം ഒരു റിക്ഷാവണ്ടിയിൽ കയറാനായി കുഞ്ഞാലി വണ്ടി വിളിച്ചു. കൂത്രാടൻ ഉമ്മറിനോടും കൂടെ പോരാൻ സഖാവ് ക്ഷണിച്ചു.

മനുഷ്യൻ മനുഷ്യനെ വലിച്ച് കൊണ്ട് ഓടുന്ന ആ റിക്ഷയിൽ കയറാൻ ഉമ്മറിന് പ്രയാസം തോന്നി. താൻ നടന്നുവന്നുകൊള്ളാമെന്ന് പറഞ്ഞ് ഉമ്മർ ഒഴിവായി. വളരെ നാളുകൾക്ക് ശേഷം സ്വസ്ഥമായി സംസാരിക്കാൻ സമയം കിട്ടിയപ്പോൾ കുഞ്ഞാലി അന്നത്തെ കാര്യം ഉമ്മറിനോട് ഏറ്റു പറഞ്ഞു. മനുഷ്യൻ മനുഷ്യനെ വലിച്ചുപായുന്ന ആ വണ്ടിയിൽ ഒരു പ്രയാസവുമില്ലാതെ താൻ യാത്ര ചെയ്തത് ശരിയായില്ല എന്നും അന്ന് ഉമ്മറിനോളം ഉയർന്നു ചിന്തിക്കാൻ തനിക്ക് കഴിഞ്ഞില്ല എന്നും അദ്ദേഹം പറഞ്ഞു. തുടർന്ന് അത്തരം അവസ്ഥകൾ മാറ്റിയെടുക്കാൻ വേണ്ടി പ്രവർത്തിക്കേണ്ട ആവശ്യകതയെക്കുറിച്ചും സംസാരിച്ചു.

ഒരു സംസ്ഥാനതല നേതാവും എം.എൽ.എ.യുമായിരുന്ന കുഞ്ഞാലി ഒരു സാധാരണ പാർട്ടി പ്രവർത്തകൻ മാത്രമായിരുന്ന തന്നോട് ആരും പറയാതെ തന്നെ അതേറ്റു പറയാൻ കാണിച്ച ഹൃദയ വിശാലതയും വിനയവും കൂത്രാടൻ ഉമ്മർ ഇപ്പോഴും ആദരപൂർവ്വം ഓർമ്മയിൽ സൂക്ഷിക്കുന്നു.

ഹൃദയാലുവായ കണിശക്കാരൻ

ഏത് യോഗത്തിനാണെങ്കിലും പരിപാടിക്കാണെങ്കിലും കൃത്യസമയത്ത് എത്തിച്ചേരുന്ന പ്രകൃതമായിരുന്നു കുഞ്ഞാലിയുടേത്. ഏത് കാട്ടു പ്രദേശത്താണെങ്കിലും സൈക്കിളിലോ നടന്നോ അദ്ദേഹം സമയത്ത് എത്തിയിരിക്കും. അതുകൊണ്ട് തന്നെ സമയകൃത്യത പാലിക്കാത്തവരെ കർശനമായി ശകാരിക്കാനും അദ്ദേഹം മടിച്ചിരുന്നില്ല. എന്നാൽ അതേ സമയം തന്നെ പ്രവർത്തകരുടെ വ്യക്തിപരമായ പ്രയാസങ്ങൾ കണ്ടറിയാനും സഖാവ് ശ്രദ്ധിച്ചിരുന്നു.

നിലമ്പൂർ നിയോജക മണ്ഡലത്തിലാകെ സഞ്ചരിച്ചുകൊണ്ടുള്ള ഒരു പ്രചരണ പരിപാടിയിൽ അഞ്ച് ദിവസം കുഞ്ഞാലിയോടൊപ്പം ഓടി

നെടുമ്പ മുഹമ്മദും എഴുത്തുകാരനും

നടന്നു പ്രവർത്തിച്ച ഒരു പാർട്ടി പ്രവർത്തകനായിരുന്നു ചുങ്കത്തറയിലെ അബ്ദുട്ടി. കഠിനമായി ജോലി ചെയ്ത അബ്ദുട്ടി ക്ഷീണവും ശരീരവേദനയും കാരണം അവശനായി. നല്ല ആരോഗ്യവാനായിരുന്ന കുഞ്ഞാലിക്ക് ക്ഷീണമൊന്നും ബാധിച്ചിരുന്നില്ല. സുഖമില്ലാത്തതിനാൽ കുറച്ച് ദിവസത്തേക്ക് തനിക്ക് ഒന്നിനും വരാൻ കഴിയില്ല എന്ന് കുഞ്ഞാലിക്കു വിവരം കൊടുത്തയച്ച അബ്ദുട്ടി വീട്ടിൽ വിശ്രമിച്ചു.

പിറ്റേ ദിവസം അബ്ദുട്ടിയുടെ വീട്ടിൽ കുഞ്ഞാലി പറഞ്ഞയച്ച ഒരു ദൂതൻ എത്തി. *ഇജ്ജ് നല്ലൊരു മന്സനാകാൻ നോക്ക്* എന്ന നാടകത്തിലൂടെ മലയാള നാടക ചരിത്രത്തിലും സാംസ്കാരിക ചരിത്രത്തിലും ഇടം നേടിയ നാടകകൃത്ത് ഇ.കെ. അയമു ആയിരുന്നു ആ ദൂതൻ. അയമു ഒരു സജീവ പാർട്ടി പ്രവർത്തകൻ കൂടിയായിരുന്നു. അബ്ദുട്ടിയുടെ ആരോഗ്യസ്ഥിതി അന്വേഷിക്കാൻ മാത്രമായിരുന്നില്ല അയമുവിനെ പറഞ്ഞയച്ചിരുന്നത്. സഖാവ് കൊടുത്തയച്ചിരുന്ന 100 രൂപയുടെ സഹായവും ആ ദൂതൻ കൊണ്ടുവന്നിരുന്നു. അന്നത്തെ കാലത്ത് മോശമല്ലാത്ത ഒരു തുകയായിരുന്നു അത്. വളരെക്കാലം സി.പി.ഐ.(എം) ചുങ്കത്തറ ലോക്കൽ കമ്മിറ്റി സെക്രട്ടറിയായിരുന്ന പി.ടി.അബ്ദുട്ടി ഇന്നില്ല.

ചന്തക്കുന്നിലെ പാർട്ടി പ്രവർത്തകനായിരുന്ന കുഴിക്കാടൻ മുഹമ്മദ് എന്ന നാണി തന്റെ സഹോദരിയുടെ വിവാഹത്തിന് കുഞ്ഞാലിയെ നേരിട്ടു ക്ഷണിച്ചു. അന്ന് തിരുവനന്തപുരത്താകാൻ സാധ്യതയുള്ളതി

നാൽ വരാനിടയില്ല എന്ന് കുഞ്ഞാലി മറുപടി പറഞ്ഞു. സഹോദരിയുടെ വിവാഹമൊക്കെ കഴിഞ്ഞ് ഒരാഴ്ചയ്ക്ക് ശേഷം ഒരു പരിപാടിക്കിടയിൽ കുഞ്ഞാലി കുഴിക്കാടൻ മുഹമ്മദിനെ കണ്ടു. ഉടനെ അടുത്തേക്ക് ചെന്ന് പോക്കറ്റിൽ നിന്നും ഒരു കവറെടുത്ത് കൊടുത്തുകൊണ്ട് പറഞ്ഞു.

"ഇത് പെങ്ങൾക്ക് കൊടുക്കണം"

ആ കവറിൽ ഒരു ചെറിയ തുകയും ഉണ്ടായിരുന്നു.

തന്ത്രശാലി

കുഞ്ഞാലി പ്രസിഡണ്ടും ടി.സി. മുഹമ്മദ് സെക്രട്ടറിയുമായിരുന്ന ബിർളാ വനം വർക്കേഴ്സ് യൂണിയന്റെ ജോയിന്റ് സെക്രട്ടറിയായിരുന്നു മൂച്ചിക്കൽ മൂസ്സ എന്ന നാണി. വെള്ളക്കട്ട ഭാഗത്ത് ബിർളാ വനം വർക്കേഴ്സ് യൂണിയന്റെ ദൈനംദിന കാര്യങ്ങൾ നടത്തിയിരുന്നത് മൂസ്സയായിരുന്നു. വളരെ അടുത്ത ബന്ധമായിരുന്നു മൂസ്സയ്ക്ക് കുഞ്ഞാലിയുമായി ഉണ്ടായിരുന്നത്.

വെടിയേറ്റ് വീണ ദിവസവും മൂസ്സ കൂടെയുണ്ടായിരുന്നു. പാർട്ടി കമ്മിറ്റി തീരുമാനിച്ചത് പ്രകാരം 1969 ജൂലൈ 26ന് വഴിക്കടവിലേക്ക് പോന്ന കുഞ്ഞാലി മൂസ്സയെയും കൂട്ടിയാണ് വെള്ളക്കട്ടയിലേക്ക് പോയത്. സംഘടനാ പ്രവർത്തകരുമായി ചർച്ച ചെയ്യാനുണ്ടായിരുന്ന കാര്യങ്ങൾ പറഞ്ഞു ധാരണയാക്കി തിരിച്ചു പോരുമ്പോൾ വഴിക്കടവിൽ നിന്നും ചുള്ളിയോട്ടേക്ക് കുറച്ച് ആളുകളെയും കൂട്ടി ചെല്ലാൻ കുഞ്ഞാലി ഏല്പിച്ചതും മൂസ്സയെ ആയിരുന്നു. അങ്ങനെയാണ് സംഭവസ്ഥലത്ത് മൂസ്സ എത്തിച്ചേർന്നത്.

കുഞ്ഞാലി എന്ന നേതാവിന്റെ പ്രത്യേകതകളെക്കുറിച്ച് ഓർക്കുമ്പോൾ മൂസ്സയുടെ മനസ്സിൽ വരുന്നത് സമരമുഖങ്ങളിൽ അദ്ദേഹം നടപ്പാക്കിയ ലളിതവും ഫലപ്രദവുമായ തന്ത്രങ്ങളാണ്. വെള്ളക്കട്ടയിൽ തൊഴിലാളികളും നാട്ടുകാരും ഉപയോഗിച്ചിരുന്ന ഒരു ഇടവഴിയുണ്ടായിരുന്നു. മൂന്ന് അടി വീതിയും പത്തടി നീളവും മാത്രമുള്ള ആ വഴി കന്നുകാലികളെ കൊണ്ടുപോകുന്നതിനായിരുന്നു കൂടുതൽ ഉപയോഗിച്ചിരുന്നത്. പ്രത്യേകിച്ച് ഒരു കാരണവുമില്ലാതെ ബിർളാ എസ്റ്റേറ്റ് മാനേജ്മെന്റ് ആ വഴി തടഞ്ഞു. തൊഴിലാളികൾ പരാതി കൊടുത്തെങ്കിലും പരിഗണിച്ചില്ല. വിഷയം കുഞ്ഞാലിയുടെ അടുത്തെത്തി. സ്ഥലം വന്ന് പരിശോധിച്ച കുഞ്ഞാലി മൂസ്സയോട് പറഞ്ഞു

"വിശ്വസ്തരായ രണ്ടുമൂന്ന് പേരെ സംഘടിപ്പിച്ചാൽ നമുക്ക് വഴിയുണ്ടാക്കാം"

അലവിയെന്നൊരാളെയും വേറെ രണ്ട് പേരെയും മൂസ്സ പറഞ്ഞു കൊടുത്തു. ആ ഇടവഴിയോട് ചേർന്ന് ബിർളക്കാർ പ്ലാന്റേഷൻ ഉണ്ടാക്കുന്നതിനുള്ള യൂക്കാലി തൈകൾ വെച്ചിരുന്നു. ഇടവഴിയോട് ചേർന്നുള്ള ഒരു വരി യൂക്കാലി തൈകൾ ഇടയ്ക്ക് ആരുമറിയാതെ മണ്ണെണ്ണ

സ്റ്റൗവിൽ തിളപ്പിച്ച വെള്ളംകൊണ്ട് നനയ്ക്കാനായിരുന്നു കുഞ്ഞാലി നിർദ്ദേശിച്ചത്. ചുമതലപ്പെടുത്തിയ തൊഴിലാളികൾ അത് സമർത്ഥമായി തന്നെ ചെയ്തു. ഏതാനും മാസങ്ങൾ കഴിഞ്ഞപ്പോൾ ആ വഴിയിലെ തൈകൾ ഓരോന്നായി ഉണങ്ങി. അതോടെ അവർ അവിടെ പുതിയ തൈകൾ കൊണ്ടുവന്നു വെച്ചു. അപ്പോഴേക്കും മറ്റു തൈകൾ കുറച്ച് വളർന്നിരുന്നു. ആ സമയത്ത് പോലീസിനെയും റവന്യു അധികൃതരെയും ഇടപെടുവിച്ചു ആദ്യം വീതിയുള്ള ഒരു വഴിയുണ്ടായിരുന്ന ഈ സ്ഥലത്ത് ബിർളക്കാർ പുതിയ തൈകൾ നട്ട് പ്രശ്നമുണ്ടാക്കുകയാണെന്ന് വാദിച്ച് വഴി വീതി കൂട്ടി തീരുമാനമുണ്ടാക്കി.

നിലമ്പൂർ കോവിലകത്തെ ഭൂമി പാട്ടത്തിന് കൊടുത്തതിന്റെയും മറ്റും വിവരങ്ങൾ രേഖപ്പെടുത്തിയ രജിസ്റ്ററിന്റെ ഏതാനും പേജുകൾ പൂള ബാപ്പുക്ക മുഖേന സംഘടിപ്പിക്കുകയും അത് പൂളപ്പാടം കൈയേറ്റവുമായി ബന്ധപ്പെട്ട കേസ്സിൽ പ്രയോജനപ്പെടുത്തിയതും കുഞ്ഞാലി ആവിഷ്കരിച്ചു നടപ്പാക്കിയ ഒരു തന്ത്രമായിരുന്നു. തലപ്പാലിപ്പൊട്ടി കൈയേറ്റ സമരത്തിൽ ഭൂവുടമകൾക്ക് വേണ്ടി ആർ.എസ്.എസിന്റെ ഗുണ്ടകൾ രംഗത്ത് വന്നപ്പോൾ എടുത്ത ഒരടവും മൂസ്സ ഓർക്കുന്നു - പൂള ബാപ്പുക്കയുടെ പക്കൽ ഒരു ഇരട്ടക്കുഴൽ നാടൻ തോക്കുണ്ടായിരുന്നു. തോക്കിന്റെ ഉണ്ടയുണ്ടാക്കുന്നതിൽ ചില പണികൾ ഒപ്പിച്ച് ഒച്ചയും പുകയും മാത്രമുള്ള ഒരു വെടിവെപ്പ് നടത്തി ഗുണ്ടകളെ ഭയപ്പെടുത്തി ഓടിച്ചത് ഒരു കുഞ്ഞാലി തന്ത്രമായിരുന്നു.

ആക്രമണത്തിന് വരുന്ന കരുത്തരായ എതിരാളികളെ നേരിട്ട് ഏറ്റുമുട്ടി തോൽപ്പിക്കുന്നതിൽ കുഞ്ഞാലിയുടെ ശരീരഘടനയ്ക്കും ഒരു പങ്കു

എഴുത്തുകാരനും പട്ട അബുവും

ണ്ടായിരുന്നു. കൈകൾക്കും കാലുകൾക്കും സാധാരണയിൽ കൂടുതൽ നീളമുണ്ടായിരുന്നു കുഞ്ഞാലിക്ക്. എതിരാളിയെ കഴുത്തിന് പിടിച്ച് നിർത്തി പ്രഹരിക്കുമ്പോൾ കുഞ്ഞാലിയുടെ കൈയിന്റെ നീളക്കൂടുതൽ കാരണം എതിരാളികളുടെ അടികൾ സഖാവിന് ഏൽക്കാറുണ്ടായിരുന്നില്ല.

കുഞ്ഞാലി കുറച്ച് കാലം കൂടി ജീവിച്ചിരുന്നുവെങ്കിൽ തലപ്പാലിപ്പൊട്ടിയിലും സത്യകുമാർ എസ്റ്റേറ്റുകാരുടെ സ്ഥലത്തുമായി ആയിരക്കണക്കിന് ആളുകൾക്ക് കൂടി ഭൂമി കിട്ടാനുള്ള സാധ്യതയുണ്ടായിരുന്നു എന്നാണ് മൂസ്സയുടെ അഭിപ്രായം. കൈയേറ്റം പല സ്ഥലത്തും നടന്നിരുന്നുവെങ്കിലും 1970 ന് മുമ്പ് തന്നെ നിലമ്പൂരിൽ പലർക്കും അവകാശരേഖ കിട്ടിയത് കുഞ്ഞാലിയുടെ മിടുക്കായിരുന്നു എന്നും മൂസ്സ നിരീക്ഷിക്കുന്നു.

മൂച്ചിക്കൽ മൂസ്സ ഒരിക്കൽ നോമ്പ് കാലത്ത് പകൽ സമയത്ത് ചായ കുടിച്ചത് ചിലർ കണ്ടു. അന്ന് നോമ്പ് നോൽക്കാത്തവരെ പരസ്യമായി പരിഹസിക്കൽ ഒരു കൂട്ടം മതഭ്രാന്തന്മാരുടെ പതിവായിരുന്നു. ഒരു കാലിത്തപ്പിൽ കൊട്ടി വലിയ ഒച്ചയുണ്ടാക്കി കൂക്കി വിളിച്ചു പിറകെ നടക്കുക എന്നതായിരുന്നു അവരുടെ കളിയാക്കൽ രീതി. മൂസ്സയെ അങ്ങനെ പരിഹസിക്കാൻ വന്ന സംഘത്തിൽ ഒരുത്തന് മൂസ്സ ഒരടി കൊടുത്തു. അതോടെ കളിയാക്കൽ നിന്നെങ്കിലും അതൊരു പ്രശ്നമായി. ഒളകര കുടുംബത്തിൽപ്പെട്ട ഒരാൾക്കായിരുന്നു മൂസ്സയിൽ നിന്നും തല്ല് കിട്ടിയത്. അവർ അത്യാവശ്യം ആൾബലവും സ്വാധീനവും ഉള്ള ഒരു കുടുംബമായിരുന്നു. അവർ സംഘടിതമായി വന്നു മൂസ്സയെ തിരിച്ചു തല്ലാൻ ആലോചിക്കുന്ന കാര്യം മൂസ്സ അറിഞ്ഞു. മൂസ്സ കുഞ്ഞാലിയോട് ചെന്ന് വിവരം പറഞ്ഞു. വഴിയുണ്ടാക്കാമെന്ന് കുഞ്ഞാലി മറുപടി പറഞ്ഞു. കുഞ്ഞാലി ഉടൻ തന്നെ പരിസരത്തെ കുറെ സ്ഥലങ്ങളിലും ചെന്ന് പാർട്ടി പ്രവർത്തകരെ കണ്ട് പരസ്യമായി തന്നെ പറഞ്ഞു

“ഇന്ന് നമ്മുടെ സഖാവ് മൂസ്സയുടെ ഒരു പ്രശ്നമുണ്ട്. കുറച്ച് ആളുകളെയും കൂട്ടി സ്ഥലത്തെത്തണം”

പരസ്യമായുള്ള ഈ പ്രവർത്തനം ഒളകര കുടുംബത്തിലെ ആളുകളിലും എത്തി. കുഞ്ഞാലി ഇടപെടുന്നുണ്ട് എന്നറിഞ്ഞപ്പോൾ തന്നെ അവർ ആ ശ്രമം ഉപേക്ഷിച്ചു.

അമ്മയുടെ കൺകണ്ട ദൈവം

സുഹൃത്തുക്കൾ ചൂലമണിയേട്ടൻ എന്ന് വിളിക്കുന്ന എളായി ശൂലപാണിക്ക് കുഞ്ഞാലി മരിക്കുമ്പോൾ പ്രായം പതിനഞ്ച്. സൈക്കിളിൽ വരുന്ന ഒരു മാമനായി കുഞ്ഞാലിയെ പലതവണ കണ്ടിട്ടുണ്ട്. സാധാരണ മനുഷ്യരോട് ധിക്കാരത്തോടെയും അവജ്ഞയോടെയും മാത്രം പെരുമാറുന്ന പ്രമാണിമാർ കുഞ്ഞാലി സൈക്കിളിൽ വന്നിറങ്ങുമ്പോൾ

എഴുന്നേറ്റ് നിന്ന് അഭിവാദ്യം ചെയ്യുന്നത് ബാലനായ ശൂലപാണി ശ്രദ്ധിച്ചിരുന്നു.

പട്ടികജാതിക്കാരനായ ശൂലപാണിയുടെ കുടുംബത്തിന് തങ്ങളുടെ മുൻഗാമികൾ സമ്പന്ന പ്രമാണിമാരിൽ നിന്നും സവർണ്ണ മാടമ്പികളിൽ നിന്നും അനുഭവിക്കേണ്ടിവന്ന ക്രൂരതകളുടെയും അവഹേളനങ്ങളുടെയും കഥകൾ കേട്ടുള്ള പരിചയം മാത്രമേ ഉണ്ടായിരുന്നുള്ളൂ. ശൂലപാണിക്കും അത്തരം ഒരനുഭവം ബാല്യകാലത്തുണ്ടായിട്ടുണ്ട്. രണ്ടാം തരം വരെ മാത്രം സ്കൂളിൽ പോയിട്ടുള്ളുവെങ്കിലും ശൂലപാണി നല്ലൊരു വായനക്കാരനാണ്. ഒരിക്കൽ ഒരു കടയിൽ പത്രം വായിച്ചുകൊണ്ടിരിക്കയായിരുന്ന ശൂലപാണി അവിടേക്ക് നാട്ടിലെ നായർ പ്രമാണി കടന്നുവന്നത് കണ്ടില്ല. നായർ വരുമ്പോൾ അധഃസ്ഥിതർ എഴുന്നേറ്റ് നിന്ന് ആദരവ് കാണിക്കണം എന്നായിരുന്നു നാട്ടിലെ ചട്ടം. നായർ അടുത്തെത്തിയതും ശൂലപാണിയുടെ മുഖത്ത് ആഞ്ഞൊരടിയായിരുന്നു. അതിനെ ചോദ്യം ചെയ്യാൻ ആർക്കും ധൈര്യമില്ലായിരുന്നു.

ശൂലപാണിയുടെ അച്ഛന്റെ അച്ഛനെ കുന്നത്ത് തറവാട്ടുകാർ എന്നറിയപ്പെടുന്ന ഒരു സമ്പന്ന കുടുംബത്തിലെ ഒരു മാടമ്പി കൊന്നു പുഴയിലൊഴുക്കിയിരുന്നു. മൃതദേഹം പോലും വീട്ടുകാർ കാണുകയുണ്ടായില്ല. ഒരന്വേഷണവും ഉണ്ടായില്ല. അതെല്ലാം അന്നത്തെ കാലത്ത് അവരുടെ അവകാശത്തിൽപ്പെട്ടതായിട്ടാണ് കണക്കാക്കിയിരുന്നത്.

സഖാവ് കുഞ്ഞാലി കിഴക്കനേറനാട്ടിലെത്തി തോട്ടം തൊഴിലാളി മേഖലയിൽ പ്രവർത്തിച്ചു തുടങ്ങിയ കാലം. തോട്ടമുടമകളുടെ അതിക്രമങ്ങൾക്കെതിരെ ഇഞ്ചോടിഞ്ച് പൊരുതി മുന്നേറുന്ന കുഞ്ഞാലിയുടെ കീർത്തി നാട്ടിലാകെ എത്തിയിരുന്നു. അധഃസ്ഥിത ജനവിഭാഗങ്ങളോട് സവർണ്ണ മേധാവികൾ കാണിച്ചുകൊണ്ടിരുന്ന അതിക്രമങ്ങൾക്ക് അപ്പോഴും വലിയ കുറവൊന്നും വന്നിട്ടുണ്ടായിരുന്നില്ല. ശൂലപാണിയുടെ അമ്മ അമ്മച്ചിയുടെ അകന്ന ബന്ധത്തിൽപ്പെട്ട ഒരു സഹോദരനെ നാട്ടിലെ ഒരു നായർ പ്രമാണി മർദ്ദിച്ചവശനാക്കി. എഴുന്നേറ്റ് നിൽക്കാൻപോലും കഴിയാത്തവിധം ഗുരുതരമായി പരിക്കേറ്റിരുന്നു ആ തൊഴിലാളിക്ക്. ഏല്പിച്ച ജോലി ചെയ്തുകൊടുത്തതിൽ ഉണ്ടായ എന്തോ പിഴവായിരുന്നു നായർ പ്രമാണിയുടെ കോപത്തിന് കാരണം.

അമ്മച്ചിയുടെ വീട് വാണിയമ്പലത്തിന്നടുത്ത മുടപ്പിലാശ്ശേരിയിലായിരുന്നു. അവിടെ വെച്ചായിരുന്നു ഈ സംഭവം നടന്നത്. ബീഡിത്തൊഴിലാളികളുടെ ഒരു യോഗത്തിൽ പങ്കെടുക്കാനായിരുന്നു കുഞ്ഞാലി ആ പ്രദേശത്ത് എത്തിയത്. യോഗത്തിന് ശേഷം നടന്ന സംഭാഷണത്തിൽ ഈ സംഭവത്തെക്കുറിച്ച് തൊഴിലാളികൾ പറഞ്ഞു. കുഞ്ഞാലി അപ്പോൾത്തന്നെ ഒരു പ്രവർത്തകനെ ആ മർദ്ദകനായ നായരുടെ വീട്ടിലേക്ക് പറഞ്ഞയച്ചു നിങ്ങളെ സഖാവ് കുഞ്ഞാലി വിളിക്കുന്നുണ്ട് എന്ന വിവരം ചെന്ന് പറയാൻ പറഞ്ഞു.

പേടിച്ചരണ്ടുപോയ നായർ ഓടിക്കിതച്ചെത്തി കുഞ്ഞാലിയുടെ

കാൽക്കൽ വീണു. കൈപ്പിഴ പറ്റിയതാണ് മാപ്പാക്കണം എന്നയാൾ യാചിച്ചു. കുഞ്ഞാലി അയാളുടെ മുമ്പിൽ ഉപാധിവെച്ചു. സമീപ പ്രദേശത്തെ പ്രശസ്തനായ ചികിത്സകനാണ് കുഞ്ഞൻ വൈദ്യർ. മർദ്ദനമേറ്റ തൊഴിലാളിക്ക് പഴയ നിലയിൽ ജോലി ചെയ്യാനാവുന്നതു വരെയുള്ള മുഴുവൻ ചികിത്സയും കുഞ്ഞൻ വൈദ്യരുടെ അടുത്ത് കൊണ്ടുപോയി നടത്തണം, അതുവരെ അയാളുടെ കുടുംബത്തിന് ആവശ്യമുള്ള അരിയും സാധനങ്ങളും എത്തിച്ചുകൊടുക്കണം ഇതായിരുന്നു കുഞ്ഞാലി വെച്ച നിർദ്ദേശം. അയാൾ എല്ലാം തലകുലുക്കി സമ്മതിച്ചു. ആ അഹങ്കാരിയായ നായർക്ക് അത് അക്ഷരംപ്രതി നടപ്പാക്കുകയല്ലാതെ മാർഗ്ഗമുണ്ടായിരുന്നില്ല. അല്ലെങ്കിൽ കുഞ്ഞാലിയുടെ കോടതിയിൽ തനിക്കുള്ള ശിക്ഷ എന്തായിരിക്കുമെന്ന് അയാൾക്ക് നല്ല ധാരണയുണ്ടായിരുന്നു.

തലമുറകളായി സമ്പന്നരുടെയും സവർണ്ണരുടെയും കാലടിയിൽ കിടന്ന് ചവിട്ടിയരയ്ക്കപ്പെട്ട കഥകൾ മാത്രം കേട്ട് പരിചയമുണ്ടായിരുന്ന അമ്മച്ചിക്ക് അതൊരു പുതിയ അനുഭവമായിരുന്നു. തങ്ങളുടെ കുടുംബത്തിലോ മറ്റേതെങ്കിലും അധഃസ്ഥിത കുടുംബത്തിലോ സവർണ്ണന്റെ ധിക്കാരങ്ങൾക്കെതിരെ അത്തരം ഒരു ഇടപെടൽ ആരുടെയെങ്കിലും ഭാഗത്ത് നിന്നും ഉണ്ടായതായി അവർക്ക് കേട്ടറിവ് പോലും ഉണ്ടായിരുന്നില്ല. നേരിട്ട് പ്രത്യക്ഷപ്പെട്ട രക്ഷകനായ ഒരു ദൈവത്തെപ്പോലെ അമ്മച്ചി കുഞ്ഞാലിയെ ആരാധിച്ചു. ആ ആദരവുകളോടെ തന്നെയായിരുന്നു അവർ ശൂലപാണിയടക്കമുള്ള തന്റെ മക്കൾക്ക് കുഞ്ഞാലിയെക്കുറിച്ച് പറഞ്ഞ് കൊടുത്തിരുന്നത്.

ശൂലപാണി അച്ഛനമ്മമാരോടൊത്ത് ചെറുപ്പത്തിൽ താമസിച്ചിരുന്നത് കാളികാവിനടുത്ത ബന്തോടൻ പടിയിലായിരുന്നു - അവിടെ തോട്ടം തൊഴിലാളികളുടെ യോഗത്തിൽ പങ്കെടുക്കാനെത്തിയിരുന്ന കുഞ്ഞാലിയെ അമ്മ പറഞ്ഞ കഥകളിലൂടെ അറിഞ്ഞ ശൂലപാണിയും ആരാധനയോടെയാണ് കണ്ടിരുന്നത്. സൈക്കിളിൽ വന്നിറങ്ങുന്ന കുഞ്ഞാലിയെ ശൂലപാണിയടക്കമുള്ള കുട്ടികൾ വീരസാഹസികനായി ബഹുമാനിച്ചു. അടുത്ത് കൂടുന്ന കുട്ടികൾക്ക് വേണ്ടി തൊട്ടടുത്ത കടയിൽ നിന്നും പാരീസ് മിഠായി വാങ്ങി വിതരണം ചെയ്ത് വാത്സല്യം പ്രകടിപ്പിക്കുന്ന ശീലവും അദ്ദേഹത്തിനുണ്ടായിരുന്നു.

കേരള എസ്റ്റേറ്റിൽ തോട്ടം തൊഴിലാളിയായിരുന്നു ശൂലപാണി, കുഞ്ഞാലിയുടെ കാലശേഷമായിരുന്നു തോട്ടം തൊഴിലാളി സംഘടനാരംഗത്ത് ശൂലപാണി പ്രവർത്തിച്ചത്. ഒരു സാധാരണ പ്രവർത്തകനിൽ നിന്നും വ്യത്യസ്തമായി കാര്യങ്ങൾ പഠിച്ച് അഭിപ്രായങ്ങൾ പ്രകടിപ്പിക്കുന്ന സ്വഭാവക്കാരനായിരുന്നു ശൂലപാണി. തോട്ടം മേഖലയുമായി ബന്ധപ്പെട്ട നിയമവശങ്ങളും അദ്ദേഹം കഴിയാവുന്നത്ര പഠിച്ചിരുന്നു. അത് സംഘടനാ പ്രവർത്തനത്തിൽ പ്രയോജനപ്പെടുത്താനും ശൂലപാണിക്ക് കഴിഞ്ഞു.

നിയമവിരുദ്ധമായി ലോക്കൗട്ട് ചെയ്ത കേരള എസ്റ്റേറ്റിലെ സി. ഡിവിഷനിലെ 56 തൊഴിലാളികൾ ലോക്കൗട്ട് കാലത്തെ വേതനത്തിന് വേണ്ടി നടന്ന നിയമയുദ്ധത്തിന് മുൻകൈ എടുത്തത് ശൂലപാണിയായിരുന്നു. ആദ്യം ലേബർ കോടതിയിലാണ് കേസ്സ് നടത്തിയത്. കമ്യൂണിസ്റ്റ് പാർട്ടി നേതാവ് കെ.പി.ആർ.ഗോപാലന്റെ മരുമകൻ കെ.പി. ദാമോദരൻ നമ്പ്യാരായിരുന്നു കേസ് വാദിച്ചത്. പകുതി ദിവസത്തെ വേതനത്തിന് ലേബർ കോടതിയിൽനിന്നും വിധി കിട്ടി. മുഴുവൻ ദിവസത്തെ വേതനം തന്നെ കിട്ടാൻ ഹൈക്കോടതിയിൽ അപ്പീൽ കൊടുക്കാൻ തൊഴിലാളികൾ തയ്യാറായി. ഹൈക്കോടതിയിൽ കേസ് നടത്തിയത് എ.കെ. ജി.യുടെ ബന്ധുവായ അഭിഭാഷകൻ കെ. ബാലചന്ദ്രൻ മുഖേനയായിരുന്നു. ലോക്കൗട്ട് കാലത്തെ മുഴുവൻ ദിവസത്തെയും വേതനം തൊഴിലാളികൾക്ക് നേടിയെടുക്കാൻ ഈ നിയമ പോരാട്ടം വഴി സാധിച്ചു.

ചൂലമണിയേട്ടൻ അദ്ദേഹത്തിന്റെ വസതിയിൽ വെച്ച് 13.02.2019 ന് ഈ വിവരങ്ങൾ പങ്ക് വെച്ച കൂട്ടത്തിൽ ഒരു കാര്യം കൂടി സൂചിപ്പിച്ചു. കേരള എസ്റ്റേറ്റിന്റെ മാനേജ്മെന്റ് അത് കൈവശം വെച്ചിരിക്കുന്നത് നിയമത്തിന്റെ നേരിയ പഴുതുകൾ ഉപയോഗിച്ചാണ്. ശക്തമായ ഒരു നിയമ പോരാട്ടവും സർക്കാർ ഇടപെടലും ഉണ്ടാവുകയാണെങ്കിൽ എസ്റ്റേറ്റ് പൊതു സ്വത്തായി മാറാനുള്ള സാധ്യതയുണ്ട്.

പ്രവചനം പോലെയായ വാക്കുകൾ

മരനാട് എസ്റ്റേറ്റിലും കേരള എസ്റ്റേറ്റിലും തൊഴിലാളിയായിരുന്ന നെടുമ്പ മുഹമ്മദ് പിന്നീട് സജീവ രാഷ്ട്രീയത്തിൽ ഇറങ്ങുകയും 1979 ൽ കരുവാരക്കുണ്ട് പഞ്ചായത്ത് പ്രസിഡണ്ടായി തിരഞ്ഞെടുക്കപ്പെടുകയും ചെയ്തു. കുഞ്ഞാലി മരിക്കുമ്പോൾ ഇരുപത്തേഴ് വയസ്സ് പ്രായമുണ്ടായിരുന്ന നെടുമ്പ മുഹമ്മദ് സഖാവിന്റെ മരണത്തിന് മൂന്ന് ദിവസം മുമ്പ് നടന്ന ഒരു സംഭാഷണം ഓർമിക്കാറുണ്ടായിരുന്നു.

യൂണിയൻ സംബന്ധമായ എന്തോ കാര്യത്തിന് കുഞ്ഞാലിയുടെ വീട്ടിലെത്തിയതായിരുന്നു മുഹമ്മദ്. അദ്ദേഹം അവിടെയെത്തി അൽപം കഴിഞ്ഞപ്പോൾ ഏതാനും പേർ അവിടെയെത്തി. തെക്കൻ കേരളത്തിലെ ഒരു സി.പി.ഐ. നേതാവിന്റെ പേര് പറഞ്ഞ് അവരുടെ നിർദ്ദേശപ്രകാരമാണ് തങ്ങൾ എത്തിയിരിക്കുന്നത് എന്നവർ അറിയിച്ചു. കുഞ്ഞാലി അവരോട് വന്ന കാര്യം ചോദിച്ചു. കുഞ്ഞാലി നേതൃത്വം കൊടുക്കുന്ന ഭൂമിക്ക് വേണ്ടിയുള്ള സമരങ്ങളിൽ നിലമ്പൂർ കോവിലകം വക ഭൂമിയുടെ കാര്യത്തിൽ ഒരു വിട്ടുവീഴ്ചയ്ക്ക് തയ്യാറാകണം എന്നതായിരുന്നു അവരുടെ ആവശ്യം. കോവിലകത്തിന്റെ ഏജന്റുമാരായി വന്ന അവർ ആ കമ്യൂണിസ്റ്റ് നേതാവിന്റെ പേര് ദുരുപയോഗം ചെയ്തതാവാനും ഇടയുണ്ട്. ഏതായാലും അവരുടെ ആവശ്യം കേട്ട കുഞ്ഞാലിയുടെ മുഖത്ത് ക്ഷോഭം ഉരുണ്ടുകൂടുന്നത് നെടുമ്പ മുഹമ്മദ് ശ്രദ്ധിച്ചു. വളരെ രൂക്ഷമായ ഭാഷയിൽ കുഞ്ഞാലി അവരോട് പറഞ്ഞ വാക്കുകളുടെ ചുരുക്കം

ഇങ്ങനെയായിരുന്നു.

"ഒരിഞ്ചു ഭൂമിപോലും സ്വന്തമായി ഇല്ലാത്ത പാവപ്പെട്ട തൊഴിലാളികൾക്ക് വേണ്ടിയുള്ള സമരമാണിത്. ഇതിൽ മുന്നോട്ട് വെച്ച കാൽ പിറകോട്ട് വെക്കാൻ സാക്ഷാൽ ഇ.എം.എസ്. പറഞ്ഞയച്ചിട്ടാണ് നിങ്ങൾ വരുന്നതെങ്കിലും ഞാൻ തയ്യാറല്ല. വലിയ വമ്പന്മാർക്കെതിരെയുള്ള സമരമാണ്. അതിന്റെ പേരിൽ അവരുടെ വെടികൊണ്ട് മരിക്കാനും എനിക്ക് മടിയില്ല"

തന്നെ പ്രലോഭിപ്പിക്കാനും വശീകരിക്കാനും ഉദ്ദേശിച്ച് വന്ന ആ സംഘത്തോട് തന്റെ വിട്ടുവീഴ്ചയില്ലാത്ത നിലപാട് വ്യക്തമാക്കുക മാത്രമല്ല അദ്ദേഹം ചെയ്തത്. അതിന് വരാവുന്ന ഭവിഷ്യത്തിനെക്കുറിച്ചും തനിക്ക് ബോധ്യമുണ്ട് എന്നവരെ ഓർമ്മിപ്പിക്കുകയും കൂടി ചെയ്തവയായിരുന്നു ആ വാക്കുകൾ. ആ സംഭാഷണത്തിന് സാക്ഷിയായായ നെടുമ്പ മുഹമ്മദ് മൂന്നാം ദിവസം കേട്ടത് കുഞ്ഞാലിക്ക് വെടിയേറ്റു എന്ന വാർത്തയാണ്. മെഡിക്കൽ കോളേജ് ആശുപത്രിയിൽ ചികിത്സയിൽ കഴിയുന്ന കുഞ്ഞാലിയെ മുഹമ്മദ് ചെന്ന് കണ്ടിരുന്നു. അപ്പോൾ അദ്ദേഹം ബോധമില്ലാത്ത അവസ്ഥയിലായിരുന്നു.

നല്ല കാര്യമാണെങ്കിലും സംഘടനാപരമല്ലാത്ത രീതിയിൽ കാര്യങ്ങൾ ചെയ്യുന്നതിനെ കുഞ്ഞാലി ശക്തമായി എതിർത്ത ഒരു സംഭവവും നടുമ്പ മുഹമ്മദിന്റെ ഓർമ്മയിലുണ്ട്. കേരള എസ്റ്റേറ്റിലെ യൂണിയൻ ഭാരവാഹികളിൽ ഒരാൾ അസുഖബാധിതനായി. അദ്ദേഹവുമായി അടുപ്പമുണ്ടായിരുന്ന മറ്റൊരു ഭാരവാഹി, രോഗബാധിതനായ സഖാവിന്റെ ചികിത്സയ്ക്ക് എല്ലാ തൊഴിലാളികളും നാലണ വീതം സംഭാവന ചെയ്യണമെന്ന് നിർദ്ദേശിച്ചു. തൊഴിലാളികൾ അത് നടപ്പിലാക്കാൻ സഹകരിക്കുകയും ചെയ്തു. കുറച്ച് ദിവസം കുഞ്ഞാലി സ്ഥലത്തില്ലായിരുന്ന സമയത്തായിരുന്നു ഇത് നടന്നത്. തിരിച്ചു വന്ന കുഞ്ഞാലി വിവരമറിഞ്ഞു ബന്ധപ്പെട്ടവരെ രൂക്ഷമായി വിമർശിച്ചു. ഒരു സഹപ്രവർത്തകന്റെ ചികിത്സയ്ക്ക് മറ്റു തൊഴിലാളികളുടെ സഹായം തേടുന്നതിനോടല്ല അദ്ദേഹത്തിന് എതിർപ്പുണ്ടായിരുന്നത്. അത് നടത്തിയ രീതിയോടായിരുന്നു.

കുഞ്ഞാലി അവരോട് പറഞ്ഞു

"ഞാൻ പ്രസിഡണ്ടായിരിക്കുന്ന ഒരു സംഘടനയിൽ എനിക്കിത് അംഗീകരിക്കാൻ കഴിയില്ല. നിങ്ങൾക്ക് വേണമെങ്കിൽ പുഴയിലൊഴുക്കിക്കളയാനായി ആയിരം രൂപ വേണം, അതിന് തൊഴിലാളികൾ ഇത്ര സംഖ്യ വീതം തരണം എന്നും തീരുമാനിക്കാം. അതിന് അതുമായി ബന്ധപ്പെട്ട കമ്മിറ്റി ചേർന്ന് തീരുമാനമെടുക്കണം. അത് മിനിട്ട്സിൽ രേഖപ്പെടുത്തണം. അത് നടപ്പിലാക്കിയ ശേഷം അതും രേഖപ്പെടുത്തിവെക്കണം. അല്ലാതെ ഈ രീതി അംഗീകരിക്കാനാവില്ല"

ബന്ധപ്പെട്ടവർ അവരുടെ ഭാഗത്ത് നിന്നുണ്ടായ വീഴ്ച അംഗീകരിക്കുകയും തൊഴിലാളികളിൽ നിന്നും പിരിച്ചെടുത്ത തുക തിരിച്ചു

നൽകാൻ തയ്യാറാവുകയും ചെയ്തു. മുകളിൽ സൂചിപ്പിച്ച വിവരങ്ങൾ ഈ ഗ്രന്ഥകാരനുമായി പങ്കുവച്ചതിനു ശേഷം ആഴ്ചകൾക്കുള്ളിൽ നെടുമ്പ മുഹമ്മദ് വിടപറഞ്ഞു.

കരുവാരക്കുണ്ടിൽനിന്നും കോഴിക്കോടുവരെ നീണ്ട പ്രതിഷേധ ജാഥ

ഏതെങ്കിലും ഒരു സാധാരണ പ്രവർത്തകന് ഒരാപത്തോ അത്യാവശ്യമോ വന്നാൽ അവിടേക്ക് സമയവും ദൂരവും പ്രതിബന്ധങ്ങളും ഒന്നും നോക്കാതെ കുതിച്ചെത്തിയിരുന്ന കുഞ്ഞാലിയുടെ പ്രകൃതം തൊഴിലാളികൾക്ക് കുഞ്ഞാലിയോടുണ്ടായിരുന്ന ആത്മബന്ധത്തെയും ശക്തിപ്പെടുത്തിയിരുന്നു. അതുകൊണ്ട് തന്നെ കുഞ്ഞാലിയെ അറസ്റ്റ് ചെയ്തു ജയിലിലടച്ചു എന്നൊക്കെ കേട്ടാൽ അവർക്കിടയിൽ നിന്നും ഉയർന്നിരുന്ന പ്രതിഷേധത്തിനും ശക്തിയും വൈപുല്യവും കൂടുതലായിരുന്നു.

തരിശ് പ്രക്ഷോഭത്തിന്റെ കാലത്ത് കരുവാരക്കുണ്ടിൽ കോവിലകം വക തരിശ് ഭൂമിയിൽ കൈയേറ്റ സമരത്തിന് നേതൃത്വം കൊടുത്തതിന്റെ പേരിൽ കുഞ്ഞാലിയടക്കം പതിമൂന്ന് പേർക്കെതിരെ പോലീസ് കേസ് ചുമത്തി. റിസർവ് പോലീസ് സംഘം വന്ന് എല്ലാവരെയും അറസ്റ്റ് ചെയ്തുകൊണ്ട് പോയി. മണലേംപാടം എന്ന സ്ഥലത്ത് വെച്ചായിരുന്നു അറസ്റ്റ് നടന്നത്. സംഭവം അറിഞ്ഞ തൊഴിലാളികൾ കുറെ പേർ പ്രതിഷേധിക്കാനായി ഒത്തു കൂടി.

കരുവാരക്കുണ്ട് പോലീസ് ഔട്ട് പോസ്റ്റിലേക്ക് പ്രതിഷേധ ജാഥയായി ചെല്ലാനും കുഞ്ഞാലിയെയും സഹപ്രവർത്തകരെയും നേരിൽ ചെന്ന് കാണാനുമായി അവർ ജാഥയായി മുദ്രാവാക്യം വിളിച്ചുകൊണ്ട് മുന്നോട്ട് നീങ്ങി. സ്ത്രീ തൊഴിലാളികൾ അടക്കമുള്ള നാൽപതിൽപരം പേരുണ്ടായിരുന്ന ആ പ്രകടനം ഉച്ചയ്ക്ക് 2 മണിയോടെ കരുവാരക്കുണ്ടിലേക്ക് പുറപ്പെട്ടു. ഉച്ചയോടെ പണി നിർത്തി ആ പ്രതിഷേധ ജാഥയിൽ തന്റെ ഇരുപതാം വയസ്സിൽ പങ്കെടുത്തത് ഇപ്പോൾ 85 വയസ്സ് പിന്നിട്ട കരുവാരക്കുണ്ട് പാന്ത്രയിലെ പട്ട അബുവിന് നല്ല ഓർമ്മയുണ്ട്.

കരുവാരക്കുണ്ടിലെത്തിയപ്പോൾ കുഞ്ഞാലിയെയും സഖാക്കളെയും പാണ്ടിക്കാട്ടേക്ക് കൊണ്ടുപോയതായി വിവരം കിട്ടി. അതോടെ പ്രതിഷേധ ജാഥയും പാണ്ടിക്കാട്ടേക്ക് തിരിച്ചു. വൈകുന്നേരം 5 മണിയോടെ അവർ പാണ്ടിക്കാട് സ്റ്റേഷൻ പരിസരത്തെത്തി. അറസ്റ്റ് ചെയ്ത സഖാക്കളെ അവിടെ നിന്നും മഞ്ചേരിയിലേക്ക് അപ്പോഴേക്കും മാറ്റിയിരുന്നു. പ്രതിഷേധത്തിൽ പങ്കെടുത്തവർ മഞ്ചേരിയിലേക്ക് പോകാൻ തന്നെ തീരുമാനിച്ചു. എന്നാൽ സ്ത്രീകളോട് തിരിച്ച് പോകാൻ നിർദ്ദേശിച്ചു. അവർ മടങ്ങി. സ്ത്രീ തൊഴിലാളികൾ പിൻവാങ്ങിയെങ്കിലും പുതു

തായി കുറെ പുരുഷതൊഴിലാളികൾ അതിനകം അവിടെ വന്നുചേർന്നിരുന്നു. അതിനാൽ മഞ്ചേരിയിലേക്ക് പോകുമ്പോഴും ആ സംഘത്തിന്റെ അംഗബലം അപ്പോഴും നാൽപതിലേറെ ഉണ്ടായിരുന്നു. പാണ്ടിക്കാട് എത്താൻ തന്നെ 25 കിലോമീറ്റർ സഞ്ചരിച്ചിരുന്ന ആ കാൽനടജാഥ 12 കിലോമീറ്റർ കൂടി നടന്ന് മഞ്ചേരിയിലെത്തിയപ്പോൾ രാത്രിയായിരുന്നു. എല്ലാവരും അവിടെ സർക്കാർ ടൂറിസ്റ്റ് ബംഗ്ലാവിന്റെ വരാന്തയിലും മറ്റുമായി അന്ന് അന്തിയുറങ്ങി.

മഞ്ചേരിയിൽ നടത്തിയ അന്വേഷണത്തിൽ അറസ്റ്റ് ചെയ്ത സഖാക്കളെ കോഴിക്കോട്ടേക്ക് കൊണ്ട് പോയതായി അറിഞ്ഞു. കുഞ്ഞാലിയുടെ സമരവീര്യം പകർന്നുകിട്ടിയ തൊഴിലാളികളായിരുന്നു ആ ജാഥയിൽ പങ്കെടുത്തിരുന്നത്. അവർ കോഴിക്കോട് വരെയും മാർച്ച് തുടരാൻ തീരുമാനിച്ചു. നാൽപതോളം കിലോമീറ്റർ അതിനകം നടന്നു കഴിഞ്ഞിരുന്ന ആ സമരഭടന്മാർ മഞ്ചേരിയിൽ നിന്നും കോഴിക്കോട്ടേക്കുള്ള 40 കിലോമീറ്റർ ദൂരവും ജാഥയായി മുദ്രാവാക്യവിളികളോടെ തന്നെ പോവുകയായിരുന്നു. അതിനകം ആ പുതുമയുള്ള പ്രതിഷേധ ജാഥയെ കുറിച്ച് അറിഞ്ഞ് അതാത് പ്രദേശങ്ങളിലെ പാർട്ടി പ്രവർത്തകർ അവർക്ക് വഴിയിൽ വെച്ച് ചായയും ലഘുഭക്ഷണവും മറ്റും നൽകാൻ മുന്നോട്ട് വന്നു. മിക്കവരുടെയും കൈയിലുണ്ടായിരുന്ന പണമെല്ലാം തീർന്നിരുന്നു. എങ്കിലും ആരും പിന്തിരിഞ്ഞില്ല.

ഉച്ചയോടെ കൊണ്ടോട്ടിയിലെത്തിയ ജാഥാംഗങ്ങൾക്ക് അവിടുത്തെ പാർട്ടി ഓഫീസിൽവെച്ച് ഭക്ഷണം കിട്ടി. യാത്ര തുടർന്ന ജാഥയെ കോഴിക്കോട്ടെത്തിയപ്പോൾ അവിടുത്തെ മുതിർന്ന പാർട്ടി സഖാക്കൾ വന്ന് സ്വീകരിച്ചു. കോഴിക്കോട് കലക്ടറേറ്റ് പരിസരത്ത് എത്തിയിരുന്ന ജാഥയിലെ പ്രതിനിധികളെയും കൂട്ടി മുതിർന്ന നേതാക്കൾ അധികാരികളുമായി ചർച്ച നടത്തി. പുറത്ത് വന്ന നേതാക്കൾ ജാഥാംഗങ്ങളെ അഭിസംബോധന ചെയ്തു. കുഞ്ഞാലിക്കും കൂടെയുള്ള സഖാക്കൾക്കും എത്രയും വേഗം ജാമ്യം ലഭിക്കുന്നതിനുള്ള നടപടികൾ പാർട്ടിയുടെ ഭാഗത്ത് നിന്നും ഉണ്ടാകുമെന്നും അതിനാൽ എല്ലാവരും സമാധാനപരമായി തിരിച്ചുപോകണമെന്നും നേതാക്കൾ അഭ്യർത്ഥിച്ചു. അവരുടെ സമരവീര്യത്തെ നേതാക്കൾ പ്രത്യേകം അഭിനന്ദിച്ചു. കരുവാരക്കുണ്ടിൽ നിന്നും പുറപ്പെട്ട പ്രതിഷേധ ജാഥ മഞ്ചേരിയിലേക്കും അവിടെ നിന്ന് കോഴിക്കോട്ടേക്കും തിരിച്ച കഥ നാട്ടിലും അറിഞ്ഞിരുന്നു. ഒരു സ്വീകരണ കേന്ദ്രവും ഏർപ്പാട് ചെയ്യാതെ എൺപതോളം കിലോമീറ്റർ ജാഥ നടത്തിയ ആ തൊഴിലാളികളെ തേടി കരുവാരക്കുണ്ടിൽ നിന്നും പാർട്ടി സഖാക്കൾ ബസ്സിൽ കോഴിക്കോട്ടെത്തിയിരുന്നു. തിരിച്ചു നാട്ടിലേക്ക് പോകാൻ ബസ്ചാർജ്ജ് കൊടുക്കാൻ ജാഥയിൽ പങ്കെടുത്ത ആരുടെ കൈയിലും പണം ഉണ്ടായിരുന്നില്ല. നാട്ടിൽ നിന്നും തേടി വന്ന സഖാക്കളുടെയും കോഴിക്കോട്ടെ പാർട്ടിയുടെയും സഹായത്തോടെ എല്ലാവരും ബസ്സിൽ നാട്ടിലേക്ക് മടങ്ങി.

ഒരു തയ്യാറെടുപ്പുമില്ലാതെ അത്രയും ദീർഘിച്ച ഒരു പ്രതിഷേധ ജാഥ നടത്താൻ ആ തൊഴിലാളികൾ തയ്യാറായത് അവർക്ക് കുഞ്ഞാലിയോടുള്ള സ്നേഹം കൊണ്ട് തന്നെയായിരുന്നു. അതോടൊപ്പം അന്നത്തെ സാഹചര്യങ്ങളും ഒരു ഘടകമായിരുന്നു. അത്തരം ദീർഘിച്ച നടത്തങ്ങൾ പലപ്പോഴും അവരുടെ ജീവിതത്തിന്റെ തന്നെ ഭാഗമായിരുന്നു. ഇന്നത്തേത് പോലുള്ള വാഹന സൗകര്യങ്ങളൊന്നും അന്നുണ്ടായിരുന്നില്ല. വല്ലപ്പോഴും ഒരിക്കൽ മാത്രം വരുന്ന ബസ്സായിരുന്നു ഏക ആശ്രയം. സാധാരണക്കാർ അന്ന് വീട്ടിലേക്ക് കുറച്ച് സാധനങ്ങൾ കൂടുതൽ വാങ്ങേണ്ട ആവശ്യം വന്നാൽ അന്ന് മഞ്ചേരി ചന്തയിലേക്കാണ് പോയിരുന്നത്. കച്ചവടക്കാർ എല്ലാ ആഴ്ചയിലും മഞ്ചേരി ചന്തയിൽ എത്തിയിരുന്നു. കരുവാരക്കുണ്ടിൽനിന്നും കാളികാവിൽനിന്നുമെല്ലാം എല്ലാ ആഴ്ചയിലും മഞ്ചേരി ചന്തയിൽ പോയിരുന്നവരുണ്ടായിരുന്നു. അവരെല്ലാം മുപ്പതും നാൽപ്പതും കിലോമീറ്റർ നടന്നാണ് അന്ന് പോയിരുന്നത്.

ആ പ്രതിഷേധ ജാഥയുടെ കാര്യവും കുഞ്ഞാലിയുമായി ബന്ധപ്പെട്ട മറ്റു സമരങ്ങളിൽ പങ്കെടുത്തതിന്റെ അനുഭവങ്ങളും പങ്ക് വെക്കുമ്പോൾ 85 കഴിഞ്ഞ പട്ട അബുവിന് ഇന്നും ഒരു യുവാവിന്റെ ഉത്സാഹമാണ്. കേരള എസ്റ്റേറ്റിലെ തൊഴിലാളിയായിരുന്ന പട്ട അബു 36 കൊല്ലം ജോലി ചെയ്താണ് പിരിഞ്ഞത്. അബുവിന്റെ ഭാര്യ പാത്തുമ്മയും അവിടെ 26 കൊല്ലം ജോലിയെടുത്തിരുന്നു. അവർ 2019 ലാണ് മരിച്ചത്. കുഞ്ഞാലി വരുന്നതിന് മുമ്പുണ്ടായിരുന്ന കാലത്തെ തൊഴിൽ സാഹചര്യങ്ങളും പിന്നീട് വരുത്താൻ കഴിഞ്ഞ മാറ്റങ്ങളും അബുവിന്റെ മനസ്സിലുണ്ട്.

ആദ്യകാലത്ത് തൊഴിലാളികളിൽ വളരെ കുറച്ച് പേരെ മാത്രമേ സ്ഥിരം തൊഴിലാളികളായി അംഗീകരിച്ചിരുന്നുള്ളൂ. ബാക്കിയെല്ലാവരും കരാർ തൊഴിലാളികളായിട്ടാണ് കൂട്ടിയിരുന്നത്. സ്ഥിരം സ്വഭാവമുള്ള തൊഴിൽ തന്നെ കരാർ മേസ്തിരിമാർക്ക് കരാറായി കൊടുത്ത് അവർക്ക് കീഴിലായിരുന്നു തൊഴിലാളികൾ പണിയെടുത്തിരുന്നത്. എസ്റ്റേറ്റിലെ സ്ഥിരം തൊഴിലാളികൾക്കുള്ള ഒരു ആനുകൂല്യത്തിനും അവർക്ക് അർഹതയുണ്ടായിരുന്നില്ല. മാത്രമല്ല ക്രൂരന്മാരായ മേസ്തിരിമാർ തൊഴിലാളികളെ അടിക്കുക വരെ ചെയ്തിരുന്നു. ഒരുവിധ ജോലി സ്ഥിരതയും ഇല്ലാതിരുന്ന ആ തൊഴിലാളികൾ അതൊക്കെ സഹിച്ച് പണിയെടുക്കുകയായിരുന്നു. കുഞ്ഞാലി വന്നതിന് ശേഷം തോട്ടം തൊഴിലാളി മേഖലയിൽ ആദ്യം നടത്തിയ സമരങ്ങളിൽ ഒരു പ്രധാന ആവശ്യം ഉന്നയിച്ചിരുന്നത് കരാർ സമ്പ്രദായം അവസാനിപ്പിക്കുക എന്നതായിരുന്നു. നിരന്തരമായ സമരങ്ങളിലൂടെ ആ ആവശ്യം അംഗീകരിക്കപ്പെടുകതന്നെ ചെയ്തു.

തൊഴിലാളി സംഘടനകൾ മുന്നോട്ട് വെക്കുന്ന ആവശ്യങ്ങൾ തങ്ങൾക്ക് ന്യായമായി കിട്ടേണ്ടതാണ് എന്നൊരു ബോധം പല തൊഴിലാളികൾക്കും തന്നെ ഉണ്ടായിരുന്നില്ല. അങ്ങനെയുള്ളവരെ ബോധവ

ത്കരിക്കുക എന്നതും ഒരു ശ്രമകരമായ ജോലിയായിരുന്നു. സ്ത്രീത്തൊഴിലാളികൾക്ക് പ്രസവാനുകൂല്യം കൊടുക്കണം എന്ന് ആവശ്യപ്പെട്ട്കൊണ്ട് യൂണിയൻ നടത്തിയ ഒരു പ്രകടനത്തിൽ പങ്കെടുത്ത് മടങ്ങുമ്പോൾ മറ്റൊരു എസ്റ്റേറ്റിലെ തൊഴിലാളി സുഹൃത്തിൽ നിന്നും ഉണ്ടായ പ്രതികരണം ഇപ്പോഴും പട്ട അബു ഓർക്കുന്നുണ്ട്. അയാൾ പറഞ്ഞത് ഇങ്ങനെയായിരുന്നു.

"പിന്നേ...ജ്ജ് അന്റെ പെണ്ണ്ങ്ങക്ക് പള്ളയിലുണ്ടാക്കീന് മൊതലാളിയല്ലേ ആനുകൂല്യം തരേണ്ടത്..!"

ആ തൊഴിലാളിയുടെ ബോധനിലവാരം അത്രയ്ക്കേ എത്തിയിരുന്നുള്ളൂ. ആ അവകാശവും നേടിയെടുക്കാൻ കഴിഞ്ഞു. തന്റെ ഭാര്യയടക്കം എല്ലാ സ്ത്രീത്തൊഴിലാളികൾക്കും ആ ആനുകൂല്യം ലഭിച്ചിട്ടുണ്ട് എന്ന് അബു പറഞ്ഞു. തൊഴിലാളികൾക്ക് കിട്ടിയിരുന്ന ആനുകൂല്യം തന്നെ അവരെ ശിക്ഷിക്കാനായി ഉപയോഗിക്കുന്ന തന്ത്രങ്ങളും മാനേജ്മെന്റിന്റെ ഭാഗത്ത് നിന്നും ഉണ്ടായ അനുഭവവും അബുവിനുണ്ട്. തൊഴിലാളികളുടെ ആരോഗ്യ സംരക്ഷണത്തിന്റെ ഭാഗമായി ഡോക്ടർ അടക്കമുള്ള ആരോഗ്യപ്രവർത്തകർ തൊഴിലാളികളുടെ താമസസ്ഥലം പരിശോധിക്കാൻ വ്യവസ്ഥ ഉണ്ടാക്കിയിരുന്നു. അങ്ങനെ പരിശോധനയ്ക്ക് വന്നപ്പോൾ സ്വന്തം വീട്ടിനകത്ത് ബീഡിക്കുറ്റികൾ കണ്ടു എന്ന് പറഞ്ഞ് വീട് വൃത്തിയാക്കി സൂക്ഷിക്കാത്തതിന്റെ പേരിൽ കൂലിയിൽ നിന്നും നാലണ ഫൈൻ കൊടുക്കേണ്ടിവന്നു അബുവിന്. ഒരു ദിവസത്തെ കൂലി ഒരു രൂപയും രണ്ടണയും മാത്രം ഉണ്ടായിരുന്ന കാലത്താണ് അതിൽ നിന്നും 4 അണ പിഴയായി കൊടുക്കേണ്ടി വന്നത്. ഇങ്ങനെ കിട്ടിയ അവകാശങ്ങൾ തന്നെ നിലനിർത്താനും അതിനെ ദുരുപയോഗിക്കുന്നത് തടയാനും എല്ലാം നിരന്തരം ശബ്ദമുയർത്തേണ്ടിയിരുന്നു തൊഴിലാളികൾക്ക് അന്ന്.

കലയിലെ പോരാളിയുടെ ഓർമ്മകളിൽ

ഏറനാട് ആധുനിക കേരളത്തിന് നൽകിയ ഏറ്റവും മഹത്വമുള്ള രാഷ്ട്രീയ പോരാളിയുടെ പേരാണ് സഖാവ് കുഞ്ഞാലി. അത് പോലെ തന്നെ കലാകേരളത്തിന് നിലമ്പൂർ മണ്ണ് നൽകിയ ഏറ്റവും ശ്രദ്ധിക്കപ്പെട്ട പോരാളിയുടെ പേരാണ് നിലമ്പൂർ ആയിഷ. സഖാവ് കുഞ്ഞാലിയുമായുള്ള നിലമ്പൂർ ആയിഷയുടെയും കുടുംബത്തിന്റെയും ബന്ധത്തിന് കുഞ്ഞാലിയുടെ കിഴക്കനേറനാടൻ ജീവിതത്തോളം തന്നെ ദൈർഘ്യമുണ്ട്.

കാളികാവിലേക്ക് താമസം മാറ്റി അധികം താമസിയാതെ തന്നെ കുഞ്ഞാലി, നിലമ്പൂർ ആയിഷയുടെ മൂത്ത സഹോദരൻ മാനുമുഹമ്മദുമായി പരിചയത്തിലായി. നിലമ്പൂർ മുക്കട്ട ഭാഗത്തെ പാർട്ടി പ്രവർത്തകനും നാടക പ്രവർത്തകനുമായിരുന്നു മാനു മുഹമ്മദ്. കേരളത്തിന്റെ സാംസ്കാരിക ചരിത്രത്തിലും രാഷ്ട്രീയ ചരിത്രത്തിലും ഇടം നേടിയ നിലമ്പൂർ യുവജന കലാസമിതി സജീവമായി വന്നുകൊണ്ടിരുന്ന കാലത്ത് തന്നെയായിരുന്നു കുഞ്ഞാലിയുടെ നിലമ്പൂരിലേക്കുള്ള മാറ്റമുണ്ടായത്. കമ്യൂണിസ്റ്റ് പാർട്ടിയുടെ ആശയ പ്രചരണവും കൂടി ലക്ഷ്യമിട്ടുകൊണ്ടുള്ള *ഇജ്ജ് നല്ലൊരു മനുസനാകാൻ നോക്ക്* എന്ന നാടകം ജനശ്രദ്ധ പിടിച്ചുപറ്റി മുന്നേറുന്ന സമയമായിരുന്നു അത്.

ഇ.കെ. അയമു, ഡോക്ടർ ഉസ്മാൻ, മാനുമുഹമ്മദ്, കുഞ്ഞുകുട്ടൻ തമ്പാൻ, യു.ബാലൻ എന്നിവർ നേതൃത്വം കൊടുത്തുകൊണ്ട് തുടങ്ങിയ നിലമ്പൂർ യുവജന കലാസമിതിയുടെ നാടകത്തിൽ ആദ്യഘട്ടത്തിൽ സ്ത്രീ കഥാപാത്രങ്ങളെയും പുരുഷന്മാർ തന്നെയാണ് അവതരിപ്പിച്ചിരുന്നത്. പിന്നീട് സ്ത്രീ കഥാപാത്രങ്ങളെ സ്ത്രീകൾ തന്നെയാവണം അവതരിപ്പിക്കേണ്ടത് എന്ന അഭിപ്രായം ശക്തിപ്പെട്ടപ്പോഴാണ് നിലമ്പൂർ ആയിഷയും മറ്റും രംഗത്ത് വന്നത്. നാടക രംഗത്തേക്ക് നില

നിലമ്പൂർ ആയിഷ

മ്പൂർ ആയിഷ വരുന്നതിന് മുമ്പ് തന്നെ പാർട്ടി പ്രവർത്തകനായ ജ്യേഷ്ഠൻ മാനുമുഹമ്മദിനെ ബന്ധപ്പെടുന്നതിന് വേണ്ടി കുഞ്ഞാലി അവരുടെ വീട്ടിൽ വന്നിരുന്നു.

അന്ന് പരിസരത്തെ തോട്ടം തൊഴിലാളികളുടെ യൂണിയൻ മീറ്റിംഗ്, പാർട്ടിക്കമ്മിറ്റികൾ തുടങ്ങിയവ യോഗം ചേർന്നിരുന്നത് നിലമ്പൂർ ആയിഷയുടെ മുക്കട്ടയിലുള്ള കുടുംബ വീടിന്റെ മുകളിൽ വെച്ചായിരുന്നു. അവയിൽ പങ്കെടുക്കാൻ മേൽ കമ്മിറ്റിയിൽ നിന്നും പതിവായി എത്തിയിരുന്ന നേതാവ് എന്ന നിലയിൽ വീട്ടിലുള്ള എല്ലാവർക്കും കുഞ്ഞാലിയെ പരിചയമുണ്ടായിരുന്നു. പാർട്ടി പ്രവർത്തനത്തിന്റെ ഭാഗം തന്നെയായി നടത്തിയിരുന്ന നിലമ്പൂർ യുവജന കലാസമിതിയുടെ നാടക ചർച്ചകളിലും കുഞ്ഞാലി ചില ദിവസങ്ങളിൽ ഭാഗഭാക്കായി. വീട്ടിലെ എല്ലാവരുമായും അദ്ദേഹത്തിന് സൗഹൃദം ഉണ്ടായിരുന്നു. അന്ന് വീട്ടിലെ അംഗങ്ങളിൽ ഏറ്റവും ചെറിയവനായിരുന്ന കുട്ടിയെക്കുറിച്ച് കുഞ്ഞാലി പറഞ്ഞ ഒരു തമാശ ആയിഷ ഇപ്പോഴും ഓർമ്മിക്കുന്നു. കൈയിൽ ഒരു കത്തിയും കൊണ്ടായിരുന്നു അവന്റെ നടപ്പ്. മുതിർന്നവർ അത് വാങ്ങി വെക്കാൻ ശ്രമിച്ചാലും അതവൻ കൊടുത്തിരുന്നില്ല. ഒരു ദിവസം കത്തിയും പിടിച്ചുകൊണ്ട് അരികിലെത്തിയ അവനെ നോക്കി കുഞ്ഞാലി പറഞ്ഞു "ഇവനൊരു വലിയ വിപ്ലവകാരിയാകുമെന്നാണ് തോന്നുന്നത്..." നിലമ്പൂർ ആയിഷയുടെ അനിയത്തി സൈനബയുടെ മകൻ ഷൗക്കത്ത് എന്ന നാണിയായിരുന്നു ആ കുട്ടി. "അവൻ വിപ്ലവകാരിയാകുന്നത് പോയിട്ട് ഒരു സാധാരണ മനുഷ്യന്റെ വീരത്തരം പോലും ഇല്ലാത്ത ഒരു പാവമാണ് ഇപ്പോൾ" നിലമ്പൂർ ആയിഷ പറഞ്ഞു.

കുഞ്ഞാലിയെക്കുറിച്ചുള്ള നിലമ്പൂർ ആയിഷയുടെ ഓർമ്മകളിൽ നാടകരംഗത്തെ സഹപ്രവർത്തകനായിരുന്ന നിലമ്പൂർ ബാലനുമായി ബന്ധപ്പെട്ട ചില കാര്യങ്ങൾ ഇപ്പോഴും മനസ്സിലുണ്ട്. നിലമ്പൂർ ബാലന്റെ അമ്മ ലക്ഷ്മിയേടത്തിയിൽ നിന്നും പറഞ്ഞു കേട്ടറിഞ്ഞതും നേരിട്ട് ഭാഗഭാക്കായതുമായ ആ കാര്യങ്ങൾ ഈ ഗ്രന്ഥകാരനുമായി നിലമ്പൂർ ആയിഷ പങ്കുവെച്ചു. നിലമ്പൂർ ബാലന്റെ അച്ഛൻ അധികം പ്രായമാകുന്നതിന് മുമ്പേ മരിച്ചുപോയിരുന്നു. കുടുംബം അനാഥമായ അവസ്ഥയിലായി. ബാലൻ അന്ന് കുട്ടിപ്രായം കഴിഞ്ഞിരുന്നില്ല. അന്നത്തെ പാർട്ടിയുടെ പ്രാദേശിക നേതാക്കളിൽ ഒരാളായിരുന്ന യു. ബാലൻ ആ കുടും

ബത്തിന്റെ അവസ്ഥ മനസ്സിലാക്കി ആ കുട്ടിയെ എത്രയും വേഗം ഒരു പണി പഠിപ്പിച്ചെടുത്ത് ഒരു വരുമാനമുണ്ടാക്കുന്ന ആളാക്കണം എന്ന ഉദ്ദേശ്യത്തോടെ ഒരു പരിചയക്കാരന്റെ തയ്യൽകടയിൽ കൊണ്ടുചെന്നാക്കി. ആ കുട്ടിക്ക് അത് അത്ര ഇഷ്ടപ്പെട്ട പണിയൊന്നും ആയിരുന്നില്ല. എങ്കിലും അവനവിടെ പോയിക്കൊണ്ടിരുന്നു.

ആ തയ്യൽക്കടയിൽനിന്നും അധികം ദൂരെയല്ലാതെ ഒരു വായനശാല പ്രവർത്തിച്ചിരുന്നു. നിലമ്പൂരിലെ കമ്യൂണിസ്റ്റ് പാർട്ടിയുടെ പ്രാദേശിക നേതാക്കളും സജീവപ്രവർത്തകരും അവിടെ പതിവു സന്ദർശകരായിരുന്നു. ഒരു ദിവസം അവർ ആ കുട്ടിയെ വായനശാലയിലേക്ക് വിളിച്ചുവരുത്തി. ഉത്തരവാദപ്പെട്ട ചില പാർട്ടി നേതാക്കൾ അവനോട് പറഞ്ഞു; താല്പര്യമുണ്ടെങ്കിൽ വായനശാലയിൽ ആളുകൾക്ക് പുസ്തകങ്ങൾ എടുത്തുകൊടുക്കലും അനുബന്ധ ജോലികളും ഏറ്റെടുക്കാം. ചെറിയൊരു പ്രതിഫലവും തരാം. പണി പഠിക്കുന്ന സമയമായിരുന്നതിനാൽ തുന്നൽക്കടയിൽ നിന്നും അവന് പ്രതിഫലമായി കാര്യമായി ഒന്നും കിട്ടിയിരുന്നില്ല. വായനയിൽ നല്ല താല്പര്യമുള്ളവനായിരുന്നതിനാൽ ആ കുട്ടി വേഗം സമ്മതിച്ചു. തുന്നൽ പഠനം തുടർന്നുകൊണ്ടു തന്നെ അവൻ ആ ചുമതലയേറ്റു.

ആ വായനശാലയുടെ നടത്തിപ്പിന്റെ നേതൃത്വം പാർട്ടി പ്രവർത്തകർക്കായിരുന്നു. അതുകൊണ്ട് തന്നെ കമ്യൂണിസവുമായി ബന്ധപ്പെട്ട കുറെ നല്ല പുസ്തകങ്ങളും അവിടെ ഉണ്ടായിരുന്നു. കുറച്ച് കാലം ആ വായനശാലയുടെ ചുമതലക്കാരനായി ഇരുന്നതിനാൽ എല്ലാതരത്തിലുംപെട്ട ധാരാളം പുസ്തകങ്ങൾ ആ കുട്ടി വായിച്ചുകൂട്ടി. അത് ആ ബാലന്റെ അറിവുകളെയും കഴിവുകളെയും വികസിപ്പിച്ചു. ആ വായനയാണ് നിലമ്പൂർ ബാലൻ എന്ന നാടക പ്രതിഭയുടെയും ചലച്ചിത്രകാരന്റെയും കമ്യൂണിസ്റ്റ് നേതാവിന്റെയും പിറവിക്ക് കാരണമായി തീർന്നത്. പിൽക്കാലത്ത് നിലമ്പൂരിലെ നാടക കൂട്ടായ്മയുമായി അടുക്കുന്നതിനും അത് സഹായകമായി. വായനശാലയിലെത്തിയിരുന്ന പാർട്ടി നേതാക്കളും പ്രവർത്തകരുമായുള്ള ബന്ധം അവനെ പാർട്ടിയുടെ അനുഭാവിയും പ്രവർത്തകനുമാക്കി.

കെ.ടി.സൈനബ

ഒരിക്കൽ മുക്കട്ടയിൽ കമ്യൂണിസ്റ്റ് പാർട്ടിയുടെ ഒരു വലിയ സമ്മേളനം നടന്നു. ഒട്ടേറെ മുതിർന്ന നേതാക്കൾ അതിൽ പങ്കെടുത്തിരുന്നു. അനുബന്ധ പരിപാടിയായി

തിരൂരിലെ ബാവ എന്നയാളുടെ പാട്ടും മറ്റും ഉണ്ടായിരുന്നു. അറിവും കഴിവും ഉള്ള വളർന്നുവരുന്ന ഒരു പയ്യൻ എന്ന നിലയിൽ നിലമ്പൂർ ബാലന് അന്ന് സംഘാടകർ ഒരവസരം കൊടുത്തു. അവിടെ ആ കൗമാരക്കാരൻ നടത്തിയ ചെറുതെങ്കിലും ശ്രദ്ധേയമായ പ്രസംഗം എല്ലാവരുടെയും പ്രശംസ നേടി. 1948 മുതൽ 1951 വരെ നീണ്ടുനിന്ന പാർട്ടി നിരോധന കാലത്തിന്റെ ആദ്യഘട്ടത്തിൽ കുഞ്ഞാലി ഒളിവിൽ കഴിയുന്ന കാലം ഒരു പതിനാറുകാരൻ പയ്യനായിരുന്നുവെങ്കിലും പാർട്ടി വളരെ ഗൗരവമുള്ള ഒരു ചുമതല നിലമ്പൂർ ബാലനെ ഏല്പിച്ചു. ഒളിവിൽ കഴിയുന്ന കുഞ്ഞാലിക്ക് കുറച്ച് ദിവസം അഭയം കൊടുക്കുക, ബാലൻ സമ്മതിച്ചു.

പ്രച്ഛന്നവേഷത്തിലായിരുന്നു കുഞ്ഞാലിയെ നിലമ്പൂർ ബാലന്റെ വീട്ടുപരിസരത്ത് സഖാക്കൾ എത്തിച്ചത്. പാളത്തൊപ്പിയുമണിഞ്ഞ് ഒരു കൃഷിക്കാരന്റെ വേഷത്തിൽ. എങ്കിലും ബാലൻ ആളെ തിരിച്ചറിഞ്ഞ് വീട്ടിലേക്ക് കൂട്ടിക്കൊണ്ടുപോയി. ഏതാനും ദിവസങ്ങൾ കുഞ്ഞാലി ആ വീട്ടിൽ തങ്ങി. പിന്നെ അടുത്ത താവളത്തിലേക്ക് മാറി. ഒളിവിൽ കഴിഞ്ഞിരുന്ന സമയത്ത് കുഞ്ഞാലി എഴുതിയിരുന്ന ഡയറി ഉണ്ടാക്കിയ പ്രശ്നങ്ങളും ഡയറിക്കേസ്സും മുമ്പ് വിശദീകരിച്ചിട്ടുണ്ട്. ഡയറിയിൽ നിലമ്പൂർ ബാലന്റെ പേരും അവിടെ നിന്ന് പരിപ്പും മുരിങ്ങയും ചേർത്ത കറി കൂട്ടി ഊണ് കഴിച്ചതും വരെ ഡയറിയിൽ ഉണ്ടായിരുന്നു. പോലീസ് നിലമ്പൂർ ബാലനെന്ന പതിനാറുകാരൻ പ്രവർത്തകനെയും പിടിച്ചുകൊണ്ടുപോയി.

വളരെ ധീരയും തന്റേടിയും ആയ ഒരു സ്ത്രീയായിരുന്നു നിലമ്പൂർ ബാലന്റെ അമ്മ ലക്ഷ്മി. മകനെ പോലീസ് പിടിച്ചുകൊണ്ടുപോയതറിഞ്ഞ് ലക്ഷ്മി പോലീസ് സ്റ്റേഷനിലേക്ക് ചെന്നു. അവർ തനിച്ചായിരുന്നില്ല; വീട്ടിൽ ബാക്കിയുള്ള എല്ലാവരെയും കൂടെ കൂട്ടിയിരുന്നു. നിലമ്പൂർ ബാലന്റെ സഹോദരന്മാരും കല്യാണം കഴിഞ്ഞിട്ടില്ലാത്ത സഹോദരിയും ആ കൂട്ടത്തിൽ ഉണ്ടായിരുന്നു. തങ്ങളെ എല്ലാവരെയും അറസ്റ്റ് ചെയ്ത് ജയിലിൽ അടയ്ക്കണം എന്നായിരുന്നു ലക്ഷ്മി ആവശ്യപ്പെട്ടത്. കുഞ്ഞാലിക്ക് അഭയം കൊടുത്തത് ഞങ്ങളെല്ലാവരും കൂടിയാണ്. അതിനാൽ അവനെ മാത്രം അറസ്റ്റ് ചെയ്യാൻ പറ്റില്ല. ഞങ്ങളെ കൂടി ജയിലിൽ അടച്ചില്ലെങ്കിൽ ഞങ്ങൾ പോകില്ല എന്ന് അവർ വാശി പിടിച്ചു. അതൊരു പൊല്ലാപ്പായി തീരും എന്ന് തോന്നിയത് കൊണ്ട് പോലീസ് ബാലനെ വിട്ടയച്ചു.

നിലമ്പൂർ ബാലൻ പിന്നീട് നിലമ്പൂർ യുവജന കലാസമിതിയുടെ പ്രധാന പ്രവർത്തകരിൽ ഒരാളായി മാറി. നാടകരംഗത്ത് അദ്ദേഹം തുടങ്ങിയത് അഭിനേതാവായിട്ടായിരുന്നു. പിൽക്കാലത്ത് നാടക രചയിതാവും സംവിധായകനും ചലച്ചിത്രകാരനുമായി അദ്ദേഹം ഉയർന്നു. നിലമ്പൂർ യുവജന കലാസമിതി തുടർച്ചയായി നാടകാവതരണങ്ങളുമായി പുറത്ത് പോകുമ്പോൾ ഇടയ്ക്ക് കിട്ടുന്ന ഒഴിവുസമയങ്ങളിൽ നാടക സംഘാം

സി.പി.ഐ.(എം) നിലമ്പൂർ ഏരിയാ കമ്മിറ്റി ഓഫീസ് പ്രവർത്തിക്കുന്ന കുഞ്ഞാലി സ്മാരക മന്ദിരം

ഗങ്ങൾ ഗ്രാമങ്ങളിൽ ചെന്ന് കവലയോഗങ്ങളും ചർച്ചകളും സംഘടിപ്പിച്ചിരുന്നു. അവയിലെ പ്രധാന പ്രാസംഗികൻ നിലമ്പൂർ ബാലനായിരുന്നു. തനിക്ക് കമ്യൂണിസ്റ്റ് പാർട്ടിയെക്കുറിച്ച് ശരിയായ ധാരണകൾ കിട്ടിയത് നിലമ്പൂർ ബാലന്റെ ഈ ചെറു പ്രസംഗങ്ങളിലൂടെയായിരുന്നുവെന്ന് നിലമ്പൂർ ആയിഷ പറഞ്ഞു. കുഞ്ഞാലിയുമായുള്ള പരിചയം മുഖേന കമ്യൂണിസ്റ്റ് പാർട്ടിയുടെ മറ്റു നേതാക്കളുമായും നിലമ്പൂർ ആയിഷയ്ക്ക് പരിചയം കിട്ടി. അന്നത്തെ മുതിർന്ന നേതാക്കളായിരുന്ന സാധു പി. അഹമ്മദ്കുട്ടി, എടക്കോട് മുഹമ്മദ് എന്നിവരെ നിലമ്പൂർ ആയിഷയ്ക്ക് പരിചയമായത് അങ്ങനെയാണ്.

നാടകരംഗത്തെ സഹപ്രവർത്തകരായിരുന്ന ജോൺ, ഫ്രാൻസിസ് എന്നിവരുമായി ചേർന്ന് നിലമ്പൂർ ആയിഷ ഒരു പ്രിന്റിംഗ് പ്രസ് നടത്തിയിരുന്നു. ഇപ്പോൾ നിലമ്പൂർ മുനിസിപ്പാലിറ്റി ഓഫീസ് പ്രവർത്തിക്കുന്ന സ്ഥലത്തിനടുത്തായിരുന്നു അത്. അതിന്റെ വളരെ അടുത്ത് തന്നെയായിരുന്നു അന്ന് കമ്യൂണിസ്റ്റ് പാർട്ടിയുടെ ഓഫീസ്. അവിടെ ഇടയ്ക്കിടെ എത്തിയിരുന്ന കുഞ്ഞാലി പ്രസ്സിലുള്ളവരുമായും സൗഹൃദത്തിലായിരുന്നു. പ്രസ്സിൽ ജോലി ചെയ്യുന്നവർക്ക് വേണ്ടി അവിടെ ഭക്ഷണം ഉണ്ടാക്കിയിരുന്നു.

1969 ജൂലെ ഇരുപത്താറിന് കുഞ്ഞാലി നിലമ്പൂർ പാർട്ടി ഓഫീസിലെത്തി. പ്രസ്സിൽ ഉച്ചഭക്ഷണം റെഡിയായപ്പോൾ ആയിഷ പാർട്ടി ഓഫീസിൽ ചെന്ന് അദ്ദേഹത്തെ ഉച്ചഭക്ഷണത്തിന് ക്ഷണിച്ചു. കുഞ്ഞാലി ക്ഷണം സ്വീകരിച്ചു പ്രസ്സിൽ വന്നു അവരെല്ലാവരും ഒരുമിച്ച് ഭക്ഷണം

കഴിച്ചു. ആ പോരാളികൾ തമ്മിലുള്ള അവസാനക്കാഴ്ചയായിരുന്നു അത്. അന്ന് രാത്രി ചുള്ളിയോട് വെച്ച് കുഞ്ഞാലിക്ക് വെടിയേറ്റു. ഒന്നര ദിവസം ആശുപത്രിയിൽ കഴിഞ്ഞ സഖാവ് പിന്നീട് ജീവിതത്തിലേക്ക് തിരിച്ചുവന്നില്ല.

സഖാവ് കുഞ്ഞാലിയുടെ മൃതദേഹവും വഹിച്ചുകൊണ്ടുള്ള വിലാപയാത്ര നിലമ്പൂർ പാർട്ടി ഓഫീസിനടുത്ത് റോഡിൽ അല്പനേരം നിർത്തിയിരുന്നു. വൻ ജനാവലി അവിടെ കാത്ത് നിന്നിരുന്നു. നിലമ്പൂർ ആയിഷയ്ക്ക് കുഞ്ഞാലിയുടെ മൃതശരീരം അടുത്ത് കാണാനായി സഖാക്കൾ വാഹനത്തിനടുത്ത് സ്റ്റൂളിട്ടുകൊടുത്തു. പ്രിയ സഖാവിന്റെ മുഖം അവസാനമായി കണ്ടപ്പോൾ ആയിഷയ്ക്ക് ദുഃഖം നിയന്ത്രിക്കാൻ കഴിഞ്ഞില്ല. ആയിഷ പൊട്ടിക്കരഞ്ഞു. കൂടി നിന്നിരുന്ന സ്ത്രീകൾക്കും അതോടെ നിയന്ത്രണം വിട്ടു. അതൊരു കൂട്ടക്കരച്ചിലായി.

കുഞ്ഞാലിയുടെ ഉമ്മ ആയിഷുമ്മയുമായും ഭാര്യ സൈനബയുമായും അടുത്ത ബന്ധമുണ്ടായിരുന്നു നിലമ്പൂർ ആയിഷയ്ക്ക്. ആ വിവാഹത്തിന് മുൻകൈ എടുത്തവരിൽ ഒരാൾ അവർ കൂടിയായിരുന്നു. ഭർത്താവിന്റെ മരണശേഷം ദിവസങ്ങളോളം ബോധരഹിതയെപ്പോലെ കിടന്ന സൈനബയെ ആശ്വസിപ്പിക്കാനായി കുറെ ദിവസങ്ങൾ നിലമ്പൂർ ആയിഷ തുടർച്ചയായി കാളികാവിൽ പോയി വന്നിരുന്നു.

തേരാളികളുടെ മനസ്സിലെ പോരാളി

എം.എൽ.എ. ആയതിന് ശേഷം യാത്രകൾ സംസ്ഥാന വ്യാപകമായി തീരുന്ന ഒരവസ്ഥ വന്നപ്പോഴാണ് കുഞ്ഞാലിയുടെ ആവശ്യത്തിന് തൊഴിലാളികൾ ചേർന്ന് ഒരു ജീപ്പ് വാങ്ങിച്ചുകൊടുത്തത്. ആദ്യം ഡ്രൈവറായി ചുമതലയേറ്റയാൾ അസൗകര്യം വന്ന് ഒഴിവായപ്പോഴാണ് ചുങ്കത്തറക്കാരൻ പൊട്ടണം ചാലിൽ മുഹമ്മദ് എന്ന വെള്ളുമുഹമ്മദ് ചുമതലയേറ്റത്. പിന്നെ വെടിയേറ്റ് വീണ ദിവസംവരെയും മുഹമ്മദ് തന്നെയായിരുന്നു കുഞ്ഞാലിയുടെ സാരഥി. കണിശക്കാരനായിരുന്ന കുഞ്ഞാലിയുടെ സ്നേഹവും ഏറെ അനുഭവിച്ചവനായിരുന്നു ഡ്രൈവർ മുഹമ്മദ്. ജീപ്പിന് എന്തോ ചെറിയ തകരാറ് പറ്റിയത് സമയത്ത് നന്നാക്കാത്തതിന്റെ പേരിൽ ഒരു ദിവസം മുഹമ്മദിനെ കുഞ്ഞാലി ശകാരിച്ചു. യഥാർത്ഥത്തിൽ ആ തകരാറ് തക്കസമയത്ത് തന്നെ മുഹമ്മദ് വർക്ക്ഷോപ്പിൽ കൊണ്ടുപോയി കാണിച്ചിരുന്നു. ആ വർക്ക്ഷോപ്പിൽ അതിന് സൗകര്യം ഇല്ലായിരുന്നതിനാൽ കുഞ്ഞാലി തന്നെ പറഞ്ഞ് അത് പിന്നീട് ചെയ്യിക്കാമെന്ന് പറഞ്ഞ് മാറ്റി വെപ്പിച്ചതായിരുന്നു. കോപം അടങ്ങിയപ്പോൾ മുഹമ്മദ് തന്നെ അത് പറഞ്ഞു ബോധ്യപ്പെടുത്തി. കുഞ്ഞാലി അതംഗീകരിക്കുകയും ചെയ്തു. പിന്നീട് ആ ദിവസം മുഴുവൻ സാധാരണയിൽ കവിഞ്ഞ സ്നേഹം സഖാവ് തന്നോട് പ്രകടിപ്പിച്ച കാര്യം മുഹമ്മദ് ഓർമ്മിപ്പിച്ചിരുന്നു. അന്ന് മുഹമ്മദിന് ഒരു പുതിയ റെഡിമെയ്ഡ് ഷർട്ടും കുഞ്ഞാലി വാങ്ങിച്ചുകൊടുത്തു.

പ്രയാസങ്ങൾ അനുഭവിക്കുന്നവരോടുള്ള കുഞ്ഞാലിയുടെ ഉദാരത മുൻ അദ്ധ്യായങ്ങളിലും സൂചിപ്പിച്ചിട്ടുണ്ട്. അത്തരം ഒരനുഭവം ഡ്രൈവർ മുഹമ്മദ് മരണം വരെ മനസ്സിൽ സൂക്ഷിച്ചിരുന്നു. ഒരിക്കൽ ഒരു യോഗത്തിൽ പങ്കെടുക്കാനായി കണ്ണൂരിൽ പോയപ്പോഴായിരുന്നു അത്. പോകുന്ന വഴിക്ക് ഉള്ള ഒരു കുഷ്ഠരോഗ ചികിത്സാകേന്ദ്രം സന്ദർശി

ക്കാൻ കുഞ്ഞാലി കയറി. രോഗം കൊണ്ട് കഷ്ടപ്പെടുന്നവരുടെ പ്രയാസങ്ങളും അവരെ ആത്മാർത്ഥമായി പരിചരിക്കാൻ ശ്രമിക്കുന്ന നടത്തിപ്പുകാരുടെ പ്രവർത്തനങ്ങളും അദ്ദേഹത്തിന്റെ മനസ്സിൽ തട്ടി. സന്ദർശനത്തിന് വരുന്നവർക്ക് ആ കേന്ദ്രത്തിന്റെ പ്രവർത്തനങ്ങളെ സഹായിക്കാനായി സംഭാവന കൊടുക്കാൻ അവർ സൗകര്യം ഒരുക്കിയിരുന്നു. കുഞ്ഞാലി കൈയിലുണ്ടായിരുന്ന പണമെടുത്ത് മോശമല്ലാത്ത ഒരു തുക അവർക്ക് സംഭാവനയായി നൽകി.

കുഷ്ഠരോഗ ചികിത്സാകേന്ദ്രത്തിൽ നിന്നും ഇറങ്ങി നേരെ അവർ യോഗസ്ഥലത്തേക്ക് പോയി. യോഗം കഴിഞ്ഞ് മടക്കയാത്രക്കൊരുങ്ങുമ്പോഴാണ് ജീപ്പിന് പെട്രോൾ അടിക്കേണ്ട കാര്യം ഡ്രൈവർ മുഹമ്മദ് ശ്രദ്ധയിൽപ്പെടുത്തിയത്. കുഞ്ഞാലിയുടെ കൈയിൽ അപ്പോൾ പണമൊന്നും ഉണ്ടായിരുന്നില്ല. കൈയിലുള്ളത് മുഴുവൻ സഖാവ് അവിടെ സംഭാവന നൽകിയിരുന്നു. അത് മനസ്സിലാക്കിയപ്പോൾ മുഹമ്മദ് പറഞ്ഞു

“ഇങ്ങളെന്തൊര് മന്സനാണ്. വണ്ടിക്ക് പെട്രോളടിക്കാനുള്ള പൈസയെങ്കിലും എടുത്ത് വെക്കാതെ ആരെങ്കിലും കൈയിലുള്ളതെല്ലാം കൂടി സംഭാവന കൊടുക്കുമോ..”

മറുപടിയായി കുഞ്ഞാലി ഒന്നും പറഞ്ഞില്ല. വണ്ടി നേരെ കണ്ണൂർ പാർട്ടി ഓഫീസിലേക്ക് വിടാൻ അദ്ദേഹം നിർദ്ദേശിച്ചു. അവിടെ ചെന്ന് പെട്രോൾ അടിക്കാനും വഴിച്ചെലവിനും ആവശ്യമുള്ളത്രയും പണം കടം വാങ്ങിച്ചാണ് അന്ന് പ്രശ്നം പരിഹരിച്ചത്.

കുഞ്ഞാലി താമസിച്ചിരുന്ന കാളികാവിലെ വീട്ടിൽ അധികം സൗകര്യങ്ങളൊന്നും ഉണ്ടായിരുന്നില്ല. അതിനാൽ രാത്രി വളരെ വൈകിയെത്തുന്ന ദിവസങ്ങളിൽ മുഹമ്മദ് കാളികാവ് ടി.ബി.യുടെ വരാന്തയിലായിരുന്നു അന്തിയുറങ്ങിയിരുന്നത്. മഴയും തണുപ്പുമൊക്കെയുള്ള ദിവസങ്ങളിൽ മാത്രമേ അതിൽ വ്യത്യാസം വരുത്തിയിരുന്നുള്ളൂ. കുഞ്ഞാലിയുടെ ദിനചര്യകളൊക്കെ നല്ല പരിചയമായിരുന്നു മുഹമ്മദിന്. പുലർച്ചെ നാല് മണിക്ക് എഴുന്നേൽക്കുന്ന സ്വഭാവക്കാരനായിരുന്ന സഖാവിന് എല്ലാ ദിവസവും രാവിലെ ഷേവ് ചെയ്യണമെന്നത് നിർബന്ധമായിരുന്നു. ഒരു കുടുംബാംഗത്തെപ്പോലെയായിരുന്നു മുഹമ്മദിന്റെ വീട്ടിലുള്ളവർക്ക് അദ്ദേഹം. എല്ലാവരുടെയും വിശേഷങ്ങൾ സഖാവ് അന്വേഷിക്കുമായിരുന്നു. കുറച്ച് ദിവസം അസുഖ ബാധിതനായി മുഹമ്മദ് കിടപ്പിലായി. അന്ന് ചുങ്കത്തറ എടമലയിലെ വീട്ടിൽ കുഞ്ഞാലി ചെന്നിരുന്നു. മുഹമ്മദിന്റെ ഭാര്യ ഖദീജ പത്താംക്ലാസുകാരിയാണ് എന്നറിഞ്ഞപ്പോൾ അവരോട് കെ.എസ്.ആർ.ടി.സി.യിലെ താല്ക്കാലിക നിയമനത്തിന് അപേക്ഷ കൊടുക്കാൻ അദ്ദേഹം നിർദ്ദേശിച്ചു. ആ നിയമനം അവർക്ക് കിട്ടുകയും ചെയ്തു. ഗതാഗത മന്ത്രിയായിരുന്ന ഇമ്പിച്ചിബാവയോട് നേരിട്ട് തന്നെ കുഞ്ഞാലി വിഷയം സംസാരിക്കുകയും ചെയ്തിരുന്നു. എന്നാൽ നിയമനം കിട്ടി അധികം താമസിയാതെ കുഞ്ഞാലി മരണപ്പെട്ടു. താല്ക്കാലിക നിയമനം ആയിരുന്നുവെങ്കിലും അത് കുറച്ച്

കാലം തുടർന്ന് കിട്ടാനുള്ള സാധ്യത ഉണ്ടായിരുന്നു. എന്നാൽ കുഞ്ഞാലിയുടെ മരണം കഴിഞ്ഞ് മാസങ്ങൾക്കുള്ളിൽ ഇ.എം.എസ്. മന്ത്രിസഭയ്ക്ക് ഘടകകക്ഷികളുടെ കാലുമാറ്റം കാരണം രാജിവെക്കേണ്ടി വന്നു. തുടർന്ന് അധികാരത്തിൽ വന്ന അച്യുതമേനോൻ സർക്കാർ എല്ലാ താല്ക്കാലിക ജീവനക്കാരെയും പിരിച്ചുവിട്ടു.

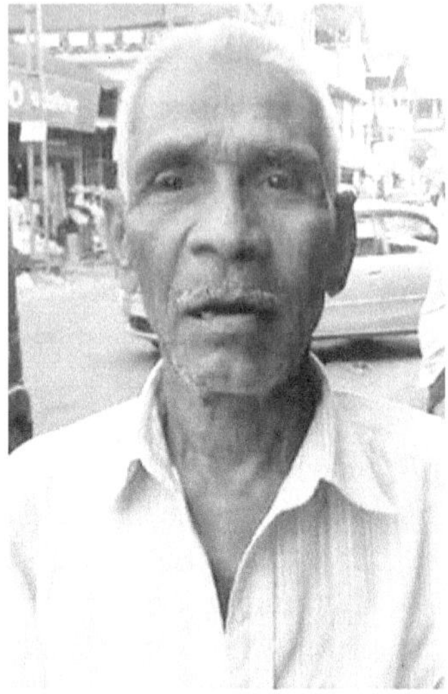

വെള്ളു മുഹമ്മദ് (കുഞ്ഞാലിയുടെ ജീപ്പിന്റെ ഡ്രൈവറായിരുന്നു)

മുഹമ്മദിനോടും കെ.എസ്.ആർ.ടി.സി.യിലെയും കെ.എസ്.ഇ.ബി.യിലെയും ഒഴിവുകളിലേക്ക് അപേക്ഷ കൊടുക്കാൻ അദ്ദേഹം നിർദ്ദേശിച്ചിരുന്നു. മുഹമ്മദ് അതനുസരിക്കുകയും ചെയ്തു. രണ്ടിടത്ത് നിന്നും മുഹമ്മദിന് നിയമന ഉത്തരവുകൾ ലഭിച്ചു. സഖാവ് കുഞ്ഞാലിയോടൊപ്പമുള്ള ജീവിതത്തിൽ വലിയ സന്തോഷവും അഭിമാനവും തോന്നിയിരുന്ന മുഹമ്മദ് രണ്ട് ജോലിയിലും ചേരാൻ കൂട്ടാക്കിയില്ല. തന്റെ എം.എൽ.എ. സ്ഥാനമൊന്നും എന്നും ഉണ്ടാകില്ലെന്നും അതിനാൽ തനിക്ക് സ്ഥിരമായി ഒരു ഡ്രൈവറെ വെച്ചുകൊണ്ടിരിക്കാൻ കഴിയണമെന്നില്ല, അതിനാൽ ഒരു സ്ഥിരം ജോലി കിട്ടുന്നത് കളയണ്ട എന്നൊക്കെ കുഞ്ഞാലി ഉപദേശിച്ചുവെങ്കിലും മുഹമ്മദ് പോയില്ല.

കുറച്ച് കാലം ഉപയോഗിച്ച് സൈന്യം ഒഴിവാക്കിയ വണ്ടി വാങ്ങി നന്നാക്കിയെടുത്തതായിരുന്നു കുഞ്ഞാലി ഉപയോഗിച്ചിരുന്ന ജീപ്പ്. നാല് ചക്രങ്ങൾക്കും പിടുത്തമുള്ള ജീപ്പായിരുന്നതിനാൽ കുഴിയിൽ നിന്നും ചെളിയിൽ നിന്നുമെല്ലാം എളുപ്പം കയറിപ്പോരാൻ കഴിയുന്ന സൗകര്യം അതിന് ഉണ്ടായിരുന്നു. നല്ല സ്പീഡിൽ ഓടിക്കാനായിരുന്നു കുഞ്ഞാലിക്ക് ഇഷ്ടം. വെള്ളുമുഹമ്മദ് തന്നെയായിരുന്നു കുഞ്ഞാലിയുടെ ഡ്രൈവിംഗ് ഗുരു. ഡ്രൈവിംഗ് പഠിച്ചു കഴിഞ്ഞതിന് ശേഷം സൗകര്യപ്പെടുമ്പോഴൊക്കെ മുഹമ്മദിനെ സൈഡ് സീറ്റിലേക്ക് മാറ്റിയിരുത്തി കുഞ്ഞാലി സ്വയം ഡ്രൈവ് ചെയ്തുപോയിരുന്നു. കുഞ്ഞാലിയുടെ മരണശേഷം ഡ്രൈവർ മുഹമ്മദ് സ്വകാര്യ ബസ്സിലും സ്വകാര്യ ലോറികളിലുമൊക്കെ ജോലി ചെയ്താണ് ജീവിച്ചത്. ഔദ്യോഗിക യോഗങ്ങളിലോ പാർട്ടിയുടെയോ യൂണിയന്റെയോ കമ്മിറ്റികളിലോ പങ്കെടുക്കുന്ന സമയത്തല്ലാതെ ഏതൊരു വീട്ടിലേക്കും സ്ഥാപനത്തിലേക്കും കുഞ്ഞാലി ജീപ്പിൽ നിന്നും ഇറങ്ങി ചെന്ന് കയറുമ്പോൾ, പ്രത്യേകം പറഞ്ഞിട്ടില്ലെങ്കിൽ കൂടെ ചെല്ലണം എന്നായിരുന്നു ഡ്രൈവർ മുഹമ്മദിന് കിട്ടിയിരുന്ന പൊതു നിർദ്ദേശം.

തൊഴിലാളികളെയും സംഘടനാ പ്രവർത്തകരെയും ഭയപ്പെടുത്താൻ ഗുണ്ടകളെയും കൂലിത്തല്ലുകാരെയും ഇറക്കുക എന്നത് അന്നത്തെ പല മുതലാളിമാരുടെയും പതിവായിരുന്നു. അങ്ങനെ വരുന്നവരെ അങ്ങോട്ട് ചെന്ന് ഭയപ്പെടുത്തുക എന്നതായിരുന്നു കുഞ്ഞാലിയുടെ ശൈലി. അത്തരമൊരു സംഭവത്തിന് ഡ്രൈവർ മുഹമ്മദ് സാക്ഷ്യം വഹിച്ചിരുന്നു. മരുതയിലും കെട്ടുങ്ങലിലും സംഘടിപ്പിച്ചിരുന്ന രണ്ട് യോഗങ്ങളിൽ പങ്കെടുക്കാനായി കുഞ്ഞാലി മുഹമ്മദിനെയും കൂട്ടി ജീപ്പിൽ പോയി. യോഗസ്ഥലത്ത് വെച്ച് തൊഴിലാളികളിൽ നിന്നും ഒരു വിവരം കിട്ടി. അക്രമം സംഘടിപ്പിക്കാനായി കുറച്ച് ഗുണ്ടകളെ ഒരു ക്വാർട്ടേഴ്സിൽകൊണ്ടുവന്നു താമസിപ്പിച്ചിട്ടുണ്ട് എന്നായിരുന്നു അത്. യോഗം കഴിഞ്ഞ ഉടനെ ആ ക്വാർട്ടേഴ്സിനടുത്തേക്ക് വണ്ടി വിടാൻ കുഞ്ഞാലി നിർദ്ദേശിച്ചു. കുഞ്ഞാലിയെയും ഡ്രൈവറെയും കൂടാതെ കരുവാരക്കുണ്ടിൽ നിന്നുള്ള മൂന്ന് സംഘടനാ പ്രവർത്തകരായിരുന്നു ജീപ്പിൽ കൂടെയുണ്ടായിരുന്നത്. കുഞ്ഞാലിയും സംഘവും ഗുണ്ടകൾ താമസിച്ചിരുന്ന ക്വാർട്ടേഴ്സിന്റെ മുന്നിൽ ജീപ്പിൽ ചെന്നിറങ്ങി.

കാര്യങ്ങൾ അത്ര പന്തിയല്ല എന്ന് തോന്നിയ അക്രമി സംഘം പെട്ടെന്ന് അകത്തേക്ക് കയറി വാതിൽ ഉള്ളിൽ നിന്നും അടച്ചു. കുഞ്ഞാലി നേരെ ചെന്ന് വാതിലിൽ മുട്ടി. കൂടെ ചെന്നിരുന്നവരും തൊട്ടു പിറകിൽ തന്നെ ഉണ്ടായിരുന്നു. പല തവണ മുട്ടി വിളിച്ചിട്ടും അവർ വാതിൽ തുറന്നില്ല. അതോടെ കുപിതനായ കുഞ്ഞാലി വാതിൽ ചവിട്ടിപ്പൊളിച്ച് അകത്ത് കയറി. കൈയിൽ കിട്ടിയ ഓരോരുത്തരെയും പിടിച്ച് പൊതിരെ തല്ലി. ഗുണ്ടായിസത്തിന് ഗുണ്ടായിസം തന്നെയാണ് മറുപടി എന്നൊരു സന്ദേശം തൊഴിലാളികൾക്ക് പകർന്നുനൽകുകയായിരുന്നു ആ പ്രവർത്തികൊണ്ട് ഉദ്ദേശിച്ചത്.

ആരെങ്കിലും തന്നെ കായികമായി ആക്രമിക്കാൻ പരിപാടിയിട്ടിട്ടുണ്ട് എന്നറിഞ്ഞാൽ ഒഴിഞ്ഞ് പോകുന്നതിന് പകരം എന്നാലതൊന്ന് കാണണം എന്ന മട്ടിലായിരുന്നു എന്നും അദ്ദേഹത്തിന്റെ സമീപനങ്ങൾ. അത്തരം ഒരു സംഭവത്തിനും ഡ്രൈവർ മുഹമ്മദ് സാക്ഷ്യം വഹിച്ചിട്ടുണ്ട്. വഴിക്കടവിലെ ഒരു യോഗത്തിൽ പങ്കെടുക്കാൻ ചെന്നപ്പോൾ അവിടുത്തെ സഖാക്കൾ ഒരു വിവരം പറഞ്ഞു. കുഞ്ഞാലി വഴിക്കടവിലേക്ക് പോന്ന വിവരം അറിഞ്ഞ ചില കോൺഗ്രസ്സുകാർ തിരിച്ചു പോകുമ്പോൾ അദ്ദേഹത്തെ മണിമൂളിയിൽ വെച്ച് തടഞ്ഞുനിർത്തി ആക്രമിക്കാൻ പരിപാടിയിട്ടിട്ടുണ്ട്. അവിടെ ഒരു കോൺഗ്രസ് പൊതുയോഗം നടക്കുന്നുണ്ടെന്നും അതിലൂടെ തിരിച്ച് പോകുന്നത് സൂക്ഷിക്കണമെന്നും അവർ ഉപദേശിച്ചു. വേണ്ട കരുതലുകൾ താൻ ചെയ്തോളാമെന്ന് കുഞ്ഞാലി അവർക്ക് മറുപടി നൽകി. തിരിച്ചുപോരുമ്പോൾ ജീപ്പിൽ കുറച്ച് ആളുകളെയും കൂട്ടിയിട്ടാവും പോരുക എന്നാണ് മുഹമ്മദ് കരുതിയത്. അതൊന്നും ഉണ്ടായില്ല. മുഹമ്മദും കുഞ്ഞാലിയും മാത്രമേ മടക്കയാത്രയിൽ ജീപ്പിൽ ഉണ്ടായിരുന്നുള്ളൂ.

അവർ മണിമൂളിയിൽ പൊതുയോഗം നടക്കുന്ന സ്ഥലത്തെത്തി. യോഗം അപ്പോഴും അവസാനിച്ചിരുന്നില്ല. മാവൂരിൽ നിന്നും വന്ന ഒരു തൊഴിലാളി നേതാവ് അപ്പോൾ പ്രസംഗിച്ചുകൊണ്ടിരിക്കയായിരുന്നു. ആര്യാടൻ മുഹമ്മദ് തൊട്ടരികിൽ തന്നെ ഇരിക്കുന്നുണ്ടായിരുന്നു. റോഡിൽ കോൺഗ്രസ് പ്രവർത്തകർ കൂട്ടം കൂടി നിൽക്കുന്ന സ്ഥലത്ത് ജീപ്പ് നിർത്തിച്ചു പുറത്തിറങ്ങിയ ശേഷം പോക്കറ്റിൽ നിന്നും ഒരു സിഗററ്റെടുത്ത് തീ കൊളുത്തി അതും വലിച്ചുകൊണ്ട് അവർക്കിടയിലൂടെ കുഞ്ഞാലി അങ്ങോട്ടും ഇങ്ങോട്ടും നടന്നു. മുഹമ്മദ് ജീപ്പ് അരികിലേക്കു മാറ്റിയിട്ട് ജീപ്പിൽ തന്നെ ഇരുന്നു. യോഗം ശ്രവിച്ചുകൊണ്ടിരുന്ന കോൺഗ്രസ് പ്രവർത്തകർ പരസ്പരം അടക്കം പറച്ചിലും കൂട്ടം കൂടലുമൊക്കെ തുടങ്ങി. യോഗത്തിന്റെ ശ്രദ്ധ കുഞ്ഞാലിയിലേക്ക് തിരിയുന്നത് വേദിയിലിരുന്ന ആര്യാടൻ മുഹമ്മദ് തിരിച്ചറിഞ്ഞു. പ്രഭാഷകനിൽ നിന്നും മൈക്ക് ചോദിച്ച് വാങ്ങി അദ്ദേഹം വിളിച്ചു പറഞ്ഞു

"എന്റെ ഏറ്റവും പ്രിയപ്പെട്ട സ്നേഹിതൻ ശ്രീ. കുഞ്ഞാലി പ്രശ്നമുണ്ടാക്കാതെ തിരിച്ചു പോകണമെന്നും യോഗം നടത്താൻ സൗകര്യം ചെയ്തു തരണമെന്നും അഭ്യർത്ഥിക്കുന്നു"

അത് കേട്ട ഉടനെ കുഞ്ഞാലി നടത്തം നിർത്തി, ജീപ്പിൽ ചെന്ന് കയറി. മുഹമ്മദ് ഉടൻ തന്നെ ജീപ്പ് സ്റ്റാർട്ട് ചെയ്തു പുറപ്പെടുകയും ചെയ്തു. ജീപ്പ് നിങ്ങി തുടങ്ങിയപ്പോൾ കുഞ്ഞാലി പറഞ്ഞു

"എന്റെ ഏറ്റവും പ്രിയപ്പെട്ട സ്നേഹിതൻ എന്നൊക്കെ ഒരാൾ പറഞ്ഞാൽ പിന്നെ നമ്മൾ പ്രശ്നമുണ്ടാക്കിക്കൂടല്ലോ"

മുഹമ്മദ് ചിരിച്ചു. ഒന്നുകിൽ വഴിക്കടവിലെ സഖാക്കൾക്ക് കിട്ടിയ വിവരം തെറ്റായിരുന്നിരിക്കണം. അല്ലെങ്കിൽ കുഞ്ഞാലിയുടെ അത്ര ചങ്കൂറ്റത്തോടെയുള്ള വരവ് കണ്ട് അവർ പരിപാടി ഉപേക്ഷിച്ചതാവാം. ഡ്രൈവർ വെള്ളുമുഹമ്മദ് അവസാനം താമസിച്ചിരുന്ന ചുങ്കത്തറ അണ്ടിക്കുന്നിലെ വീട്ടിൽ വെച്ച് മുകളിൽ സൂചിപ്പിച്ച വിവരങ്ങൾ ഈ ലേഖകന് അദ്ദേഹം തന്നത് 16.03.2018 നായിരുന്നു. പതിനാറ് ദിവസം കഴിഞ്ഞ് 01.04.2018 ന് അദ്ദേഹം നിര്യാതനായി. മരിക്കുമ്പോൾ അദ്ദേഹത്തിന് 77 വയസ്സായിരുന്നു പ്രായം.

മാനുമുഹമ്മദ് മുക്കട്ട

കേരളത്തിന്റെ സാംസ്കാരിക ചരിത്രത്തിൽ ഇടം നേടിയ നിലമ്പൂർ യുവജന കലാസമിതിയുടെ സ്ഥാപകാംഗങ്ങളിൽ ഒരാളാണ് മാനുമുഹമ്മദ്. ഇ.കെ. അയമു, ഡോക്ടർ ഉസ്മാൻ, കെ.ജി. ഉണ്ണീൻ തുടങ്ങിയവർക്കൊപ്പം തുടക്കം മുതൽ നാടക രംഗത്ത് വന്ന മാനുമുഹമ്മദ് ഒരു ഘട്ടം കഴിഞ്ഞപ്പോൾ നിലമ്പൂർ യുവജന കലാസമിതി വിട്ട് നൗഷാദ് ആർട്സ് എന്ന പേരിൽ സ്വന്തം നാടക സമിതിയുണ്ടാക്കി പ്രവർത്തിച്ചു. നിലമ്പൂർ ആയിഷയുടെ മൂത്ത സഹോദരനായ മാനുമുഹമ്മദിന്റെ മുക്ക

ട്ടയിലെ വീട് സഖാവ് കുഞ്ഞാലിക്ക് പലപ്പോഴും ഒരു താല്ക്കാലിക ഓഫീസ് പോലെയായിരുന്നു. കമ്യൂണിസ്റ്റ് പാർട്ടി പ്രവർത്തകനായിരുന്ന മാനുമുഹമ്മദിനെ നിലമ്പൂർ ആയിഷയ്ക്കും മുമ്പ് തന്നെ കുഞ്ഞാലിക്ക് പരിചയം ഉണ്ടായിരുന്നത് മുമ്പ് വിശദീകരിച്ചിട്ടുണ്ട്.

ജീപ്പ് വാങ്ങുന്നത് വരെയും കുഞ്ഞാലിയുടെ വാഹനം സൈക്കിൾ ആയിരുന്നു. കാളികാവിൽ നിന്നും നിലമ്പൂരിലേക്കും അവിടെ നിന്നും മുണ്ടേരിയിലേക്കും, ഇടിവണ്ണയിലേക്കും എല്ലാം സൈക്കിളിൽ തന്നെ യായിരുന്നു അദ്ദേഹത്തിന്റെ യാത്ര. നിലമ്പൂർ കാളികാവ് റൂട്ടിൽ അത്യാവശ്യം ബസ് സൗകര്യം വന്നപ്പോൾ കുഞ്ഞാലിയുടെ സൈക്കിൾ മിക്കവാറും നിലമ്പൂരിൽ തന്നെ വെക്കുകയായിരുന്നു പതിവ്. മാനുമുഹമ്മദിന്റെ വീട്ടിലായിരുന്നു സൈക്കിൾ സൂക്ഷിച്ചിരുന്നത്. നിലമ്പൂരിൽ നിന്നും മുണ്ടേരിയിലേക്കും ഇടിവണ്ണയിലേക്കും മറ്റും പോകുമ്പോൾ സൈക്കിളിൽ സഹയാത്രികനായി കുഞ്ഞാലി കൂട്ടിയിരുന്നത് മാനുമുഹമ്മദിനെ യായിരുന്നു.

നല്ല ഉയരമുള്ളവനായിരുന്നു കുഞ്ഞാലി. ഉയരം കൂടുതലുള്ളവർക്കു വേണ്ടി തയ്യാറാക്കുന്ന സൈക്കിൾ പ്രത്യേകം ഓർഡർ ചെയ്തു വാങ്ങുകയായിരുന്നു ചെയ്തിരുന്നത്. ആ സൈക്കിൾ സാധാരണ ഉയരം മാത്രമുള്ളവർക്ക് ചവിട്ടിപ്പോവുക പ്രയാസകരമാണ്. കുഞ്ഞാലിയെപ്പോലെ നല്ല ഉയരമുള്ളയാളാണ് മാനുമുഹമ്മദും. സൈക്കിൾ യാത്രകളില സഹയാത്രികനായി മാനുമുഹമ്മദിനെ കൂട്ടുന്നതിന് അതും ഒരു കാരണമായിരുന്നു. സാധാരണ സൈക്കിൾ ചവിട്ടിപ്പോകുന്നത് കുഞ്ഞാലിക്കും ബുദ്ധിമുട്ടായിരുന്നു. കുറെ ദൂരം മാനുമുഹമ്മദ് സൈക്കിൾ ചവിട്ടും. കുഞ്ഞാലി പിറകിൽ ഇരിക്കും. ക്ഷീണിക്കുമ്പോൾ കുഞ്ഞാലി ചവിട്ടും മാനുമുഹമ്മദ് പിറകിൽ ഇരിക്കും. ഇതായിരുന്നു അവരുടെ സഞ്ചാര രീതി.

മുക്കട്ടക്കടുത്ത് അക്കാലത്ത് രണ്ട് വലിയ എസ്റ്റേറ്റുകൾ പ്രവർത്തിച്ചിരുന്നു. ഇന്നാ സ്ഥലങ്ങളെല്ലാം ജനവാസകേന്ദ്രങ്ങളാണ്. അയ്യാർപൊയിൽ, വല്ലപ്പുഴ തുടങ്ങിയ പ്രദേശങ്ങളിലൊക്കെ വ്യാപിച്ചു കിടന്നിരുന്നവയായിരുന്നു ആ എസ്റ്റേറ്റുകൾ. അയ്യാർപൊയിൽ ഭാഗത്തെ എസ്റ്റേറ്റ് ചിന്നമല എസ്റ്റേറ്റ് എന്നും മുക്കട്ട ഭാഗത്തേത് വളയൻകുന്ന് എസ്റ്റേറ്റ് എന്നുമാണ് അറിയപ്പെട്ടിരുന്നത്. ആ രണ്ട് എസ്റ്റേറ്റുകളിലും കൂടിയുള്ള ഏറനാട് പ്ലാന്റേഷൻ ലേബർ യൂണിയന്റെ യൂണിറ്റ് സെക്രട്ടറിയായിരുന്നു മാനുമുഹമ്മദ്. ചിന്നമല എസ്റ്റേറ്റിന്റെ മുതലാളി ഒരു പിടിവാശിക്കാരനായിരുന്നു. അത് കൊണ്ട് തന്നെ ആ എസ്റ്റേറ്റിൽ ഇടയ്ക്കിടെ തൊഴിലാളികൾക്ക് സമരത്തിലേക്ക് ഇറങ്ങേണ്ടി വന്നിരുന്നു.

ഒരിക്കൽ രണ്ട് തൊഴിലാളികളെ അകാരണമായി പിരിച്ച് വിട്ടതിന്റെ പേരിൽ ആ എസ്റ്റേറ്റിൽ ഒരു സമരം നടന്നു. തൊഴിലാളികളെ തിരിച്ചെടുക്കാമെന്ന് കരാർ ഒപ്പിട്ട് മുതലാളി സമരം അവസാനിപ്പിച്ചു. എന്നാൽ തിരിച്ചെടുക്കൽ നടപ്പാക്കിയില്ല. അതോടെ തൊഴിലാളികൾ കൂടുതൽ

ശക്തമായി സമരത്തിലേക്ക് നീങ്ങി. സമരം ചെയ്യുന്ന തൊഴിലാളികളെ കാണാനായി കുഞ്ഞാലിയെത്തി. തൊഴിലാളി സമരങ്ങളെ ഇങ്ങനെ പരിഹാസ്യമാക്കുന്ന അയാളുടെ രീതി അങ്ങനെ വിട്ടാൽ പറ്റില്ല എന്ന് സഖാവിന് തോന്നി. അയാളുടെ താമസസ്ഥലത്തേക്ക് സമരം എത്തണം എന്ന നിഗമനത്തിൽ അദ്ദേഹം എത്തി. ചാത്തംകുന്ന് എസ്റ്റേറ്റിലെ ഒരു ബംഗ്ലാവിൽ അയാൾ ഉണ്ട് എന്നറിഞ്ഞ കുഞ്ഞാലി അങ്ങോട്ട് തിരിച്ചു. യൂണിയൻ സെക്രട്ടറി മാനുമുഹമ്മദടക്കം തൊഴിലാളികളുടെ ഒരു സംഘവും കുഞ്ഞാലിക്കൊപ്പം ഉണ്ടായിരുന്നു. കുഞ്ഞാലിയും സംഘവും തന്നെത്തേടി വരുന്ന വിവരം മുതലാളിക്ക് കിട്ടി. അയാൾ ബംഗ്ലാവിന്റെ ഗേറ്റ് പൂട്ടി സ്ഥലം വിട്ടു. ഗേറ്റ് അടിച്ചു തകർത്ത് ബംഗ്ലാവിന്റെ വളപ്പിനകത്തേക്ക് പ്രവേശിച്ച കുഞ്ഞാലിയും സംഘവും അവിടെ വേറെ നാശനഷ്ടങ്ങളൊന്നും വരുത്തിയില്ല. പക്ഷേ, ആ വരവ് തന്നെ അയാൾക്കുള്ള ഒരു മുന്നറിയിപ്പ് ആയിരുന്നു. അതോടെ അയാൾ മദ്ധ്യസ്ഥതയിൽ പ്രശ്നം തീർത്തു. തൊഴിലാളികൾ തിരിച്ചെടുക്കപ്പെടുകയും ചെയ്തു.

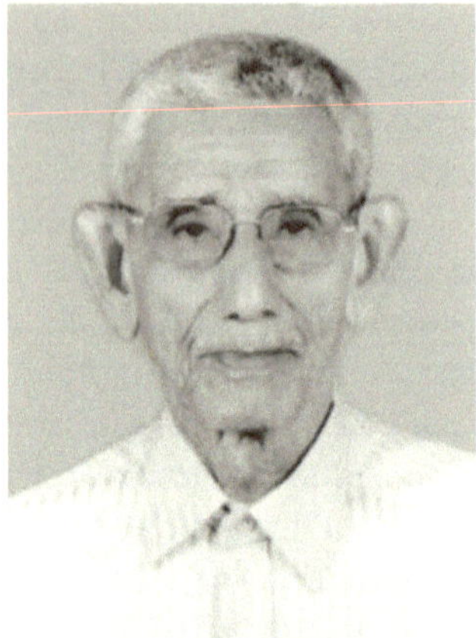

മാനുമുഹമ്മദ് (കുഞ്ഞാലിയുടെ സൈക്കിൾ യാത്രകളിലെ സഹയാത്രികൻ)

ചിന്നമല എസ്റ്റേറ്റിലെ റബ്ബർമരങ്ങൾ കാലാവധി കഴിഞ്ഞപ്പോൾ സ്ലോട്ടർ ടാപ്പിങ് നടത്താൻ തീരുമാനമായി. ഐത്തുഹാജി എന്നൊരാളായിരുന്നു കരാറെടുത്തിരുന്നത്. എസ്റ്റേറ്റിൽ നിലവിലുണ്ടായിരുന്ന തൊഴിലാളികളെകൊണ്ട് തന്നെ വേണം സ്ലോട്ടർ ടാപ്പിങ് ജോലികൾ ചെയ്യിക്കേണ്ടത് എന്ന കരാറിൽ വ്യവസ്ഥ ചെയ്തിരുന്നു. എന്നാൽ അയാൾ കരാർ പാലിച്ചില്ല. പുറമെനിന്നും കൊണ്ടുവന്ന തൊഴിലാളികളെക്കൊണ്ട് അയാൾ ജോലികൾ തുടങ്ങി. യൂണിയൻ മുഖേന കുഞ്ഞാലിക്ക് വിവരം കിട്ടി. അടുത്ത ദിവസം മുതൽ പുറമെനിന്നുള്ള തൊഴിലാളികൾ ജോലി ചെയ്യുന്നത് തടയാൻ കുഞ്ഞാലി നിർദ്ദേശം കൊടുത്തു. പിറ്റേ ദിവസവും അവർ ജോലിക്ക് തയ്യാറായി വന്നു. ജോലി തുടങ്ങാനുള്ള സമയമായപ്പോഴേക്കും കുഞ്ഞാലി സൈക്കിളിൽ സ്ഥലത്തെത്തി. അതോടെ തടയേണ്ട ആവശ്യമൊന്നും ഉണ്ടായില്ല. പുറമെ നിന്നും വന്നവർ സ്വയം പിരിഞ്ഞുപോയി. ആ സാന്നിദ്ധ്യം തന്നെ മതിയായിരുന്നു അവർക്ക് ഒരു തീരുമാനത്തിലെത്താൻ.

തോട്ടം തൊഴിലാളി സംഘടനാ പ്രവർത്തനങ്ങളുമായി ബന്ധപ്പെട്ട യോഗങ്ങളിൽ പങ്കെടുക്കാൻ പോകുമ്പോൾ സൈക്കിളിൽ അല്ലെങ്കിലും കുഞ്ഞാലി മാനുമുഹമ്മദിനെ കൂടെ കൂട്ടിയിരുന്നു. സംഘടനാരംഗത്തെ

പ്രശ്നങ്ങൾ മാനുമുഹമ്മദിന് പഠിക്കാൻ ഒരവസരം എന്ന നിലയിലായിരുന്നു അങ്ങനെ ചെയ്തിരുന്നത്. മുണ്ടേരിയിൽ ഒരു ജനറൽ ബോഡി യോഗത്തിലും അത് കഴിഞ്ഞുള്ള പൊതുയോഗത്തിലും പങ്കെടുക്കുന്നതിന് വേണ്ടി ടാക്സി ജീപ്പിൽ പോയ ഒരു ദിവസം മാനുമുഹമ്മദും കൂടെ പോയി. പരിപാടി കഴിഞ്ഞ് മടങ്ങുമ്പോൾ നേരം ഇരുട്ടായി. അൽപദൂരം മുന്നോട്ട് പോന്നപ്പോൾ റോഡിന് നടുവിൽ ഒരു കാട്ടാന. ജീപ്പ് ദൂരെ വെച്ച് തന്നെ നിർത്തി. ജീപ്പിലുണ്ടായിരുന്ന ചില ആളുകൾ ഇറങ്ങി ഓടാൻ ശ്രമിച്ചു. കുഞ്ഞാലി അവരെ തടഞ്ഞു. അവർക്ക് ധൈര്യം കൊടുത്ത് ജീപ്പിൽ തന്നെ ഇരുത്തി. കുറെ നേരം കാത്ത് നിന്നപ്പോൾ കാട്ടാന റോഡിന് നടുവിൽ നിന്നും നീങ്ങി പുഴയിലേക്ക് ഇറങ്ങി നടന്നു. കുഞ്ഞാലിയും സംഘവും യാത്ര തുടരുകയും ചെയ്തു. കുഞ്ഞാലിക്കും സഹപ്രവർത്തകർക്കും അക്കാലത്ത് മുതലാളിമാരുടെ ഹുങ്കിനെ മാത്രമല്ല ഇങ്ങനെയുള്ള പ്രശ്നങ്ങളെയും കൂടി നേരിട്ട് കൊണ്ട് വേണമായിരുന്നു പ്രവർത്തിക്കാൻ.

ജീവനെടുക്കാൻ കൊതിച്ചവർ

തോട്ടം മുതലാളിമാർ, ജന്മിമാർ തുടങ്ങിയവരുടെ അപ്രമാദിത്വത്തിന് കിഴക്കനേറനാട്ടിൽ അന്ത്യം കുറിച്ചത് കുഞ്ഞാലിയുടെ വരവോടെയായിരുന്നു. തൊഴിലാളികളെ അടിമകളെപ്പോലെ കണ്ടിരുന്ന മുതലാളിമാരും കുടിയാന്റെ മേൽ തങ്ങൾക്ക് എന്തിനുമുള്ള അധികാരമുണ്ട് എന്ന് ധരിച്ചിരുന്ന ജന്മിമാരും സംഘടിത ശക്തിക്ക് മുന്നിൽ മുട്ടുമടക്കാൻ തുടങ്ങിയത് കാലത്തിന്റെ മാറ്റംകൊണ്ട് മാത്രമായിരുന്നില്ല. അസാധാരണനായൊരു നേതാവിന്റെ നേതൃത്വം ആ തൊഴിലാളികളുടെയും കൃഷിക്കാരുടെയും സിരകളിൽ പടർത്തിയ അഗ്നിയുടെ കരുത്ത് കൊണ്ട് കൂടിയായിരുന്നു. അദ്ദേഹത്തിന്റെ സാന്നിദ്ധ്യം അവർ ഓരോരുത്തരെയും അനേകമിരട്ടി കരുത്തരാക്കി.

എന്ത് വിലകൊടുത്തും ആ മനുഷ്യന്റെ സാന്നിദ്ധ്യം ഈ ഭൂമിയിൽ നിന്നും ഇല്ലാതാക്കണം എന്ന് ആ പ്രമാണിമാരൊക്കെ ആഗ്രഹിച്ചു. പക്ഷേ, നേരിട്ട് രംഗത്തിറങ്ങാൻ അവർക്കാർക്കും ധൈര്യം ഉണ്ടായിരുന്നില്ല. അതിനാൽ അവരിൽ പലരും പലതരം ഗൂഢനീക്കങ്ങളിലൂടെ അതിന് ശ്രമിച്ചുകൊണ്ടിരുന്നു. ഒറ്റയ്ക്ക് സഞ്ചരിക്കുമ്പോൾ കുഞ്ഞാലി പല തവണ ആക്രമണങ്ങൾക്ക് വിധേയനായി. അതിന് പിന്നിൽ അവരുടെ ഈ മോഹം തന്നെയായിരുന്നു എന്ന് വേണം അനുമാനിക്കാൻ. കായികമായി ഏറ്റുമുട്ടേണ്ടിവന്നപ്പോഴൊക്കെ അത്ഭുതകരമായ കൈക്കരുത്തും താരതമ്യങ്ങളില്ലാത്ത ധീരതയും കൊണ്ട് ആ പോരാളി ആ ആക്രമി സംഘങ്ങളെയെല്ലാം എതിർത്തു തോല്പിച്ചു. പക്ഷേ, അവർ അടങ്ങിയിരുന്നില്ല. ഇരുട്ടിന്റെ മറവിൽ ആ വിലപ്പെട്ട ജീവൻ കവർന്നെടുക്കാൻ അവർ പദ്ധതികൾ തയ്യാറാക്കിക്കൊണ്ടേയിരുന്നു.

പല തോട്ടങ്ങളിലും ഐ.എൻ.ടി.യു.സി.യുടെ യൂണിയൻ അംഗബലം കൊണ്ട് ശക്തമായിരുന്നുവെങ്കിലും തൊഴിലാളികളോട് കാണി

ച്ചിരുന്ന അതിക്രമങ്ങൾക്കെതിരെ അവരുടെ പ്രതികരണം വളരെ പരിമിതമായ തോതിലേ ഉണ്ടായിരുന്നുള്ളൂ. മുതലാളിയെ പിണക്കിക്കൂട എന്നാൽ തൊഴിലാളികളെ കൂടെ നിർത്തുകയും വേണം എന്ന നിലയിലുള്ള ഒരു മദ്ധ്യസ്ഥ പ്രവർത്തനമായിരുന്നു അവരിൽനിന്നും ഉണ്ടായിരുന്നത്. തൊഴിലാളികളെ കായികമായി ഉപദ്രവിക്കുന്ന മുതലാളിമാർക്കെതിരെ പോലും വളരെ ചെറിയ തോതിലുള്ള പ്രതികരണം മാത്രമാണ് അവരിൽനിന്നും ഉണ്ടായിരുന്നത്. സ്ത്രീത്തൊഴിലാളികളോട് അപമര്യാദയായി പെരുമാറിയിരുന്ന മാനേജർമാരുടെയും സൂപ്രണ്ടുമാരുടെയും പ്രവർത്തികൾ പോലും പലപ്പോഴും അവർ കണ്ടില്ലെന്ന് നടിച്ചു.

എ.ഐ.ടി.യു.സി.ക്ക് ഇതിൽനിന്നും വ്യത്യസ്തമായ ഒരു സമീപനം ഉണ്ടായിരുന്നുവെങ്കിലും പല തോട്ടങ്ങളിലും അത് താരതമ്യേന ചെറിയ സംഘടനയായിരുന്നു. കുഞ്ഞാലിയുടെ വരവോടെ എ.ഐ.ടി.യു.സി.യുടെ പ്രവർത്തനങ്ങൾ കൂടുതൽ സജീവമായി. റൗഡിസം കാണിക്കുന്ന സൂപ്രണ്ടുമാരുടെയും മാനേജർമാരുടെയും കഴുത്തിന് പിടിച്ച് ചോദ്യം ചെയ്യുന്ന കുഞ്ഞാലിയുടെ ശൈലി തൊഴിലാളികളിൽ വലിയ ആവേശമുണ്ടാക്കി. വർഷങ്ങളായി തങ്ങൾ അമർത്തിവെച്ചിരുന്ന രോഷവും പ്രതിഷേധവും പുറത്തെടുക്കാൻ ഒരവസരം വന്നതായി അവർ കരുതാൻ തുടങ്ങി. ഐ.എൻ.ടി.യു.സി. സംഘടനയിൽനിന്നും വലിയ തോതിലുള്ള ഒരു ഒഴുക്ക് എ.ഐ.ടി.യു.സി.യുടെ ഭാഗത്തേക്ക് ഉണ്ടാകാൻ തുടങ്ങിയത് കോൺഗ്രസ് നേതൃത്വത്തിനും അസ്വാസ്ഥ്യം ഉണ്ടാക്കി. അവരും കുഞ്ഞാലിയുടെ സാന്നിദ്ധ്യം ഇല്ലാതാവണമെന്ന് ആഗ്രഹിച്ചു. അവർക്കും നേരിട്ട് എന്തെങ്കിലും ചെയ്യാൻ ധൈര്യമുണ്ടായില്ല.

മുപ്പതിനായിരത്തിലേറെ ഏക്കർ വിസ്തൃതിയുള്ളതും ബിർളാ മാനേജ്മെന്റിന് കീഴിൽ ഉണ്ടായിരുന്നതുമായ വഴിക്കടവിനടുത്ത വെള്ളക്കട്ടയിലെ യൂക്കാലിത്തോട്ടത്തിൽ എ.ഐ.ടി.യു.സി.യുടെ യൂണിയൻ തീരെ ചെറുതായിരുന്നു. അതി വഷളന്മാരും സംസ്കാരശൂന്യരുമായ ഒട്ടേറെ പേർ അവിടെ മാനേജർമാരും സൂപ്രണ്ടുമാരുമായി ജോലി ചെയ്തിരുന്നു. ബഹുഭൂരിപക്ഷം തൊഴിലാളികളെയും പ്രതിനിധീകരിച്ചിരുന്ന ഐ.എൻ.ടി.യു.സി. അവരുടെ തോന്ന്യാസങ്ങൾക്ക് നേരെ മിക്കപ്പോഴും മൗനത്തിലായിരുന്നു. കുഞ്ഞാലിയുടെ നേതൃത്വത്തിൽ എ.ഐ.ടി.യു.സി. തൊഴിലാളികൾ ആ മാനേജർമാരുടെയും സൂപ്രണ്ടുമാരുടെയും അതിക്രമങ്ങളെ ചോദ്യം ചെയ്യാൻ മുന്നോട്ട് വന്നപ്പോൾ അത് വലിയ പ്രതികരണങ്ങൾ ഉണ്ടാക്കി. എ.ഐ.ടി.യു.സി.യുടെ വളർച്ച അതോടെ അതിവേഗത്തിലായി. കക്ഷിരാഷ്ട്രീയത്തിനതീതമായി കുഞ്ഞാലിയുടെ ജനസമ്മതി കുതിച്ചുയർന്നുകൊണ്ടിരുന്നു. അത് തങ്ങളുടെ രാഷ്ട്രീയ അസ്തിത്വത്തിന് തന്നെ ഒരു ഭീഷണിയാവുന്നുണ്ട് എന്ന് കോൺഗ്രസ് നേതൃത്വത്തിൽ പലർക്കും തോന്നി. ബിർളാ മാനേജ്മെന്റിന്റെയോ, അവിടുത്തെ ഐ.എൻ.ടി.യു.സി. നേതൃത്വത്തിന്റെയോ അല്ലെങ്കിൽ അവർ സംയുക്തമായിട്ടോ കുഞ്ഞാലിയെ അപായപ്പെടുത്താൻ ഒരു ശ്രമം നടന്നതായി

കുഞ്ഞാലിക്ക് വെടിയേൽക്കുമ്പോൾ ചുള്ളിയോട്ടിലെ സി.പി.ഐ.(എം) ഓഫീസ് പ്രവർത്തിച്ചിരുന്ന വാടക കെട്ടിടം പൊളിച്ചുമാറ്റിയ നിലയിൽ

സംശയിക്കാവുന്ന ഒരു സംഭവം ഉണ്ടായി.

ബിർളയുടെ തോട്ടത്തിലെ എ.ഐ.ടി.യു.സി. യൂണിയന്റെ ഒരു യോഗത്തിൽ പങ്കെടുക്കുന്നതിന് വേണ്ടി കുഞ്ഞാലി എത്തി. വഴിക്കടവിന്റെ ഉൾപ്രദേശമായ വെള്ളക്കട്ടയിൽ വെച്ചായിരുന്നു യോഗം. യോഗസ്ഥലം ജീപ്പ് എത്താൻ പ്രയാസമുള്ള ഒരു സ്ഥലത്തായിരുന്നു. സൗകര്യമുള്ള ഒരു സ്ഥലത്ത് ജീപ്പ് നിർത്തിയിട്ട് കുഞ്ഞാലിയും കൂടെ വന്നവരും യോഗസ്ഥലത്തേക്ക് പോയി. യോഗം കഴിഞ്ഞ് തിരിച്ചുവന്നപ്പോഴേക്കും ജീപ്പ് ആരോ ബോധപൂർവം തകരാറാക്കിയിരുന്നു. ഓടിച്ചുപോകാൻ കഴിയാത്ത അവസ്ഥയിലായിരുന്നു ജീപ്പ്. തൊഴിലാളി പ്രവർത്തകരുടെ ഒരു വലിയ സംഘം കുഞ്ഞാലിയെ അനുഗമിച്ചുകൊണ്ട് അദ്ദേഹത്തെ വാഹനം കിട്ടുന്ന സ്ഥലത്ത് എത്തിച്ചു. ജീപ്പ് നന്നാക്കാനുള്ള ഏർപ്പാടുകൾ ചെയ്ത് കുഞ്ഞാലി വേറെ വാഹനത്തിൽ തിരിച്ചുപോന്നു. രാത്രി കുറെ വൈകിയാണ് അന്ന് സഖാവ് വീട്ടിലെത്തിയത്.

നേരം പുലർന്നപ്പോൾ നാട്ടിലാകെ ഒരു വാർത്ത പരന്നിരുന്നു. വെള്ളക്കട്ട വനത്തിൽ വെച്ച് കുഞ്ഞാലിക്ക് വെടിയേറ്റു എന്നായിരുന്നു വാർത്ത. കാളികാവിലുള്ളവർ പലരും രാവിലെ തന്നെ വീട്ടിലെത്തി. അവിടെ ആരോഗ്യത്തോടെയിരിക്കുന്ന കുഞ്ഞാലിയെ കണ്ട് അവർ തിരിച്ചുപോയി. മറ്റു സ്ഥലങ്ങളിലുള്ളവർക്ക് കുറച്ച് സമയം കൂടി ആ ഉൽക്കണ്ഠയിൽ കഴിയേണ്ടി വന്നു. ജീപ്പ് കേട് വരുത്തിയിട്ടാൽ കുഞ്ഞാലിയെ വനത്തിലൂടെയുള്ള കുറുക്കുവഴിയിലൂടെ നടത്തിക്കൊണ്ട് പോരേണ്ടിവരും. അപ്പോൾ കാട് പിടിച്ചുകിടക്കുന്ന ഒരു സ്ഥലത്ത് വെച്ച് സഖാവിനെ അപായപ്പെടുത്താം. ഇങ്ങനെയൊരു പദ്ധതി ആരോ തയ്യാറാക്കിയിരിക്കും. അത് നടക്കാതെ പോവുകയും പദ്ധതിയുടെ രഹസ്യം ചോർന്നുപോവുകയും

ചെയ്തത് കൊണ്ടായിരിക്കണം അങ്ങനെയൊരു വാർത്ത പരന്നത്. ഒന്നുകിൽ ഐ.എൻ.ടി.യു.സി. നേതൃത്വം അല്ലെങ്കിൽ ബിർളാ മാനേജ്മെന്റ് ഇവരിൽ ആരെങ്കിലും ആയിരിക്കും അതിന് പിന്നിൽ. ഇങ്ങനെയൊക്കെയുള്ള വിശകലനങ്ങൾ ആ കിംവദന്തിയെക്കുറിച്ച് തൊഴിലാളികൾക്കിടയിൽ ചർച്ചയായി. പാർട്ടി നേതൃത്വവും അതിനെ ഗൗരവത്തോടെ തന്നെയാണ് കണ്ടത്. മുതിർന്ന നേതാക്കൾ കുഞ്ഞാലിയെ വിളിച്ച് സംസാരിക്കുകയും ഒറ്റയ്ക്ക് സഞ്ചരിക്കുന്നത് ഒഴിവാക്കണമെന്നും സൂക്ഷ്മത പാലിക്കണമെന്ന് നിർദ്ദേശിക്കുകയും ചെയ്തു. പക്ഷേ, അദ്ദേഹത്തിന്റെ ശൈലികളിൽ ഒന്നിലും ഒരു മാറ്റവും ഉണ്ടായില്ല.

ബിർളയുടെ തോട്ടത്തിന്റെ മാനേജ്മെന്റിൽ മഹാഭൂരിപക്ഷവും കടുത്ത തൊഴിലാളി വിരുദ്ധരും അഹങ്കാരികളുമായിരുന്നു. അവരുടെ കൂട്ടത്തിൽപ്പെട്ട ഇ.കെ. ബഷീർ അതിൽ വ്യത്യസ്തനായ ഒരാളായിരുന്നു. അദ്ദേഹം കമ്യൂണിസ്റ്റ് ആശയങ്ങളോട് ആഭിമുഖ്യമുള്ളയാളും കുഞ്ഞാലിയോട് നല്ല അടുപ്പമുള്ളവനുമായിരുന്നു. സൂപ്പർവൈസറി സ്റ്റാഫിൽപെട്ട മറ്റുള്ളവരുമായി പല കാര്യത്തിലും അദ്ദേഹത്തിന് ഇടയേണ്ടിവന്നിരുന്നു. ഒരു ദിവസം തക്കതായ ഒരു കാരണം പോലുമില്ലാതെ ഓഫീസിലെ സൂപ്പർവൈസറി സ്റ്റാഫിലെ കുറെ പേർ ചേർന്ന് ഇ.കെ. ബഷീറിനെ മർദ്ദിച്ചു അവശനാക്കി. മർദ്ദനമേറ്റ് അയാളുടെ ഒരു കൈയെല്ല് പൊട്ടിപ്പോയി. വിവരം അറിഞ്ഞ കുഞ്ഞാലി അന്ന് രാത്രി തന്നെ കുറെ സഖാക്കളെയും കൂട്ടി ബഷീറിനെ കാണാൻ പോയി. ടി.സി.മുഹമ്മദ്, കെ.പി. മാധവൻനായർ എന്നിവരടക്കം കുറേ പേർ ജീപ്പിൽ അദ്ദേഹത്തോടൊപ്പം ഉണ്ടായിരുന്നു. മരുത എന്ന സ്ഥലത്തായിരുന്നു ബഷീർ താമസം. കുഞ്ഞാലിയും സംഘവും രാത്രി ബഷീറിനെ വീട്ടിൽ ചെന്ന് സന്ദർശിച്ചു രാത്രി തന്നെ മടങ്ങുകയും ചെയ്തു. അന്നും രാത്രി കുറെ വൈകിയാണ് കുഞ്ഞാലി വീട്ടിൽ തിരിച്ചെത്തിയത്.

പുലർച്ചയോടെ കോഴിക്കോട്ടെ കുറെ പത്രമോഫീസുകളിലേക്ക് നിലമ്പൂരിലേയും പരിസര പ്രദേശങ്ങളിലെയും ഒട്ടേറെ പേരിൽനിന്നും ഫോൺ വഴിയുള്ള അന്വേഷണങ്ങൾ ചെന്നുകൊണ്ടിരുന്നു. എല്ലാവർക്കും അറിയേണ്ടത് ഒരേ കാര്യം തന്നെയായിരുന്നു.

“ഇന്നലെ രാത്രി മരുതയിൽ വെച്ച് സഖാവ് കുഞ്ഞാലിക്ക് വെടിയേറ്റു എന്നു കേൾക്കുന്നു. അത് സത്യമാണോ...?”

ഇതായിരുന്നു എല്ലാ അന്വേഷണങ്ങളുടെയും സാരം. തങ്ങളുടെ റിപ്പോർട്ടർമാർ ആരും അങ്ങനെയൊരു വാർത്ത തന്നിട്ടില്ല എന്നായിരുന്നു എല്ലാവർക്കും കിട്ടിയ മറുപടി. തുടരെത്തുടരെ വിളികൾ വന്നപ്പോൾ *മാതൃഭൂമി* പത്രത്തിന്റെ ഓഫീസിൽ നിന്നും നിലമ്പൂരിലെ കമ്യൂണിസ്റ്റ് പാർട്ടിയുടെ ഉത്തരവാദപ്പെട്ട നേതാക്കളെ ഫോണിൽ വിളിച്ച് അവർ നിജസ്ഥിതി അന്വേഷിക്കുകയും ചെയ്തു.

ഈ സംഭവം പാർട്ടി പ്രവർത്തകരും നേതാക്കളും വളരെ ഗൗരവമുള്ളതായി കണ്ടുവെങ്കിലും കുഞ്ഞാലിക്ക് ഒരു കുലുക്കവും ഉണ്ടായില്ല.

തന്റെ സഖാക്കൾക്ക് എന്തെങ്കിലും അപകടം പറ്റിയാൽ കഴിയുന്നതും അന്ന് തന്നെ അവിടെ കുതിച്ചെത്തുന്ന കുഞ്ഞാലിയുടെ സ്വഭാവം അറിയാവുന്നത് കൊണ്ട് അദ്ദേഹത്തെ മരുതയിലേക്ക് വരുത്താനുള്ള ഒരു തന്ത്രമായിരുന്നിരിക്കണം അകാരണമായി ഇ.കെ. ബഷീർ ആക്രമിക്കപ്പെട്ടത്. മിക്കപ്പോഴും ഡ്രൈവറെ മാത്രം കൂട്ടി ജീപ്പിൽ തനിച്ചു വരാറുള്ള കുഞ്ഞാലി അന്ന് ജീപ്പ് നിറയെ ആളുകളെയും കൂട്ടിയാണ് ചെന്നത്. അത് കൊണ്ടായിരിക്കണം ആ ഗൂഢാലോചന നടക്കാതെ പോയത്. ഇങ്ങനെയൊക്കെ ഈ സംഭവത്തെ പാർട്ടി പ്രവർത്തകരും നേതാക്കളും വിലയിരുത്തുകയും കുഞ്ഞാലിക്ക് മുന്നറിയിപ്പ് കൊടുക്കുകയും ചെയ്തു. ബിർളാ മാനേജ്മെന്റിൽ ആർക്കോ കുഞ്ഞാലിയോട് പ്രത്യേക വിരോധം ഉണ്ടോ എന്നവർ സംശയിക്കുകയും ചെയ്തു. പക്ഷേ, കുഞ്ഞാലിക്ക് മാത്രം ഒന്നും ഒരു പ്രശ്നമായി തോന്നിയില്ല. ഈ അളവിൽ കവിഞ്ഞ ധീരത അദ്ദേഹത്തിന്റെ ഒരു ദൗർബല്യമായിരുന്നു.

കുഞ്ഞാലി കൊല്ലപ്പെടുന്നതിന് മാസങ്ങൾക്ക് മുമ്പും മുകളിൽ സൂചിപ്പിച്ച തരത്തിൽപ്പെട്ട ഒരു അനുഭവം കൂടിയുണ്ടായി. തലപ്പാലിപ്പൊട്ടിയിലെ ഭൂമി കൈയേറ്റം നടന്നുകൊണ്ടിരിക്കുന്ന സമയമായിരുന്നു. നല്ല മഴക്കാലമായിരുന്നതിനാൽ റോഡുകൾ മുഴുവൻ ചെളി നിറഞ്ഞ് വാഹനഗതാഗതത്തിന് പ്രയാസമുണ്ടാക്കിയിരുന്നു. കുഞ്ഞാലി കുറെ സഖാക്കളെയും കൂട്ടി മുണ്ടേരിക്കടുത്തുള്ള സമര കേന്ദ്രത്തിലേക്ക് പോവുകയായിരുന്നു. കരിയൻമുറിയൻ ഫോറസ്റ്റ് എന്നറിയപ്പെടുന്ന ഒരു കാട്ടുപ്രദേശമുണ്ട്. അതിലൂടെയായിരുന്നു അവരുടെ യാത്ര. ഒരു ജംഗ്ഷനിൽ എത്തിയപ്പോൾ ഏതാനും പേർ അവിടെ കൂടി നിൽക്കുന്നത് കണ്ടു. അവരുടെ അടുത്തെത്തിയപ്പോൾ അവർക്കെന്തോ പറയാനുള്ളതായി

ഈ തെരുവിലാണ് കുഞ്ഞാലി വെടിയേറ്റ് വീണത്

അവർ സൂചന നൽകി. ജീപ്പ് നിർത്തി കാര്യം അന്വേഷിച്ചു. കൂട്ടത്തിലൊരാൾ പറഞ്ഞു

"ഈ വഴിക്ക് പോയാൽ ജീപ്പ് ചെളിയിൽ കുടുങ്ങും. അത്രയ്ക്ക് ചെളിയാണ്."

അല്പം ദൂരം കൂടുതലുള്ള മറ്റൊരു റൂട്ടിലൂടെ പോകാൻ അവൻ നിർദ്ദേശിച്ചു. മറ്റു ചില വാഹനങ്ങളും ആ വഴിക്ക് പോകുന്നതുകണ്ടു.

കുഞ്ഞാലിയുടെ പ്രകൃതം എന്നും സാഹസികതയോടുള്ള ഒരു അഭിനിവേശമായിരുന്നുവല്ലോ. അദ്ദേഹം കൂടെയുള്ളവരോട് പറഞ്ഞു

"നമ്മൾ ഇത്രയധികം പേരില്ലേ. നമുക്കു വലിച്ചുകയറ്റാം. ഈ വഴിക്ക് തന്നെ പോകട്ടെ."

ചെളി കൂടുതലുണ്ട് എന്ന് ആ അപരിചിതരുടെ സംഘം പറഞ്ഞ ആ വഴിയിലൂടെ തന്നെ അവരുടെ ജീപ്പ് യാത്ര തുടരുകയും ചെയ്തു. കുറച്ച് പ്രയാസപ്പെട്ടിട്ടാണെങ്കിലും അവരുടെ സംഘം ഉദ്ദേശിച്ച സ്ഥലത്തെത്തി. പരിപാടിയും കഴിഞ്ഞ് തിരിച്ച് പോരുകയും ചെയ്തു. നിലമ്പൂരിൽ തിരിച്ചെത്തിയപ്പോൾ *ദേശാഭിമാനി* പത്രമോഫീസിൽ നിന്നും ഒരു അന്വേഷണം നിലമ്പൂരിലെ പാർട്ടി ഓഫീസിലുള്ളവർക്ക് കിട്ടിയിരുന്നു. കുഞ്ഞാലിക്ക് എന്തെങ്കിലും അപകടം പറ്റിയിട്ടുണ്ടോ എന്നായിരുന്നു അവർ അന്വേഷിച്ചത്. കുഞ്ഞാലി മുണ്ടേരിയിലേക്ക് പോയ സമയത്ത് മുമ്പത്തേതുപോലെ *ദേശാഭിമാനി*യിലേക്ക് കുറെ ഫോൺ അന്വേഷണങ്ങൾ ചെന്നിരുന്നു.

"ഇന്ന് മുണ്ടേരിക്ക് പോകുന്ന വഴിയിൽ വെച്ച് കുഞ്ഞാലിക്ക് വെടിയേറ്റു എന്ന് പറയുന്നത് നേരാണോ..?"

ഇതായിരുന്നു എല്ലാവർക്കും അറിയേണ്ടത്. അങ്ങനെയാണ് *ദേശാഭിമാനി*യിൽ നിന്നും തിരിച്ച് അന്വേഷണം ഉണ്ടായത്.

തുടർച്ചയായി ഇത്തരം അനുഭവങ്ങൾ ആവർത്തിക്കപ്പെട്ടത് പാർട്ടി നേതൃത്വവും സഹപ്രവർത്തകരും വളരെ ഗൗരവത്തോടെ തന്നെയാണ് കണ്ടത്. കുഞ്ഞാലിയുടെ ജീവനെടുക്കാൻ ആരൊക്കെയോ ആഗ്രഹിക്കുന്നുണ്ട് എന്നതിന്റെ സൂചനയായിത്തന്നെയാണ് അവരത് കണ്ടത്. അപകട സാധ്യതയുള്ള സ്ഥലങ്ങളിൽ കുഞ്ഞാലിയുടെ സാന്നിദ്ധ്യം ഒഴിവാക്കുക, യാത്ര ചെയ്യുമ്പോൾ ഒറ്റയ്ക്ക് പോകാതെ കഴിയാവുന്നത്ര സഖാക്കളെയും കൂട്ടി പോവുക എന്നീ നിർദ്ദേശങ്ങൾ പാർട്ടി കൊടുത്തിരുന്നു. കുഞ്ഞാലി അതും കാര്യമാക്കിയില്ല. എങ്കിലും പാർട്ടി പ്രവർത്തകർ അക്കാര്യം ശ്രദ്ധിച്ചിരുന്നു. യാത്രയിൽ എപ്പോഴും പരമാവധി പേർ അദ്ദേഹത്തെ അനുഗമിച്ചു. സംഘർഷമേഖലകളിലേക്ക് സഖാവിനെ പറഞ്ഞയക്കാതിരിക്കാൻ അവർ ബോധപൂർവ്വം തന്നെ ശ്രമിച്ചു.

കുഞ്ഞാലിക്ക് വെടിയേറ്റു എന്ന വ്യാജ വാർത്ത പലതവണ പ്രചരിപ്പിക്കപ്പെട്ടതിന് പിന്നിൽ രണ്ട് തരത്തിൽപ്പെട്ട ഉദ്ദേശ്യങ്ങൾ ഉണ്ടാവാം. ഒന്നുകിൽ അവർ ആസൂത്രണം ചെയ്ത കാര്യങ്ങൾ പരാജയപ്പെടുകയും രഹസ്യം ചോർന്ന് പോവുകയും ചെയ്തത് വഴി സ്വാഭാവികമായി പ്രച

രിക്കപ്പെട്ട ഒരു വാർത്തയാകാം. അല്ലെങ്കിൽ ഒരു ആസൂത്രണവും നടത്താതെ തന്നെ ഇടയ്ക്കിടെ ഇത്തരം വ്യാജവാർത്താ പ്രചരണം വഴി യഥാർത്ഥത്തിൽ ഒരു ഗൂഢാലോചന നടത്തുമ്പോൾ അതിന്റെ രഹസ്യം ചോർന്നാലും അത് ഇടയ്ക്കിടെ ഉണ്ടാവുന്നതല്ലേ അത് കാര്യമാക്കേണ്ട എന്നൊരു മനോഭാവം കുഞ്ഞാലിയിലും പാർട്ടിയിലും ഉണ്ടാക്കുക. ഇങ്ങിനെയൊരു ഉദ്ദേശ്യത്തോടെ നടന്ന വ്യാജപ്രചരണവും ആകാൻ സാധ്യതയുണ്ട്.

അതുവരെയുള്ള അനുഭവങ്ങൾ അധികാരികളുടെ ശ്രദ്ധയിൽപ്പെടുത്തി ആവശ്യമായ പോലീസ് സംരക്ഷണം ആവശ്യപ്പെടാനുള്ള നിർദ്ദേശത്തിനും സഖാവ് താല്പര്യം കാണിച്ചില്ല. ഭയം എന്ന പദത്തിന്റെ അർത്ഥം തന്നെ അറിഞ്ഞുകൂടാത്ത ഒരു ജീവിതമായിരുന്നു അത്. ആ ഭയമില്ലായ്മ അദ്ദേഹത്തെ അപകടത്തിലേക്ക് നയിച്ചേക്കും എന്ന് അഭ്യുദയകാംക്ഷികളെല്ലാം ഭയപ്പെട്ടുവെങ്കിലും അദ്ദേഹത്തിന് മാത്രം ഒരു മാറ്റവും വരുത്തണമെന്ന് തോന്നിയില്ല. കുഞ്ഞാലിയുടെ ഈ പ്രകൃതത്തെ മുതിർന്ന നേതാക്കൾ അതി നിശിതമായി തന്നെ വിമർശിച്ചിരുന്നു. അതും ഒരു ഫലവും ചെയ്തില്ല. അതൊക്കെ ഓർത്തുകൊണ്ടായിരിക്കണം 1994 ലെ കുഞ്ഞാലി സ്മരണികയിൽ തന്റെ അനുസ്മരണക്കുറിപ്പിൽ ഇ.കെ. ഇമ്പിച്ചിബാവ ഇങ്ങനെ എഴുതി.

> തന്റെ ജീവന് നേരെ ഭീഷണി ഉയരുന്നുണ്ട് എന്ന് മനസ്സിലായതോടെ അല്പം മുൻകരുതൽ എടുക്കുക എന്നതിന് പകരം കൂടുതൽ അപകട സാദ്ധ്യതയുള്ള പ്രവർത്തനങ്ങളിൽ മുഴുകാനാണ് കുഞ്ഞാലി തുനിഞ്ഞത്. ഈ അസാമാന്യമായ ധീരത അദ്ദേഹത്തിന്റെ ഒരു ദൗർബല്യമായിരുന്നു എന്ന് പറയാം. ഒന്നോ രണ്ടോ പേരുമൊത്ത് ഏതെങ്കിലും വഴിക്ക് പോകുമ്പോൾ ഇരുപത് പേർ ഒന്നിച്ച് ആക്രമിക്കാൻ ഒരുങ്ങി നിൽക്കുന്നു എന്നറിഞ്ഞാൽ സംഘബലത്തിന്റെ അടിസ്ഥാനത്തിൽ എതിർകക്ഷി കൂടുതലാണെന്നും അവർക്ക് മുൻകൈ കിട്ടാൻ സാധ്യതയുണ്ടെന്നും മനസ്സിലാക്കി ഒഴിഞ്ഞുപോകുന്നതാണ് വിവേകം. എന്നാൽ സഖാവിന്റെ അളവിൽ കവിഞ്ഞ ധീരത അതിന് മുതിരാതെ അപ്പോൾത്തന്നെ അവരെ എതിരിടുവാനാണ് പ്രേരിപ്പിക്കാറ്. ഇത്തരം നിരവധി സംഭവങ്ങൾ ഉണ്ടായിട്ടുണ്ട്. അപ്പോഴൊക്കെ തന്റെ അഭ്യാസപാടവവും കരുത്തുറ്റ ശരീരപ്രകൃതവും കാരണം അവരെയൊക്കെ അത്ഭുതകരമായ രീതിയിൽ തുരത്തിയോടിക്കുന്നതിനും അദ്ദേഹത്തിന് കഴിഞ്ഞിരുന്നു.
>
> പക്ഷേ, ഈ ഒരു ശൈലി വിവേകപൂർണമായ ഒന്നാണെന്ന് പറയാൻ കഴിയില്ല. കാരണം സഖാവിന്റെ ഈ സ്വഭാവ വിശേഷത്തെ ഉപയോഗപ്പെടുത്തിത്തന്നെയാണ് കമ്യൂണിസ്റ്റ് പ്രസ്ഥാനത്തിനും സമൂഹത്തിനാകെ തന്നെയും വളരെക്കാലം പ്രയോജനമുണ്ടാകു

മായിരുന്ന ആ വിലപ്പെട്ട ജീവൻ നഷ്ടപ്പെടുത്തുവാൻ വർഗ്ഗശത്രുക്കൾക്ക് കഴിഞ്ഞത്.

കുഞ്ഞാലിയുടെ തന്റേടത്തെയും ധീരതയെയും കുറിച്ച് തൊഴിലാളികളുടെ ഇടയിൽ വലിയ മതിപ്പായിരുന്നു. തന്നെ വധിക്കുവാൻ അവർക്ക് ഉദ്ദേശ്യമുണ്ട് എന്ന വിവരം കാളികാവിൽ വെച്ച് തന്നെ സഖാവിന് കിട്ടിയിരുന്നു. എന്നാൽ മുന്നോട്ട് വെച്ച കാൽ പിന്നോട്ട് വെക്കാൻ അദ്ദേഹം തയ്യാറായില്ല. എതിരാളികൾ എല്ലാ മുന്നൊരുക്കങ്ങളും നടത്തിയിരുന്നു. പക്ഷേ, കുഞ്ഞാലി ഇതറിഞ്ഞിട്ടും ഒരു മുൻകരുതലുമില്ലാതെ അങ്ങോട്ട് തിരിക്കുകയാണ് ചെയ്തത്. ഇത് അറിഞ്ഞുകൊണ്ട് ചെന്ന് കെണിയിൽ വീണുകൊടുക്കുന്നതിന് തുല്യമായി"

(സഖാവ് കുഞ്ഞാലി - ഏറനാടിന്റെ വീരപുത്രൻ സ്മരണിക - പേജ് 75, 76)

മരണത്തിന് മുന്നിലേക്ക്

ഇ.കെ. ഇമ്പിച്ചിബാവ അനുസ്മരണക്കുറിപ്പിൽ വിലയിരുത്തിയ തുപോലെ അവർ വിരിച്ച കെണിയിൽ ചെന്ന് ചാടിയ പോലെതന്നെയായിരുന്നു കുഞ്ഞാലിയുടെ അന്ത്യം. ചുള്ളിയോട്ടിലെ ഒരു ചെറുകിട എസ്റ്റേറ്റിന്റെ ഉടമയായിരുന്ന അവറാച്ചൻ എന്ന യുവാവ് കുഞ്ഞാലിയോട് വളരെ സ്നേഹവും ബഹുമാനവും ഉള്ളയാളായിരുന്നു. വൻകിട തോട്ട മുടമകൾ മിക്കവരും കുഞ്ഞാലിയെ ഒരു ശത്രുവിനെപ്പോലെ കണ്ടിരുന്നപ്പോൾ അവറാച്ചൻ അദ്ദേഹത്തെ ഒരു സുഹൃത്തും അഭ്യുദയകാംക്ഷിയുമായാണ് കണ്ടത്. തന്റെ എസ്റ്റേറ്റിലേക്ക് ഏതാനും തൊഴിലാളികളെ കൂടി ആവശ്യമായി വന്നപ്പോൾ അവറാച്ചൻ തൊഴിലാളി നേതാവുകൂടിയായിട്ടുള്ള കുഞ്ഞാലിയെ സമീപിക്കുകയാണ് ചെയ്തത്. ഏത് പാർട്ടിക്കാരനായിരുന്നാലും കുഴപ്പമില്ല. ആൾ പണി അറിയാവുന്നയാളായിരിക്കണം എന്നൊരു നിബന്ധനമാത്രമാണ് അവറാച്ചൻ വെച്ചത്. കുഞ്ഞാലി യൂണിയനിലെ സഹപ്രവർത്തകരുമായി ആലോചിച്ച് - കുറച്ച് പേരെ നിർദ്ദേശിച്ചു. അവരെയെല്ലാം അവിടെ ജോലിക്ക് എടുക്കുകയും ചെയ്തു.

മറ്റു പല എസ്റ്റേറ്റുകളിൽനിന്നും വ്യത്യസ്തമായി നല്ല രീതിയിലുള്ള ഒരു തൊഴിലാളി മുതലാളി ബന്ധം നിലനിർത്തിക്കൊണ്ട് ആ എസ്റ്റേറ്റ് മുന്നോട്ടുപോയി. അവിടുത്തെ മുഴുവൻ തൊഴിലാളികളും എ.ഐ.ടി.യു.സി. അംഗങ്ങളായിരുന്നു. ഈ സ്ഥിതി ഐ.എൻ.ടി.യു.സി. നേതൃത്വത്തിന് വലിയ ക്ഷീണമായി തോന്നി. അവിടുത്തെ തൊഴിൽ അന്തരീക്ഷത്തിൽ മാറ്റം വരുത്താനും കുറച്ച് പേരെയെങ്കിലും ഐ.എൻ.ടി.യു.സി.യിൽ ചേർക്കാനും അവർ നിരന്തരം പരിശ്രമം നടത്തി. ഐ.എൻ.ടി.യു.സി. നേതാവായിരുന്ന ആര്യാടൻ മുഹമ്മദിന്റെ നേതൃത്വത്തിൽ അവർ പല തന്ത്രങ്ങളും ആവിഷ്കരിച്ചു പ്രവർത്തിച്ചുകൊണ്ടിരുന്നു.

കുഞ്ഞാലിക്ക് വെടിയേൽക്കുമ്പോൾ ചുള്ളിയോട്ടിലെ സി.പി.ഐ.(എം) ഓഫീസ് പ്രവർത്തിച്ചിരുന്ന വാടക കെട്ടിടം പൊളിച്ചുമാറ്റിയ നിലയിൽ

വളരെ ആസൂത്രിതമായി നടത്തിയ തന്ത്രങ്ങളും കുപ്രചരണങ്ങളും വഴി തൊഴിലാളികളിൽ നിന്നും ഏതാനും പേരെ എ.ഐ.ടി.യു.സി.യിൽ നിന്നും അകറ്റാനും തുടർന്ന് ഐ.എൻ.ടി.യു.സി. അംഗങ്ങളാക്കുന്നതിലും അവർ വിജയിച്ചു. അതോടുകൂടി തന്നെ അവിടുത്തെ തൊഴിൽ അന്തരീക്ഷം മോശമായി. അനാവശ്യായ പല പ്രശ്നങ്ങളും ഉയർത്തിക്കൊണ്ട് ഐ.എൻ.ടി.യു.സി. നേതൃത്വം എസ്റ്റേറ്റിന്റെ പ്രവർത്തനങ്ങളെ തടസ്സപ്പെടുത്തി. കൂറ് മാറി ഐ.എൻ.ടി.യു.സി.യിൽ ചേർന്നവരും എ.ഐ.ടി.യു.സി.യിൽ തന്നെ ഉറച്ച് നിന്നവരും തമ്മിൽ പല വിഷയങ്ങളിലും അഭിപ്രായവ്യത്യാസം ഉണ്ടായി. ഇതിന്റെ ഫലമായി പലപ്പോഴും സംഘർഷങ്ങളും ഉണ്ടാവാൻ തുടങ്ങി. എ.ഐ.ടി.യു.സി.യിൽ തന്നെ ഉറച്ചുനിന്ന തൊഴിലാളികളെ കായികമായി ആക്രമിക്കുന്ന നിലയിലേക്ക് ആ ഭിന്നത വളരാൻ തുടങ്ങിയപ്പോൾ അവർ അതേ നാണയത്തിൽ തിരിച്ചടിക്കുകയും ചെയ്തു. ഈ അന്തരീക്ഷം ആ എസ്റ്റേറ്റിലെ ഒരു ആഭ്യന്തര പ്രശ്നം എന്ന നിലയിൽ നിന്നും ആ പ്രദേശത്തെ എ.ഐ.ടി.യു.സി.യും ഐ.എൻ.ടി.യു.സി.യും തമ്മിലുള്ള ഒരു തർക്കം എന്ന നിലയിലേക്ക് കാര്യങ്ങൾ എത്തിച്ചു.

1969 ജൂലൈ 26ന് രണ്ട് വിഭാഗം തൊഴിലാളികളും അവരവരുടെ യൂണിയൻ ഓഫീസുകളിൽ ഒത്തുകൂടിയിട്ടുണ്ടെന്നും അവിടെ സംഘർഷം ഉണ്ടാവാൻ സാധ്യതയുണ്ട് എന്ന വിവരം നിലമ്പൂർ പാർട്ടി ഓഫീസിൽ കിട്ടി. മണ്ഡലം കമ്മിറ്റി അത് ചർച്ച ചെയ്ത് തീരുമാനിച്ചത് കുഞ്ഞാലിയെ അവിടേക്ക് പറഞ്ഞയക്കേണ്ടതില്ല എന്നായിരുന്നു. ചുള്ളി

യോട്ടേക്ക് പോകേണ്ടത് ടി.സി. മുഹമ്മദ് ആണെന്നും തീരുമാനിച്ചു. ചുള്ളിയോട് ചെന്ന് അവിടുത്തെ മുതിർന്ന സംഘടനാ പ്രവർത്തകരായ ഖാദർ, അസീസ് എന്നിവരുമായി കൂടിയാലോചിച്ച് വേണ്ട കാര്യങ്ങൾ ചെയ്യാനും കമ്മിറ്റി ടി. സി. മുഹമ്മദിനെ ചുമതലപ്പെടുത്തി. കുഞ്ഞാലിക്ക് ആ ദിവസം ചുമതല കൊടുത്തത് വഴിക്കടവ് വെള്ളക്കട്ടയിൽ നടക്കുന്ന ബിർളാ വനത്തൊഴിലാളികളുടെ യോഗത്തിൽ പങ്കെടുക്കാനായിരുന്നു. കമ്മിറ്റിയുടെ നിർദ്ദേശത്തെ കുഞ്ഞാലി എതിർത്തു. ചുള്ളിയോട്ടേക്ക് താൻ പോയിക്കൊള്ളാമെന്നും വഴിക്കടവിലേക്ക് മറ്റാരെങ്കിലും പോകട്ടെയെന്നും കുഞ്ഞാലി വാദിച്ചു. കമ്മിറ്റിയിലെ ബാക്കിയെല്ലാവരും മറിച്ച് അഭിപ്രായപ്പെട്ടതിനാൽ കുഞ്ഞാലിയുടെ നിർദ്ദേശം തീരുമാനമായി വന്നില്ല.

കുഞ്ഞാലി തന്നെയായിരുന്നു ആ കമ്മിറ്റിയിൽ പങ്കെടുത്തവരിൽ പാർട്ടിയിലെ സ്ഥാനം കൊണ്ടും ട്രേഡ് യൂണിയൻ നേതാവ് എന്ന സ്ഥാനംകൊണ്ടും ഉയർന്ന ഘടകത്തിൽ പ്രവർത്തിക്കുന്ന സഖാവ്. സി.പി.ഐ.(എം)ന്റെ ജില്ലാ സെക്രട്ടറിയേറ്റ് മെമ്പറും എ.ഐ.ടി.യു.സി.യുടെ ജില്ലാ സെക്രട്ടറിയുമായിരുന്നു ആ സമയത്ത് കുഞ്ഞാലി. കുഞ്ഞാലിയെ സംഘർഷ മേഖലകളിലേക്ക് പറഞ്ഞയക്കുന്നത് ഒഴിവാക്കണം എന്ന പൊതുധാരണയുടെ അടിസ്ഥാനത്തിലായിരുന്നു മറ്റു സഖാക്കൾ അത്തരം ഒരു നിലപാട് എടുത്തത്. അത് ശരിയുമായിരുന്നു. മനസ്സില്ലാ മനസ്സോടെയാണെങ്കിലും പൊതു തീരുമാനം ഒടുവിൽ കുഞ്ഞാലിയും അംഗീകരിച്ചു.

ടി.സി.മുഹമ്മദ് ചുള്ളിയോട്ടേക്കും കുഞ്ഞാലി വഴിക്കടവിലേക്കും പോയി. ചുള്ളിയോട്ടെ കമ്യൂണിസ്റ്റ് പാർട്ടി ഓഫീസും കോൺഗ്രസ് ഓഫീസും റോഡിന്റെ ഇരുവശത്തുമായി പരസ്പരം അഭിമുഖമായിട്ടാണ് സ്ഥിതി ചെയ്തിരുന്നത്. കോൺഗ്രസ് പ്രവർത്തകർക്കൊപ്പം ഐ.എൻ.ടി.യു.സി. തൊഴിലാളികളും സാധാരണ പാർട്ടി പ്രവർത്തകരല്ലാത്ത ചില റൗഡികളും കോൺഗ്രസ് ഓഫീസിൽ സംഘടിച്ചുനിന്നിരുന്നു. നേതാവ് ആര്യാടൻ മുഹമ്മദിന് പുറമെ ചില നാട്ടുപ്രമാണിമാരും അവിടെ എത്തിയിരുന്നു.

എ.ഐ.ടി.യു.സി. തൊഴിലാളികളുടെ ഒരു സംഘം കമ്യൂണിസ്റ്റ് പാർട്ടി ഓഫീസിലും കേന്ദ്രീകരിച്ചിരുന്നു. ചുള്ളിയോട് എത്തിയ ടി.സി. മുഹമ്മദ് കമ്മിറ്റി നിർദ്ദേശിച്ചത് പ്രകാരം ഖാദർ, അസീസ് എന്നിവരുമായി കാര്യങ്ങൾ ചർച്ച ചെയ്തു. ഐ.എൻ.ടി.യു.സി.ക്കാർ റൗഡികളെയും കൂട്ടി തർക്കമുള്ള എസ്റ്റേറ്റിലേക്ക് നീങ്ങാനും അവിടുത്തെ എ.ഐ.ടി.യു.സി.തൊഴിലാളികളെ ആക്രമിക്കാനും പരിപാടിയിട്ടിട്ടുണ്ട് എന്നൊരു സൂചന കിട്ടിയിരുന്നു. അങ്ങനെയൊരു നീക്കമുണ്ടായാൽ അതിനെ ഉടൻ തന്നെ പ്രതിരോധിക്കാനാവശ്യമായ അത്രയും ആളുകൾ അങ്ങോട്ട് നീങ്ങേണ്ടിവരും എന്നൊക്കെ അവർ ചർച്ച ചെയ്തു. ആവശ്യമായ തയ്യാറെടുപ്പുകൾ എതിർപക്ഷവും ചെയ്തിട്ടുണ്ട് എന്ന്

കുഞ്ഞാലിക്ക് നേരെ വെടിവെപ്പുണ്ടായ കോൺഗ്രസ് ഓഫീസ് പ്രവർത്തിച്ചിരുന്ന കെട്ടിടം

തോന്നിയത് കൊണ്ടാവണം ആരും എസ്റ്റേറ്റിലേക്ക് നീങ്ങിയില്ല. എസ്റ്റേറ്റിലെ തൊഴിലാളികളൊക്കെ ജോലി കഴിഞ്ഞ് തിരിച്ചുപോകുന്ന സമയവും കഴിഞ്ഞപ്പോൾ അങ്ങനെയൊരു പരിപാടി ഇനിയവർക്കില്ല എന്ന ഒരു നിഗമനത്തിൽ ടി.സി.മുഹമ്മദും സഹപ്രവർത്തകരും എത്തി.

ഡ്രൈവർ വെള്ളുമുഹമ്മദുമൊത്ത് കുഞ്ഞാലി ജീപ്പിൽ വഴിക്കടവിലേക്ക് പോയി. ബിർള വനം വർക്കേഴ്സ് യൂണിയന്റെ പ്രസിഡണ്ട് കുഞ്ഞാലിയും സെക്രട്ടറി ടി.സി. മുഹമ്മദുമായിരുന്നു. ഒരു വമ്പൻ മുതലാളിയുടെ സ്ഥാപനത്തിലെ സംഘടന എന്ന നിലയ്ക്ക് മുതിർന്ന നേതാക്കളെ തന്നെ ഭാരവാഹികളാക്കി വെച്ചിരിക്കുകയായിരുന്നു. ദൈനംദിന കാര്യങ്ങൾ നോക്കിയിരുന്നത് വഴിക്കടവുകാരൻ തന്നെയായ മൂച്ചിക്കൽ മൂസ എന്ന നാണിയായിരുന്നു. വഴിക്കടവിലെത്തിയ കുഞ്ഞാലി മൂച്ചിക്കൽ മൂസയെയും കൂട്ടി വെള്ളക്കട്ടയിലേക്ക് പോയി. അവിടെ ഉണ്ടായിരുന്ന വനം വർക്കേഴ്സ് യൂണിയൻ പ്രവർത്തകരെ വിളിച്ചുകൂട്ടി സംസാരിച്ചു. യൂണിയൻ അംഗത്വ വരിസംഖ്യ പിരിക്കുന്ന കാര്യമടക്കമുള്ള സംഘടനാകാര്യങ്ങളെക്കുറിച്ചും എല്ലാം ആവശ്യമായ നിർദ്ദേശങ്ങൾ നൽകി. തിരിച്ച് പോരുന്നതിന് മുമ്പ് മൂച്ചിക്കൽ മൂസയോട് കുറച്ചാളുകളെയും കൂട്ടി എത്രയും വേഗം ചുള്ളിയോട് എത്തണമെന്നും അവിടെ ചില പ്രശ്നങ്ങൾ ഉണ്ട് എന്നും പറഞ്ഞു കുഞ്ഞാലി നിലമ്പൂരിലേക്ക് തിരിച്ചു. ചുങ്കത്തറയിലെത്തിയപ്പോൾ ജീപ്പിലെ പെട്രോൾ തീർന്നു. കുഞ്ഞാലിയും ഡ്രൈവർ മുഹമ്മദും അവിടെ ഇറങ്ങി ഒരു ചായക്കടയിൽ കയറി പുട്ടും ഇറച്ചി വരട്ടിയതും കഴിച്ചു. സൗകര്യമുള്ളൊരു സ്ഥല

ത്തേക്ക് ജീപ്പ് മാറ്റിയിട്ട് ഇരുവരും നിലമ്പൂരിലേക്ക് പോയി. മുഹമ്മദ് പെട്രോൾ വാങ്ങി ചുങ്കത്തറയിലേക്ക് തന്നെ മടങ്ങി, പെട്രോൾ നിറച്ച തിന് ശേഷം ജീപ്പുമായി നിലമ്പൂരിലേക്ക് തിരിച്ചു.

ചുള്ളിയോട് എന്തെങ്കിലും അനിഷ്ട സംഭവങ്ങൾ ഉണ്ടായിട്ടുണ്ടാകുമോ എന്ന ഉൽക്കണ്ഠ സഖാവിനുണ്ടായിരുന്നു. നിലമ്പൂർ ടൗണിൽ ഇപ്പോൾ യൂണിയൻ ബേക്കറി എന്ന സ്ഥാപനം പ്രവർത്തിക്കുന്ന സ്ഥലത്ത് അന്ന് ഒരു ഹോട്ടലായിരുന്നു. ആ ഹോട്ടലിന്റെ തൊട്ടടുത്ത ലോഡ്ജിലെ ഒരു മുറിയിൽ ഇടയ്ക്ക് ചെന്നിരിക്കാറുണ്ടായിരുന്നു കുഞ്ഞാലി. അവിടെ ചെല്ലുമ്പോൾ ചുള്ളിയോട് നിന്നും വന്ന രണ്ട് സഖാക്കൾ അവിടെ ഉണ്ടായിരുന്നു. അവരുമായി സംസാരിച്ച് കാര്യങ്ങൾ മനസ്സിലാക്കിയ കുഞ്ഞാലിക്ക് അവിടം വരെ ഒന്നു പോകുന്നത് തന്നെയായിരിക്കും നല്ലത് എന്ന് തോന്നി. ജീപ്പുമായി ചുങ്കത്തറയിൽ നിന്നും എത്തിയ ഡ്രൈവർ മുഹമ്മദിനോട് ചുള്ളിയോട്ടേക്കു വിടാൻ പറഞ്ഞു. കുഞ്ഞാലി ജീപ്പിൽ കയറിയിരുന്നു. സമയം അപ്പോൾ തന്നെ ഏകദേശം ആറുമണിയായിക്കഴിഞ്ഞിരുന്നു.

ഏഴ് മണിക്ക് മുമ്പ് കുഞ്ഞാലി ചുള്ളിയോട് എത്തി. അന്തരീക്ഷം അത്ര സുഖകരമല്ല എന്ന സൂചന കിട്ടിയിരുന്നതിനാൽ കടകളെല്ലാം നേരത്തെതന്നെ അടച്ചിരുന്നു. രണ്ട് പാർട്ടി ഓഫീസുകളിലും സംഘടിച്ചുനിന്നിരുന്ന ആളുകൾ ആരും അപ്പോഴും പിരിഞ്ഞു പോയിരുന്നില്ല. ജീപ്പിൽ നിന്നും ഇറങ്ങി പാർട്ടി ഓഫീസിലേക്ക് കയറുന്നതിന് മുമ്പ് കരുവാരക്കുണ്ടിലും പരിസര പ്രദേശങ്ങളിലും ഉള്ള ചില സഖാക്കളുടെ പേര് പറഞ്ഞ് അവരെ പോയി കൂട്ടിക്കൊണ്ട് വരാൻ കുഞ്ഞാലി നിർദ്ദേശിച്ചു. മുഹമ്മദ് അവരെ തേടിപ്പോയി ജീപ്പിൽ കൂട്ടിക്കൊണ്ടുവന്നു. ജീപ്പിന് സെൽഫ് സ്റ്റാർട്ടിംഗിന് ചെറിയ തകരാർ ഉണ്ടായിരുന്നു. അതിനാൽ ചെറിയ ഇറക്കം കിട്ടുന്ന ഒരു സ്ഥലത്ത് ഒതുക്കിയിട്ടിരുന്ന ജീപ്പിൽ തന്നെ ഇരുന്നു ഡ്രൈവർ മുഹമ്മദ്.

പാർട്ടി ഓഫീസിലേക്ക് കയറി വന്ന കുഞ്ഞാലിയെ ടി.സി. മുഹമ്മദ് ചോദ്യഭാവത്തിൽ നോക്കി. ചുള്ളിയോട്ടേക്ക് കുഞ്ഞാലി പോകേണ്ടതില്ല. അവിടേക്ക് ടി.സി.മുഹമ്മദ് പോയാൽ മതി എന്ന പാർട്ടിക്കമ്മിറ്റിയുടെ തീരുമാനം ഓർമ്മിപ്പിച്ചുകൊണ്ടുള്ളതായിരുന്നു ആ നോട്ടം. അത് മനസ്സിലായ കുഞ്ഞാലി പറഞ്ഞു

"ഞാൻ വിവരങ്ങൾ ഒന്നറിയാൻ വേണ്ടി വന്നതാണ്"

കുഞ്ഞാലി പാർട്ടി ഓഫീസിൽ കയറിയിരുന്നു. സമയം ഏഴ് മണി കഴിഞ്ഞു. ഇരുട്ടായിത്തുടങ്ങിയിരുന്നു.

നിലമ്പൂരിലേക്ക് വിവരം അറിയിച്ചതിന്റെ അടിസ്ഥാനത്തിൽ ചുങ്കത്തറയിലെ കൂത്രാടൻ ഉമ്മർ, നിലമ്പൂരിലെ ആലിക്കുട്ടി തുടങ്ങിയ പല സഖാക്കളും അവിടെ എത്തിച്ചേർന്നു. ആര്യാടൻ മുഹമ്മദ് കോൺഗ്രസ് ഓഫീസിൽ കൂടിനിന്നിരുന്നവർക്ക് ചില നിർദ്ദേശങ്ങളൊക്കെ കൊടുത്ത് താഴത്തിറങ്ങി, ജീപ്പിൽ കയറി തിരിച്ചുപോകാനുള്ള ഒരുക്കത്തിലായി

സ: കുഞ്ഞാലി എം.എൽ.എയെ
കോൺഗ്രസുകാർ വെടിവെച്ചു
സഖാവിന്റെ നില ഗുരുതരം:
ഡി.സി.സി.സെക്രട്ടറിയടക്കം 20പേർ
തോക്കുസഹിതം കസ്റ്റഡിയിൽ

കേരളത്തിലൊട്ടാകെ പ്രതിഷേധ
പ്രകടനങ്ങളും പൊതുയോഗങ്ങളും

സ: കുഞ്ഞാലി ...തനായി
ജനസഹസ്രങ്ങളുടെ ആദരാഞ്ജലികൾ: രക്തസാക്ഷി...

സ: കുഞ്ഞാലിക്ക് ജനലക്ഷങ്ങളുടെ അന്ത്യ...

...ാലിയുടെ കൊലപാതകം: കോൺഗ്ര...
...ന്റെയും നിക്ഷിപ്ത താൽപ്പര്യ...

സ്വന്തം ഗ്രാമമായ കാളികാവിൽ
സഖാവിന്റെ മൃതദേഹം അടക്കംചെയ്തു
ഹൃദയഭേദകമായ നിരവധി രംഗങ്ങൾ

കുഞ്ഞാലിക്ക് വെടിയേറ്റ വാർത്തയുമായി വന്നപത്രങ്ങൾ (1969 ജൂലൈ 29)

രുന്നു. താഴെ കൂടിനിന്നിരുന്ന പ്രവർത്തകരോടൊക്കെ ചിലതൊക്കെ സംസാരിച്ച് പിന്നീട് അത് വേണ്ടെന്ന് വെച്ച് തിരിച്ച് കോൺഗ്രസ് ഓഫീസിലേക്ക് തന്നെ അദ്ദേഹം കയറി. ടി.സി. മുഹമ്മദ് ഒന്ന് പുറത്ത് പോയി തിരിച്ചുവന്നു. അതുവരെയും പ്രത്യേകിച്ച് ഒന്നുംതന്നെ സംഭവിച്ചിരുന്നില്ല.

രണ്ട് പാർട്ടി ഓഫീസുകളിലും തൊഴിലാളികളും പാർട്ടി പ്രവർത്തകരും കൂടി നിൽക്കുന്ന അന്തരീക്ഷം കുറെ നേരം മാറ്റമില്ലാതെ തുടർന്നു. നേരം പതിനൊന്ന് മണി കഴിഞ്ഞിട്ടും ആ നില തുടർന്നുപോയപ്പോൾ ടി.സി. മുഹമ്മദ് കുഞ്ഞാലിയോട് പറഞ്ഞു.

"സഖാവെ ഇന്നിനി അവർക്ക് ഒന്നിനും പരിപാടിയുണ്ടാവില്ല. നമുക്ക് തിരിച്ചുപോകാം"

കുഞ്ഞാലിക്കും ആ അഭിപ്രായത്തോട് യോജിപ്പ് തോന്നി. കുഞ്ഞാലി ഒന്ന് താഴത്തേക്കിറങ്ങി അവിടെ നിന്നിരുന്ന പ്രവർത്തകരുമായി കുശലം പറഞ്ഞ് തിരിച്ചു ഓഫീസിലേക്ക് തന്നെ കയറി വന്നു. കുറച്ച് നേരം കൂടി അവർ ആ ഓഫീസിൽ തന്നെ തങ്ങി.

ടി.സി.മുഹമ്മദ് വീണ്ടും പറഞ്ഞു

"സഖാവെ നമുക്ക് തിരിച്ച് പോകാം"

കുഞ്ഞാലി സമ്മതിച്ചു. മുകളിൽ കൂടിനിന്നിരുന്ന പ്രവർത്തകർ ഓരോരുത്തരായി താഴേക്ക് ഇറങ്ങിക്കൊണ്ടിരുന്നു. കോണിയിറങ്ങി കുഞ്ഞാലി ജീപ്പിനടുത്തേക്ക് നടക്കാൻ തുടങ്ങുമ്പോൾ കോൺഗ്രസ്

ഓഫീസിൽ നിന്നും ആരോ പാർട്ടി ഓഫീസിലേക്ക് ടോർച്ചടിച്ചു. കുഞ്ഞാലിക്ക് അത് ഇഷ്ടപ്പെട്ടില്ല.

ജീപ്പിനടുത്തേക്ക് നടക്കുന്നതിനിടയിൽ കോൺഗ്രസ് ഓഫീസിന് നേർക്ക് തിരിഞ്ഞ് കുഞ്ഞാലി എന്തോ വിളിച്ചു പറഞ്ഞു

"പോട്ടെ സഖാവെ.." എന്ന് പറഞ്ഞുകൊണ്ട് ടി.സി. മുഹമ്മദ് കുഞ്ഞാലിയുടെ കൈ പിടിച്ചു വലിച്ചു. കുഞ്ഞാലി ആ ടോർച്ചടിച്ചതിന്റെ ദേഷ്യത്തിന് കോൺഗ്രസ് ഓഫീസിനടുത്തേക്ക് എങ്ങാനും നടന്നുചെല്ലുമോ എന്ന് പേടിച്ചായിരുന്നു ടി.സി. മുഹമ്മദ് അങ്ങനെ ചെയ്തത്.

"താൻ പോടോ" എന്ന് പറഞ്ഞ് കുഞ്ഞാലി ടി.സി. മുഹമ്മദിന്റെ കൈ കുടഞ്ഞ് വിടുവിപ്പിച്ചു. നേരം പാതിരാത്രിയായിത്തുടങ്ങിയിരുന്നുവെങ്കിലും മങ്ങിയ നിലാവുണ്ടായിരുന്നു. പെട്ടെന്ന് വെടി പൊട്ടി. സഖാവ് കുഞ്ഞാലി നിലത്ത് വീണു. അദ്ദേഹത്തിന്റെ നെഞ്ചിൽ വെടിയുണ്ട തുളച്ച് കയറിയിരുന്നു.

വെടിയൊച്ച കേട്ടതോടെ നിരത്തിൽ കൂടിനിന്നിരുന്ന ആളുകൾ നാലുപാടും ചിതറിയോടി. കുഞ്ഞാലിയുടെ കൂടെയുണ്ടായിരുന്ന സഖാക്കൾ ഒരു നിമിഷം സ്തബ്ധരായി. സഖാവിനെ താങ്ങിക്കൊണ്ട് കുഞ്ഞലവിയെന്ന സഖാവ് നിലത്തിരുന്നു. പെട്ടെന്ന് സഖാക്കളുടെ രോഷം പൊട്ടിത്തെറിയിലേക്ക് നീങ്ങി. അവർ കൈയിൽ കിട്ടിയ ആയുധങ്ങളുമായി കോൺഗ്രസ് ഓഫീസിലേക്ക് കുതിച്ചു.

കൂത്രാടൻ ഉമ്മർ റോഡരികിൽ നിന്ന് കിട്ടിയ ഒരു വലിയ വിറക് മുട്ടിയുമായി കോൺഗ്രസ് ഓഫീസിന്റെ വാതിൽക്കലെത്തി. വാതിൽ അകത്തുനിന്നും അടച്ചിരുന്നു. ആരെങ്കിലും വാതിൽ തുറന്ന് പുറത്ത് വരികയാണെങ്കിൽ അവന്റെ തല അടിച്ചു തകർക്കണം എന്ന ഉദ്ദേശ്യത്തോടെ ഉമ്മർ വാതിൽക്കൽ തന്നെ ഒരു നിമിഷം കാത്തുനിന്നു. പിന്നെയാണ് തന്റെ പ്രിയ സഖാവ് താഴെ കിടക്കുകയാണല്ലോ എന്ന ഓർമ്മ ഉമ്മറിന് വന്നത്. അതോടെ അദ്ദേഹം തിരിച്ചോടി. അവിടെ കൂടിയിരുന്ന സഖാക്കളെല്ലാം കിട്ടിയ കല്ലും മുട്ടിയും എല്ലാം എടുത്ത് കോൺഗ്രസ് ഓഫീസിന് നേരെ എറിയുന്നുണ്ടായിരുന്നു. ഒരു മിനിട്ടിനുള്ളിൽ നടന്ന കാര്യങ്ങളായിരുന്നു ഇതെല്ലാം.

തന്നെ എത്രയും വേഗം ആശുപത്രിയിൽ എത്തിക്കണമെന്ന് കുഞ്ഞാലി ആവശ്യപ്പെട്ടു. സഖാക്കൾ അദ്ദേഹത്തെ താങ്ങിയെടുത്ത് ജീപ്പിൽ കയറ്റിക്കിടത്തി. ഡ്രൈവർ വെള്ളുമുഹമ്മദ് പരമാവധി വേഗത്തിൽ നിലമ്പൂർ ഭാഗത്തേക്ക് വാഹനം ഓടിച്ചു.

ടി.സി.മുഹമ്മദ്, അസീസ്, കുഞ്ഞലവി, കൂത്രാടൻ ഉമ്മർ, കാദർ, പൂന്താനത്ത് മൂസ്സ എന്നിവർ ജീപ്പിൽ കൂടെ കയറി. വളരെ മുൻകൂട്ടി ആസൂത്രണം ചെയ്തതായിരുന്നു ആ വെടിവെപ്പ് എന്നതിന് തെളിവായിരുന്നു തൊണ്ടി എന്ന സ്ഥലത്തേക്ക് എത്തിയപ്പോൾ കണ്ട കാഴ്ച. ഒരു മരം വെട്ടി റോഡിൽ വിലങ്ങനെ ഇട്ടിരുന്നു. ഡ്രൈവർ മുഹമ്മദ് അദ്ദേഹത്തിന്റെ പരിചയം കൊണ്ടും ഫോർവീൽ പിടുത്തമുള്ള മിലി

ട്ടറി ജീപ്പായിരുന്നതുകൊണ്ടും ആ പ്രതിബന്ധം വളരെ വേഗം മറികടന്നു ആ മുറിച്ചിട്ട മരത്തിന്റെ തല ഭാഗത്ത് കൂടി കയറ്റിയിറക്കി മുഹമ്മദ് ജീപ്പുമായി മുന്നോട്ട് കുതിച്ചു.

സംഭവസ്ഥലത്ത് ബാക്കിയുണ്ടായിരുന്ന സഖാക്കൾക്ക് അവരുടെ എല്ലാ നിയന്ത്രണവും നഷ്ടപ്പെട്ടിരുന്നു. കോൺഗ്രസ് അനുഭാവികളായി പുറത്ത് കണ്ട എല്ലാവരെയും അവർ പിടികൂടി പൊതിരെ തല്ലി. എല്ലാവരും ജീവനുംകൊണ്ട് ഓടി രക്ഷപ്പെട്ടു. മരണഭയത്തോടെ അവരുടെ ഓട്ടത്തിനിടയിൽ ചിലർ പരിസരത്തുണ്ടായിരുന്ന ഒരു ആൾമറയില്ലാത്ത കിണറിലേക്ക് വീണു.

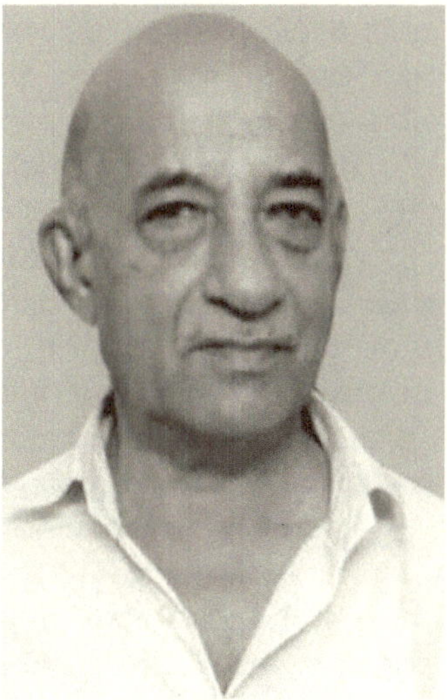

കെ. ആലിക്കുട്ടി

അടുത്ത് തന്നെ ഒരു റേഷൻ ഷാപ്പ് പ്രവർത്തിച്ചിരുന്നു. അവിടെ കാർഡുടമകൾക്ക് വിതരണത്തിനായി കൊണ്ടുവന്ന് ഇറക്കിയിരുന്ന മണ്ണെണ്ണ ബാരലുകൾ ഒന്ന് രണ്ടെണ്ണം പുറത്തിട്ടിരുന്നു. അത് ചില സഖാക്കളുടെ ശ്രദ്ധയിൽപ്പെട്ടു. ആലിക്കുട്ടി, കൊന്നാരത്ത് മുഹമ്മദ്, ബാർബർ മുഹമ്മദ്, ഖാദർ തുടങ്ങിയവർ ചേർന്ന് ആ ബാരൽ പൊട്ടിക്കാൻ ശ്രമിച്ചു. കുറേ നേരം പരിശ്രമിച്ചിട്ടും അതിലവർക്ക് വിജയിക്കാൻ കഴിഞ്ഞില്ല. വാതിലടച്ച് അകത്ത് കയറിയിരിക്കുന്ന മുഴുവൻ കോൺഗ്രസ്സുകാരെയും ഓഫീസു സഹിതം തീ വെക്കാനായിരുന്നു അവർ ഉദ്ദേശിച്ചത്. അവരുടെ ശ്രമങ്ങൾ വിജയിക്കുംമുമ്പ് പോലീസ് സ്ഥലത്തെത്തി. കോൺഗ്രസ് ഓഫീസിനകത്ത് ഉണ്ടായിരുന്ന മുഴുവൻ പേരെയും അവർ അറസ്റ്റ് ചെയ്തുകൊണ്ടുപോയി. ആര്യാടൻ മുഹമ്മദും ആ കൂട്ടത്തിൽ ഉണ്ടായിരുന്നു.

വെടിയേറ്റ കുഞ്ഞാലിയെയും കൊണ്ടുള്ള ജീപ്പ് നിലമ്പൂർ ആശുപത്രിയിൽ എത്തി. പരിക്ക് ഗുരുതരമായിരുന്നതിനാൽ പ്രഥമ ശുശ്രൂഷ നൽകി വേഗം മഞ്ചേരിയിലേക്ക് പറഞ്ഞയക്കുകയായിരുന്നു. എങ്കിലും കൊണ്ടുപോകുന്നതിന് മുമ്പ് കുഞ്ഞാലിയുടെ മൊഴി ഡ്യൂട്ടി ഡോക്ടർ രേഖപ്പെടുത്തി. "ആര്യാടൻ മുഹമ്മദാണ് തന്നെ വെടി വെച്ചത്" എന്നായിരുന്നു കുഞ്ഞാലി മൊഴി കൊടുത്തത്. നിലമ്പൂരിൽനിന്നും ഒരു ടാക്സി കാറിലാണ് കുഞ്ഞാലിയെ മഞ്ചേരിയിലേക്ക് കൊണ്ടുപോയത്. ജീപ്പിൽ കുറെ സഖാക്കൾ കാറിനെ അനുഗമിച്ചു. ചുള്ളിയോട് നിന്നും കൂടെ പോന്ന സഖാക്കൾക്ക് പുറമെ നിലമ്പൂരിൽ നിന്നും കെ.പി. മാധവൻ നായരും ജീപ്പിൽ കയറി. മഞ്ചേരി ആശുപത്രിയിലെത്തിച്ച കുഞ്ഞാലിയെ

പരിശോധിച്ച ഡോക്ടർ അടിയന്തരമായി കോഴിക്കോട് മെഡിക്കൽ കോളേജിൽ എത്തിക്കാൻ നിർദ്ദേശിച്ചു. മഞ്ചേരിയിൽ വെച്ച് കുഞ്ഞാലിക്ക് ഒരു ഇൻഞ്ചക്ഷൻ മാത്രം നൽകി.

മഞ്ചേരി ആശുപത്രിയിൽ എത്തുമ്പോഴേക്കും തന്നെ ബോധം മങ്ങിത്തുടങ്ങിയിരുന്നു. മെഡിക്കൽ കോളജ് ആശുപത്രിയിൽ എത്തിച്ച കുഞ്ഞാലി അവിടെ അടിയന്തര ശസ്ത്രക്രിയയ്ക്ക് വിധേയനായി. ഓപ്പറേഷൻ കഴിഞ്ഞ് പുറത്ത് വന്നപ്പോഴേക്കും കുഞ്ഞാലി അർദ്ധ ബോധാവസ്ഥയിൽ തന്നെ ആയിരുന്നു. എങ്കിലും അല്പം കഴിഞ്ഞപ്പോൾ ബോധം തെളിഞ്ഞു. കൂടെ ഉണ്ടായിരുന്നവരിലും കേരളമാകെ പ്രാർത്ഥിച്ചുകൊണ്ടിരുന്ന പാവപ്പെട്ട മനുഷ്യരിലും പ്രതീക്ഷ ഉണർത്തിക്കൊണ്ട് കുഞ്ഞാലി സംസാരിച്ചുതുടങ്ങി.

ബോധം തെളിഞ്ഞപ്പോഴേക്കും അദ്ദേഹത്തിന്റെ ഉള്ളിലെ പൊതുപ്രവർത്തകനാണ് ആദ്യം പ്രതികരിച്ചത്. അന്ന് കോഴിക്കോട് മെഡിക്കൽ കോളജിൽ അവിടുത്തെ നഴ്സുമാർ അവരുടെ യൂണിയൻ നിർദ്ദേശപ്രകാരം ഒരു ബാഡ്ജ് ധരിച്ചുകൊണ്ടാണ് ജോലിക്ക് വന്നിരുന്നത്. കുഞ്ഞാലിയെ ശുശ്രൂഷിക്കാൻ വന്ന നഴ്സിന്റെ ഉടുപ്പിലും ഒരു ബാഡ്ജ് കുത്തിവെച്ചിരുന്നു. അത് കണ്ട അദ്ദേഹം അവരോട് ചോദിച്ചു.

"എന്താ നിങ്ങളെ സമരം?"

ഗുരുതരാവസ്ഥയിൽ കിടക്കുമ്പോഴായിരുന്നിട്ടും കുഞ്ഞാലിയിൽ നിന്നും അങ്ങനെയൊരു ചോദ്യം ഉണ്ടായതിൽ അവർക്ക് വിസ്മയം തോന്നി. അവർ മറുപടിയായി ചോദിച്ചു

"സഖാവിന് വായിക്കാൻ കഴിയുമോ..?"

കുഞ്ഞാലി അവരുടെ മാറിൽ കുത്തിവെച്ചിരുന്ന ബാഡ്ജിലെ എഴുത്ത് സാവകാശം വായിച്ചു കൊടുത്തു. ആ സംഭാഷണവും എല്ലാവരുടെയും പ്രതീക്ഷകൾ ഉയർത്തി. അതേ നിലയിൽ മെഡിക്കൽ കോളജ് ആശുപത്രിയിൽ ഒരു ദിവസം പിന്നിട്ടപ്പോൾ അദ്ദേഹം അതിജീവിക്കും എന്ന് തന്നെ എല്ലാവരും കരുതി.

സംസ്ഥാനത്തിന്റെ എല്ലാ ഭാഗത്തുനിന്നും മന്ത്രിമാരും ജനനേതാക്കളും കോഴിക്കോട് മെഡിക്കൽ കോളജിൽ എത്തി. വളരെ അടുത്ത ചിലരെ മാത്രമേ നേരിൽ കാണാൻ അനുവദിച്ചുള്ളൂ. അല്ലാത്തവർ പുറത്ത് നിന്നും സഖാവിന്റെ ആരോഗ്യസ്ഥിതി ചോദിച്ചറിഞ്ഞുകൊണ്ട് വന്നുപോയിക്കൊണ്ടിരുന്നു. മെഡിക്കൽ കോളജിൽ എത്തിയതിന്റെ തൊട്ടടുത്ത ദിവസം ജൂലൈ 27ന് വൈകുന്നേരം കുഞ്ഞാലിയുടെ സ്ഥിതി കുറെ കൂടി മെച്ചപ്പെട്ടു. അതോടെ പ്രതീക്ഷകൾ കൂടുതൽ ഉയർന്നു.

എന്നാൽ 27ന് രാത്രിയോടെ സ്ഥിതി വീണ്ടും മോശമായി. ആ സ്ഥിതിയിൽ പിന്നെ മാറ്റം വന്നില്ല. രാവിലെ സ്ഥിതി കൂടുതൽ മോശമായിക്കൊണ്ടിരുന്നു. ജൂലൈ 28ന് രാവിലെ 10.30 മണിക്ക് ആ വിലപ്പെട്ട ജീവൻ പൊലിഞ്ഞു. മണ്ണില്ലാത്തോർക്ക് ഒരു പിടി മണ്ണിനായും പാവങ്ങൾക്ക് കയറിക്കിടക്കാൻ ഒരു കുടിലിന് വേണ്ടിയും നിലമ്പൂർ കാടുക

മൂച്ചിക്കൽ മൂസ

ളിൽ പൊരുതിക്കൊണ്ടിരുന്ന കേരളത്തിന്റെ ആ മഹാനായ പോരാളി രക്തസാക്ഷിയായി.

പതിനായിരക്കണക്കിന് കുടിലുകളിലെ പാവപ്പെട്ട മനുഷ്യർ ഇടനെഞ്ച് പൊട്ടിക്കരഞ്ഞു. ഒരു പ്രതീക്ഷയും ഇല്ലാതിരുന്ന അവരുടെ ജീവിതത്തിലേക്ക് ചൂഷണമില്ലാത്ത ഒരു ലോകത്തിന്റെ സ്വപ്നം പകർന്നുകൊടുത്ത ആ വിപ്ലവ സൂര്യൻ വിടവാങ്ങി. മർദ്ദിതർക്കും ചൂഷിതർക്കും വേണ്ടി പൊരുതി മരിച്ച വിമോചന നായകരുടെ നക്ഷത്ര ശോഭയുള്ള ഓർമ്മകളുടെ ആകാശത്തേക്ക് സ്വർണ്ണച്ചിറകുകളുമായി ആ പ്രതീക്ഷയുടെ പൊൻവെളിച്ചം പറന്നുയർന്നു.

വളരെ നാളത്തെ ഗൂഢാലോചനകൾക്കും ആസൂത്രണങ്ങൾക്കും ശേഷം വളരെ കൃത്യതയോടെ നടപ്പിലാക്കിയ ഒരു കൊലപാതകമായിരുന്നു അത്. അതുകൊണ്ട് തന്നെ പ്രതികളായി അറസ്റ്റ് ചെയ്യപ്പെട്ടവർ ആരും തന്നെ ശിക്ഷിക്കപ്പെട്ടില്ല. കേസ്സിന്റെ വിചാരണവേളയിൽ ഒരു വർഷത്തോളം നീണ്ടുനിന്ന വിചാരണത്തടവ് മാത്രം അനുഭവിച്ച് അവരെല്ലാം നിയമത്തിന്റെ പഴുതുകൾ ഉപയോഗിച്ച് പുറത്തുവന്നു. അങ്ങനെ രക്ഷപ്പെട്ടുപോരാനുള്ള സൂത്രങ്ങളൊക്കെ അവർ മുൻകൂട്ടി ഒരുക്കിയിരുന്നു.

കൂടെയുണ്ടായിരുന്നവരുടെ വിവരണങ്ങളിൽ നിന്നും ഊഹിക്കാൻ കഴിയുക ചുള്ളിയോട്ടെ തൊഴിലാളി സംഘർഷം പോലും കുഞ്ഞാലിയെ അങ്ങോട്ട് വരുത്തിക്കാനുള്ള ഒരു ഉപായം മാത്രമായിരുന്നു എന്നാണ്. അവസാനത്തെ ആ ടോർച്ചടിക്കൽ പോലും കുഞ്ഞാലിയെ പ്രകോപിപ്പിക്കാനും അത് വഴി നിലാവിന്റെ വെളിച്ചത്തിൽ നിൽക്കുന്ന കുഞ്ഞാലിയുടെ ശബ്ദം കേൾക്കുന്ന സ്ഥലം നോക്കി വെടിയുതിർക്കാൻ ഘാതകന് സൗകര്യം ഒരുക്കിക്കൊടുക്കുന്നതിന് വേണ്ടി ചെയ്തതാവണം.

പാർട്ടിയുടെ മണ്ഡലം കമ്മിറ്റി അനുമാനിച്ചത് ശരിയായിരുന്നു. കുഞ്ഞാലി അങ്ങോട്ട് പോകാൻ പാടില്ല എന്ന തീരുമാനം നടപ്പിലാക്കാനായിട്ടാണ് അവർ അദ്ദേഹത്തിന് വേറെ ചുമതല നൽകി വഴിക്കടവിലേക്ക് അയച്ചത്. എന്നാൽ കുഞ്ഞാലി ആ ചുമതല പൂർത്തിയാക്കിയ ശേഷം ചുള്ളിയോട്ടേക്ക് വരികയായിരുന്നു മരണത്തെ തേടി. കോൺഗ്രസ് നേതാക്കൾ ആരും അറിയാതെ ഒരു തോക്കുധാരി കോൺഗ്രസ് ഓഫീസ് പരിസരത്ത് എത്തുകയില്ല എന്നത് ഉറപ്പാണ്. ആര്യാടൻ മുഹമ്മദ് അടക്കമുള്ള മുഴുവൻ നേതാക്കൾക്കും അത് സംബ

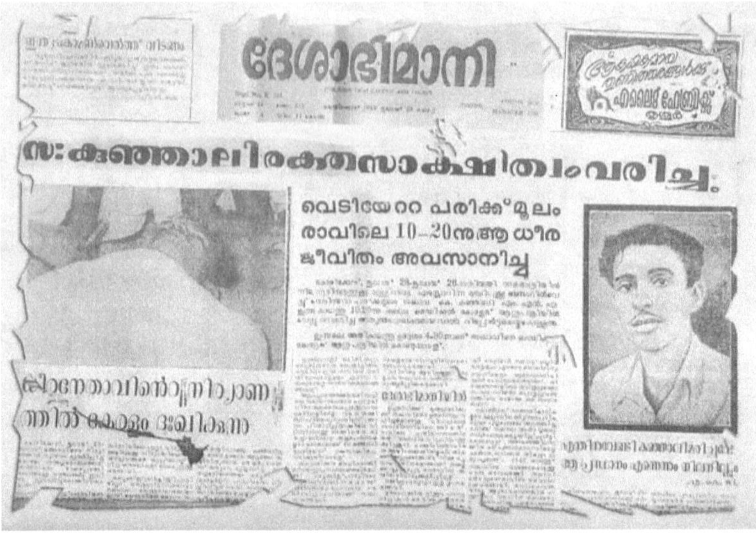
ദേശാഭിമാനി

സ: കുഞ്ഞാലി രക്തസാക്ഷിത്വം വരിച്ചു.

വെടിയേററ പരിക്ക് മൂലം രാവിലെ 10–20നു ആ ധീര ജീവിതം അവസാനിച്ചു

കുഞ്ഞാലി രക്തസാക്ഷിത്വം വരിച്ച വാർത്തയുമായി ഇറങ്ങിയ ദേശാഭിമാനി പത്രം.

ന്ധിച്ച് കൃത്യമായ വിവരം ഉണ്ടായിരുന്നിരിക്കണം.

1969 ജൂലൈ 28-നായിരുന്നു കുഞ്ഞാലിയുടെ രക്തസാക്ഷിത്വം. അന്ന് ഇ.എം.എസ്. നയിക്കുന്ന സപ്തകക്ഷി മുന്നണിയായിരുന്നു അധികാരത്തിൽ. കേസ്സന്വേഷണം പുരോഗമിച്ചുകൊണ്ടിരിക്കുമ്പോൾ കേരളത്തിൽ കാലുമാറ്റ രാഷ്ട്രീയത്തിന്റെ ചരടുവലികൾ ശക്തമായി നടന്നുകൊണ്ടിരിക്കയായിരുന്നു. കുഞ്ഞാലി വധിക്കപ്പെട്ട് മൂന്ന് മാസവും അഞ്ച് ദിവസവും കഴിഞ്ഞപ്പോഴേക്കും ഇ.എം.എസ്. മന്ത്രിസഭയ്ക്ക് രാജിവെച്ച് ഒഴിയേണ്ടിവന്നു.

സപ്തകക്ഷി മുന്നണിയിലെ ഘടകകക്ഷികളായിരുന്ന സി.പി.ഐ.യും മുസ്ലീം ലീഗും കൂറുമാറി കോൺഗ്രസിനൊപ്പം ചേർന്ന് പുതിയ മന്ത്രിസഭയുണ്ടാക്കി അധികാരത്തിലെത്തി. കോൺഗ്രസ്സിന്റെ പിന്തുണയോടെ സി.പി.ഐ. നേതാവ് സി.അച്യുതമേനോൻ കേരളത്തിന്റെ മുഖ്യമന്ത്രിയായി. ആഭ്യന്തരവകുപ്പും ഭരണത്തിന്റെ യഥാർത്ഥ നിയന്ത്രണവും കോൺഗ്രസ്സിന്റെ കൈകളിലായിരുന്നു. കോൺഗ്രസ്സ് നേതാവ് ആര്യാടൻ മുഹമ്മദ് ഒന്നാം പ്രതിയായിട്ടുള്ള ആ കേസ്സിന്റെ അന്വേഷണത്തെയും ആ ഭരണമാറ്റം സ്വാധീനിച്ചിരിക്കും.

കാരണങ്ങൾ എന്തൊക്കെയായാലും സ്വതന്ത്ര ഇന്ത്യയുടെ ചരിത്രത്തിൽ ആദ്യമായി ഒരു നിലവിലുള്ള എം.എൽ.എ. കൊല്ലപ്പെട്ട കേസ്സിൽ ഒരാളും ശിക്ഷിക്കപ്പെട്ടില്ല. നമ്മുടെ കുറ്റാന്വേഷണ സംവിധാനത്തിനും നിയമ വാഴ്ചയ്ക്കും നീതിന്യായ വ്യവസ്ഥയ്ക്കും നേരിട്ട ഒരു നാണംകെട്ട പരാജയമായി അത് ഇന്നും നിലനിൽക്കുന്നു.

മലപ്പുറത്തിന്റെ ചെഗുവേര

സഖാവ് കുഞ്ഞാലിയുടെ പ്രകൃതം വിശ്വവിപ്ലവകാരി ചെഗുവേര യുടേത് പോലെ അപകട സാധ്യതകൾ കാണുമ്പോൾ ആവേശവും ധൈര്യവും ഇരട്ടിക്കുന്ന വിധത്തിലുള്ള ഒന്നായിരുന്നു. ചെഗുവേര തന്റെ പ്രവർത്തനമേഖല ഭൂഖണ്ഡങ്ങൾക്കപ്പുറം ലോകത്തോളം വ്യാപിപ്പിച്ച പ്പോൾ കുഞ്ഞാലിയുടേത് കേരളത്തിലും വിശേഷിച്ച് ഇപ്പോൾ മലപ്പുറം ജില്ലയുൾപ്പെടുന്ന പ്രദേശങ്ങളിലും ഒതുങ്ങി നിന്നു. ഒരു ചെറിയ ഇട വേളയിൽ മാത്രം അത് തൊട്ടയൽ സംസ്ഥാനത്തെ മൈസൂർ വരെ നീണ്ടു.

കേരളത്തിലെ കൊണ്ടോട്ടിയിൽ 1924 ൽ കുഞ്ഞാലി ജനിച്ച് 4 വർഷം കഴിഞ്ഞായിരുന്നു 1928 ൽ തെക്കെ അമേരിക്കൻ രാജ്യമായ അർജന്റീന യിലെ റൊസോറിയോ എന്ന ഗ്രാമത്തിൽ ഗുവേരയുടെ ജനനം. ഇരു പത് വയസ്സ് വരെ ഒരു സാധാരണ വിദ്യാർത്ഥി മാത്രമായിരുന്നു ഏണ സ്റ്റോഗുവേര. സ്കൂൾ പഠനകാലത്ത് ആരോഗ്യപ്രശ്നങ്ങൾ കാരണം പല ദിവസങ്ങളിലും ആ കുട്ടിക്ക് ക്ലാസിൽ പോകാൻ കഴിഞ്ഞിരുന്നില്ല.

കുഞ്ഞാലി സ്കൂൾ വിദ്യാർത്ഥിയായിരിക്കുമ്പോൾ തന്നെ പൊതു പ്രവർത്തനങ്ങളിൽ താല്പര്യം കാണിച്ചു. സ്കൂളിലെ ബാലസമാജ ത്തിന്റെ സജീവ പ്രവർത്തകനായിരുന്നു ആ കുട്ടി. ഹൈസ്കൂൾ പഠനം പൂർത്തിയാകുന്നതിന് മുമ്പ് തന്നെ കമ്യൂണിസ്റ്റ് പാർട്ടി പ്രവർത്തകരു മായി ഇടപഴകാനും അതിന്റെ ആശയങ്ങൾ ഉൾക്കൊള്ളാനും ആ വിദ്യാർത്ഥിക്ക് കഴിഞ്ഞു. സ്കൂൾ പഠനം നിർത്തി പട്ടാളത്തിൽ ചേർന്ന ആ യുവാവ് മൂന്ന് വർഷത്തെ സൈനിക സേവനത്തിന് ശേഷം നാട്ടിൽ തിരിച്ചെത്തി.

1945 ൽ ഇരുപത്തൊന്നാം വയസ്സിൽ നാട്ടിൽ മടങ്ങിയെത്തിയ

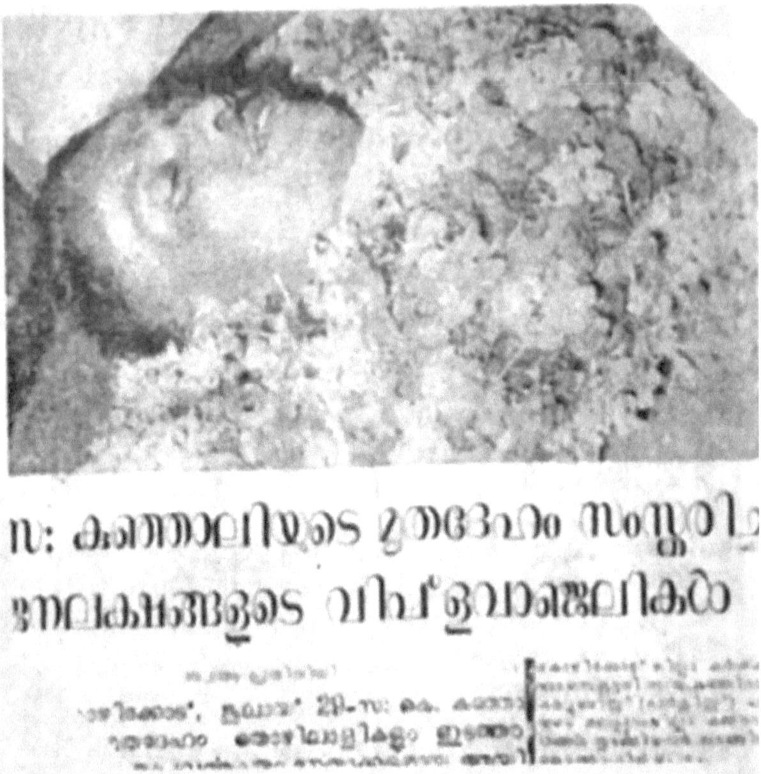
സ: കുഞ്ഞാലിയുടെ മൃതദേഹം സംസ്കരി
ജനലക്ഷങ്ങളുടെ വിപ്ലവാഞ്ജലികൾ

കുഞ്ഞാലിയുടെ മൃതദേഹം സംസ്കരിക്കപ്പെട്ട
വാർത്തയുമായി ഇറങ്ങിയ ദേശാഭിമാനി പത്രം

കുഞ്ഞാലി കമ്യൂണിസ്റ്റ് പാർട്ടി പ്രവർത്തകനായി രാഷ്ട്രീയ ജീവിതം തുടങ്ങി. വളരെ വേഗം തന്നെ അതിന്റെ പ്രാദേശിക നേതാക്കളിൽ ഒരാളായി ഉയർന്നു. തൊട്ടടുത്ത വർഷം മൈസൂറിലെ ബീഡിത്തൊഴിലാളികളുടെ സമരത്തിന് നേതൃത്വം കൊടുക്കുന്നതിന് വേണ്ടി ആ ഇരുപത്തിരണ്ടുകാരനെ കമ്യൂണിസ്റ്റ് പാർട്ടി മൈസൂറിലേക്ക് അയച്ചു.

1948 ൽ ഇരുപതാം വയസ്സിൽ ഗുവേര മെഡിക്കൽ പഠനത്തിന് ചേരുമ്പോൾ കുഞ്ഞാലിയെന്ന ഇരുപത്തിനാലുകാരൻ യുവ കമ്യൂണിസ്റ്റ് നേതാവ് ഇന്ത്യയിലെ കമ്യൂണിസ്റ്റ് പാർട്ടിയുടെ മേൽ വന്ന നിരോധനത്തിന്റെ ഭാഗമായി ഏതാനും മാസങ്ങൾ ഒളിവിൽ കഴിയുകയും തുടർന്ന് അറസ്റ്റ് ചെയ്യപ്പെട്ട് ജയിലിൽ എത്തുകയും ചെയ്തിരുന്നു.

1950 ൽ മൂന്നാം വർഷ മെഡിക്കൽ വിദ്യാർത്ഥിയായിരിക്കുമ്പോൾ ഏണസ്റ്റോഗുവേര തന്റെ രാജ്യത്തെ ഗ്രാമങ്ങൾ തോറും ചുറ്റി സഞ്ചരിച്ചുകൊണ്ട് ഒരു മോട്ടോർ വെച്ച് പിടിപ്പിച്ച സൈക്കിളിൽ ഒറ്റയ്ക്ക് ഒരു

യാത്ര നടത്തി. അർജന്റീനയിലെ സാധാരണ മനുഷ്യർ അനുഭവിക്കുന്ന ദാരിദ്ര്യവും ചൂഷണങ്ങളും അവൻ നേരിൽ കണ്ടു. ഈ അവസ്ഥയിൽ മാറ്റം വരുത്തുന്നതിന് തന്നെക്കൊണ്ടാവുന്നത് ചെയ്യണമെന്ന് ആ ഇരുപത്തിരണ്ടുകാരൻ മനസ്സിൽ ഉറപ്പിച്ചു. കമ്യൂണിസവും മാർക്സിസവുമൊന്നും അന്നവൻ കാര്യമായി മനസ്സിലാക്കിയിരുന്നില്ല. തൊട്ടടുത്ത വർഷം 1951 ൽ ഗുവേര സഹപാഠിയായ ആൽബർട്ടോ ഗ്രനേഡയുമൊത്ത് അർജന്റീനയുടെ അയൽ രാജ്യങ്ങളിലും അമേരിക്കയിലുമായി ഒരു സഞ്ചാരം കൂടി നടത്തി. ഗുവേര രണ്ടു യാത്രകൾ നടത്തുമ്പോഴും കുഞ്ഞാലി ജയിലിലായിരുന്നു.

1951 ൽ ഗുവേര ഡോക്ടറായി. ചികിത്സകനായി പണമുണ്ടാക്കി സുഖജീവിതം നയിക്കാൻ ആ യുവാവിന് ഉദ്ദേശ്യമുണ്ടായിരുന്നില്ല. തന്റെ രാജ്യത്തിന്റെയും ലോകത്തിന്റെയും അവസ്ഥ അയാളെ അസ്വസ്ഥനാക്കി. സാമ്രാജ്യത്വ ശക്തികളുടെ അടിമരാജ്യങ്ങളായി കഴിഞ്ഞിരുന്ന ലാറ്റിനമേരിക്കൻ ജനതകളുടെ ജീവിത സാഹചര്യങ്ങളിൽ ആ ചെറുപ്പക്കാരൻ അമർഷം കൊണ്ടു. ലാറ്റിനമേരിക്കയിലെ വിവിധ രാജ്യങ്ങളിൽ നടന്നുകൊണ്ടിരുന്ന വിമോചനപ്പോരാട്ടങ്ങളെക്കുറിച്ച് അന്വേഷിച്ചറിഞ്ഞ അവൻ മനസ്സുകൊണ്ട് ആ വിമോചനപ്പോരാളികളുമായി ഐക്യപ്പെട്ടു.

1951 ൽ ജയിലിൽ നിന്നും പുറത്ത് വന്ന കുഞ്ഞാലി വീണ്ടും സജീവ പാർട്ടി പ്രവർത്തകനായി, ജന്മിമാർക്കും മുതലാളിമാർക്കും എതിരെയുള്ള സമരമുഖങ്ങളിൽ മുൻനിരപ്പോരാളിയായി. തോക്കേന്തി നിൽക്കുന്ന പോലീസ് നിരയുടെ മുന്നിലും പതറാതെ നിൽക്കുന്ന സമരഭടനായി ആ യുവാവ് ജനങ്ങളുടെ മതിപ്പ് നേടി. പാർട്ടി നിർദ്ദേശപ്രകാരം സ്വന്തം തട്ടകം കൊണ്ടോട്ടിയിൽ നിന്നും കിഴക്കനേറനാട്ടിലേക്ക് അദ്ദേഹം പറിച്ചുനട്ടു. ക്രൂരന്മാരായ തോട്ടമുടമകൾക്ക് നേരെയും ചൂഷകരായ ജന്മികൾക്കെതിരെയുമുള്ള നിരന്തരപ്പോരാട്ടമായി ആ രാഷ്ട്രീയ ജീവിതം മുന്നോട്ടുപോയി.

1953 ൽ ഗുവേര മൂന്നാമത്തെ യാത്രയ്ക്ക് ഇറങ്ങിത്തിരിച്ചു. ബൊളീവിയ, പെറു, ഇക്വഡോർ, പനാമ, കോസ്റ്റോറിക്ക, ഗോട്ടിമാല എന്നീ രാജ്യങ്ങൾ അദ്ദേഹം സന്ദർശിച്ചു. 1953 ഡിസംബറിൽ ഗോട്ടിമാലയിൽ തിരഞ്ഞെടുപ്പിലൂടെ ജക്കോബെ അർബൻസ് എന്ന ജനാധിപത്യവാദി അധികാരത്തിൽ വന്നത് ലാറ്റിനമേരിക്കയിലാകെ ആവേശം പടർത്തിയിരുന്നു. എന്നാൽ ആറ് മാസത്തിനുള്ളിൽ അമേരിക്കൻ സി.ഐ.എ. ആ ഭരണത്തെ അട്ടിമറിച്ച്, ഒരു പാവ സർക്കാരിനെ അധികാരത്തിലേറ്റി. ഗോട്ടിമാലയിലെ ജനാധിപത്യവാദികൾ പ്രതിഷേധവും ചെറുത്തുനിൽപ്പും തുടങ്ങി. സന്ദർശനത്തിന് വേണ്ടി ഗോട്ടിമാലയിൽ എത്തിയിരുന്ന ഗുവേര ആ ജനാധിപത്യപ്പോരാളികൾക്കൊപ്പം ചേർന്ന് സമരം ചെയ്തു.

പ്രതിഷേധം അടിച്ചമർത്തപ്പെടുകയും പോരാളികൾ വേട്ടയാടപ്പെടാൻ ആരംഭിക്കുകയും ചെയ്തു. ഒരു അർജന്റീനൻ പൗരൻ എന്ന നിലയിൽ അഭയം തരാമെന്നും നാട്ടിലേക്ക് തിരിച്ചു പോകാൻ സൗകര്യം

ചെയ്യാമെന്നും ഗോട്ടിമാലയിലെ അർജന്റീനാ അംബാസഡർ പറഞ്ഞു വെങ്കിലും അത് സ്വീകരിക്കാതെ ഗുവേര ജനാധിപത്യ പോരാളി കൾക്കൊപ്പം മെക്സിക്കോയിലേക്ക് ഒളിച്ച് കടക്കുകയായിരുന്നു ചെയ്തത്. 1954 ൽ മെക്സിക്കോയിൽ എത്തിയ ഗുവേര അവിടെ ഡോക്ട റായി ജോലി ചെയ്തു.

1953 ജൂലൈ 26ന് ക്യൂബൻ വിപ്ലവകാരികൾ നടത്തിയ മൊങ്കാദ ആക്രമണ ദൗത്യം പരാജയപ്പെടുകയും 50 ലേറെ പോരാളികൾ കൊല്ല പ്പെടുകയും ചെയ്തിരുന്നു. ബാക്കിയുള്ളവർ ലാറ്റിനമേരിക്കയിലെ വിവിധ രാജ്യങ്ങളിലേക്ക് ഒളിച്ച് കടന്നു. അവയിൽ ഒരു സംഘം മെക്സിക്കോ യിലും എത്തി. ഫിഡൽ കാസ്ട്രോ, റൗൾ കാസ്ട്രോ തുടങ്ങിയവർ അതി ലുണ്ടായിരുന്നു. ഡോക്ടറായി ജോലി ചെയ്തുകൊണ്ടിരുന്ന ഗുവേര അവർക്ക് സഹായങ്ങൾ ചെയ്തുകൊടുത്തു. മെക്സിക്കൻ പോലീസ് തെരയാൻ തുടങ്ങിയപ്പോൾ കാസ്ട്രോയും സംഘവും ഒളിവിൽ പോയി. ഗുവേര പിടിക്കപ്പെട്ടു. ക്യൂബൻ കലാപകാരികളെ സഹായിച്ചതിന് മെക്സിക്കൻ ജയിലിൽ ഗുവേര രണ്ട് മാസം തടവിൽ കിടന്നു.

1950 കളിൽ കേരളത്തെ ഇളക്കി മറിച്ചുകൊണ്ടിരുന്ന സമരങ്ങളിൽ തരിശ് പ്രക്ഷോഭം, ജന്മിത്വ വിരുദ്ധ സമരങ്ങൾ എന്നിവക്കൊപ്പം, തോട്ട മുടമകളുടെ ക്രൂരതകൾക്കെതിരായ പോരാട്ടങ്ങളിലും നിരന്തരം പങ്കെ ടുത്ത് കൊണ്ട് അറസ്റ്റും ജയിൽവാസവും, മർദ്ദനങ്ങൾ ഏറ്റുവാങ്ങലു മൊക്കെയായി കുഞ്ഞാലിയുടെ പോരാട്ടജീവിതം മുന്നോട്ട് നീങ്ങി. പല പ്പോഴും ആ പോരാളി മരണവുമായി മുട്ടയിരുമ്മിക്കടന്നുപോയി..

തൊള്ളായിരത്തി അമ്പതുകൾ ലോകമാകെയുള്ള വിമോചനപ്പോ രാട്ടങ്ങൾ ശക്തിപ്പെട്ട കാലമായിരുന്നു. കോളനി വാഴ്ചയിൽനിന്നും ഒട്ടേറെ രാജ്യങ്ങൾ വിമോചിതമായത് ഈ പതിറ്റാണ്ടിലായിരുന്നു. ഓരോ വിജയങ്ങളും മറ്റു പോരാട്ടങ്ങളിൽ ആവേശം പടർത്തിക്കൊണ്ടിരുന്നു. ഏണസ്റ്റോ ഗുവേര ക്യൂബൻ വിമോചനപ്പോരാളികൾക്കൊപ്പം ചേരാൻ തീരുമാനിച്ചത് 1956 ലായിരുന്നു. അതിന് ശേഷമായിരുന്നു തന്റെ വിമോ ചന പ്രത്യയശാസ്ത്രമായി മാർക്സിസത്തെ ഗുവേര അംഗീകരിച്ചത്. ക്യൂബക്കാരുടെ സ്നേഹത്തോടെയുള്ള വിളിപ്പേരായ “ചെ” എന്ന വാക്ക് കൂടി ചേർന്ന് ഗുവേര ചെഗുവേരയായി. സഖാവ് കുഞ്ഞാലിക്ക് ഹൈസ്കൂൾ പഠനകാലത്ത് തന്നെ ലഭിച്ച പ്രത്യയശാസ്ത്ര പിൻബലം ചെഗുവേരയ്ക്ക് ലഭിച്ചത് പ്രായം മുപ്പതിനോടടുത്ത സമയത്തായിരുന്നു.

കുഞ്ഞാലിടയക്കമുള്ള കമ്യൂണിസ്റ്റുകാർ കേരളത്തിലെ ഓരോ ഗ്രാമ ത്തിലും നടത്തിക്കൊണ്ടിരുന്ന ഐതിഹാസികമായ സമരങ്ങൾക്ക് ലഭിച്ച ഒരു വലിയ അംഗീകാരമായിരുന്നു 1957 ൽ തിരഞ്ഞെടുപ്പിലൂടെ ഒരു കമ്യൂണിസ്റ്റ് നേതാവ് ഭരണത്തലവനായി വന്നത്. തുടർന്നുള്ള രണ്ട് വർഷക്കാലം കേരളത്തിലെ കമ്യൂണിസ്റ്റുകാർക്ക് സമരങ്ങൾക്കുള്ള അവ ധിക്കാലമായിരുന്നില്ല. പോലീസിന്റെ അന്യായമായ ഇടപെടലുകൾക്ക് ശമനം വരുത്തിയ ഭരണത്തിന്റെ പിൻബലത്തിൽ അവർ ജന്മിത്വത്തിന്റെ

വേരുകൾ അറുക്കാനുള്ള പോര് തുടർന്നു.

ഈ കാലത്ത് ചെഗുവേരയും ക്യൂബൻ സഖാക്കളും ക്യൂബയിലെ ഏകാധിപതിയുടെ പട്ടാളത്തിനെതിരെ തോക്കെടുത്ത് യുദ്ധം ചെയ്യുകയായിരുന്നു. കടുത്ത ആസ്ത്മാ രോഗിയായിരുന്നിട്ടും വനങ്ങൾക്കകത്തെ ഒളിപ്പോരാളിയുടെ പരുക്കൻ ജീവിത സാഹചര്യങ്ങളെയും പോർമുഖങ്ങളിലെ കടുത്ത വെല്ലുവിളികളെയും ചെ അതിജീവിച്ചു. ഇച്ഛാശക്തിയും പോരാട്ടവീര്യവും മാത്രമായിരുന്നു ആ പടയാളിയുടെ കൈമുതൽ.

തിരഞ്ഞെടുപ്പിലൂടെ അധികാരത്തിലെത്തിയ കേരളത്തിലെ ആദ്യത്തെ കമ്യൂണിസ്റ്റ് മന്ത്രിസഭ ജനാധിപത്യ വിരുദ്ധമായി പിരിച്ചുവിടപ്പെട്ട 1959 ലായിരുന്നു ചെഗുവേരയുടെയും കാസ്ട്രോയുടെയും നേതൃത്വത്തിൽ നടന്ന ഐതിഹാസിക സമരം വിജയം കണ്ടത്. ക്യൂബ വിമോചിതമായി. ക്യൂബൻ വിപ്ലവ സർക്കാരിന്റെ പ്രതിനിധിയായി ലോകത്തെ പ്രമുഖ രാജ്യങ്ങളിലെല്ലാം ചെഗുവേര സന്ദർശനം നടത്തി. ഐക്യരാഷ്ട്ര സഭയടക്കമുള്ള വേദികളെ അഭിസംബോധന ചെയ്തുകൊണ്ട് ലോകനേതാവായി ശ്രദ്ധനേടി. മനുഷ്യവിമോചന പ്രസ്ഥാനങ്ങളുടെ ആഗോള പ്രതീകമായി ആ മുപ്പത്തൊന്നുകാരൻ വാഴ്ത്തപ്പെട്ടു. 1961 ൽ മുപ്പത്തിമൂന്നാമത്തെ വയസ്സിൽ മന്ത്രിസ്ഥാനവും അദ്ദേഹത്തെ തേടിയെത്തി. എന്നാൽ അതൊന്നും ആ വിപ്ലവകാരിയെ തൃപ്തിപ്പെടുത്തിയില്ല. ലോകത്തെ അവസാന മനുഷ്യനും സ്വതന്ത്രനാകുന്നത് വരെ തനിക്ക് വിശ്രമിക്കാനവകാശമില്ലെന്ന് ആ മനസ്സ് മന്ത്രിച്ചുകൊണ്ടിരുന്നു.

1965 ൽ മന്ത്രിസ്ഥാനം ഉപേക്ഷിച്ച് ക്യൂബ വിട്ട ചെഗുവേര ആഫ്രിക്കയിലെത്തി. കോംഗോയിലെ സ്വാതന്ത്ര്യസമര പോരാളികൾക്കൊപ്പം ചേർന്ന് പ്രവർത്തിച്ചു ഏതാനും മാസങ്ങൾ കഴിഞ്ഞ് ക്യൂബയിൽ തിരിച്ചെത്തി ഒരു വർഷത്തിനുള്ളിൽ വീണ്ടും ക്യൂബ വിട്ട ചെഗുവേര ബൊളീവിയയിലെത്തി. അവിടുത്തെ വിമോചനപ്പോരാളികൾക്കൊപ്പം ചേർന്ന് ഒളിപ്പോരിൽ പങ്കെടുത്തു. 1967 ഒക്ടോബറിൽ അമേരിക്കൻ പട്ടാളത്താൽ പിടികൂടപ്പെടുകയും വധിക്കപ്പെടുകയും ചെയ്തു. ലോകമെങ്ങുമുള്ള സ്വാതന്ത്ര്യസമരപ്പോരാളികളുടെ മനസ്സിൽ ഇടം നേടി ആ വിശ്വവിപ്ലവകാരി രക്തസാക്ഷിയായി.

കാളികാവ് പഞ്ചായത്ത് പ്രസിഡണ്ട്, വണ്ടൂർ ബി.ഡി.സി. ചെയർമാൻ എന്നീ പദവികൾ വഹിച്ചുകൊണ്ടിരിക്കുമ്പോഴായിരുന്നു കുഞ്ഞാലി 1965 ലും 1967 ലും നടന്ന തെരഞ്ഞെടുപ്പുകളിൽ മത്സരിച്ചു ജയിച്ചു എം.എൽ.എ. ആയത്. പാർലിമെന്ററി പദവികൾക്കൊപ്പം പാർട്ടിയുടെ ജില്ലാ സെക്രട്ടറിയേറ്റ് മെമ്പർ, ട്രേഡ് യൂണിയൻ സംഘടനയുടെ സംസ്ഥാന നേതാവ് എന്നീ ചുമതലകളൊക്കെ ഒരേ സമയം നിർവഹിച്ചുകൊണ്ടുള്ള തിരക്ക് പിടിച്ച ഒരു പൊതു ജീവിതമായിരുന്നു അദ്ദേഹം നയിച്ചുകൊണ്ടിരുന്നത്. എങ്കിലും ആ മനസ്സിന് തൃപ്തിയായിരുന്നില്ല. നീതികേടുകൾക്കെതിരെയും അതിക്രമങ്ങൾക്കെതിരെയും നേരിട്ട് പൊരുതുന്ന സാധാരണ പ്രവർത്തകർക്കൊപ്പമായിരിക്കണം തന്റെ സ്ഥാനം

എന്ന് ആ മനസ്സ് പറഞ്ഞുകൊണ്ടിരുന്നു. അതുകൊണ്ടാണ് പോകേണ്ട തില്ലെന്ന് പാർട്ടിക്കമ്മിറ്റി തീർത്തു പറഞ്ഞിട്ടും ഒരു വഴി കണ്ടെത്തി അദ്ദേഹം ചുള്ളിയോട്ടെ സംഘർഷ സ്ഥലത്ത് എത്തുകയും ചതിയിൽ വധിക്കപ്പെടുകയും ചെയ്തത്. ചെഗുവേരയുടെ രക്തസാക്ഷിത്വം കഴിഞ്ഞ് ഒരു വർഷവും ഒമ്പത് മാസവും കഴിഞ്ഞപ്പോൾ കുഞ്ഞാലിയും രക്തസാക്ഷിയായി.

ചെഗുവേരയുടെ ഓർമ്മ ലോകത്തെവിടെയുമുള്ള വിമോചനപ്പോരാളികൾക്ക് ആവേശം പകരുന്നത് പോലെയാണ് കേരളത്തിലെ കമ്യൂണിസ്റ്റ് പ്രസ്ഥാനത്തിന്റെ പ്രവർത്തകർക്ക് കുഞ്ഞാലിയുടെ പോരാട്ട ജീവിതം പകർന്നുനൽകുന്ന ആവേശം. ഇന്ത്യയിലെ കമ്യൂണിസ്റ്റ് പ്രസ്ഥാനത്തിന്റെ ശക്തികേന്ദ്രങ്ങളിലൊന്നായ കേരളത്തിന് മലപ്പുറം ജില്ല സംഭാവന ചെയ്ത ഒരു ചെഗുവേരയായിരുന്നു കുഞ്ഞാലി.

ചെഗുവേരയുടെ ജീവചരിത്രം വിശ്വസിക്കാൻ പോലും പ്രയാസം തോന്നുംവിധം അത്ഭുതകരവും സംഭവ ബഹുലവുമായിരുന്നു. മുപ്പത്തൊമ്പത് വയസ്സുവരെ മാത്രം ജീവിച്ച് ഒരു മനുഷ്യന് ഇത്രയധികം കാര്യങ്ങൾ എങ്ങനെയാണ് ചെയ്തുതീർക്കാനായത് എന്നത് ആരും അതിശയിച്ചുപോകും. ഒരു പത്ത് ആയുസ്സുകൊണ്ട് ഒരു സാധാരണ മനുഷ്യന് ചെയ്തുതീർക്കാൻ കഴിയാത്തത്ര കാര്യങ്ങൾ തന്റെ ചെറിയ ആയുസ്സിനുള്ളിൽ ചെയ്ത് തീർത്ത് അദ്ദേഹം കടന്നുപോയി.

ആ അനശ്വര വിപ്ലവകാരിയുടെ ഒരു ചെറിയ പതിപ്പ് തന്നെയായിരുന്നു കുഞ്ഞാലിയും. ബാലസമാജം പ്രവർത്തകൻ, രണ്ടാംലോകയുദ്ധത്തിലെ സൈനികൻ, മൈസൂരിലെ തൊഴിലാളി നേതാവ്, തോട്ടം തൊഴിലാളി നേതാവ്, ജന്മിത്വവിരുദ്ധ സമര പോരാളി, അഞ്ച് തിരഞ്ഞെടുപ്പുകളിൽ കമ്യൂണിസ്റ്റ് പാർട്ടിയുടെ സ്ഥാനാർത്ഥിയായി മത്സരിച്ച് മൂന്നിലും ജയിച്ച ജനപ്രതിനിധി, നിരോധിക്കപ്പെടുകയും വേട്ടയാടപ്പെടുകയും ചെയ്ത കമ്യൂണിസ്റ്റ് പാർട്ടിയുടെ നേതാവെന്ന നിലയിൽ രണ്ട് തവണയും സമരനായകനെന്ന നിലയിൽ പലതവണയും ജയിലിൽ അടയ്ക്കപ്പെട്ട രാഷ്ട്രീയത്തടവുകാരൻ, എം.എൽ.എ., ബി.സി.സി. ചെയർമാൻ, പഞ്ചായത്ത് പ്രസിഡണ്ട് എന്നിങ്ങനെ വൈവിധ്യമുള്ള വേഷങ്ങളിൽ കേരളത്തിന്റെ രാഷ്ട്രീയ വേദികളിൽ തന്റെ നാലരപ്പതിറ്റാണ്ട് മാത്രം നീണ്ടുനിന്ന ജീവിതത്തിൽ അദ്ദേഹം നിറഞ്ഞാടി.

ഏറനാട്ടിലെ ജനങ്ങൾക്ക് സഖാവ് കുഞ്ഞാലിയെന്നത് അളവില്ലാത്ത ധീരതയുടെയും, അനീതികൾക്ക് നേരെ എതിരാളിയുടെ വലിപ്പം നോക്കാതെ എതിർക്കാനുള്ള ചങ്കൂറ്റത്തിന്റെയും പ്രതീകമായിരുന്നു. തെറ്റ് ചെയ്യുന്നവർക്ക് നേരെ ഏത് സമയത്തും ഉയരുന്ന ചൂണ്ടുവിരലിന്റെ പര്യായമായിരുന്നു. അതിനാൽ ഏറനാട്ടിലെ അമ്മമാർ തങ്ങളുടെ കുഞ്ഞുങ്ങൾ അവരുടെ പ്രായത്തിനപ്പുറത്തേക്ക് ചോദ്യം ചെയ്യലുകൾക്ക് മുതിരുമ്പോൾ അവരെ പ്രശംസയിൽ പൊതിഞ്ഞ് ശാസിച്ചിരുന്നത് ഇങ്ങനെയാണ്

കുഞ്ഞാലിയുടെയും ഉമ്മ ആയിഷയുടെയും ഖബറുകൾ കാളികാവ് പള്ളി ശ്മശാനത്തിൽ

"ഓ.... നീയല്ലേ ഇപ്പോ ഇവിടുത്തെ ഒരു കുഞ്ഞാലി?"

1994 ൽ സ്മരണിക പ്രവർത്തനത്തിന്റെ ഭാഗമായും, ഈ പുസ്തകത്തിന് വേണ്ടിയുള്ള വിഭവ സമാഹരണത്തിന്റെ ഭാഗമായും സഖാവ് കുഞ്ഞാലിയുടെ നൂറിലേറെ സഹപ്രവർത്തകരെ നേരിൽ കണ്ട് സംസാരിക്കാൻ കഴിഞ്ഞപ്പോൾ അവരിൽ ഒട്ടേറെ പേരിൽനിന്നും കിട്ടിയ പ്രതികരണത്തിന് ഒരു കാര്യത്തിൽ ഏക ഭാവമുണ്ടായിരുന്നു. അവരൊക്കെ പറഞ്ഞത് ഏതാണ്ടിങ്ങനെയാണ് "ഒരു അഞ്ചാറ് വർഷക്കാലം അദ്ദേഹം സ്ഥിരം ഇവിടെത്തന്നെയായിരുന്നു. പകലായാലും രാത്രിയായാലും എന്തെങ്കിലും ചെറിയൊരു പ്രശ്നമുണ്ടായാൽ മിനിട്ടുകൾക്കുള്ളിൽ അദ്ദേഹം സ്ഥലത്തെത്തിയിരുന്നു."

ഇങ്ങനെ പറഞ്ഞിരുന്നത് കുഞ്ഞാലി താമസിച്ചിരുന്ന കാളികാവിലുള്ളവർ മാത്രമായിരുന്നില്ല. വണ്ടൂർ, തിരുവാലി, കരുവാരക്കുണ്ട്, നിലമ്പൂർ, ഇടിവണ്ണ, വെള്ളക്കട്ട, ചുങ്കത്തറ, ചുള്ളിയോട്, ചോക്കാട് തുടങ്ങിയ ഒട്ടേറെ സ്ഥലങ്ങളിലെ സഹപ്രവർത്തകർ ഇതേ രീതിയിലുള്ള പരാമർശങ്ങൾ നടത്തിയിരുന്നു.

മുകളിൽ സൂചിപ്പിച്ച സഹപ്രവർത്തകരുടെ അഭിപ്രായപ്പെട്ടത് പ്രകാരമുള്ള അത്രയും വർഷങ്ങൾ വ്യത്യസ്ത പ്രദേശങ്ങളിൽ കുഞ്ഞാലി പ്രവർത്തിക്കണമെങ്കിൽ അദ്ദേഹം കിഴക്കനേറനാട്ടിൽ ഒരു അമ്പത് കൊല്ലമെങ്കിലും ജീവിച്ചിരിക്കണം. എന്നാൽ നിലമ്പൂർ മേഖലയിൽ കുഞ്ഞാലിയുടെ പ്രവർത്തനങ്ങൾ ഉണ്ടായത് 1952 മുതൽ 1969 വരെയുള്ള പതിനേഴ് വർഷം മാത്രമാണ്. അതിൽ തന്നെ അവസാനത്തെ

ഏതാനും വർഷങ്ങൾ എം.എൽ.എ., സംസ്ഥാനതല ട്രേഡ് യൂണിയൻ നേതാവ് എന്നീ നിലകളിൽ സംസ്ഥാന വ്യാപകമായിരുന്നു സഖാവിന്റെ പ്രവർത്തനമേഖല. നിലമ്പൂർ കേന്ദ്രീകരിച്ച് പ്രവർത്തിക്കാൻ അദ്ദേഹത്തിന് കഴിഞ്ഞത് ഒരു പതിനഞ്ച് വർഷത്തിൽ താഴെ മാത്രമാണ്.

ഈ ഒന്നരപ്പതിറ്റാണ്ടുകാലത്തെ പ്രവർത്തനങ്ങളാണ് അവരുടെ ഓരോരുത്തരുടെയും മനസ്സിൽ പതിഞ്ഞ് കിടക്കുന്നത്. ഒരു നിമിഷം പോലും പാഴാക്കാതെ നിരന്തരം സഞ്ചരിച്ചുകൊണ്ടും മലകളും കാടുകളും പുഴകളും താണ്ടിക്കൊണ്ടും അദ്ദേഹം അവർക്കരികിലേക്ക് നിരന്തരം എത്തിക്കൊണ്ടിരുന്നു. വാഹന സൗകര്യം തീരെ കുറവുള്ള ഒരു കാലത്തായിരുന്നു ആ പ്രവർത്തനങ്ങൾ. ഇടതടവില്ലാതെ ചലിച്ചുകൊണ്ടിരുന്ന പാദങ്ങളും സ്വയം ചവിട്ടി നീങ്ങിയിരുന്ന സൈക്കിളും മാത്രമായിരുന്നു അദ്ദേഹത്തിന് ആശ്രയം.

ഒറ്റയടിപ്പാതകളിലൂടെ അതിവേഗത്തിൽ കുതിക്കുന്ന കുഞ്ഞാലിയുടെ സൈക്കിൾ പലരുടെയും മനസ്സിലെ മായ്ക്കാനാവാത്ത ചിത്രമാണ്. അങ്ങനെയാണ് കുഞ്ഞാലി അനേകം കിലോമീറ്ററുകൾ അകലെയുള്ള സ്ഥലമാണെങ്കിലും അവിടേക്ക് മിനിട്ടുകൾക്കുള്ളിൽ എത്തിക്കൊണ്ടിരുന്നത്. കമ്യൂണിസം എന്ന യുക്തിഭദ്ര പ്രത്യയശാസ്ത്രത്തിൽ പ്രവർത്തിക്കുന്ന ഒരു പ്രസ്ഥാനത്തിന്റെ വക്താവല്ലായിരുന്നുവെങ്കിൽ ഒരേ സമയത്ത് അനേകം സ്ഥലങ്ങളിൽ പ്രത്യക്ഷപ്പെട്ടിരുന്ന ദിവ്യനായി അവതരിപ്പിക്കാൻ, വിശ്വസനീയമായ കഥകൾ പ്രചരിപ്പിക്കാൻ കഴിയും വിധമായിരുന്നു ആ സാഹസിക സഞ്ചാരവും വേഗതയും.

ഒരു മനുഷ്യ ശരീരത്തിന് പ്രകൃതി നിയമമനുസരിച്ച് എല്ലാ ദിവസവും ഏതാനും മണിക്കൂറുകൾ ഉറക്കം അത്യാവശ്യമാണ്. ബാക്കി ഉണർന്നിരുന്ന ഓരോ നിമിഷവും സഖാവ് കുഞ്ഞാലി പ്രവർത്തിച്ചുകൊണ്ടിരിക്കയായിരുന്നു.

അടർക്കളങ്ങളിൽ നിന്ന് അടർക്കളങ്ങളിലേക്ക് കടന്ന് ചെന്നുകൊണ്ട് ആ നിസ്വവർഗ്ഗത്തിന്റെ അങ്കച്ചേകവർ നിരന്തരം പൊരുതി.

അവസാനശ്വാസം വരെയും വിശ്രമമില്ലാതെ സഞ്ചരിച്ചുകൊണ്ട് അക്ഷരാർത്ഥത്തിൽ തന്നെ ആ പാവങ്ങളുടെ പടനായകൻ തന്റെ യുദ്ധം നയിച്ചു.

സഹായക ഗ്രന്ഥങ്ങൾ

1. *സഖാവ് കുഞ്ഞാലി ഏറനാടിന്റെ വീരപുത്രൻ.* 25-ാംരക്തസാക്ഷിത്വ വാർഷിക സ്മരണിക - 1994
2. *കനൽപ്പാടുകൾ* - എഡിറ്റർ പാലക്കീഴ് നാരായണൻ
3. *മലബാർ കലാപം ഒരു പുനർവായന* - ഡോ. കെ ടി ജലീൽ (2016)
4. *മുസ്ലീം നവോത്ഥാനം ചില കേരളീയ ചിത്രങ്ങൾ* - എ പി അഹമ്മദ്
5. *മഹത്തായ മാപ്പിള സാഹിത്യ പാരമ്പര്യം* - സി എൻ അഹമ്മദ് മൗലവി, കെ കെ മുഹമ്മദ് അബ്ദുൽ കരീം
6. *കമ്യൂണിസ്റ്റ് പ്രസ്ഥാനം ഇന്ത്യയിൽ* - സി ഭാസ്കരൻ (2008)
7. *കമ്യൂണിസ്റ്റ് പ്രസ്ഥാനം കേരളത്തിൽ* - സി ഭാസ്കരൻ (2008)
8. *ഇന്ത്യൻ സ്വാതന്ത്ര്യസമര ചരിത്രം* - ഇ എം എസ് (1987)
9. *ഇന്ത്യൻ സ്വാതന്ത്ര്യസമരവും കമ്യൂണിസ്റ്റ്കാരും* - ബി ടി രണദിവെ - (1997)
10. *സ്വാതന്ത്ര്യസമരം* - ബിപിൻ ചന്ദ്ര, അമ്ലേസ് ത്രിപാഠി, ബറുൺ ഡേ
11. ഓടക്കൽ മുഹമ്മദ് - *സ്മൃതികൾ സൃഷ്ടികൾ* (2014)
12. *കമ്യൂണിസ്റ്റ്കാരും ഇന്ത്യയുടെ സ്വാതന്ത്ര്യസമരവും* - എ.ബി. ബർധൻ, എം ഫറൂക്കി
13. *സഖാവ് കുഞ്ഞാലി ഏറനാടിന്റെ രക്തനക്ഷത്രം* - ഹംസ ആലുങ്ങൽ - (2011)
14. *തീക്കാറ്റ് പോലൊരു ജീവിതം* - ഹംസ ആലുങ്ങൽ - (2015)
15. *മാപ്പിള മലബാർ* - ഡോ. ഹുസൈൻ രണ്ടത്താണി - (2015)

16. *ഞാൻ എങ്ങനെ കമ്യൂണിസ്റ്റായി* - ടി കെ ഹംസ - (2011)
17. *നടന്നുതീർത്ത വഴികൾ* - ഇ ബാലാനന്ദൻ (2009)
18. *സി പി ഐ (എം) പാർട്ടി കോൺഗ്രസുകളുടെ ചരിത്രം* - ബാബു ജോൺ - (2012)
19. *ഇന്ത്യയിലെ കമ്യൂണിസ്റ്റ് പ്രസ്ഥാന ചരിത്ര സംഗ്രഹം* - സി പി ഐ (എം) സംസ്ഥാന കമ്മിറ്റി ലഘുലേഖ
20. *കനൽ* - ദേശാഭിമാനി പ്രത്യേക പതിപ്പ്
കുഞ്ഞാലി രക്തസാക്ഷിത്വ ദിനം - (2010)
21. *ഏണസ്റ്റോ ചെഗുവേര* - ഐ. ലവ്രേത്സ്കി (2011)
22. *ഹവിസ്* - നിലമ്പൂർ താലൂക്ക് കോ-ഓപ്പറേറ്റീവ് കോളേജ് മാഗസിൻ - 2004
23. *കേരളത്തിലെ കമ്യൂണിസ്റ്റ് പാർട്ടിയുടെ ചരിത്രം ഭാഗം 1* - 1940 വരെ - ചിന്ത പബ്ലിഷേഴ്സ്, തിരുവനന്തപുരം.

www.ingramcontent.com/pod-product-compliance
Lightning Source LLC
LaVergne TN
LVHW060246051026
849517LV00005B/1736